കയർ മുറുകുകയാണ്

കൽപ്പറ്റ നാരായണൻ

ലേഖനം

കയർ മുറുകുകയാണ്

കൽപ്പറ്റ നാരായണൻ

ഗ്രീൻ ബുക്സ്

green books private limited
gb building, civil lane road, ayyanthole,
thrissur- 680 003, kerala, ph: +91 487-2381066, 2381039
website: www.greenbooksindia.com
e-mail: info@greenbooksindia.com

malayalam
kayar murukukayanu
article
by
kalpatta narayanan

first published july 2017

cover design : rajesh chalode

branches:
thrissur 0487-2422515
palakkad 0491-2546162
kannur 0497-2763038
thiruvananthapuram 8589095301

isbn : 978-93-86440-67-9

GBPL/938/2017

മുഖക്കുറി

വ്യക്തിബന്ധങ്ങളുടെ ഊഷ്മളത നിറഞ്ഞ സംവാദതലങ്ങളുടെ സങ്കീർണതകൾ ഉൾക്കൊള്ളുന്ന സർഗാവിഷ്കാരം. സാഹിത്യത്തോടും എഴുത്തുകാരോടും സിനിമയോടും സുഹൃത്തുക്കളോടും പ്രശസ്തരോടും പുസ്തകങ്ങളോടും സംവദിച്ചുകൊണ്ട് കാലപരിസരങ്ങളുടെ ഋതുക്കൾ പൂവണിഞ്ഞു നിൽക്കുന്ന സവിശേഷമായ ഓർമ്മകളുടെ സമാഹാരം. ഓജസ്സുള്ള ശൈലിയും സവിശേഷമായ വ്യക്തിത്വവും പ്രകടിപ്പിക്കുന്നു ഇതിലെ ഓരോ എഴുത്തും.

കൃഷ്ണദാസ്
മാനേജിങ് എഡിറ്റർ

ഉള്ളടക്കം

റേഡിയോ കേൾക്കൂ...

അറുപതുകളുടെ ആരംഭത്തിൽത്തന്നെ എന്റെ വീട്ടിൽ റേഡിയോ വന്നു. ഒൻപതു ഹെയർപിൻ വളവുകളുള്ള ചുരം വഴി ആധുനികത, സംശയിച്ച് സംശയിച്ച് വന്നതിനെക്കാൾ പിന്നാക്കം പോയി വീണ്ടും വന്ന വാഹനങ്ങളിൽ കയറി വയനാട്ടിലെത്തിത്തുടങ്ങിയ നാളുകളിൽത്തന്നെ. ചാണകം മെഴുകിയ നിലമുള്ള, ചോർന്നതിന്റെ മഞ്ഞച്ചാലുകൾ വീണ ചുമരുള്ള, മഴക്കാർ കണ്ടാൽ മണ്ണട്ടകൾ സദിര് തുടങ്ങുന്ന വയൽവക്കത്തുള്ള എന്റെ വീട്ടിൽ. വീട്ടിലെ വിളറിയ ചുമരിനു പൊരുത്തപ്പെടാനാവാത്ത തിളക്കവും പുതുമയും മരഫ്രെയിമുള്ള ആ മർഫിറേഡിയോക്കുണ്ടായിരുന്നു. പിന്നീട് എന്റെ വീട്ടിലുണ്ടായ പരിഷ്കാരങ്ങളെല്ലാം ആ റേഡിയോയോടു പൊരുത്തപ്പെടാൻ വേണ്ടി ചെയ്തതാവാം. ഒറ്റക്കണ്ണു തുറന്ന്, മറ്റേക്കണ്ണ് അടച്ച് ആ റേഡിയോയിൽ ഊന്നിനോക്കി ഞാനെന്റെ വീടിനെ ഇടയ്ക്കിടെ ആധുനികമാക്കി; പില്ക്കാലത്ത് ഓടുന്ന വണ്ടിയിൽ ഊന്നിനോക്കി നിർത്തിയിട്ട വണ്ടിയിൽ ഞാൻ യാത്ര ചെയ്തപോലെ.

പണിയൻ കയമ ചുമന്നുകൊണ്ടുവന്ന ആ വലിയ കാർഡ്ബോർഡ് പെട്ടി താഴെയിറക്കാൻ ഏട്ടനും കൂടി. എന്തു തൊട്ടാലും പൊട്ടിക്കുന്ന ഞാൻ താങ്ങുവാൻ കൂടിയിട്ടില്ലല്ലോ എന്ന് ഏട്ടൻ ഓട്ടക്കണ്ണിട്ടു നോക്കിയിരിക്കണം. ഏട്ടന്റെ ലോകത്തിലേക്കു പ്രവേശനം കിട്ടാൻ ഞാൻ പത്തിരുപത്തിരണ്ടു കൊല്ലം കാത്തിരുന്നു. ഏട്ടൻ എന്നോടു സൗഹൃദത്തോടെ മിണ്ടിയ അന്ന് ഞാൻ മുതിർന്നു. ഒരു ബീഡി വലിച്ചാൽ കൊള്ളാമെന്ന് എനിക്കു തോന്നി.

പെട്ടി ശ്രദ്ധാപൂർവം തുറന്ന് റേഡിയോസെറ്റ് കോലായിൽ എടുത്തുവച്ചു. റേഡിയോസെറ്റ് കാണാൻ പൂച്ച ഉൾപ്പെടെ സകലരും വന്നു. റേഡിയോ, റേഡിയോ എന്നൊരു കുശുകുശുപ്പു പരന്നു ('കുശുകുശു'പ്പിൽ സാമാന്യം അന്തസ്സോടെയിരിക്കുന്ന 'കുശു' ഒറ്റയ്ക്കാകുമ്പോൾ എന്തൊരശ്രീകരമാണ്). റേഡിയോ മുൻപു കണ്ടിട്ടില്ലാത്തവരും റേഡിയോ ആണതെന്നു കണ്ടപ്പോൾ ഒട്ടൊന്നാശ്വസിച്ചു. തുറക്കുന്നതുവരെ ആ വലിയ പെട്ടി ഉണ്ടാക്കിയ കൗതുകത്തോളം വലുതായിരുന്നില്ല റേഡിയോ. ഉമ്മറക്കോലായിൽ നിന്നു കടക്കുന്ന ചെറിയ മുറിയിലാണ്

റേഡിയോ വച്ചത്. അതിലൂടെ വേണം മറ്റു മുറികളിലേക്കു കടക്കാൻ. വിളക്ക് ആദ്യം കത്തിച്ചു വയ്ക്കുക ഈ മുറിയിലാണ്. തലയ്ക്കൽ കത്തിച്ച വിളക്കോടെ അച്ഛൻ കിടന്നത് ഈ മുറിയിൽ ആണ്. ചുമരിൽ ആണിയടിച്ച് ഫ്രെയിം ഉറപ്പിക്കാൻ ഏട്ടൻ അധികം സമയമെടുത്തില്ല. റേഡിയോ പാടുമ്പോൾ, സ്റ്റേഷൻ മാറ്റിവയ്ക്കുമ്പോൾ താനൊരു മജീഷ്യൻ ആയി മാറുന്നതിനെക്കുറിച്ചുള്ള സങ്കല്പം ഏട്ടനെ തിടുക്കപ്പെടുത്തിയിരിക്കണം. അല്ലെങ്കിലും ഏട്ടനെന്തിനും ഒരു നേക്കുണ്ടായിരുന്നു. ഞാൻ ജന്നലഴികൾക്കിടയിലെ വലിയ വിടവിലൂടെ പഴത്തൊലി എറിഞ്ഞപ്പൊഴൊക്കെ അത് അഴികളിൽ കുടുങ്ങി തൂങ്ങിക്കിടന്നു. ആണിക്കു മേലുള്ള ആദ്യത്തെ അടി എപ്പോഴും എന്റെ വിരലിന്മേലായി. ആരും വീഴുന്ന വഴുക്കലുള്ള മുറ്റത്ത് ഏട്ടൻ വീണതേയില്ല. അവിടെ നടക്കുവാൻ മഹാപരിശ്രമം ചെയ്ത് എന്റെ വിരലുകൾ ചോര കുടിച്ച അട്ടകളെപ്പോലെ വീർത്തു. അന്നത്തെ പേടി ഇപ്പോഴും എന്റെ വിരലുകളിലുണ്ട്. നിങ്ങൾക്കെന്താ വിരലുകൾ നിവർത്തിവച്ചു നടന്നാൽ എന്ന് എന്റെ ഭാര്യ. കാൽവിരലുകൾ വയനാട്ടിൽ വച്ച് അവയുടെ വിദ്യാഭ്യാസം പൂർത്തിയാക്കിയിരുന്നു.

ഏട്ടന്റെ ഉയരത്തിനു പാകത്തിനായിരുന്നു റേഡിയോ വച്ചത്. മറ്റാരും തൊട്ട് കേടു വരുത്താതിരിക്കാനായിരിക്കാം. ഏട്ടനില്ലാത്തപ്പോൾ സ്റ്റൂൾ വച്ചാണ് ഞാൻ റേഡിയോ തിരിച്ചത്. വീട്ടിലെ തോത് ഏട്ടനായിരുന്നു. അവനോടു ചോദിക്കട്ടെ എന്ന് അച്ഛൻ. വീട്ടിലെ സ്വാദും ഏട്ടന്റെ പാകത്തിലായിരുന്നു. രാവിലെ ഇഡ്ഡലി, രാത്രി കഞ്ഞി, ഏട്ടനുള്ളപ്പോൾ വീട്ടിൽ പപ്പടം കാച്ചി, സാമ്പാറുണ്ടാക്കി. അമ്മയുണ്ടാക്കുന്ന സാമ്പാറിന്റെ രുചിയും മണവും എനിക്കിഷ്ടമായിരുന്നു. പില്ക്കാലത്ത് ഒരിക്കൽ പാലക്കാട് ഒരു ഹോട്ടലിൽ വച്ച് ആ മണവും രുചിയുമുള്ള സാമ്പാറു കൂട്ടി ഞാൻ ചോറുണ്ടു. ഹോട്ടൽ മാനേജരെ കുറച്ചു നേരത്തേക്ക് എനിക്ക് എന്റെ അച്ഛനെപ്പോലെ തോന്നി.

വീട്ടിൽനിന്നു റേഡിയോ പാടാനും പറയാനും തുടങ്ങിയെന്നല്ല, വീട് പാടാനും പറയാനും തുടങ്ങിയെന്നു വേണം പറയാൻ. വീടിനു പുതിയ ഒരൊച്ചയും അനക്കവും വച്ചു. റേഡിയോ വീട്ടിലെ ശബ്ദത്തിന്റെ ചുമതല ഏറ്റെടുത്തു. മറ്റൊരു ശബ്ദത്തിനും ശബ്ദമില്ലാതായി. താഴെ വയലിൽ നിന്നു വിവരങ്ങൾ വിളിച്ചു ചോദിച്ചവർക്ക് ഇപ്പോൾ അലറേണ്ടിവന്നു. കൊട്ടക്കച്ചവടക്കാരനും മൺപാത്ര വില്പനക്കാരനും വീട്ടിൽ കയറി വന്ന് ഒച്ചയുണ്ടാക്കേണ്ടി വന്നു വില്പന നടത്തുവാൻ. റേഡിയോയുടെ ശബ്ദത്തിന്റെ മറവിൽ ചെറിയ വാക്കേറ്റങ്ങൾക്കു കൂടുതൽ ഊറ്റം കൈവന്നു. മുറ്റക്കണ്ടത്തിലെ വാഴക്കുലകൾ പട്ടാപ്പകലിലും കളവു പോകാൻ തുടങ്ങി. പിച്ചക്കാരൻ ഓട്ടുഗ്ലാസ് കട്ടു എന്ന് അമ്മ വെറുതെ വെപ്രാളപ്പെട്ടു. റേഡിയോ പ്രവർത്തിക്കാത്ത നേരം പണ്ടത്തെക്കാൾ മൂകമായി വീട്. മണ്ണട്ടകൾ ഒച്ച വീണ്ടെടുത്തു. ആലയിൽ നിന്നു പയ്യ് പോന്തയെ വാൽ കൊണ്ടടിക്കുന്നതു പോലും കേൾക്കാനായി.

അമ്മ അടുക്കളപ്പണിക്കിടയിൽ കിണ്ണത്തിലും ചെമ്പുപാത്രത്തിലും താളം പിടിച്ചു. ജോലിഭാരം കുറഞ്ഞില്ലെങ്കിലും ഒന്ന് താളത്തിലായി. ഒരു കഥകളിപ്പാട്ടുകാരന്റെ മകളായ അമ്മ സംഗീതലോകത്തിലുള്ള തന്റെ അവകാശം പുനഃസ്ഥാപിച്ചു. കഥകളിപ്പദങ്ങൾ അമ്മയെ ബാല്യത്തിലേക്കു വിളിച്ചു. വീട്ടിലെ തീറ്റിയും വർത്തമാനം പറയലും വായനയുമെല്ലാം അർധമനസ്സോടെയായി. പുറം ലോകവുമായുള്ള ബന്ധങ്ങൾ വിച്ഛേദിച്ച് വയനാട്ടിലൊരു മൂലയിൽ കഴിയുകയായിരുന്ന ഞങ്ങൾ ലോകവുമായുള്ള ബന്ധം വീണ്ടെടുത്തു. കടുക് റേഡിയോയുടെ ചുറ്റുമാണോ ഏട്ടന്റെ തലയ്ക്കു ചുറ്റുമാണോ ഉഴിഞ്ഞ് അടുപ്പിലിടേണ്ടത്? ഈ പുതിയ ഐശ്വര്യത്തിന്റെ പേരിൽ ദൈവത്തോട് അമ്മ ക്ഷമ ചോദിച്ചിരിക്കണം. ഇതൊന്നും ഒരു അഹങ്കാരമായിത്തോന്നരുത്. ആവതുണ്ടായിട്ടല്ല. പച്ചക്കടമാണ്. എല്ലാ പത്രാസിലും ഒരപരാധമുണ്ടെന്നു ഗാന്ധിയോളമില്ലെങ്കിലും അന്നത്തെക്കാൾ ആളുകൾ പേടിച്ചു.

റേഡിയോ ആയി വീട്ടിലെ സമയം. പന്ത്രണ്ടരയുടെ പ്രാദേശിക വാർത്തയ്ക്ക് ഇല മുറിച്ചു. ഒരുമണി വാർത്ത ഇനിയും ചോറായില്ലേ എന്ന് അടുക്കളയിൽ കയറി നോക്കി. ഒന്നരമണിയുടെ ചലച്ചിത്രഗാനത്തിലെ വരികൾ ചെറുമയക്കത്തിൽ ഇടയ്ക്കിടെ നഷ്ടപ്പെട്ടു. രണ്ടരമണിയുടെ ശബ്ദരേഖയ്ക്കായി കോലായിൽ പുൽപ്പായയിട്ട് ഇരിപ്പിടം പിടിച്ചു. സ്കൂൾവിട്ട് പടിക്കലെത്തിയപ്പോൾ ഏഴരയുടെ വാർത്ത തുടങ്ങിയതു കേട്ട് വൈകിയതിനു ചീത്ത കേൾക്കുന്നതോർത്തു പേടിച്ചു. രാവിലെ എട്ടുമണി വാർത്ത കേട്ട് സഞ്ചിയിൽ പുസ്തകം കുത്തിനിറച്ച് വെപ്രാളപ്പെട്ട് ഓടുവാൻ തുടങ്ങി. മറക്കരുത് എന്ന് മാറ്റിവെച്ച ഹോം വർക്കിന്റെ നോട്ട് മറന്നു. സമയത്തിനു ശബ്ദം കിട്ടിയതിന്റെ ബുദ്ധിമുട്ടുകൾ!

അതുവരെ ദൈവങ്ങളുടെയോ ഗന്ധർവന്മാരുടെയോ മാത്രം ഭാഷയായിരുന്ന അശരീരിയിൽ മന്ത്രമധുരമായി പാടിയതിനാലാണ് യേശുദാസ് ഗന്ധർവനായത്. ഓരോ വീട്ടിലുമിരുന്നു പാടിയതിനാലാണ് യേശുദാസിന്റെയും ജാനകിയുടെയും പാട്ടുകൾ ഗൃഹാതുരത്വമുണ്ടാക്കിയത്. അന്നത്തെ വേദനയും സുഖവും ആ പാട്ടുകളിൽ പങ്കു ചേർന്നു. പോയ നാളുകൾ സങ്കടത്തിന്റേതാണെങ്കിൽപ്പോലും കൈവിട്ടുപോകുമ്പോൾ വേദനയാണ്. ശിഷ്ടകാലം കുറയുകയാണെന്ന വേദനയും പാട്ടിൽ കലരുകയാവാം. 'അല്ലിയാമ്പൽക്കടവിലന്നരയ്ക്കു വെള്ളം' പോലുള്ള പാട്ടുകൾ കാലമെത്തും മുന്നേ എന്നെ കാമുകനാക്കി. ചള്ള് കാമുകനെ ഒരുവളും ഗൗനിച്ചില്ലെങ്കിലും ശബ്ദതരംഗങ്ങൾ പിടിച്ചെടുത്ത് റേഡിയോ ഗാനമാക്കിയപ്പോൾ ഗാനതരംഗങ്ങൾ പിടിച്ചെടുത്ത് ഞങ്ങളതു ഹൃദയമാക്കി. എന്റെ ഹൃദയത്തിന്റെ നിർമിതിയിൽ റേഡിയോ വലിയ പങ്കു വഹിച്ചു. കേട്ടുകേട്ട് ഞാൻ മുതിർന്നു.

പത്തു വർഷം മുൻപാണ്. കോഴിക്കോട് ആകാശവാണിയിൽ ഒരു വാർഷികാഘോഷവേളയിൽ അതിഥിയായി ഞാനും പങ്കെടുത്തു. അക്കിത്തത്തെയും പുനത്തിൽ കുഞ്ഞബ്ദുള്ളയെയും ആദരിച്ചു ആ ചടങ്ങിൽ.

മീതെ അദൃശ്യമായി പിടിച്ച ഏതോ അതിശക്തമായ കാന്തത്തിനു നേരേ പൊരിഞ്ഞെണീറ്റു നിന്ന അക്കിത്തത്തിന്റെ മുടിയും നേരമ്പോക്കുകൾ ഇട്ടു നിറച്ച ശേഷം നിലത്ത് അമർത്തിക്കുത്തി ശരിപ്പെടുത്തിയ പോലുള്ള പുനത്തിൽ കുഞ്ഞബ്ദുള്ളയുടെ ദേഹഘടനയും നോക്കി ഞാൻ ഊറി ച്ചിരിച്ചു. ഹാളിൽ നിറയെ ആളുകൾ. ശബ്ദിച്ചാൽ മാത്രം എനിക്കു തിരിച്ച റിയാൻ കഴിയുന്ന ആളുകൾ. എന്തെങ്കിലും പറയൂ ഞാൻ നിങ്ങളുടെ പേര് പറയാം. അതുകൊണ്ടു കൂടി ശബ്ദത്തിനു വലിയ പ്രാമാണ്യമുണ്ടാ യിരുന്നു ആ ചടങ്ങിൽ. ഇടയ്ക്ക് എന്നെ ഇരുന്നിടത്ത് എണീപ്പിച്ചു കൊണ്ട് വെടിക്കെട്ടുണ്ടായി. ബീച്ചിൽ നിന്നു കോർപറേഷൻ ഓഫീസി ലേക്കു തിരിയുന്നിടത്ത് നിലംപൊത്താറായ ആ വലിയ കെട്ടിടത്തിൽ ഓരോ പൊട്ടലിനും ഓരോ കുപ്പ കുമ്മായം അടർന്നു വീഴുന്നുണ്ടാവണം. മാരകമായ ശബ്ദങ്ങൾ ആസ്വാദ്യമായിത്തീർന്നതെങ്ങനെയാവും? എന്തിലൂടെ കടന്നുവന്നപ്പോഴാവും? പ്രകൃതിക്ഷോഭങ്ങൾ സൗമ്യമാക്കി നാം ആഘോഷിക്കുകയാണോ? ഇണങ്ങിയ ഇടിയും മിന്നലുമെല്ലാ മാണോ കരിമരുന്നു പ്രയോഗങ്ങൾ? അവ 'കൈകാര്യം' ചെയ്യുന്നതിന്റെ സുഖമാണോ വിഷുക്കാലത്ത് നാം കേൾക്കുന്നതും കാണുന്നതും.

ഒരിക്കൽ ഒ.വി.വിജയൻ ഡൽഹിയിൽ നിന്നു നാട്ടിൽ വന്നപ്പോൾ എം.ജി.എസ്സിനെ കാണാൻ കോഴിക്കോട്ടു വന്നു. അന്ന് ആദ്യവിഷു. വീടുകൾ പരസ്പരം യുദ്ധം പ്രഖ്യാപിച്ചിരിക്കുന്നുവോ? ശബ്ദം നന്നെ താഴ്ത്തി മാത്രം സംസാരിക്കുന്ന, വലിയ ശബ്ദം കേട്ടാൽ പേടിച്ചു വിറയ്ക്കുന്ന വിജയന് മലബാറിൽ ആഭ്യന്തരയുദ്ധം ആരംഭിച്ചുവെന്നു തോന്നി. യുദ്ധപ്രതീതിയുണ്ടാക്കി സന്തോഷിക്കുന്ന ഈ നാട്ടിൽ നിൽക്കാൻ തനിക്കു ത്രാണിയില്ല. തിരിച്ചു പോകാൻ പുറപ്പെട്ട് വഴിക്ക ലെത്തിയപ്പോൾ അതു സംഭവിച്ചു. നഗരത്തിന്റെ ഉള്ളിലെവിടെയോ നിന്ന് ഒരു പട്ടിയുടെ വാലിൽ കോയപ്പടക്കം കെട്ടിത്തൂക്കി അതിനു തീ കൊളുത്തി ആർപ്പും വിളിയുമായി ഒരു കുട്ടിസംഘം അതിനെയും ഓടിച്ച് സന്തോഷിച്ചു വരികയാണ്. ആ പട്ടി ഓടിവന്ന് വിജയനെ കെട്ടിപ്പിടിച്ചു നിന്നു എന്നാണ് എം.ജി.എസ്. പറഞ്ഞത്. ഖസാക്കിൽ നാമറിഞ്ഞിട്ടി ല്ലാത്ത ഭയം (ആത്മീയതയെന്നും പറയാം) വിജയനിൽ അന്നു മുതലാകാം വളർന്നു 'തിടം വെച്ച് വളർന്നത്.' ആർക്കറിയാം?

ആകാശവാണിയുടെ വാർഷികാഘോഷത്തിനുണ്ടായ വെടിക്കെട്ടിൽ ഒരു കൗതുകമുണ്ടായിരുന്നു. പൊട്ടുന്നവയല്ലാതെ കത്തുന്നവയുണ്ടായി രുന്നില്ല. പൂത്തിരിയും മത്താപ്പും ഇളനീർപ്പൂവുമെല്ലാമാണ് സ്വതേ ഭീരുവായ, വിജയന്റെ ആരാധകനായ എനിക്കിഷ്ടം. കാണുന്നവയോട് ആകാശവാണിക്ക് എന്താണിത്ര വിപ്രതിപത്തി? നേരാണ്, ആകാശ വാണിക്കു കാഴ്ചശക്തിയില്ലല്ലോ. കേൾവിയിൽ നിലനിൽക്കുന്ന ലോകം മാത്രമാണല്ലോ ആകാശവാണിയുടെ ലോകം. ആ ലോകത്തിൽ മത്താപ്പോ പൂത്തിരിയോ പാടുണ്ടോ? കാര്യപരിപാടികൾക്കുശേഷം നടന്ന

ഗംഭീരമായ സംഗീതക്കച്ചേരിയിൽ 'സ്വര' ത്തിന്റെ അതിരില്ലായ്മ കാട്ടിക്കൊണ്ട് ആകാശവാണി എന്നെ അതു മനസ്സിലാക്കിത്തരികയും ചെയ്തു.

ആകാശവാണിയിൽ ശബ്ദസുന്ദരന്മാരും ശബ്ദസുന്ദരികളുമാണുള്ളത്. ദൃശ്യമാധ്യമങ്ങൾ വസ്ത്രശാലകൾക്കും ബ്യൂട്ടിപാർലറുകൾക്കും ജ്വല്ലറികൾക്കും പ്രചാരം വർധിച്ചപ്പോൾ റേഡിയോ വിക്സ് ഗുളികകൾ വിൽക്കുന്ന ചെറുകിട മരുന്നുശാലകളുടെ വിൽപ്പനയാവും കൂട്ടിയിരിക്കുക. ചാനലുകളിൽ ജോലി ചെയ്യുന്ന ചെറുപ്പക്കാരെ അപേക്ഷിച്ച് വസ്ത്രധാരണത്തിനോ മേക്കപ്പിനോ അധികം പണം ചെലവാക്കാറില്ല ആകാശവാണി ജീവനക്കാർ. അതിനു കൂടി അവർ സ്ട്രെപ്സിനോ താലീസപത്രമോ വാങ്ങിത്തിന്നു. ദൃശ്യമാധ്യമങ്ങളിലെ താരങ്ങളെക്കാൾ ചടങ്ങുകളെ, ആളുകൾ കൂടുന്ന സന്ദർഭത്തെ വെറുക്കുന്നു റേഡിയോ താരങ്ങൾ എന്നും തോന്നുന്നു. കണ്ടാലാരും തിരിച്ചറിയാത്ത താരങ്ങളുടെ പ്രതികാരബുദ്ധി! പറഞ്ഞുകേട്ടതിനെക്കാൾ നേരിൽ കണ്ടപ്പോൾ ദുഃഖിച്ചവരാണ് നളനും ദയമന്തിയുമൊഴികെ സകലരും. കോഴിക്കോടു റേഡിയോ നിലയത്തിലെ ഖാൻ കാവിലിനെയോ ആദ്യമായി 'ഹസ്കി' ശബ്ദത്തിൽ സംസാരിച്ച മുഹമ്മദ് കോയയെയോ നേരിട്ടു കണ്ടാൽ നിരാശരാകാത്തവരുണ്ടോ? ഈ കരുമാടിക്കുട്ടനോ ഇത്ര സുന്ദരമായ ശബ്ദത്തിൽ എന്റെ ആത്മാവിനോടു സംസാരിച്ചത്? ഇവളുടെ വികാരമാണോ എന്നെ ആളിക്കത്തിച്ചത്?

ഒരുപക്ഷേ, ആകാശവാണിയിലിരുന്ന് അറിയാൻ കഴിഞ്ഞ സൗന്ദര്യത്തിന്റെ നിഗൂഢതയാവാം ഉറൂബിനെ സുന്ദരികളും സുന്ദരന്മാരും എന്ന ദർശനത്തിലേക്കും ശീർഷകത്തിലേക്കും എത്തിച്ചിരിക്കുക. (ഗ്രാമഫോൺ കേട്ടുകേട്ടിരുന്ന ഒരാളുടെ, കാഴ്ചയെക്കാൾ കേൾവിക്കു പ്രണയമാവിഷ്കരിക്കാനാവും എന്ന തോന്നലിന്റെ പ്രേരണ. 'മതിലുകളി'ലുള്ളതുപോലെ ദൂരത്തു നിന്നു മാത്രം ഒരാൾക്കു കൈവരുന്ന ഛായാസാമ്യം പോലെ ഒരു തോന്നലാണിതും). ഖാൻ കാവിലിന്റെ ശബ്ദത്തിലൊരു മറുപടി കിട്ടാൻ അനവധി സ്ത്രീകൾ വിളിക്കുമായിരുന്നത്രെ അന്ന്. (പ്രത്യക്ഷപ്പെടാതെ ബന്ധപ്പെടാൻ കഴിയുമെന്നതിനാൽ പെൺകുട്ടികളെക്കാൾ മുതിർന്ന സ്ത്രീകളായിരുന്നു റേഡിയോ ലോകത്തിൽ സജീവം. അവർ മീൻ മുറിക്കുമ്പോഴും ചീര അരിയുമ്പോഴും കിണ്ണം മോറുമ്പോഴും അനുകമ്പ നിറഞ്ഞ ശബ്ദത്തിൽ ആ ശബ്ദം കൂടെ നിന്നു. പ്രത്യക്ഷലോകത്തിന്റെ പരിമിതികളെ ഒരു പരിധിയോളം ചെറുത്തു റേഡിയോ. ലോകം ലോകത്തെക്കാൾ വിസ്തൃതമായി). ഖാൻ കാവിലിന്റെ ആരാധകർ ആരാണ് ഭൂമിയിൽ അസുന്ദരർ എന്നു ചോദിച്ചുവോ? ഖാൻ കാവിൽ ശ്രോതാക്കളുടെ കണ്ണിലുണ്ണിയായത്– റേഡിയോക്കാലത്തിനു മുൻപുള്ള ഒരു പ്രയോഗമാവാം അത്– കാതുവഴിയാണ് എന്നു മനസ്സിലായപ്പോൾ മനസ്സിലായതെല്ലാം ആ നോവലിൽ സാക്ഷാത്കരിക്കപ്പെട്ടിട്ടുണ്ടാവാം. ബാഹ്യസൗന്ദര്യത്തിൽ നിന്നു സൗന്ദര്യത്തെ ഉയർത്തുവാൻ ആകാശവാണിയിലെ ഇരിപ്പ് ഉറൂബിനെ തുണച്ചുവോ? പദങ്ങളുടെ കേൾവിസുഖം

മലയാളത്തിലെ ഏറ്റവും മികച്ച ഗാനരചയിതാവാകാൻ പി.ഭാസ്കരനെ തുണച്ചപോലെ. ആകാശവാണിയിൽ ഇരുന്നതിന്റെയും കോളെജിൽ ഇരുന്നതിന്റെയും വ്യത്യസ്തത പി.ഭാസ്കരനും ഒ.എൻ.വിയും തമ്മി ലുണ്ട്.

ആറു മൈൽ നടന്നു പോയിട്ടായിരുന്നു ഞങ്ങളന്ന് കല്പറ്റയിലെ ഗോപാൽ ടാക്കീസിൽ നിന്നു വല്ലപ്പോഴും ഒരു സിനിമ കണ്ടത്. റേഡിയോ യിൽ 'ശബ്ദരേഖ' തുടങ്ങിയപ്പോൾ നഷ്ടപ്പെട്ട സിനിമകളൊക്കെ ഞങ്ങൾ തിരിച്ചു പിടിച്ചു. കുറച്ചുകാലം കാത്തിരുന്നാൽ ഏതു പുതിയ പടവും വീട്ടിലേക്കു വരും എന്ന സുഖം ജീവിക്കാൻ രണ്ടാമതൊരവസരം കിട്ടിയപോലെയോ കാലത്തെ മെരുക്കിയപോലെയോ ഉള്ള ഒരു സ്വാതന്ത്ര്യം തന്നു. പത്രത്തിലെ റേഡിയോ പരിപാടി ശബ്ദരേഖ കാരണം കൂടുതൽ വായിക്കപ്പെട്ട ഒരിനമായി. കാത്തിരുന്നു സിനിമ കാണാൻ തുടങ്ങി. കാണാൻ തുടങ്ങി എന്നു പറയുന്നതിൽ അതിശയോ ക്തിയില്ല. കേൾവിക്കാരൻ കാഴ്ചക്കാരനെക്കാൾ കാണുന്നു. ഭാവനാ പൂർണമായി കാണാൻ കേൾവിയാണു നല്ലത്. (അന്ധന് അധികമൊന്നും നഷ്ടപ്പെടുന്നില്ല എന്നു തിന്നുമ്പോൾ, തൊടുമ്പോൾ, മണക്കുമ്പോൾ, കേൾക്കുമ്പോൾ, നാമറിയുന്നു). മാത്രവുമല്ല, 'സ്വയംവരം' വരെയുള്ള മലയാള ചലച്ചിത്രങ്ങൾ ശബ്ദരേഖയിൽ വലിയ കുറവൊന്നുമില്ലാതെ, എന്നാൽ ചില ഹൃദ്യമായ കൂടുതലുകളോടെ അനുഭവിക്കാൻ കഴിയുന്ന വയായിരുന്നു. അടൂർ ഗോപാലകൃഷ്ണന്റെയോ അരവിന്ദന്റെയോ ചലച്ചിത്രങ്ങൾ പറഞ്ഞുകേട്ടാൽ മനസ്സിലാകുന്നവയല്ല. പക്ഷേ, അങ്ങനെ യല്ല റേഡിയോക്കാലത്തിന്റെ എഴുത്തുകാരനായ എം.ടി. തിരക്കഥ എഴുതിയ ചലച്ചിത്രങ്ങൾ. അവ ശബ്ദരേഖയിൽ ഏറെക്കുറെ പൂർണം തന്നെയായിരുന്നു (ഫിലിം സൊസൈറ്റിക്കാലത്ത് അടൂരിന്റെയും അരവിന്ദന്റെയും മണികൗളിന്റെയും ചിത്രങ്ങളിലെ നിശ്ശബ്ദത കണ്ട് ക്ഷമ നശിച്ച് 'എന്തെങ്കിലും ഒന്നു പറ ചങ്ങായ്യേ്യ' എന്നു ചിലർ വിളിച്ചു പറഞ്ഞതിന്റെ പിന്നിൽ ശബ്ദരേഖയുടെ (സൂക്ഷ്മമായി പറഞ്ഞാൽ റേഡിയോയുടെ) സ്വാധീനമുണ്ട്).

അശുഭാന്തങ്ങളായ അന്നത്തെ ചലച്ചിത്രങ്ങൾ കണ്ട് കരച്ചിലടക്കാൻ സാധിക്കാതെ അമ്മ പ്രയാസപ്പെട്ടു. പരിഹരിക്കാമായിരുന്ന ചില പ്രശ്ന ങ്ങൾ യഥാസമയം പരിഹരിക്കാത്തതുകൊണ്ടല്ലേ ജീവിതം ദുരന്തത്തി ലേക്കു നീങ്ങുന്നതെന്ന് അമ്മയ്ക്കു തോന്നിയിരിക്കണം. സിനിമ തീർന്ന തിനു ശേഷമുള്ള നായകന്റെയും നായികയുടെയും ജീവിതം അടുത്ത ശബ്ദരേഖ വരെ അമ്മയെ അലട്ടി. ഡബ്ബിങ് ആർട്ടിസ്റ്റുകളുടെ എണ്ണ ക്കുറവു കാരണം ശബ്ദരേഖയിലെ നടികൾക്കു വ്യക്തിപരമായ സൗന്ദര്യം കുറവായിരുന്നു. കണ്ട സിനിമയിലെ രൂപങ്ങൾ കൂട്ടിമെടഞ്ഞു കൊണ്ട് ഷീലയുടെയും അംബികയുടെയും ശ്രീവിദ്യയുടെയും ശാരദ യുടെയും കുട്ടിക്കാമുകനാകാൻ എനിക്കു സാധിച്ചു. അസാധ്യമായ തൊക്കെ അവർ ആവശ്യപ്പെട്ടാൽ സാധിച്ചുകൊടുക്കാമെന്ന് എനിക്കു

തോന്നി. ഷൂട്ടിങ്ങിന് ശാരദ കല്പറ്റയിൽ വരുന്നുണ്ടെന്നു കേട്ട രാത്രിയിൽ കണ്ട സ്വപ്നത്തിൽ 'കുട്ടീ കണ്ണിൽ ചേർത്തു പിടിക്കാൻ ഒരു പുല്ലെണ്ണ കൊണ്ടുത്തരുമോ' എന്ന് എന്നോടു ചോദിച്ചതിനാൽ പുലരും വരെ ഞാൻ വീടിനു പിന്നിലെ പുല്ലുകൾ തൂങ്ങിക്കിടക്കുന്ന കൊള്ളിൻചെരിവിൽ തിരഞ്ഞു. വയനാടിനെക്കുറിച്ച് ഒരു ഓർമയേ കൂടെയെടുക്കാവൂ എന്നേതെങ്കിലും പിശുക്കൻ ദൈവം നിഷ്കർഷിച്ചാൽ കണ്ണിൽച്ചേർത്തു പിടിച്ച പുല്ലെണ്ണയുടെ തണുപ്പാണു ഞാനെടുക്കുക.

ശബ്ദത്തിന് ആവിഷ്കരിക്കാൻ കഴിയുന്ന സ്നേഹമോ പരിഗണനയോ കാരുണ്യമോ ഗാംഭീര്യമോ വേദനയോ അതേ തീവ്രതയിൽ ആവിഷ്കരിക്കാൻ മുഖഭാവത്തിനാവുകയില്ല. ബാലമുരളീകൃഷ്ണയുടെ ശബ്ദതലവും മമ്മൂട്ടിയുടെ മുഖഭാവവും താരതമ്യം ചെയ്താൽ അതു മനസ്സിലാകും. സംഗീതക്കച്ചേരികളിൽ ശബ്ദത്തിലെ ഭാവത്തിനു മുഖം അകമ്പടി നിൽക്കാറുള്ളതു പതിവാണെങ്കിലും മറിച്ചുണ്ടാവില്ല (സംഗീതത്തിൽ അർഥധ്വനിയെക്കാൾ ശബ്ദധ്വനി പ്രവർത്തിക്കുന്നു). എത്ര സൂക്ഷ്മമായ ഭാവവും ശബ്ദം കൊണ്ടാവിഷ്കരിക്കാനാവും. കുഞ്ഞാണ്ടിയുടെ രൂപം ഒരു പാവത്താന്റേതാണെങ്കിലും അദ്ദേഹത്തിന്റെ ശബ്ദത്തിന്റെ ഗാംഭീര്യം ഒരു തിലകനും തന്റെ രൂപം കൊണ്ട് ആവിഷ്കരിക്കാനാവാത്തത്. എൻ.എൻ.കക്കാടിന്റെ ശബ്ദത്തിൽ 'അമരവാണി'യെന്ന് ഏകാന്തതയിൽ ആവർത്തിക്കൽ എനിക്കൊരു ഹരമായിരുന്നു. ഗൗ'രവം' എന്ന വാക്കിൽത്തന്നെയുണ്ട് കക്കാടിന് ആദരാഞ്ജലി. 'കിങ്കണരിംഖണ' എന്നെല്ലാം അദ്ദേഹം എഴുതിപ്പോയതും 'വജ്രകുണ്ഡലം' തന്നെ ധരിച്ചതുമെല്ലാം ഈ ശബ്ദകായത്തിന്റെ പ്രേരണമൂലമാവാം. ആളെ ഇളക്കാൻ (flirting) രൂപത്തെക്കാൾ എത്ര സമർഥമാണ് ശബ്ദം എന്ന് എഫ്.എം.റേഡിയോ കേട്ടാലറിയാം. ചാനൽ താരങ്ങളെക്കാൾ എത്ര മാദകവതികളാണ് റേഡിയോ ജോക്കികൾ. ശബ്ദത്തിൽ 'സെക്സ്' ആവിഷ്കരിക്കാൻ കഴിയുന്നതിന്റെ ചെറിയൊരു അനുപാതത്തിലേ യഥാർഥ രൂപത്തിൽ ആവിഷ്കരിക്കാനാവൂ എന്ന തത്ത്വം മൊബൈൽ പ്രണയങ്ങളിലുണ്ട്. ശബ്ദത്തിന്റെ ഇന്ദ്രജാലം എല്ലാ ഇന്ദ്രജാലങ്ങളെക്കാളും വലുത്. 'അന്യന്റെ ശബ്ദം സംഗീതം പോലെ ആസ്വദിക്കുന്ന നാൾ വരും' എന്ന വിപ്ലവപ്രതീക്ഷ പറയാതെ പറയുന്നത് സംഗീതം സ്ഥിതി സമത്വാനന്തരകാലത്തിന്റെ ലാവണ്യം ഉൾക്കൊണ്ടിരിക്കുന്നു എന്നാണ്. സംഗീതം സമത്വത്തിന്റെ സംഗീതമാണ് എന്നും. സാമ്യമകന്നൊരുദ്യാനം പിന്നീട് സംഗീതമായതിൽ നല്ല ഔചിത്യം.

കോഴിക്കോട് ആകാശവാണിയുടെ മുന്നിലൂടെ നടക്കുമ്പോഴെല്ലാം എനിക്ക് ഡെമോക്രിറ്റസിനെ ഓർമ വരും. അവിടത്തെ ഉദ്യാനത്തിൽ ഡെമോക്രിറ്റസിന്റെ ഒരു പ്രതിമ വേണ്ടതാണ്. ഉദ്യാനത്തിലൂടെ നടക്കുമ്പോൾ ഉദ്യാനഭംഗികൾ തന്റെ ചിന്തകളെ ചപലമാക്കുന്നതായി ഡെമോക്രിറ്റസിനു തോന്നി. പൂക്കളും ശലഭങ്ങളുമൊക്കെ തന്റെ ഏകാഗ്രത ഭഞ്ജിക്കുന്നു. അയാൾ രണ്ടു കണ്ണുകളും പറിച്ചെറിഞ്ഞ് വീണ്ടും

ചിന്താധീനനായി. ടെലിവിഷൻ ശീലമായശേഷം ടെലിവിഷൻ ഇഷ്ടമല്ലാത്ത ഒരു സുഹൃത്തിന്റെ (ഒരു ഡെമോക്രിറ്റസിന്റെ) വീട്ടിൽ നിന്നു വാർത്ത കേട്ടിരിക്കുമ്പോഴാണ് എനിക്ക് ഈ കഥയുടെ പൊരുൾ മനസ്സിലായത്. ടിവിയിൽ വാർത്തയോ സംഗീതമോ സാധ്യമല്ല. റേഡിയോയിലോ? സംഗീതമോ വാർത്തയോ കേൾക്കുന്നതിനിടയിൽ മൂത്രമൊഴിക്കാൻ പോയാൽ ചുമരിൽ കാൽമുട്ട് ഇടിക്കും. മുടിഞ്ഞ ഏകാഗ്രത. റേഡിയോയിൽ അനൗൺസറെ തിരഞ്ഞെടുക്കുമ്പോൾ അന്ധർക്ക് മുൻഗണന നൽകേണ്ടതാണ്. ശ്രോതാക്കൾ ഒന്നു കൂടി പരിഗണിക്കപ്പെടും അപ്പോൾ. ഉറങ്ങുമ്പോൾ മാത്രമല്ല, റേഡിയോ കേൾക്കുമ്പോഴും അന്ധന് അംഗവൈകല്യമില്ല.

ശ്രോതാവ് ദ്രഷ്ടാവായി മാറിയപ്പോൾ സംഭവിച്ച വ്യതിയാനങ്ങളാണ് റേഡിയോയെ അനാകർഷകമാക്കിയത്. കാതുകൊണ്ട് മറുപുറത്തുള്ളതും കേൾക്കാമെങ്കിലും കണ്ണിനു കാഴ്ചപ്പുറമേയുള്ളൂ. കാതിന്റെ കാഴ്ച (I see) വ്യാപ്തിയുള്ളതാണെങ്കിൽ കണ്ണിന്റെ കാഴ്ച ഉപരിതലം മാത്രം. ഇന്നു മലയാളികൾ മോഹിക്കുന്നത് 'കാഴ്ചബംഗ്ലാവുകൾ.' നോട്ടത്തെ തൃപ്തിപ്പെടുന്നവയിലേക്കു ചുരുങ്ങാൻ ദൃശ്യമാധ്യമങ്ങൾ ശുപാർശ ചെയ്യുന്നു, നിർബന്ധിക്കുന്നു. ബഹഗ്രമാകാൻ പറയുന്ന പുതിയ കാലത്തേക്ക് ഏകാഗ്രമാക്കാൻ പറയുന്ന റേഡിയോ ഇണങ്ങുമോ? ഇണങ്ങേണ്ടതല്ലേ? 'മതിലുകൾ' എന്ന ബഷീർകൃതി ഇതിനെക്കുറിച്ചൊന്നുമല്ലെങ്കിലും ഇവ ഉണർത്തുന്ന പ്രശ്നതലങ്ങളുമായി കുശലം പറയുന്നുമില്ലേ? റേഡിയോയും ഗ്രാമഫോണും പ്രധാനമായ ആകർഷണങ്ങളായ ഒരു കാലത്തിന്റെ കൃതി എന്ന നിലയിൽ.

■

കയർ മുറുകുകയാണ്

"ഭീരുവാണ് ഞാൻ, എൻതല നോക്കൂ
നാരുനാരായ് നരച്ചിരിക്കുന്നു."

- വൈലോപ്പിള്ളി

സമീപിച്ചുകൊണ്ടിരിക്കുന്ന വാർധക്യത്തെക്കുറിച്ച് നിങ്ങളേറ്റവും അസ്വസ്ഥനാവുക അൻപത്തിയൊൻപതാമത്തെ വയസ്സിലാണോ? രോഗങ്ങൾ നിങ്ങളെ കീഴടക്കിത്തുടങ്ങിയിട്ടുണ്ടെങ്കിൽ, പിന്നിടുന്നത് ജീവിതം കൂടിയാണ് എന്ന തോന്നൽ നിങ്ങളിൽ രൂക്ഷമാണെങ്കിൽ സ്വയ മറിയാതെ നിങ്ങൾ വേഗം കുറച്ചു തുടങ്ങുന്ന ഘട്ടമാണ് അത്. രണ്ടോ മൂന്നോ വർഷക്കാലം നീണ്ടുനിന്നേക്കും ചിലപ്പോൾ നിങ്ങളുടെ അമ്പത്തി ഒമ്പതാം വയസ്സ്. അറുപത് എന്ന് പറയാൻ നിങ്ങൾക്ക് നാവ് പൊന്തില്ല. തുള്ളി തുള്ളിയായാണ് നിറഞ്ഞ ഗ്ലാസ്സുകളായല്ല ജീവിതം ഇപ്പോൾ നിങ്ങൾ അനുഭവിക്കുന്നത്. അറുപതുകാരൻ വൃദ്ധനാണ്. പഴയ, കാർഷികാടിത്തറയുള്ള, സമൂഹത്തിൽ അറുപത് വയസ്സ് ഒരാഘോഷ മായിരുന്നു. വയസ്സിലെ മൂപ്പ് പലതിനുമുള്ള അധികയോഗ്യതയായിരുന്ന കാലത്ത് അറുപത് ഒരഭിമാനമായിരുന്നു. പരിചയത്തിന്റെ, പാടവത്തിന്റെ ദീർഘമായ രാപകലുകൾ നിങ്ങളുടെ ഖജനാവിലുണ്ടിപ്പോൾ. നിങ്ങളുടെ വാക്കിന് ഒരു 'ക്ലാസ്സിക്' ഘനമുണ്ടിപ്പോൾ. സമൂഹത്തിൽ ചില പദവി കൾ നിങ്ങളെത്തേടി വരുന്നുണ്ടിപ്പോൾ. ഷഷ്ടിപൂർത്തി പുതിയ ചില യോഗ്യതകൾ കൈവരൽ കൂടിയായിരുന്നു. പൊതുവായ ആയുർ ദൈർഘ്യം മുപ്പതുകളിലെത്താത്ത കാലത്ത് അത് വ്യക്തിപരമായ ഒരു നേട്ടം കൂടിയായിരുന്നു. വലിയ പിറന്നാൾ. ആധുനിക നാഗരികതയിൽ അറുപതുകാരൻ പക്ഷേ, 'ഫോക്കസിലല്ല.' അപ്രസക്തനാണയാൾ. തന്റെ തന്നെ എടുത്തുകളയാൻ വൈകിയ എച്ചിൽ. ചെല്ലുന്തോറും വിജന മാകുന്ന ഒരു വഴി അയാളിലെത്തിക്കൂടാ.

അൻപത്തിയൊൻപതാമത്തെ വയസ്സിലാണ് 'അവർ' രൂപം കൊള്ളുക. 'നമ്മൾ' ശിഥിലമായി 'ഞാനും' 'അവരു' മായിത്തീരുക. സ്വന്തം ജീവിതത്തിൽ പോലും 'അപ്രധാനനായിത്തീരുന്ന' ഞാനും

ജീവിതമാഘോഷിക്കുന്ന 'അവരും!' എം.ടി.വാസുദേവൻനായർ 'അവർ' എന്ന കഥയിൽ ഈ രൂപാന്തരത്തിലെ ചില നാടകീയതകൾ തീവ്രമായി ആവിഷ്കരിക്കുന്നു.

അൻപത്തിയൊൻപത് വയസ്സാണ് 'അവർ' എന്ന കഥയിലെ കേന്ദ്രകഥാപാത്രത്തിന്. ഒരിക്കൽ ശക്തനും ധീരനുമായിരുന്നു അയാൾ. ഇന്നയാൾ രണ്ട് ഹൃദയാഘാതങ്ങൾക്കുശേഷം ദുർബലനാണ്. 'സിഗരറ്റ് പാടില്ല, കയറ്റം കയറരുത്, കൊഴുപ്പുള്ള ആഹാരം കഴിക്കരുത്.' ഏകാകിയാണയാൾ. തന്റെ യൗവനത്തിന്റെ പശ്ചാത്തലമായ നഗരത്തിലേക്ക്- അവിടെ അന്നയാൾ ആരാധിച്ചിരുന്ന ഒരുവളുടെ വീടുണ്ട്- അയാൾ തിരിച്ചുവന്നിരിക്കുകയാണ്. നഗരം മാറിയിരിക്കുന്നു. അയാളെ പരിചയമുണ്ടായിരുന്ന ദിക്കുകളും ആളുകളും കെട്ടിടങ്ങളും മാറി. ഒരിക്കൽ നാട്ടിലെ ഭഗവതിക്ഷേത്രത്തിൽ കോഴിവെട്ട് തടയാൻ ചോര പുരണ്ട ബലിക്കല്ലിൽ മലർന്നു കിടന്ന ആ ചെറുപ്പക്കാരൻ ഇന്നൊരു ഭീരുവും അന്ധവിശ്വാസിയുമായിരിക്കുന്നു. വണ്ടിയിറങ്ങിയപ്പോൾ വൈദ്യുതി നിലച്ചത് ഒരു ദുഃശകുനമായിട്ടാണ് അയാൾ കാണുന്നത്. വിളക്കണയുമ്പോൾ ഒരു ജീവനാളം പൊലിയുന്നതായാണ് അയാൾക്ക് തോന്നുന്നത്. മരണത്തിന്റെ കൂടി വിളംബരങ്ങളായാണ് അയാൾ എല്ലാ വിളംബരങ്ങളെയും കാണുന്നത്. ഇരുട്ട് അയാൾക്ക് മരണാനന്തരമുള്ള ഇരുട്ടാണ്. 'അമ്പത്തിയൊൻപതാമത്തെ വയസ്സിൽ എല്ലാറ്റിനും അർത്ഥമുണ്ടാകുന്നു. ഗൗളി ചിലച്ചതും അകലെ എവിടെയോ മണിയടിച്ചതും മൂങ്ങ മൂളിയതും എല്ലാം തന്നെ കേൾപ്പിക്കാൻ വേണ്ടിയാണെന്ന് കരുതിപ്പോവുന്നു.' ചെറുപ്പക്കാരായ യാത്രക്കാർ സ്റ്റേഷൻയാർഡിൽ വെള്ളം ചവിട്ടിത്തെറിപ്പിച്ചുകൊണ്ട് കടന്നുപോവുമ്പോൾ അയാൾ റിക്ഷാക്കാരനെ കാത്തുനിൽക്കുകയാണ്. 'അവർ' അയാൾ എത്തും മുമ്പേ ലോഡ്ജിലെത്തി മുറി കൈവശപ്പെടുത്തിക്കഴിഞ്ഞു. നഗരകൗശലങ്ങൾക്ക് അയാളിന്നിരയാണ്; റിക്ഷക്കാരൻ പറഞ്ഞ തുകയ്ക്ക് അയാൾ വഴങ്ങി. ഹോട്ടലിൽ 'അവർക്ക്' പറ്റിയ ഭക്ഷണമേയുള്ളൂ. 'എല്ലാം ഗ്യാസുണ്ടാക്കുന്നതാണ്; അല്ലെങ്കിൽ എണ്ണമയമുള്ള.' പൊതുവിതരണശാലകളുടെ പരിഗണനയിൽ അയാളില്ല. 'അയാൾ ഒരു ഗ്ലാസ് പാൽ മാത്രം കഴിച്ചു.' മുറിയിലേക്ക് നടക്കുമ്പോൾ ഓഫീസിന് തൊട്ടടുത്തമുറിയിൽ പതഞ്ഞ ബിയർക്കുപ്പികളുമായി 'അവരി'രിക്കുന്നു. അവർ ആനന്ദത്തോടെ അനുഭവിക്കുന്നതെല്ലാം അയാൾക്ക് നിഷിദ്ധമാണ്. പലതിനെ സംബന്ധിച്ചും അയാൾ ഭൂമിയിൽ ഇല്ലാതായിക്കഴിഞ്ഞു. 'കൺമുന്നിൽ അവരെന്നും വന്നുകൂടുന്നു. ജീവനില്ലാത്ത വസ്തുവാണെന്ന ഭാവത്തിൽ കാണാതെ കടന്നുപോവുന്നു... എല്ലാ കണ്ണുകളും അവരുടെ നേർക്ക്. അവരുടെ ശബ്ദങ്ങളിൽ എല്ലാം മുങ്ങിപ്പോകുന്നു.'

അവരിലെ യൗവനവും ചൈതന്യവും ദേഹശ്ലേഷിയുമെല്ലാം അസ്വസ്ഥതയോടെയാണ് അയാൾ കാണുന്നത്. കയറ്റത്തിൽ പ്രയാസപ്പെട്ട് വണ്ടി വലിക്കുമ്പോഴും റിക്ഷാക്കാരന് കിതപ്പോ നെടുവീർപ്പോ ഇല്ല

എന്നയാൾ ചെറിയൊരസന്തുഷ്ടിയോടെ മനസ്സിലാക്കുകയാണ്. അതൃപ്തിയും അസൂയയുമാണയാൾക്ക്. നേരേ നോക്കുവാനുള്ള അധികാരം നഷ്ടപ്പെട്ടുവെന്ന് തോന്നിയതിനാലാവാം അയാൾ എല്ലാം ഒളിഞ്ഞു നോക്കുന്നു. 'മുകളിൽ നിന്ന് നോക്കിയപ്പോൾ രണ്ടാംനിലയുടെ ടെറസ്സിൽ മൺപാത്രങ്ങളിൽ വളർത്തിയ പൂച്ചെടികൾക്കിടയിൽ നിൽക്കുന്ന കുടുംബത്തെ കണ്ടു. ഭർത്താവും ഭാര്യയും. കൂടെയുള്ള ചെറുപ്പക്കാരി ഭാര്യയുടെ അനുജത്തിയോ? ഭർത്താവിന്റ അനുജത്തിയോ? ഉയരത്തിലെ ഡോംലൈറ്റിന്റെ വെളിച്ചം അവൾക്ക് പുറകിലായിരുന്നു. നിഴൽപ്പാടിലെ മുഖം കാണാൻ വയ്യ. ക്ഷയിച്ച ശരീരവും ക്ഷയിക്കാത്ത ആസക്തിയുമാണയാൾ. 'അവരോടു'ള്ള അസൂയ കൊണ്ട് അയാളുടെ സ്വസ്ഥതയൊക്കെ നഷ്ടപ്പെട്ടിരിക്കുന്നു. 'നിരാശകലർന്ന അമർഷത്തോടെ അയാൾ മനസ്സിൽ പറഞ്ഞു. അവർക്കറിയാം, അവർ ചെയ്യുന്നതെന്താണെന്ന്. അവർ ആകാശത്തേക്ക് ശിരസ്സുയർത്തി നടക്കുന്നു, അപ്പോൾ കാൽക്കീഴിൽ ഭൂമി കിടിലംകൊള്ളുന്നു.'

ഭംഗിയുള്ള ചതുരൻ തോൽപ്പെട്ടി തൂക്കിവന്ന ചെറുപ്പക്കാരന്റെ കറുത്തു തിളങ്ങുന്ന ഷൂസും ഉറച്ച കാൽവയ്പും അയാൾ ഈറയോടെ സസൂക്ഷ്മം നിരീക്ഷിക്കുന്നുണ്ട്. 'യുവത്വത്തിന്റെ ആത്മവിശ്വാസമാണ് ഓരോ കാൽവയ്പിലും' എന്നാ 'വൃദ്ധൻ' മനസ്സിൽ മുരളുന്നുണ്ട്. മെടഞ്ഞിട്ട മുടി മുന്നിലേക്കെടുത്തിട്ട് തുമ്പ് ചുഴറ്റി നില്ക്കുന്ന ചെറുപ്പക്കാരിയുടെ കണ്ണുകൾ ആ ചെറുപ്പക്കാരനിൽ അടിമുടി സഞ്ചരിക്കുന്നത് അയാൾ കാണുന്നുണ്ട്. 'അവരുടെ കണ്ണുകൾ അയാളെ പിന്തുടരുന്നുണ്ടോ? പതിഞ്ഞ സ്വരത്തിൽ അവൾ മൂളിപ്പാട്ട് പാടിയതെന്തുകൊണ്ട്?' കാമശമനത്തിനുവേണ്ടി മാത്രമാണവർ ജീവിക്കുന്നതെന്നയാൾ കരുതുന്നു. അവരുടെ ചലനങ്ങളെല്ലാം അതിലവസാനിക്കുമെന്നും. എപ്പോഴും 'ഒരോർഗാസ'ത്തിലേക്കുള്ള വഴിയിലാണവർ. അടുത്തടുത്ത് വരുന്ന 'ഓർഗാസ'ത്തിന്റേതാണീ ഉത്സാഹങ്ങൾ.

ആ ചെറുപ്പക്കാരൻ അയാളുടെ അടുത്ത മുറിയാണെടുത്തത്. പത്തരയ്ക്ക് അയാൾ 'വൃദ്ധനോട്' സമയം ചോദിക്കുന്നുണ്ട്. കിടന്നപ്പോൾ അടുത്ത മുറിയിലെ ചെറുപ്പക്കാരനും നേരത്തേ കണ്ട യുവതിയുമെല്ലാം അയാളെ അസ്വസ്ഥമാക്കാൻ തുടങ്ങി. വരാന്തയിൽ കാലൊച്ച കേൾക്കുന്നുണ്ടോ? ഒരിക്കൽ വാതിൽ തുറക്കുന്ന ശബ്ദം കേട്ടു. ഇര തേടിയിറങ്ങിയതാവാം. ആ അസ്വസ്ഥതയോടെയാണ് അയാളുറങ്ങുന്നത്. അടുത്ത മുറിയിൽ നിന്ന് അസുഖകരമായ എന്തോ ശബ്ദം കേട്ട് അയാളുണർന്നു. 'ഭിത്തിയുടെ മുകളിൽ വെന്റിലേറ്ററിൽ അടുത്ത മുറിയിലെ വെളിച്ചത്തിന്റെ മഞ്ഞക്കണ്ണ് തുറന്നിരിക്കുന്നു. അവ്യക്തമായ ശബ്ദങ്ങൾ. പിറുപിറുപ്പുകൾ...' അതേ അതുതന്നെ. അയാൾക്ക് കിടക്കപ്പൊറുതി കിട്ടുന്നില്ല. ഇടയ്ക്ക് കേട്ട ഛർദ്ദിയുടെ ശബ്ദംപോലും അയാളുടെ സംശയത്തെ തിരുത്തുന്നില്ല. ഇരുന്ന ഇരുപ്പിൽ വെള്ളം ചേർക്കാതെ യൗവനത്തിലൊരിക്കൽ കുടിച്ചു തീർത്ത മദ്യത്തിന്റെ ബലത്തിൽ അയാൾ പുതിയ

തലമുറയെ പുച്ഛിക്കുകയാണപ്പോൾ. അടഞ്ഞ വെന്റിലേറ്ററിനപ്പുറത്തുള്ള വികൃതസ്വരങ്ങളടങ്ങുന്നതുവരെ അയാൾ മുറിയിൽ രോഷത്തോടെ നടന്നു.

പിറ്റേന്ന് രാവിലത്തെ നടത്തം കഴിഞ്ഞ്- ഡോക്ടറയാളോട് ഉപദേശിച്ചിരിക്കണം, ദിവസവും കുറേശ്ശെ നടക്കണം, അധികം ആയാസപ്പെടണ്ട, നിങ്ങൾ നിങ്ങളുടെ ശരീരത്തിന്റെ ശ്രദ്ധാലുവായ പരിചാരകനാണ്- ലോഡ്ജിലെത്തിയപ്പോഴാണറിഞ്ഞത് തൊട്ടമുറിയിലെ ചെറുപ്പക്കാരൻ വിഷം കഴിച്ച് ആത്മഹത്യ ചെയ്തിരിക്കുന്നു. തലേന്ന് അയാൾ തെറ്റിദ്ധരിച്ചത് ആ ആത്മഹത്യയുടെ വിശദാംശങ്ങളെയായിരുന്നു. ജീവനൊടുക്കാൻ വേണ്ടി നഗരത്തിലെ ലോഡ്ജിലെത്തിയ ചെറുപ്പക്കാരന്റെ അവസാന ചലനങ്ങളെയാണയാൾ കാമംകൊണ്ടക്ഷമനായ ഒരാളുടെ ചലനങ്ങളായിക്കണ്ടത്. വിഷം കഴിച്ചവന്റെ വേദന കൊണ്ടുള്ള പിടച്ചിലിനെയാണയാൾ രതിയായിക്കേട്ടത്. ആ ആസന്നമരണന്റെ ഛർദ്ദിയെയാണയാൾ വെല്ലുവിളിച്ചത്. ആ കോലാഹലങ്ങൾ തീർന്നപ്പോൾ, മരണം പൂർത്തിയായപ്പോൾ, 'വൃദ്ധനായ' താൻ ആശ്വസിക്കുകയും ചെയ്തു. 'അടുത്ത മുറിയിലെ കോലാഹലം നിലച്ചപ്പോൾ ആശ്വാസത്തോടെ, വീണ്ടും കട്ടിലിൽ കയറിക്കിടന്നു.' തലേന്ന് തന്റെ ആത്മാവിന്റെ മരണം കൂടിയാണ് നടന്നത്; മാസങ്ങളോളം അവിടെ താമസിക്കാൻ വന്ന ആ മനുഷ്യൻ മുറി കാലിയാക്കി അവിടം വിടുന്നു. നമുക്കറിയാം അവിടം വിട്ടാലും അവിടം വിടാനിടയാക്കിയതിൽ നിന്ന് അയാൾക്ക് ഇനി മോചനമില്ലെന്ന്. അവിടെനിന്നല്ല തന്നിൽ നിന്ന് പുറത്ത് കടക്കാനാണ് അയാൾ വെമ്പൽകൊണ്ടത് എന്ന്. എന്റെ ബില്ല് തരൂ പോവാറായി; എന്തോ പറയാനായി വന്ന പരിചാരകന്റെ നേരേ നോക്കാതെ ദീനസ്വരത്തിൽ ആവർത്തിച്ചു. എനിക്ക് തിരക്കുണ്ട്, എനിക്ക് തിരക്കുണ്ട്.

ദൈവം പ്രത്യക്ഷപ്പെട്ട് ഇനിയുള്ള കാലം ആരാകണം എന്ന് ചോദിച്ചിരുന്നെങ്കിൽ അയാൾ പറഞ്ഞേക്കുമായിരുന്ന രൂപമായിരുന്നു ആ യുവാവിന്റേത്. അല്ലെങ്കിൽ തനിക്കെന്നേക്കുമായി നഷ്ടപ്പെട്ട ആ പ്രതാപകാലത്തിലെ രൂപത്തിന്റെ ഛായ. കനമുള്ള പുരികത്തിന് താഴെ, മഷിയെഴുതിപ്പോയിട്ടുണ്ടെന്നു തോന്നിപ്പോകുന്ന കറുത്ത കണ്ണുകൾ. വാതിൽക്കൽ ഒരു നിമിഷമാണ് അയാൾ നിറഞ്ഞു നിന്നത്. രോമക്കുത്തുകളിൽ ഇളം പച്ചനിറം തങ്ങി നിൽക്കുന്ന തുടുത്ത മുഖം. അറ്റം പിരിച്ച് കൂർപ്പിച്ചു നിർത്തിയ മീശയില്ലെങ്കിൽ മുഖം കുറെക്കൂടി സുന്ദരമായിരിക്കുമെന്ന് തോന്നി. കാമിക്കുന്നൊരുവൾ കാണുന്നതുപോലെയാണയാൾ ആ യുവാവിനെ കാണുന്നത്. യൗവനതീക്ഷ്ണതകൊണ്ടും രൂപസൗഭാഗ്യം കൊണ്ടും ആ യുവാവ് അയാളെ വിനീതനാക്കിക്കളഞ്ഞിരുന്നു. സമയമെത്രയായി എന്ന് ആ യുവാവ് ചോദിച്ചപ്പോൾ അയാൾ 'ധൃതിപ്പെട്ട് കല്പനയനുസരിക്കുന്ന വെമ്പലോടെ മേശപ്പുറത്ത് അഴിച്ചുവച്ച വാച്ചിൽ നോക്കിപ്പറഞ്ഞു.' അയാൾ അധമമായ വിധത്തിൽ സ്വയമറിയാതെ തന്റെ

രതി അയാളിലൂടെ സാക്ഷാത്കരിച്ചു തുടങ്ങിയിരിക്കുന്നു. നീരസവും ആഹ്ലാദവുമുണ്ടാക്കുന്ന ആ അധമസുഖത്തിൽ അയാൾ മുഴുകിത്തുടങ്ങിയിരുന്നു. അതിന്റെ ഭീതിദമായ പരിണാമം കൂടിയാണ് ആ മരണത്തിലൂടെ അയാൾ അറിഞ്ഞത്. അയാൾ നിശ്ശേഷം തോല്പിക്കപ്പെട്ടു. താൻ അള്ളിപ്പിടിക്കുന്ന ജീവിതത്തെ ആ യുവാവ് തള്ളിക്കളഞ്ഞതിലെ ലാഘവവും അയാളെ പരിഹസിക്കുന്നു. മരിക്കുവാനായി ചന്തമുള്ള പെട്ടിയുമായി, വൃത്തിയായി ഷേവ് ചെയ്ത്, ഭംഗിയായി വസ്ത്രധാരണം ചെയ്ത്, നഗരത്തിലെത്തി ലോഡ്ജ് മുറിയെടുത്ത് അത് നിസ്സാരമായി സാധിച്ച ആ യുവാവിന്റെ കൂസലില്ലായ്മ, മരണത്തോടുള്ള പേടിയില്ലായ്മ, അതിനുള്ള പരിശ്രമങ്ങളെ രതിയായി സങ്കല്പിച്ചുകൊണ്ട് തൊട്ടമുറിയിൽ കഴിച്ചുകൂട്ടിയ ആ ഭീരുവായ മനുഷ്യനെ ആസകലം കെടുത്തിക്കളഞ്ഞു. ദാരുണമായ ഒരു മരണത്തെ ഇത്ര വികൃതമായി തെറ്റിദ്ധരിച്ച ഒരു മനസ്സിന്റെ അന്തസ്സില്ലായ്മ അയാളെങ്ങനെ ഇറക്കി വയ്ക്കും? സ്വന്തം ജീവിതാസക്തിയുടെ അറപ്പിക്കുന്ന ഈ അനാവരണത്തിനു ശേഷം അനുഭവിക്കേണ്ടി വരുന്ന കയ്പിൽ നിന്ന്, മറ്റാരും ഒരിക്കലുമറിയാനിടയില്ലാത്തതുകൊണ്ട് അതികഠിനമായിത്തീരുന്ന ഈ പാപബോധത്തിൽ നിന്ന്, എങ്ങനെ അയാൾ പുറത്തു കടക്കും? ജീവപര്യന്തമായ ഈ മാനക്ഷതിയിൽ നിന്ന്, ഏകാന്തതയിൽ നിന്ന് ചെറിയ ഒരംശംപോലും അതിജീവിക്കാനുള്ള അർഹത തന്നിലുണ്ടോ?

സാർത്രോ സാർത്രിന്റെ സമകാലികരോ ആവിഷ്കരിച്ചതിനെക്കാൾ എത്രയോ തീക്ഷ്ണമായി അസ്തിത്വവ്യഥയുടെ നീറ്റത്തെ ടോൾസ്റ്റോയി 'ഐവാൻ ഇല്ലിച്ചിന്റെ മരണം' എന്ന കഥയിൽ സാക്ഷാത്കരിച്ചുവെന്നാണെന്റെ തോന്നൽ. മലയാളത്തിലെ പ്രഖ്യാ(പി)തരായ അസ്തിത്വവ്യഥക്കാരെക്കാൾ എത്രയോ സൂക്ഷ്മമായി അസ്തിത്വം എന്ന ഈ സഹിക്കവയ്യാത്ത നാണക്കേടിനെ എം.ടിയുടെ ഇക്കഥ സാക്ഷാത്കരിച്ചിരിക്കുന്നു. 'ചിലപ്പോൾ' മലയാളത്തിലെഴുതപ്പെട്ട ഏറ്റവും ശക്തമായ കഥയാണെനിക്കിത്.

■

ഇതുപോലെ ചിലപ്പോൾ

"മനുഷ്യന്റെ അഹങ്കാരം നശിപ്പിക്കാനായി ഡുണ്ടാരി ഉറക്കത്തെ സൃഷ്ടിച്ചു. ഉറക്കത്തിന്റെ തൻപോരിമയെ തകർക്കുവാൻ മനഃപ്രയാസങ്ങളെ സൃഷ്ടിച്ചു. മനഃപ്രയാസങ്ങളെ നിലയ്ക്ക് നിർത്താനായി മരണത്തെ സൃഷ്ടിച്ചു. മരണത്തിന്റെ അഹങ്കാരം കണ്ടപ്പോൾ ഡുണ്ടാരി, ഗുനോ എന്ന പേരിൽ അനന്തതയായി വന്നു." ആഫ്രിക്കൻ കവിയായ ഫുലാനിയുടെ അനന്തതയ്ക്ക് ഇപ്പോൾ എന്റെ പേരാണ് എന്നെനിക്ക് തോന്നി. "മാപ്പു നൽകി നാമദ്ദേഹത്തിനും" എന്ന 'കണ്ണീർപ്പാടത്തി'ലെ നായകന്റെ വാക്യത്തിലേക്കെത്തിക്കൊണ്ടിരിക്കുന്ന വഴിയാവുകയാണ് ഞാൻ. സഞ്ചരിക്കുന്ന വഴി. ഏതന്യായവും പൊറുക്കാവുന്ന, ഏത് കെട്ടും അഴിക്കാവുന്ന, എന്തും സുഗ്രഹമാവുന്ന

"നിത്യഭാസുരനഭശ്ചരങ്ങളേ
ക്ഷിത്യവസ്ഥ ബത! നിങ്ങളോർത്തിടാ
അത്യനർത്ഥവശ ഞാൻ ക്ഷമിപ്പിനീ
കൃത്യ"മെന്നുമവയോടിരന്നു ഞാൻ"

എന്ന നളിനിയുടെ വാക്കുകളിൽ ആശാനെത്തിയത് ഇത് പോലൊരു 'സെയ്ന്റ് ഫ്രാൻസിസിയൻ' രാത്രിയിലാവണം.

കൽക്കത്തയിൽ നിന്നും പുരിയിലേക്ക് സന്ധ്യയോടെ പുറപ്പെട്ട ബസ്സിലായിരുന്നു ഞാൻ. ഇടത് വശത്തെ, മുന്നിൽ നിന്ന് രണ്ടാമത്തെ, അരികുസീറ്റിൽ. നഗരക്കാഴ്ച ക്രമേണ തിരോഭവിച്ചു. വലിയ കെട്ടിടങ്ങൾ അവസാനശ്വാസങ്ങൾ പോലെ ഇടവിട്ടിടവിട്ടായി. ഓട്ടോറിക്ഷകളും സൈക്കിൾ റിക്ഷകളും ശമിച്ചു. വാഹനങ്ങൾ വല്ലപ്പോഴുമായി. പാതയോരത്തുകൂടി നടക്കുന്നവരുടെ ധൃതി കുറഞ്ഞു. അവരുടെ ലക്ഷ്യങ്ങൾ കർക്കശങ്ങളല്ലാതായിത്തുടങ്ങിയിരിക്കണം. വയൽ നടുവിലൂടെ പോകുന്ന പാതയിലേക്ക് കടന്ന ഞങ്ങളുടെ ബസ്സിന്റെ ഏകാഗ്രത കൂടി. നിലാവ് പാടങ്ങളുടെ വിസ്തൃതി വർദ്ധിപ്പിച്ചു. വരമ്പുകൾ സുവ്യക്തമായിത്തുടങ്ങി. കാറ്റ് എന്റെ മുടിയിലൂടെയും പിൻകഴുത്തിലൂടെയും കുപ്പായക്കോളറിലൂടെയും മറുവശത്തെ പാടത്തേക്ക് കടക്കുകയാണ്. വയലിന്റെ വക്കുകളിൽ, കൊച്ചുകുട്ടികൾക്ക് കാലെടുത്ത് വയ്ക്കാവുന്ന

ഉയരത്തിൽ അടുക്കടുക്കായി ചെറിയ വീടുകൾ. വരാന്തകളിൽ മങ്ങിക്കത്തുന്ന വിളക്കുകൾ. അതിലൊരു വീട്ടിൽ ഒരേട്ടത്തി അനിയനെ മടിയിലിരുത്തി മുടി മാറ്റി മാറ്റിപ്പകുത്ത് അവനേറ്റവുമിണങ്ങുന്ന കേശസംവിധാനത്തിൽ എത്തിക്കൊണ്ടിരിക്കയാവും. ഒരു പുതുപെണ്ണ് സമീപത്തില്ലാത്ത കാന്തന്റെ നെഞ്ചിൽത്തലചായ്ച്ച് പറയുകയാവും; നിങ്ങൾ തൊട്ട് തൊട്ട് എനിക്ക് കണ്ണും മൂക്കും നെറ്റിയുമൊക്കെ മുളച്ചു. പൂർണ്ണചന്ദ്രൻ നീർച്ചാലുകളിലൂടെ, വെള്ളം നിറഞ്ഞ കണ്ടങ്ങളിലൂടെ കൂടെക്കൂടെ എന്റെ ഒപ്പമെത്തുന്നു.

ഇക്കുറിയത്തെ യാത്രയിൽ ആദ്യം ഞാൻ എത്തിയത് മൗണ്ട് ആബുവിലായിരുന്നു. മലഞ്ചെരുവുകളിൽ നിന്നും കുളിരുകൾ വന്നുകൊണ്ടിരുന്ന ഈ പ്രദേശത്തെത്തി കുറച്ചു കഴിഞ്ഞപ്പോഴേക്കും കുപ്പിയിലെ വെളിച്ചെണ്ണ ഉറച്ചു. സ്പൂണിന്റെ വാലുകൊണ്ട് മുറിച്ച്, മുറിച്ചെടുത്താണ് വെളിച്ചെണ്ണക്കഷ്ണങ്ങൾ മേത്തും തലയിലും പുരട്ടിയത്. ചൂടുവെള്ളത്തിലുള്ള കുളി മൗണ്ട് ആബുവിൽ നിങ്ങൾക്ക് മതിയാക്കാനാവില്ല. ഹിമാലയത്തിന്റെ പുത്രനാണത്രെ ആബു പർവ്വതം. അച്ഛനെക്കാൾ കാര്യപ്രാപ്തിയുണ്ട് മകനെന്ന് തോന്നി. ഒന്നോ രണ്ടോ ദിവസത്തേക്കേ ഉള്ളൂവെങ്കിലും അത്രയേറെ വൈവിധ്യമുള്ള കാഴ്ചകൾ തന്നു ഇപ്പുത്രൻ. ദിൽവാര ടെമ്പിളിലെ മാർബിളുകൾ ഈ ചുരം വഴി എങ്ങനെ വന്നു എന്ന് കാലാകാലമായി അവിടെ എത്തിയ എല്ലാ യാത്രക്കാരെയും പോലെ ഞാനും അതിശയിച്ചു. താജ്മഹൽ നിർമിച്ച അതേ 'സ്റ്റഫ്' കൊണ്ടാണത്രെ ഈ ക്ഷേത്രവും നിർമിച്ചിരിക്കുന്നത്. സൂക്ഷ്മവും അത്യാകർഷകവുമായ കൈവേല. ബൈനോക്കുലറില്ലാത്തവർക്ക് വഴങ്ങാത്ത സൂക്ഷ്മതയുണ്ട് കൊത്തുപണിയിൽ. മാനവസമൂഹത്തിന് കാലാന്തരത്തിൽ കാഴ്ചശക്തി കുറയുന്നുണ്ടോ? ഇടയ്ക്കിടെ ദൂരെ താഴ്വരയിലേക്ക് കാഴ്ചതരുന്ന, തനിച്ചിരിക്കാൻ പ്രേരിപ്പിക്കുന്ന പാറക്കെട്ടുകൾ ധാരാളമുണ്ട് ആബുവിൽ. മുൾമരങ്ങളാണ് കൂടുതൽ. നവവിവാഹിതരോ കാമുകീ കാമുകരോ ആണ് യാത്രക്കാരിലധികവും. ദൃശ്യമാധ്യമങ്ങളിലെ ചടുലതാളങ്ങൾ അവരുടെ അക്ഷമ വർധിപ്പിച്ചിരിക്കുന്നു എന്ന് തോന്നിച്ചു.

പുതിയ പ്രണയത്തിൽ 'പതികാല'മില്ല. മീനാകുമാരിക്കൊക്കെ പാട്ട് തീരുന്നത് വരെ ഇമയൊന്നനങ്ങാതെ ഇരിക്കാനാവുമായിരുന്നു. കൈവിരലുകളോ നെറ്റിവിടർച്ചയോ ചെറുരോമങ്ങളുള്ള പിൻകഴുത്തോ ഇവരുടെ പ്രണയത്തിൽ പങ്കെടുക്കുന്നില്ലെന്ന് തോന്നി. വിശദാംശങ്ങളാണ് കലാസൃഷ്ടികളിലെന്ന പോലെ, ദിൽവാരടെമ്പിളിൽ എന്ന പോലെ, പ്രണയത്തിന്റെയും മഹിമ. നഖാകൃതിയിൽ ഉള്ള നഖിത്തടാകം, ഒരു രാജകുമാരിക്ക് വേണ്ടി ഒറ്റരാത്രികൊണ്ട് പണിതീർത്തതാണത്രെ. പണിക്കാർക്കനുവദിച്ച സമയം അതിക്രമിക്കുന്നതിലുള്ള പരിഭ്രമം അതിന്റെ വക്കത്തെ പടവുകളിലിരുന്നാൽ ഇപ്പോഴും അറിയാം. ആബുവിൽ ഒരു 'ഹണിമൂൺ ഇൻ' ഉണ്ട്. അവിടെ എത്തുമ്പോൾ ടൂറിസ്റ്റ് ഗൈഡുകൾ

വർഷങ്ങളായി ദിവസവും പറഞ്ഞുപോരുന്ന ഒരു ഫലിതമുണ്ട്. അതിന് തൊട്ടടുത്തെത്തിത്തുടങ്ങുമ്പോഴാണ് അവരത് പറയുക. 'ആബുവിലെ ഏറ്റവും മനോഹരമായ സത്രമാണ് ഇനി നാം കാണാൻ പോവുന്നത്. എ.സി.സൗകര്യമുണ്ട്. രണ്ടുപേർക്കേ ഒരേ സമയത്ത് താമസിക്കാൻ അനുവാദമുള്ളൂ. നവവധൂവരന്മാരായിരിക്കണമെന്ന് നിർബന്ധം. ആദ്യമെത്തുന്ന ഭാഗ്യവാന്മാർക്ക് അവിടെ കൂടാം.' പറഞ്ഞു തീരുമ്പോഴേക്കും നാമവിടെ എത്തും. അത്ര മമതയോടെ ചേർന്നിരുന്നാൽ മാത്രം ഒരിണയ്ക്ക് ഇരിക്കാൻ കഷ്ടി തികയുന്നു, ചുറ്റുമുള്ള മരക്കൊമ്പുകൾ പൂവിതറുന്ന, ഒരു തണുത്ത പാറത്തടം. ഭൂമിയിൽ നമ്മൾ മാത്രമായിരുന്നെങ്കിലെന്ന് തോന്നിക്കുന്ന കാലത്ത് താമസിക്കാൻ ഉള്ളിൽ തട്ടിവിളിക്കുമായിരിക്കാം ഈ ഹണിമൂൺ ഇൻ.

ആബു പർവ്വതത്തിലെ സൂര്യാസ്തമയം പ്രസിദ്ധമാണ്. അസ്തമയം കാണാൻ പടവുകൾ കെട്ടിയിട്ടുണ്ട്. താഴെയുള്ള സമതലം അല്പം ചെന്നാൽ പാക്കിസ്താനാവുമത്രെ. അപ്പുറത്തേക്ക് മാറിയിരിക്കാമോ എന്ന് ചോദിച്ചു ഒരു യുവാവ്. അസ്തമയത്തിന്റെ പശ്ചാത്തലത്തിൽ കൂടെ വന്ന യുവതിയുമൊത്ത് നിൽക്കുന്ന അനശ്വരമായ ഫോട്ടോ തടസ്സമില്ലാതെ എടുക്കാൻ വേണ്ടിയാണ്. സൂര്യൻ താഴാൻ തുടങ്ങിയതും ക്യാമറകൾ കൂടണയുന്ന പക്ഷികളെപ്പോലെ ചിലയ്ക്കാൻ തുടങ്ങി. മൗണ്ട് ആബുവിന്റെ അസ്തമയശോഭയിൽ അനശ്വരരാവുകയാണ് അനവധി യുവാക്കൾ. ആളുകൾ അനശ്വരരാവുന്നതിന്റെ ഒച്ചകൾ ഞാനാദ്യമായി കേൾക്കുകയാണ്. തങ്ങളുടെ പ്രണയത്തിന്റെ അസ്തമയശോഭ എന്ന വരിലാരെങ്കിലും നാളെ ഫോട്ടോ നോക്കി ഭയപ്പെടുമോ?

ബസ്സിൽ അടുത്തിരുന്നയാളുടെ തല ശക്തമായി മുന്നിലെ കമ്പിയിലിടിച്ചു. അയാൾ കണ്ണുതുറന്ന് കോപത്തോടെ എന്നെ നോക്കി. യാത്രക്കാരിൽ മിക്കവരുടെയും തല ഉറയ്ക്കുന്നില്ല. ഉറക്കത്തിന് നല്ല വൈവിധ്യമുണ്ടെന്ന് തോന്നി. ഒരാളെന്തോ മധുരമായത് കേൾക്കുന്നു. ഒരാളെന്തോ നുണയുന്നു. അദൃശ്യമായ എന്തിന്റെയോ നേരെ ഒരാളുടെ ചുണ്ട് കൂർത്ത മുഖം നീണ്ട് വരുന്നു. ഫുലാനി പറഞ്ഞതുപോലെ മർത്ത്യാഹങ്കാരത്തെ നാനാവിധമാക്കിയ ഉറക്കത്തിന്റെ താന്തോന്നിത്തം. ഏതെങ്കിലും ചുമതലയുടെ ഭാഗമായി യാത്ര ചെയ്യുന്നവരാണ് ഒരു പക്ഷേ ഞാനൊഴികെ എല്ലാവരും. യന്ത്രത്തകരാറ് കൊണ്ടോ മറ്റോ ബസ് നിർത്തിയിടേണ്ടിവന്നാൽ അവരസ്വസ്ഥരായിത്തീരും. എനിക്കാണെങ്കിൽ എവിടെയാണെങ്കിലും അവിടെയുണ്ടാകാനിടയുള്ള പുഴയോ കുന്നോ അമ്പലമോ പള്ളിയോ നോക്കി, അസമയത്തുണർന്ന് ചിലയ്ക്കുന്ന ഒരു പക്ഷിക്ക് കാതോർത്ത് നിലാവിൽ മുഴുകി നിൽക്കാം. പ്രത്യേക ലക്ഷ്യം ഇല്ല എന്നതല്ല, എല്ലാം ലക്ഷ്യങ്ങളാകുന്നതാണ്, യാത്രയുടെ വലുപ്പം എന്ന് തോന്നുന്നു. വഴി 'താഓ' മതക്കാരുടെ വഴിയാവുന്നുണ്ട് യാത്രയിൽ. സബർമതിയിൽ മുട്ടുമറയാത്ത മുണ്ടും ഖാദിക്കുർത്തയുമിട്ട വെരിയർ എൽവിനെ നാട്ടുകാരായ സ്ത്രീകൾ കുട്ടികളെ എടുത്തുയർത്തി

ജന്നലിലൂടെ കാണിച്ച മുറ്റത്ത് നിൽക്കുമ്പോൾ, എനിക്ക് 'വഴി'യിൽ നിൽക്കുമ്പോലെ തോന്നി. ജന്നലഴികൾക്കിടയിലൂടെ കാണുന്ന ആ വലിയ ചർക്കയിൽ, ഒഴിഞ്ഞ ഇരിപ്പിടത്തിൽ, ചെറിയ മുറിയുടെ വലിയ വിസ്തൃതിയിൽ, ഓരോ വസ്തുവിനുമുള്ള ലാളിത്യത്തിൽ ഗാന്ധിയെ ക്കുറിച്ചുള്ള വിവരങ്ങൾ ഒരു ജീവചരിത്രത്തിൽ കൊള്ളുന്നതിലേറെ ഉണ്ട്. ഗാന്ധി അനുഭവിച്ച ആ പ്രാചീനമായ ഏകാന്തത എന്നെ ബാധിച്ചു തുടങ്ങി. സബർമതി ആശ്രമത്തിലെ നദിക്കരയിലേക്ക് തുറക്കുന്ന ഗെയ്റ്റ് താഴിട്ട് പൂട്ടിയിരിക്കുന്നു. പൂട്ടും ചങ്ങലയും തുരുമ്പിച്ചു തുടങ്ങി. നിലാവുള്ള രാത്രിയിൽ, നദിയിൽ നിന്നുള്ള തണുപ്പേറ്റ്, സബർമതി ആശ്രമത്തിലെ മരച്ചുവടുകളിൽ ഗാന്ധിയുടെ സാന്നിധ്യത്തിൽ ഇരിക്കുവാൻ ആർക്കും ഇനി സാധിക്കുകയില്ലെന്ന് തോന്നി. ഗാന്ധിയെ ഇങ്ങനെ ബന്ധിച്ചതെന്തിന്?

ചെല്ലുന്തോറും അനാവൃതമാകുന്ന ദൃശ്യങ്ങളുടെ ഈ ഏകാന്ത യാത്ര എനിക്കിഷ്ടമാണ്. ഞാൻ വീട്ടിൽതന്നെ ഇരുന്നിരുന്നെങ്കിൽ, ഒരു നൊടി നേരത്തേക്ക് ചന്ദ്രൻ പൂണ്ടുപോയ ഈ വൻമരത്തിന്റെ ചതുപ്പോ, ആനക്കൂട്ടം പോലെയുള്ള ഈ പാറക്കൂട്ടമോ, വരമ്പിലൂടെ തിടുക്കപ്പെട്ടു പോവുന്ന ഈ മനുഷ്യരുടെ ചെറുസംഘമോ ഉണ്ടാവുമായിരുന്നില്ല. ഞാനില്ലായിരുന്നെങ്കിൽ ചന്ദ്രൻ വെള്ളത്തിലൂടെ, ഇടയ്ക്കിടെ വഴിമുട്ടിയിട്ടും ഇത്ര നീണ്ട യാത്ര ചെയ്യുമായിരുന്നില്ല. ചിലപ്പോൾ 'മഹാത്മാവ' ല്ലാത്ത ഒരാളുമില്ല ഭൂമിയിൽ എന്ന് ഞാനറിയുമായിരുന്നില്ല.

■

മാരാൻ നിർത്തി മാക്കാൻ തുടങ്ങി

'മാരാൻ നിർത്തി, മാക്കാൻ തുടങ്ങി' എന്ന് ഒരു ചൊല്ലുണ്ട് മലയാളത്തിൽ. വേനലറുതിയോടെ കേരളത്തിൽ ആഘോഷങ്ങളുടെ ഋതു അവസാനിക്കുന്നു. പ്രകൃതിയുടേതിനേക്കാൾ സംസ്കൃതിയുടേതായിരുന്നു പൊതുവെ ആ ഉത്സവകാലം. ഉത്സവങ്ങൾ, പൂരങ്ങൾ, തിറകൾ, കായികമേളകൾ, വിവാഹങ്ങൾ, പലവിധ ആഘോഷങ്ങൾ. പുതിയ ഭാഷയിൽ 'സീസൺ.' അതിന്റെ തിരോധാനത്തിന്റെ ഒന്നാന്തരമൊരു പ്രതിരൂപമാണ് പുറംചുമലിൽ, വരിച്ചിലിനിടയിൽ കോൽ തിരുകിയ ചെണ്ടയും തൂക്കിയുള്ള മാരാന്റെ മടക്കം. കലയുടെ കാലം കഴിഞ്ഞു. ഇനി യാഥാർത്ഥ്യത്തിന്റെ കാലം. പൊതുജീവിതം കഴിഞ്ഞു; ഇനി ഭാര്യ, മക്കൾ, വീട്. വിളവെടുപ്പിന്റെ കാലം കഴിഞ്ഞു; ഇനി വിളവിറക്കലിന്റെ കാലം. വേനലാരംഭത്തിൽ ചെണ്ടപ്പുറത്ത് ആദ്യത്തെ കോല് വീഴുന്നതു പോലെ വർഷകാലാരംഭത്തിൽ സമീപത്തെവിടെയോ നിന്ന് പുതിയ ഋതുവിന്റെ താളം തവള തുടങ്ങുന്നു. മാരാരേക്കാൾ ഒട്ടും കുറവല്ലാത്ത 'സംഗതി' കളോടെ, വൈവിധ്യത്തോടെ.

"മൗനം കലർന്നു കിടന്ന മണ്ഡൂകങ്ങൾ
ആനന്ദമോട് ഘോഷങ്ങൾ തുടങ്ങിനാർ" എന്ന് എഴുത്തച്ഛൻ(!)

ഭാഗവതം ദശമസ്കന്ധത്തിലെ ഋതുവർണ്ണനയിൽ. പക്ഷേ, മാരാരും ചെണ്ടയും പോലെ രണ്ടല്ല തവളയും തവളയുടെ വാദ്യവും. രതിയുടെ ഉദാത്തീകരണമല്ല, രതി തന്നെയാണ് തവള നേരിട്ട് വായിക്കുന്നത്. തവള സ്വയം ആനന്ദത്തിന്റെ, അഭിലാഷത്തിന്റെ വാദ്യോപകരണമായി മാറുകയാണ്. വേനലിൽ മാരാർ അനുകരിച്ചതിന്റെ അസ്സലാണ് തവളയിലൂടെ നാം കേൾക്കുന്നത്. ഇനിയങ്ങോട്ടുള്ളത് പകരത്തിന്റെയല്ല അസ്സലിന്റെ കാലം എന്നാണക്കാലത്തിന്റെ കേളിക്കൈകൊട്ടിക്കൊണ്ട് തവള പറയുന്നത് (വളരെ നന്നായി എന്നതിന് അസ്സലായി എന്നാണല്ലോ ഒരു പ്ലാറ്റോണിക് ഉൾക്കാഴ്ചയോടെ മലയാളി പറയുക). വേനലിലെ ഉത്സവങ്ങളിൽ നിങ്ങൾ കണ്ടും കേട്ടും രസിച്ച കരിമരുന്നുപ്രയോഗങ്ങൾ ഇടിമിന്നലുകളുടെ, കാറ്റിൽ കടപുഴകിവീഴുന്ന വൃക്ഷങ്ങളുടെ, നിരങ്ങിനീങ്ങുന്ന

മലനിരകളുടെ സൗമ്യമാക്കപ്പെട്ട മെരുക്കിയ ശബ്ദ-ദൃശ്യരൂപങ്ങളായിരുന്നെങ്കിൽ ഇനി അവയുടെ അനിയന്ത്രിതമായ, മെരുങ്ങാത്ത അസ്സലുകൾ. ജലത്തിലും കരയിലും കഴിയുന്ന ഭൂമിയിലെ രണ്ടു ജീവിതവുമറിയുന്ന തവളയെപ്പോലൊരു താളക്കാരൻ വേണം മഴക്കാലത്തിന്റെ വരവറിയിക്കാൻ. താളം കൊട്ടുന്ന ഒരു മാരാനിൽ (മാരാർ എന്ന ബഹുമാനത്തോടെയല്ല, മാരാൻ എന്ന് നിസ്സഹായതയെ കാട്ടുന്ന ഏകവചനമാണ് ചൊല്ലിൽ) നിന്നും ജീവിതം കൊട്ടുന്ന തവളയുടെ ഈ മാറ്റിപ്പിടിത്തത്തിൽ ഓർത്തിരിക്കാൻ ചിലതുണ്ട്. പഴഞ്ചൊല്ലുകൾ കൊണ്ട്, ശൈലികൾകൊണ്ട് സംസാരിച്ച വലിയ ആരോ അല്ലേ നമ്മളിൽ കവിതയ്ക്കായി കാത്തിരിക്കുന്നത്?

"കുങ്കുമപ്പൊട്ടിടാനെത്തുമുഷസ്സിന്റെ
കണ്ണാടിപോലെ കിടന്നതേക്കാട്ടിലും
കാട്ടുതീപോലെ പടർന്നു പോയീടു മീ
യാറ്റിലെ ഘോരസൗന്ദര്യം മനോഹരം"

എന്ന് ഒളപ്പമണ്ണ ആറിനെ നിസ്സീമമാക്കുന്ന മഴക്കാലത്തെപ്പറ്റി പറയുന്നു.

"പിടിച്ചുപറ്റിക്കൂമ്പാരം? കൂട്ടിവയ്ക്കും പ്രമാണിയാം
അണക്കെട്ട്, മടിശ്ശീലയഴിച്ചു കാല ഭർത്സിതൻ"

എന്ന് സ്വാർത്ഥത്തിന്റെ മടിക്കുത്തഴിച്ച കാലത്തെപ്പറ്റി ധൂർത്തനായ പി. (കോരിക്കുളിച്ച കവികൾക്കിടയിൽ മുങ്ങിക്കുളിച്ച കവിയായിരുന്നല്ലോ പി.) കാലവർഷം എന്ന സമസ്തപദത്തിലുമുണ്ട് വല്ലാത്തൊരു തീവ്രത. കാലസ്ഖലനം തന്നെയോ അത്? മഴയെ മുൻനിർത്തി മലയാളത്തിലുണ്ടായ ഏറ്റവും മികച്ച കവിതകളിലൊന്നിൽ കാലവർഷത്തെ ഭൂസ്വർഗ്ഗങ്ങളുടെ രതിയായി കാണുന്നു.

"വന്നുപോയ് വർഷാദിമ-
    പർജ്ജന്യ മഹാവൃഷം,
ഇന്നത്രേ ഭൂവാംധേനു-
    വിന്നഭിസാരോത്സവം!

കടലിൻ മുകളിലായ്
    ക്കാണ്മീലേ കൂറ്റന്റെകൊ,-
മ്പടിയിൽത്തള്ളിത്തള്ളി-
    പ്പീനമാം പൂഞ്ഞക്കെട്ടും

ഉഗ്രനാ വൃഷഭത്തിൻ
    കൺകളിൽ കാമത്തിന്റെ-
യഗ്നിയുജ്ജ്വലിക്കുന്നു
    പാറുന്നൂ സ്ഫുലിംഗങ്ങൾ

ചുരമാന്തിക്കൊണ്ടവൻ
    മുക്രയിട്ടമറുമ്പോൾ
മരവും കല്ലും കുന്നും
    മലയും നടുങ്ങുന്നു.
....
കാമത്താൽക്കണ്ണില്ലാത്ത
    കള്ളനിക്കരിങ്കൂറ്റൻ
കാണുകിപ്പൈയ്യിൻ മെയ്യിൽ-
    ക്കമിഴ്ന്നു വീഴുന്നല്ലോ!

ഭൂമിയിക്കനം പൊറു-
    ത്തീടുമോ? സംഹാരത്തിൻ
ഭീമമാം ക്രൗര്യാവേഗം
    വേണമോ സർഗ്ഗത്തിനും"

(പുതുമഴ -എൻ.വി.കൃഷ്ണവാരിയർ)

ഗർഭധാരണത്തിന്റെ കാലമാണത്.

"മുട്ടുകൾ തളർന്നയ്യോ
വീണുവോ പശു? കള്ള-
ക്കൂറ്റന്റെ കാർനെഞ്ചിലോ
മെയ്യമർന്നൊന്നിച്ചുവോ
തിരതാഴ്ന്നല്ലോ വിശ്വ-
സൃഷ്ടി നാടകത്തിന്മേൽ
ധരയാം മഹാധേനു
ഗർഭത്തെധരിച്ചല്ലോ."

സകല ചരാചരങ്ങളിലും ചൈതന്യമുണരുന്നു. "ചുരുൾമുടികൊണ്ട് പുതപ്പിച്ചെന്നെത്തഴുകീ ശയ്യയിലിരുൾഗാഢം" എന്ന് അക്കിത്തം വർഷ കാലരാത്രിയുടെ പ്രേമാനുഭൂതിയെപ്പറ്റി.

മഴക്കാലം എല്ലാറ്റിനെയും തീവ്രമാക്കുന്നു. വേദനയ്ക്ക് കൂടുതൽ വേദന. അസ്വസ്ഥതയ്ക്ക് കൂടുതൽ അസ്വസ്ഥത. ആനന്ദത്തിന് കൂടുതൽ ആനന്ദം. വിശപ്പിന് കൂടുതൽ വിശപ്പ്. കാമത്തിന് കൂടുതൽ കാമം. രോഗ ത്തിന് കൂടുതൽ രോഗം.

"പേറ്റുനോവിൽ നഖംകൊണ്ട് തറ
കീറിപ്പൊളിക്കുന്ന കുറിഞ്ഞിപ്പൂച്ച"

യെപ്പോലെയുള്ള മഴയെക്കുറിച്ച് സച്ചിദാനന്ദൻ മഴയുടെ നാനാർത്ഥത്തിൽ. വൈലോപ്പിള്ളിയുടെ 'അത്യാനന്ദം' എന്ന കവിതയിൽ ഭർത്താവിനോട് ഭാര്യ ചോദിക്കുന്നു. നാമൊന്നു ചേർന്നതിൽപ്പിന്നെ അങ്ങേയ്ക്കേറ്റവും സന്തോഷം നല്കിയ മുഹൂർത്തമേതായിരുന്നു. അങ്ങ് അനവദ്യമായ ആനന്ദം അനുഭവിച്ച മുഹൂർത്തം? ഭർത്താവ് ഓർത്തു പറയുന്നു.

"ഒരു മൂവ്വാണ്ടായ് വരും മിഥുനത്തിൽ
പാതിരാവിനു ശേഷം
ഇടിയും കൊടുങ്കാറ്റും
മാരിയുമുലകത്തെ
ക്കിടിലം കൊള്ളിച്ചുഗ്രം
വേരോടെയുലയ്ക്കുമ്പോൾ
ഉണർന്നു കിടന്നു ഞാൻ, വലം കൈപ്പടമൊരു
കുനുന്തു ചിറകുപോലെൻ മാറിലണച്ചു നീ
ശ്വസിച്ചു ശാന്തം ഗാഢനിദ്രയിൽ; പുറത്തട്ട
ഹസിച്ചു ഭൂതങ്ങൾ തന്നുന്മാദം തകർക്കവെ."

തന്നെ വിശ്വസിച്ച് "സ്നേഹവിശ്വാസനറുംചൂട് പകർന്ന്," "പ്രകൃതി ക്ഷോഭത്തിന്റെ പകയേശാതെ" അവൾ സ്വസ്ഥമായുറങ്ങുന്നത് നോക്കി ക്കിടന്ന ആ മുഹൂർത്തം പ്രണയത്തോടൊപ്പം അതിനെ തീവ്രമാക്കിയ വർഷകാലവും നല്കിയതല്ലേ? മലയാളിയുടെ 'നല്ല' രാത്രികൾ വർഷ കാലരാത്രികളായിരുന്നോ? 'നല്ല' എന്നതിന് 'good' എന്നതിനേക്കാൾ ഗാഢം എന്ന അർത്ഥമാണ് കൂടുതൽ സന്ദർഭങ്ങളിൽ ഇണങ്ങുക. നല്ല പനി, നല്ല വേദന, നല്ല മഴ, നല്ല കയ്പ്... സുഗതകുമാരിയുടെ 'രാത്രിമഴ' യിലെപ്പോലെ വർഷകാലരാത്രികൾക്ക് സാന്ത്വനിപ്പിക്കാനറിയാം, ഓമനി ക്കാനറിയാം, പ്രേമത്തെ ആളിക്കത്തിക്കാനറിയാം, ഭ്രാന്ത് പിടിപ്പിക്കാ നറിയാം, അസ്വസ്ഥർക്ക് തുണയിരിക്കാനറിയാം, രോഗത്തെ മൂർച്ഛിപ്പി ക്കാനറിയാം. മുറിവുകൾ കൂടുന്ന കാലമാണ്, വേരുകൾ പൊട്ടുന്ന കാല മാണ് മഴക്കാലം.

"മരുന്നുവെച്ചു മുറികൾ
കെട്ടീ വെട്ടേറ്റ കാടുകൾ"   (പി)

അടിയന്തരഘട്ടം എന്ന് കാട്ടാൻ മഴയെക്കാൾ പറ്റിയ ആസന്നതയുണ്ടോ?

"ഞാനും മുറ്റത്ത്
വീടും മുറ്റത്ത്
നാടും മുറ്റത്ത്
മഴ പെയ്യുന്നു
മഴ മഴ മഴ മഴ മഴ
ഴ ഴ ഴ ഴ ഴ ഴ."

(കെ.ജി.ശങ്കരപ്പിള്ള)

കൃഷ്ണകുചേലന്മാർ പിന്നീടോർത്താനന്ദിക്കുന്ന ആ തീവ്രസൗഹൃദ ത്തിൽ പശ്ചാത്തലമായി മഴയുണ്ടായിരുന്നു (ചെറുശ്ശേരിയിലും രാമ പുരത്തുവാരിയരിലും). മലയാളിയുടെ ഏറ്റവും ഘോരമായ വർഷകാല ദിനങ്ങളിൽ ചിലത് വി.സി. ബാലകൃഷ്ണപ്പണിക്കരുടെ 'ഒരു വിലാപ' ത്തിലും ആശാന്റെ പ്രരോദനത്തിലുമുണ്ട്. "മൂടും കാർമുകിലാലകാല

തിമിരം..." എന്നു തുടങ്ങുന്ന കാവ്യത്തിലെ കെട്ടിലുമുണ്ട് (Dictions) ഇടിമിന്നലുകളുള്ള വർഷകാലം. മരണത്തിനു പശ്ചാത്തലമായിരിക്കാൻ മറ്റേത് ഋതുവിനാണിത്ര യോഗ്യത? ഓരോ മഴക്കാലവും വീഴാറായതിനെ മുഴുവൻ വീഴ്ത്തുന്നു.

'മഴയെപ്പുകഴ്ത്തട്ടെ മണ്ഡൂകം' എന്ന 'വിഷുക്കണി'യിലെ 'മണ്ഡൂകം' കൂപമണ്ഡൂകത്തിലെ മണ്ഡൂകമാണെന്ന് വരാം. (ആ കാവ്യത്തിലെ വക്താവിന്റെ മഴയോടുള്ള വൈരാഗ്യം വൈലോപ്പിള്ളിയുടെതാണെന്ന് തെറ്റിദ്ധരിച്ചു കൂടാ. തീവ്രതയ്ക്ക് വൈലോപ്പിള്ളി മഴയെത്തന്നെ കൂട്ടു പിടിക്കുന്നത് 'കുടിയൊഴിക്കലി' ലെപ്പോലെ പലയിടത്തും കാണാം). ആധുനികത എന്ന ഞാൻ സംസ്കാരത്തിന്റെ (Ego culture) ആത്മഗതം പോലുണ്ടാവാക്യം. മഴക്കാലത്തെ അശരണതയോടുള്ള പുച്ഛമുണ്ടതിൽ. നേരാണ്, മഴ നമ്മെ ഏതോ വിതാനത്തിൽ മണ്ഡൂകങ്ങൾക്ക് തുല്യനാക്കുന്നുണ്ട്. നാം വീണ്ടും പ്രകൃതിയുടെ മുന്നിൽ നിസ്സഹായനാകുന്നുണ്ട്. കൊടുങ്കാറ്റിന്റെയും ഇടിമിന്നലിന്റെയും ഉരുൾപൊട്ടലിന്റെയും വെള്ളപ്പൊക്കത്തിന്റെയും മദ്ധ്യത്തിൽ ആദിമകാലത്തെന്നപോലെ അശരണനാകുന്നുണ്ട്. നമ്മുടെ ജൈവചോദനകൾക്ക് പ്രാമുഖ്യം വരുന്നുണ്ട്. ഇക്കാലത്തെ വിശപ്പിനും ജൈവമായ തീവ്രതയുണ്ട്. (മഴക്കാലത്ത് 'നൂഡ്' ഇല്ല 'നഗ്നത'യേയുള്ളൂ എന്നു പറയാം). 'വെള്ളപ്പൊക്കം' എന്ന കഥയിൽ, അശരണനായിത്തീരുന്ന നായയിലൂടെ തകഴി അതാവിഷ്കരിക്കുന്നുണ്ട്. മനുഷ്യനെ തൻകാര്യം നോക്കികളുടെ, തനിക്കപ്പുറം നോക്കാനാകാത്ത ഈ കൂപമണ്ഡൂകകാലത്തെത്തിക്കുന്ന മഴയാണതിൽ. (അസാധാരണമാണീക്കഥയുടെ അന്ത്യം. ചേന്നന് ചീഞ്ഞഴുകിയ ആ നായയെ, നായയാണെന്നല്ലാതെ തന്റെ നായയാണോ എന്ന് തിരിച്ചറിയാനാകുന്നില്ല. പോറ്റുനായ വെറും നായയാകുന്ന വല്ലാത്തൊരു ഋതു). മാരാർ അസംഗതനാകുന്ന, മണ്ഡൂകം സംഗതനാകുന്ന, 'നാം കിടക്കുന്ന കൂപം' ഭീതിദമാംവിധം വളരുന്ന കാലമാണിത്. ■

ഒരു സെൽഫി വായന

"നിന്നെയാണ് എനിക്കിഷ്ടം എന്ന്
നിരവധി ജന്മങ്ങളിലായി
തന്നോട് പറഞ്ഞുകൊണ്ടിരിക്കുന്നവനെ വെടിഞ്ഞ്
എന്നെയാണ് എനിക്കിഷ്ടം
എന്ന് പറഞ്ഞവനെ അവൾ വരിച്ചു.
അവനോടുള്ള അവന്റെ ഇഷ്ടം നോക്കി
തന്നോടുള്ള തന്റെ ഇഷ്ടം നോക്കി
അവളതങ്ങുറപ്പിച്ചു."

- സ്വയംവരം

2013-ലെ പദമായി ഓക്സ്ഫോഡ് ഡിക്ഷണറി തിരഞ്ഞെടുത്തത് 'സെൽഫി' ആയിരുന്നു. ക്രിസ്റ്റ്യാനോ റൊണാൾഡോ മികച്ച ഫുട്ബോളറും (ഞാനാണ് മെസ്സിയേക്കാൾ വലിയ കളിക്കാരൻ എന്ന് ട്വിറ്ററിൽ ഇയ്യിടെ റൊണാൾഡോ) കുമാർ സംഗക്കാര മികച്ച ക്രിക്കറ്ററും ആലീസ് മുൺറോ മികച്ച എഴുത്തുകാരിയും ഡാനിയേൽ ഡേ മികച്ച നടനുമായ വർഷത്തിലെ മികച്ച പദം. പദങ്ങളിലെ താരം. 2002 -ൽ രൂപപ്പെട്ട ശേഷം പതിനേഴായിരം ശതമാനം പ്രചാരത്തിൽ വളർച്ച കാട്ടിയ പദം. ഈ ഖണ്ഡിക വായിക്കാനെടുക്കുന്ന സമയത്തിനകം എത്രയോ സെൽഫികൾ ലോകത്തെങ്ങുമെടുക്കപ്പെട്ടിട്ടുണ്ടാവും. 'സെൽഫി വെപ്രാള'ത്തിൽ ഒരാളെങ്കിലും മരിക്കുകയോ അഞ്ചാളെങ്കിലും പരിക്കു പറ്റി കിടപ്പിലാവുകയോ ചെയ്തിട്ടുണ്ടാവും. സോഷ്യൽ മീഡിയയിലെ ഏറ്റവും പ്രചാരമുള്ള 'കൾച്ചറൽ ആർട്ടിഫാക്ട്' ആണ് സെൽഫി (സാംസ്കാരികമോ ചരിത്രപരമോ ആയ വലിയ താത്പര്യങ്ങളുണർത്തുന്ന മനുഷ്യനിർമിതിയാണ് ആർട്ടിഫാക്ട് എന്ന് നിഘണ്ടു). ഫേസ്ബുക്കിലും ട്വിറ്ററിലും ഗ്ലാമർ താരമാണീ നവനിർമിതി.

വെർച്ചൽ സ്പേസ് എന്ന പുതിയ കുടിയേറ്റ ഭൂമിയിൽ- ലോകത്തിലേറ്റവും ജനസംഖ്യയുള്ള രാജ്യമായി മാറിക്കൊണ്ടിരിക്കുകയാണ് വെർച്ചൽ സ്പേസ്. അവിടം എത്രയാളെയും ഉൾക്കൊള്ളും. അവിടേക്കുള്ള അഭയാർഥി സംഘങ്ങൾ ആരുടെയും നെറ്റി ചുളിക്കുന്നില്ല- കൂടുതൽ

ഇടം കിട്ടി മനുഷ്യന്. വെറുതെ കഴിഞ്ഞുകൂടാനല്ല, വിഹരിക്കാൻ തന്നെ പോന്നയിടം. "പൂർണാധികാരമുണ്ടാവണമെന്നന്ന് തോന്നിയ വേഷങ്ങളാടി ത്തിമിർക്കുവാൻ" എന്ന വ്യാമോഹത്തിന് സാഫല്യമുണ്ടായി. ഓരോ 'ഞാനും' ഈ പുതിയ സ്വാതന്ത്ര്യലബ്ധി ആഘോഷിക്കുകയാണ്. 'സെൽഫി' ഈ ആഘോഷത്തിന്റെ ഒരു മാധ്യമവും.

സെൽഫി എന്നെ കേന്ദ്രമാക്കി ഞാനെടുത്ത ചിത്രമാണ്. എന്റെ വിളംബരം. എന്റെ 'സെൽഫ് അഡ്വർടൈസ്മെന്റ്.' സെൽഫിയിൽ പതിവുപോലെ ഒളിച്ചും പതുങ്ങിയുമല്ല 'ഞാൻ' പ്രത്യക്ഷപ്പെടുന്നത്. പ്രസിഡന്റും ഞാനുമുള്ള എന്റെ സെൽഫിയിൽ ഞാൻ പ്രസിഡന്റിനൊപ്പ മല്ല പ്രസിഡന്റ് എന്റെ ഒപ്പം. എന്നെക്കുറിച്ച് പറയുമ്പോൾ കാലാകാല മായി ഞാനനുഭവിച്ചിരുന്ന ലജ്ജകളിൽ നിന്ന് ഞാൻ മോചിതനായിരി ക്കുന്നു. ഒരു കമ്പനിയുത്പന്നം പോലെ എന്നെ സ്വയം പരസ്യപ്പെടു ത്താൻ ഞാൻ യോഗ്യനായിരിക്കുന്നു. ഇതുവരെ പിൻവാങ്ങി നിന്ന ഞാനിതാ കേന്ദ്രസ്ഥാനത്ത്. എനിക്കെന്തിന്റെ കുറവാണ്? (കേരളത്തിൽ ചില ഇടങ്ങളിൽ 'ലജ്ജ' എന്ന അർത്ഥമുണ്ട് 'കുറവ്' എന്ന പദത്തിന്).

"ഞാൻ കാണപ്പെടുന്നു, അതുകൊണ്ട് ഞാൻ" എന്നതാവാം സെൽഫിക്ക് പിന്നിലെ പരികല്പന (Concept). കാഴ്ചപ്രധാനമായ നവ നാഗരികതയിൽ 'ദൃശ്യത' (Visibility) യാണ് മുഖ്യ ഉണ്മ. എനിക്ക് ദൃശ്യത ഇല്ലെങ്കിൽ ഞാനില്ല എന്നായി. സെൽഫിയിലൂടെ ഉച്ചത്തിലുള്ള (Loud) ഒരു ദൃശ്യത വിക്ഷേപിക്കുകയാണ്, ഇതുവരെ ദൃശ്യത ഇല്ലാതി രുന്ന 'ഞാൻ.' ദൃശ്യത ഉള്ളവരും ദൃശ്യത വർധിപ്പിക്കാനായി സെൽഫി കൾ തൊടുത്തു വിടുന്നു (എടുക്കലും തൊടുക്കലുമൊക്കെ പഴയ അമ്പയ യ്ക്കൽ കാലത്തിനുശേഷം സെൽഫിയയയ്ക്കൽ കാലത്താണ് ഉചിത മായത്. വേട്ടക്കാരൻകാലം വീണ്ടുമൊരവസരത്തിനായി നമ്മളിൽ പതിയി രിക്കുകയായിരുന്നോ?). എത്തിപ്പെട്ട സ്ഥലത്തിന്റെ പ്രാധാന്യം കാട്ടിയോ, കൂടെ നിൽക്കുന്ന വ്യക്തിയുടെ ഔന്നത്യം കാട്ടിയോ തന്റെ ദൃശ്യതയെ ഉച്ചത്തിലാക്കുന്നു ഒരു സെൽഫി. പിന്നിലെത്തിത്തുടങ്ങിയ കരടിക്ക് മുന്നിൽ നിന്ന് സാധ്യമായ ഒരു നൊടിയിടയിൽ സാഹസികമായെ ടുത്ത സെൽഫിയിലൂടെ 'അലറുന്ന' ദൃശ്യത നേടുന്നു ആ 'ഞാൻ.' പ്രശസ്തനും സാധാരണ ഗതിയിൽ അലഭ്യനുമായ ഒരു വി.വി.ഐ.പി ക്കൊപ്പം- അലഭ്യതയിൽ അയാളും ഈ കരടിക്കൊപ്പം - എടുക്കുന്ന സെൽഫിയും തനിക്ക് ഉന്നതമായ ദൃശ്യത തരുന്നു. ഇന്നാണെങ്കിൽ ചന്ദ്രനിൽ ആദ്യമായി കാലുകുത്തുന്നയാളെ അയാളുടെ സെൽഫി യിലൂടെയാവും നാം കാണുക. ചന്ദ്രന്റെ ഉപരിതലം പശ്ചാത്തലമാക്കി ഭൂമിയിലിന്നോളം ഒരാൾക്കുമെടുക്കാൻ കഴിഞ്ഞിട്ടില്ലാത്ത ആ സെൽഫി യിലൂടെ എത്ര ഉച്ചത്തിൽ അലറുന്ന ഒരു ദൃശ്യതയാവും അയാൾ നേടി യിരിക്കുക! സെൽഫി കൊണ്ടളന്നാൽ അയാളോളം വരുമോ ആരെങ്കിലും? 'കാട്ടിത്തരാം' എന്നതാവുമല്ലോ വലിയ വെല്ലുവിളി. ഈ വെല്ലുവിളിയുടെ ആയുധവുമാണ് പലപ്പോഴും സെൽഫി.

സെൽഫിയിലെ 'സെൽഫ്' സെൽഫ് പോർട്രെയ്റ്റിലെയോ സെൽഫ് സാക്രിഫൈസിലെയോ സെൽഫല്ല; സെൽഫ് എക്സിബിഷനിലെ സെൽഫാണ് (ഈ ഭാഷയെച്ചൊല്ലി എനിക്ക് കുറ്റബോധമുണ്ട്. പക്ഷേ, എന്ത് ചെയ്യാം ഈ വെർച്ചൽ സ്പേസിലെ മാതൃഭാഷ ഇംഗ്ലീഷാണ്). ആത്മപ്രദർശനത്തിലെ ആത്മപദത്തിന് തുല്യമാണത്. ആത്മപ്രദർശനം എന്ന സമസ്തപദത്തിലെ 'ആത്മ' പദവും ആത്മപ്രകാശനത്തിലെ 'ആത്മ' പദവും ആത്മഹത്യയിലെ 'ആത്മ'പദവും വിവക്ഷിക്കുന്നതൊന്നല്ല. വാൻഗോഗിന്റെയോ പിക്കാസോയുടെയോ സെൽഫ് പോർട്രെയ്റ്റുകൾ ആത്മപ്രകാശനങ്ങൾ. സവിശേഷമായി പ്രകാശിപ്പിക്കപ്പെടുന്നതിലൂടെ മാത്രം പ്രകാശിതമായ സ്വത്വമുണ്ടവയിൽ. ബാഹ്യസ്വരൂപത്തിന്റെ വികലീകരണമുണ്ടവയിൽ. ബാഹ്യരൂപഭംഗിയിലുള്ള അശ്രദ്ധയും. ആത്മഹത്യയിലെ ആത്മപദം പ്രാണനെയാണ് വിവക്ഷിക്കുന്നത്. ആത്മപ്രദർശനത്തിലെ ആത്മപദം ബാഹ്യരൂപത്തെയും. പ്രത്യക്ഷമായ ഞാൻ ആണത്. സെൽഫിയിൽ ഈ 'സ്വ'രൂപ പ്രദർശനം ആണുള്ളത്. സ്വത്വത്തിനോ പ്രാണനോ ഇല്ലാത്ത ദൃശ്യത സ്വരൂപത്തിനുണ്ട്. കാവ്യാത്മകമോ തത്ത്വചിന്താപരമോ ആയ മാനങ്ങൾ അനിവാര്യമല്ല ഈ ആത്മത്തിന്. ഞാനിതാ മെസ്സിയോട് വാങ്ങിയ പന്തുമായി, ഞാനിതാ ഹുസൈൻ ബോൾട്ടിന്റെ മുന്നിൽ, ഞാനിതാ, ... എന്ന് വിളംബരം ചെയ്യുന്നു സെൽഫികൾ. ആ 'ഫോറേജിങ് പിരീഡിലെ' ഞാനോ, ദൈവമേ സെൽഫിയിലെ ഞാൻ; ഒരു കൂസലുമില്ലാതെ. എത്തിയേടത്ത് മാത്രമെത്തിയ ഞാൻ!

ദൃശ്യമാധ്യമങ്ങളുടെ വരവിന് മുമ്പ് അദൃശ്യത ഇത്ര ദുസ്സഹമായിരുന്നില്ല. അവഗണനയെക്കാൾ ഭാരമുള്ള പദമാണ് അദൃശ്യത ഇന്ന്. അധികദൃശ്യതയാണ് അധികാരത്തിന്റെ ലക്ഷണം. ദൃശ്യത കൂടുതലുള്ളവരാണ് സമൂഹത്തിൽ കൂടുതൽ കൊണ്ടാടപ്പെടുന്നവർ (കൂടുതൽ സമയദൃശ്യത ലഭിക്കുന്നു കുറച്ചുമാത്രമുറങ്ങുന്ന മുഖ്യമന്ത്രിക്ക്. ഉറങ്ങുമ്പോൾ അത്രയും നേരം താൻ മുഖ്യമന്ത്രിയല്ല എന്ന ധാരണ കുശാഗ്രബുദ്ധിയായ മുഖ്യനുണ്ട്. കൂടുതൽ കാലം ഭരിച്ച മുഖ്യമന്ത്രി നായനാരായിരിക്കാമെങ്കിലും കൂടുതൽ സമയം മുഖ്യമന്ത്രിയായിരുന്നത് ഉമ്മൻചാണ്ടിയാണ്. ഉറങ്ങുമ്പോൾ താൻ മുഖ്യമന്ത്രിയല്ല എന്ന കാര്യം നായനാർ വേദികളിൽപ്പോലും വിസ്മരിച്ചു. ദൃശ്യതയുടെ രാഷ്ട്രീയം നന്നായുപയോഗിക്കുന്നുണ്ട് ഒബാമയെപ്പോലെ നമ്മുടെ പ്രധാനമന്ത്രിയും). കൂടുതൽ കാണപ്പെടുന്ന വ്യക്തിക്കൊപ്പമോ, പ്രയാസപ്പെട്ടെത്താൻ കഴിയുന്ന ദിക്കുകളെ പശ്ചാത്തലമാക്കിയോ ഒന്നുമല്ലെങ്കിൽ ഇവിടെ ഞാനുണ്ട് എന്നൊന്നറിയിക്കാനോ വ്യക്തികൾ സെൽഫി ഉപയോഗിക്കുന്നു. അധികാരം എന്നാൽ അധികദൃശ്യത എന്നർഥമുള്ള പുതിയ കാലത്ത് ഓരോ നിമിഷവും അധികാരമില്ലായ്മ എന്ന ദുസ്സഹമായ അദൃശ്യത അനുഭവിച്ചുകൊണ്ടിരിക്കുന്നവരുടെ പ്രതിവിധികൂടിയാണ് സെൽഫി. മുമ്പ് ചിലർക്ക് മാത്രം ലഭ്യമായിരുന്ന ദൃശ്യത കണ്ടമാനം

ഉപയോഗിച്ച് വെല്ലുവിളിക്കുന്നു സെൽഫികൾ വഴി പുതുതലമുറ. ദൃശ്യത ധൂർത്തടിക്കുന്നു അവർ.

പോയകാലം ദൃശ്യത നിഷേധിച്ചുകൊണ്ടാണ് ദളിതരെയും സ്ത്രീകളെയും അധികാരം കൈയാളിയ സമൂഹം അഗണ്യരാക്കിയത് (അദൃശ്യതയോടുള്ള പോരാട്ടത്തിന്റെ ഭാഗമാണ് സ്ത്രീകൾ ധരിക്കുന്ന പട്ടുവസ്ത്രങ്ങളും ആഭരണങ്ങളും. കാഴചയിലേക്ക് കയറി നിൽക്കാൻ. മേൽവസ്ത്രം ധരിക്കാനുള്ള അവകാശം മാത്രമല്ല ദൃശ്യതയുമാണ് മാറിടം മറച്ചുകൊണ്ട് അന്നവർ നേടിയത്. നാല് നഗ്നസ്ത്രീകളുള്ള ചിത്രം ചൂണ്ടിക്കാട്ടി ആരാണിതിലെ സുന്ദരി എന്ന് ചോദിക്കപ്പെട്ടപ്പോൾ ഒരു കുട്ടി അതിനവർ വസ്ത്രം ധരിച്ചിട്ടില്ലല്ലോ, പിന്നെങ്ങനെ പറയും എന്നാണ് പ്രതികരിച്ചതെന്ന് ഹാവ്‌ലോക്ക് എല്ലീസ് എഴുതിയിട്ടുണ്ട്. കോൺസൻട്രേഷൻ ക്യാമ്പിൽ ജൂതരെ നഗ്നരാക്കി നിർത്തിയ ഹിറ്റ്ലർ അവരെ ഇരിക്കെക്കാണെ അദൃശ്യരാക്കുകയായിരുന്നു). വില്ലുവണ്ടിയിൽ വന്നിറങ്ങിയ പ്രൗഢഗംഭീരമായ സ്വരൂപത്തെ വെല്ലുവിളിയുയർത്തുന്ന 'അലറുന്ന' ദൃശ്യതയാക്കി പരിവർത്തിപ്പിച്ച് അയ്യങ്കാളി വെളിച്ചത്തിൽ കുളിച്ചുനിന്നു. ദൃശ്യത ഒരവകാശമാണ്. ആത്മപ്രദർശനത്തിന് ആത്മ പ്രകാശനത്തെക്കാൾ ആത്മത്യാഗത്തേക്കാൾ രാഷ്ട്രീയ ശക്തിയുണ്ട്. അത് പൊതുഭാഷ സംസാരിക്കുന്നു. പുതിയ ദൃശ്യനാഗരികതയിൽ പ്രത്യേകിച്ചും. സെൽഫിയോടുള്ള അനിഷ്ടത്തിൽ ഈ രാഷ്ട്രീയത്തിന്റെ സൂക്ഷ്മസാന്നിധ്യമുണ്ട്. ഇഷ്ടത്തിലും.

ഇക്കാലമത്രയും നമ്മൾ നഷ്ടപ്പെടുത്തിയ (മിസ്സ് ചെയ്ത) ഒരുണ്മ യുടെ വീണ്ടെടുപ്പുണ്ട് സെൽഫിയിൽ (നിന്റെ അഭാവം ഞാനുൽക്കട മായറിയുന്നു എന്ന് പറയാൻ തക്ക വാക്കില്ലാത്തൊരു ഭാഷയാണ് മലയാളിയുടേത് എന്നോർമിപ്പിക്കയെങ്കിലും ചെയ്തു മൊബൈലനന്തര കേരളത്തിൽ സുലഭമായ 'മിസ്സ് യൂ' പ്രയോഗങ്ങൾ). എന്നെത്തന്നെ യായിരുന്നു ഞാൻ 'മിസ്സ്' ചെയ്തത്. ഞാൻ എന്റെ പ്രത്യക്ഷരൂപത്തിൽ മുന്നിലേക്ക് വരാതിരിക്കാനായിരുന്നു എന്റെ ജാഗ്രത. ഇപ്പോൾ എന്റെ സ്വരൂപം എന്നെ പ്രതിനിധീകരിക്കാൻ ശക്തിയാർജിച്ചിരിക്കുന്നു (ഇന്ദു ലേഖ അടിയൻ എന്ന് പറയാതെ 'ഞാൻ' എന്ന് പറഞ്ഞത് നമ്പൂതിരി പ്പാടിൽ ഉണ്ടാക്കിയ കുഞ്ഞിടികൾ ഇന്നിതാ വ്യാപകമായിരിക്കുന്നു). നേരത്തെ തക്കതായ കാരണം വേണമായിരുന്നു എനിക്ക് പ്രത്യക്ഷപ്പെടാ നെങ്കിൽ ഇപ്പോൾ കാര്യമായ ഹേതുകൂടാതെയും എനിക്ക് പ്രത്യക്ഷ പ്പെടാം. ഇതാ ഇന്ന് രാവിലത്തെ പല്ലു തേക്കുന്ന ഞാൻ! നിമിഷ ങ്ങൾക്കകം ലൈക്കുകൾ കിട്ടുന്നു, ചിലരെന്നെ ഷെയർ ചെയ്യുന്നു. ചിലർ കമന്റ് ചെയ്യുന്നുമുണ്ട് (ഇയ്യിടെ ഒരു വാരികയിൽ പ്രസിദ്ധീകരിച്ചുവന്ന എന്റെ ലേഖനത്തോടൊപ്പം വന്ന ഫോട്ടോയ്ക്കായിരുന്നു അധികശ്രദ്ധ. ഫോട്ടോ അസ്സലായി എന്ന് വന്ന സന്ദേശത്തിൽ ഞാൻ പരുങ്ങി. ഗവർണറുടെ പോർട്രെയ്റ്റ് നോക്കി, ഇതാണോ ഗവർണർ എന്ന് ചോദിച്ച സെൻഗുരുവിനെപ്പോലെ എന്റെ ഫോട്ടോവിനെ ഇക്കാലമത്രയും

ഞാനവഗണിക്കുകയായിരുന്നു. ഒപ്പമുള്ള ലേഖനമല്ലേ ഞാൻ? ഭംഗ്യന്തരേണയുള്ള എന്നെ പുതുലോകത്തിന് വേണ്ടത്രെ!)

പ്രശസ്തനായ വ്യക്തിക്കൊപ്പം ഞാനെടുക്കുന്ന സെൽഫിയിൽ പ്രശസ്തനായ വ്യക്തിക്കൊപ്പം ഞാൻ നിൽക്കുന്ന ഫോട്ടോയിലേക്കാൾ എനിക്ക് ദൃശ്യതയുണ്ട്. കാളപ്പോരിലെ കുത്താനോങ്ങി വരുന്ന കാളയ്ക്ക് മുന്നിൽ നിന്നെടുത്ത സെൽഫിയിലെ കാളപ്പോരുകാരൻ ആ ദൃശ്യം പകർത്തിയ ഫോട്ടോഗ്രാഫിലേക്കാൾ എത്ര തീവ്രമായ ദൃശ്യതയാണ് നൽകുന്നത്! സാഹസികനായ ഞാൻ എന്റെ സെൽഫിയിലെന്ന പോലെ എന്റെ ഫോട്ടോഗ്രാഫിൽ പതിയുന്നില്ല. 'സാഹസികനായ എന്റെ' മാധ്യമമാണ് സെൽഫി എന്നുപോലും പറയാം. ഞാനെന്നെ കേന്ദ്രമാക്കി എടുത്ത ഏതും സെൽഫിയാണെങ്കിലും സാഹസികത കാട്ടുന്ന എന്റെ സെൽഫിയാണ് ഒന്നു കൂടി സെൽഫി. സാഹസികതയുടെ ലഘുസ്പർശമെങ്കിലുമില്ലാത്ത സെൽഫിക്ക് ചൊടിയില്ല. ചൊടിയുള്ള സെൽഫിക്ക് വേണ്ടിയാണ് നിർത്തിയിട്ട ചരക്കുതീവണ്ടിക്ക് മീതെക്കയറി സെൽഫിയെടുക്കാൻ ശ്രമിക്കെ ഷോക്കടിച്ച് മരിച്ച ആ കൗമാരക്കാരൻ ജീവൻ വെടിഞ്ഞത്. പിന്നിലെത്തിത്തുടങ്ങിയ പുലിക്ക് മുന്നിൽ നിന്നെടുത്ത സെൽഫിയിൽ സാഹസികതയുടെ എവറസ്റ്റ് കയറലുണ്ട്. ക്രിക്കറ്റ് മൈതാനത്തിന്റെ വേലി ചാടിക്കടന്ന് (തിരിച്ചൊരു ബൗണ്ടറി!) തടയാനോടിക്കൂടുന്ന ഗ്രൗണ്ട്മാന്മാരെ വെട്ടിച്ച് ഗ്രൗണ്ടിലിറങ്ങി, സെഞ്ചുറി തികച്ച് കാണികളെ അഭിവാദ്യം ചെയ്യുന്ന ഇഷ്ടകളിക്കാരനെ ആലിംഗനം ചെയ്ത പെൺകുട്ടി ഇന്നായിരുന്നെങ്കിൽ ഒരു സെൽഫിയെടുത്തായിരുന്നു ആ നിമിഷം ആഘോഷിക്കുക (ചില നിമിഷങ്ങൾ ആണ് ജീവിതം എന്ന് സെൽഫി). അന്ന് കൈയിൽ സ്മാർട്ട് ഫോണില്ലാഞ്ഞതിൽ അവളിന്നെവിടെയോ ഇരുന്ന് ദുഃഖിക്കുന്നുണ്ടാവും. അവൾക്കെത്ര ലൈക്കുകളാണ്, ഷെയറുകളാണ്, കമന്റുകളാണ് നഷ്ടപ്പെട്ടത്! അത്തരമൊരവസരത്തിന്റെ യഥാർഥമാധ്യമത്തിന്റെ അഭാവം അവൾ പൂർവകാല പ്രാബല്യത്തോടെ ഇന്നറിയുന്നുണ്ടാവണം). മറ്റുള്ളവരെ അപേക്ഷിച്ചുള്ള എന്നെ പരിവർത്തിച്ച് എന്നെ അപേക്ഷിച്ചുള്ള മറ്റുള്ളവരാക്കി സെൽഫി. അതിൽ സാഹസികത ഉണ്ട്, കാല്പനികത ഉണ്ട്, തത്കാലമേ ഉള്ളൂ കാലമില്ല എന്ന സ്വാതന്ത്ര്യമുണ്ട്, ചരിത്രത്തിന്റെ അഭാവവുമുണ്ട്.

ഫോട്ടോഗ്രാഫറുടെ വ്യക്തിപരമായ ഒരു സങ്കടത്തിന്റെ പരിഹാരമുണ്ട് സെൽഫിയിൽ. 'ഞാൻ ചിത്രത്തിന് പുറത്താണ്' എന്ന തീരാസങ്കടത്തിന്റെ. തന്റെ സാന്നിധ്യം ഫോട്ടോഗ്രാഫിന്റെ ഗുണത്തിലൂടെ (quality) മാത്രമേ, ഭംഗ്യന്തരേണ മാത്രമേ ആവിഷ്കരിക്കാനാവൂ എന്ന വസ്തുതയുടെ. സെൽഫി വരുന്നതുവരെ ഫോട്ടോഗ്രാഫർ ഫോട്ടോവിന് പുറത്തായിരുന്നു. നഗ്നദൃഷ്ടിക്ക് അദൃശ്യനായിരുന്നു. 'ഞാനില്ലാത്ത' സെൽഫി ഇല്ല. ആത്മകേന്ദ്രീകൃതമായ ഒരു ലോകത്തിന്റെ സന്തുഷ്ടികളിൽ ചിലതിന്റെ സാക്ഷാത്കാരമുണ്ട് സെൽഫിയിൽ. 'സെൽഫ് സെന്റേഡ് ആണ് സെൽഫി' എന്ന വസ്തുതയാണ് പ്രധാനമന്ത്രി

മോദിയെക്കൊണ്ട് സെൽഫികളെടുപ്പിക്കുന്നത്. തന്റെ സന്ദർശനസ്ഥലങ്ങളിലെ ആതിഥേയരൊത്ത് ഫോട്ടോകളെടുക്കാൻ സെൽഫിക്ക് മുമ്പായിരുന്നെങ്കിൽ മോദി തുനിയുമായിരുന്നില്ല. താനെന്താ ഇവരുടെ ഫോട്ടോഗ്രാഫറോ? താൻ കേന്ദ്രമായ ഒരു ലോകത്തെ വിഭിന്ന സ്ഥലങ്ങളിൽ സൃഷ്ടിക്കുകയാണദ്ദേഹം. മോദി സെൽഫി ഗ്രാഫറാണ്, ഫോട്ടോഗ്രാഫറല്ല. സ്മാർട്ട്ഫോൺ വരുന്നതിന് മുമ്പ് ഒരു പ്രധാനമന്ത്രിക്കും ചെയ്യാൻ കഴിയാഞ്ഞതാണ് അദ്ദേഹം ചെയ്യുന്നത്. ഫോട്ടോഗ്രാഫറെ ഉൾക്കൊണ്ട എന്നല്ല, മുഖ്യമാക്കിയ ഒരു ഫോട്ടോ ആണ് സെൽഫി. 'ദൃശ്യത' വിക്ഷേപണം ചെയ്യുകയാണദ്ദേഹം.

കലാപരമായി ഫോട്ടോഗ്രാഫർക്ക് ഒരു വെല്ലുവിളിയുമല്ല സെൽഫി. മാത്രമല്ല മുന്നിൽ താൻ കയറിനിൽക്കുന്ന ഒരു പ്രതിച്ഛായ തടസ്സവുമാണ്. സ്റ്റിക്കുപയോഗിച്ചാലും അതിന് മാധ്യമപരമായ പരിമിതിയുണ്ട്. ഇടം കവിൾ കൂടുതൽ തുടുത്തിരിക്കും സെൽഫിയിൽ എന്ന പരിഹാസത്തിൽ അതുണ്ട്. ഫോട്ടോവിന്റെ ഗുണമേന്മയെക്കാൾ ഫോട്ടോവിലെ സന്ദർഭം, അതിൽ സാക്ഷാത്കരിക്കാൻ കഴിഞ്ഞ സാഹസികതയുടെ അംശം, താൻ തന്നെ ഫോട്ടോഗ്രാഫറുമായിരിക്കുന്നതിന്റെ സൗകര്യം, തന്റെ അപദാനം- ഇതൊക്കെയാണ് സെൽഫിയുടെ സവിശേഷത.

ഞാൻ എന്റെ സ്വരൂപമാണ് എന്ന പ്രഖ്യാപനമുണ്ട് സെൽഫിയിൽ. ദൃശ്യതയ്ക്ക് മാത്രം ഉണ്മയുള്ള ലോകത്തിൽ മറ്റെല്ലാം അവാസ്തവവുമാണ്. സ്വരൂപപ്രദർശനം എന്റെ അവകാശം. ഞാൻ എങ്ങനെ പ്രത്യക്ഷപ്പെടണം എന്ന് ഇതുവരെ മറ്റുള്ളവരുടെ കൈകൾ നിശ്ചയിച്ചു. ഇനി എന്റെ കൈ നിശ്ചയിക്കും (സ്റ്റിക്ക് വന്നതോടെ കൈക്ക് നീളവും കൂടി!). എന്നെ ഞാനെടുക്കുമ്പോലെ ആരെടുക്കുന്നു, എന്നെ ഞാൻ കണ്ടത് പോലെ ആരു കണ്ടിരിക്കുന്നു! കണ്ണാടിക്ക് മുന്നിൽ മാത്രം സാധ്യമായിരുന്ന ആ സ്വാതന്ത്ര്യമിതാ ഞാൻ ക്യാമറകൊണ്ട് പൂരിപ്പിക്കുന്നു. കാണപ്പെടുന്നവളായിരുന്നു ഇന്നലെവരെ ഞാൻ. ഇന്നിതാ ഞാൻ എന്റെ കർത്താവ്. എനിക്ക് തോന്നുംപോലെ എന്നെ ഞാൻ വിനിയോഗിക്കും. മറ്റുള്ളവർ എടുത്ത നഗ്ന ചിത്രത്തിലെ അശ്ലീലധ്വനിയില്ല എന്റെ ഞാനെടുത്ത് തൊടുത്ത് വിട്ട (പോസ്റ്റ് ചെയ്ത) നഗ്ന ചിത്രത്തിൽ. സെൽഫിയിൽ ഞാനെന്റെ വിധാതാവ്. അതിൽ അശ്ലീലം എവിടെ?

മനുഷ്യന് പുരോഗമിക്കുകയല്ലാതെ എന്ത് വഴി? മുന്നോട്ട് പോവുകയല്ലാതെ എന്ത് നിവൃത്തി? "പൂക്കാതിരിക്കാനെനിക്കാവതില്ലേ" എന്ന് അയ്യപ്പപ്പണിക്കർ. എന്താണ് സെൽഫിയിലെ പുരോഗതി? (ചിലത് നാം കണ്ടുകഴിഞ്ഞു). സെൽഫി എത്തിപ്പിടിക്കുന്നതെന്ത്? ഓടി ഓടി സെൽഫിയിലൂടെ മനുഷ്യൻ വന്നുനിൽക്കുന്നത് അവനവനിൽത്തന്നയോ? തനിക്ക് താൻ മാത്രമെന്ന് അപകടകരമായി തിരിച്ചറിഞ്ഞ കാലം പുനരാവർത്തിക്കുകയാണോ? ചളിയിലിറങ്ങിക്കളിക്കാൻ (തലമുറകളായി) ആഗ്രഹിക്കുന്ന 'മനുഷ്യക്കുട്ടി'യുടെ ആഗ്രഹസാക്ഷാത്കാരമുണ്ടോ

സെൽഫിയിൽ? സെൽഫിയിലെ ചെളിയിൽ എന്തുത്സാഹത്തോടെയാണ് നവനാഗരികത ആറാടുന്നത്! എന്താണാച്ചെളി?

സെൽഫിക്കു മുമ്പുമുണ്ടായിരുന്നു സെൽഫികൾ. ചുമരിൽ തൂക്കിയിട്ട വേട്ടയാടിപ്പിടിച്ച മൃഗത്തിന്റെ തലയ്ക്ക് കീഴെ ചാരുകസേരയിൽ മുറുക്കി ച്ചുവപ്പിച്ചിരുന്ന കാരണവർ ചുറ്റുവട്ടത്തിലുള്ള ചിലരെങ്കിലും ലൈക്ക് ചെയ്യാനും ഷെയർ ചെയ്യാനും ഇട്ട 'പോസ്റ്റ്' ആയിരുന്നില്ലേ ആ ഇരിപ്പ്? ആത്മാനുരാഗിയായ ആ സാഹസികൻ തന്നെത്തന്നെ തന്റെ വിഗ്രഹ മാക്കുകയായിരുന്നില്ലേ? വീട്ടിലാളുകൾ കൂടുതൽ ഉള്ള ദിവസത്തിൽ സന്ധ്യാവിളക്ക് വെച്ച് വിരലിൽ പുരണ്ട എണ്ണ തലയിൽ തേച്ച് നൊടി നേരം കൂടി കണ്ണുകളിൽ നിന്നവൾ ഒരു സെൽഫി പോസ്റ്റ് ചെയ്തില്ലേ? ഗൂഢമായ ലൈക്കുകൾ, കമന്റുകൾ, ഷെയറുകൾ പ്രതീക്ഷിക്കുകയും ചെയ്തില്ലേ? (ഒരിക്കൽ തനിക്കായി സെൽഫി വരുമെന്ന് അവളന്നറി ഞ്ഞില്ല). കുതിരയുടെ കട്ടൗട്ടിൽ കൈവെച്ച് നിന്ന പഴയ സ്റ്റുഡിയോ ഫോട്ടോയിൽ ഒരു സെൽഫിയുമില്ലേ? (അന്നത് വിക്ഷേപിക്കാൻ ഒരിട മില്ലാതെ പോയി). പണിക്കാർക്കിടയിൽ റേഡിയോയും തൂക്കി നടന്ന അയൽപക്കത്തെ ജന്മിയുടെ മകനിൽ, ഇടവഴിയിലെ മൂളിപ്പാട്ടുകാരനിൽ, സിമന്റിട്ട പച്ച മാറും മുമ്പേ അതിൽ സ്വന്തം പേരെഴുതിവെച്ച് അനശ്വര നായവനിൽ, ഞാനും ഇന്നാരും കൂടിയാണ് പാമ്പിനെ കൊന്നത് എന്ന് വീമ്പിളക്കിയവനിലൊക്കെ സെൽഫിയുടെ അവ്യക്ത സ്പർശം. പ്രശസ്തർ തനിക്കെഴുതിയ കത്തുകൾ പ്രസിദ്ധീകരിച്ച എഴുത്തുകാരൻ, പ്രശസ്തനൊത്തുള്ള സെൽഫി തൊടുത്തപ്പോൾ അനുഭവിച്ചത് തന്നെ യാണ് അനുഭവിച്ചത്. സെൽഫി അത് പ്രസിദ്ധീകരിക്കാൻ തനിക്കുണ്ടാ യിരുന്ന ചില തടസ്സങ്ങൾ വിടുത്തിക്കൊടുത്തിരിക്കണം. പരേതനെ ക്കുറിച്ചുള്ള അനുസ്മരണക്കുറിപ്പിനൊപ്പം ചേർത്ത ഫോട്ടോ (താൻ എടുപ്പിച്ചതാണ്. താൻ സൂക്ഷിച്ചതാണ്. ക്യാമറാമാൻ ഫോക്കസ് ചെയ്യുന്നത് തന്നേയാണ്. 'പരേതൻ ലേഖകനൊപ്പം' എന്ന് അടിക്കുറിപ്പു കൊടുത്താൽ കുറ്റം പറയില്ല ആരും) സെൽഫിയായിരുന്നില്ലേ? സെൽഫി വന്നപ്പോൾ സായുജ്യം കൊണ്ട തലമുറയെ കുറ്റപ്പെടുത്താനില്ലെന്നും സംസ്കാരാരംഭം മുതൽ ഉള്ള ഒരാത്മാനുരാഗത്തിന്റെ വിളവെടുപ്പിന് പുതിയ കൊയ്ത്തുയന്ത്രം ലഭിച്ചിരിക്കുന്നുവെന്നേയുള്ളൂ എന്നും പറയാം. സ്വാത്മരൂപാനന്ദന്മാർ എന്നുമുണ്ടായിരുന്നു, ചുരുങ്ങിയ അളവിലെങ്കിലും എല്ലാവരിലുമുണ്ട് താനും.

ആത്മാനുരാഗി (നാർസിസിസ്റ്റ്) സ്വരൂപാനുരാഗിയാണ്. സ്വന്തം ബാഹ്യരൂപത്തിന്റെ ആരാധകനാണയാൾ. സ്വന്തം ലീനശേഷികളോടുള്ള പ്രിയത്തെ ആത്മാനുരാഗം എന്ന് വിശേഷിപ്പിച്ചുകൂടാ. അത് ബാഹ്യ രൂപഭംഗിയെ അവഗണിക്കാനൊരാളെ പ്രേരിപ്പിച്ചേക്കാം. സ്വരൂപത്തിന്റെ പ്രതിഫലനത്തിന്റെ ആരാധകനാണ് നാർസിസിസ്റ്റ് സൂക്ഷ്മമായിപ്പറ ഞ്ഞാൽ. തന്റെ പ്രതിച്ഛായയിൽ മുഗ്ധനായി അയാൾ തന്നെത്തന്നെ

മറക്കുന്നു (സെൽഫി മരണങ്ങൾ നാർസിസിസ്റ്റിനെ കൂടുതൽ വ്യക്തമായി നിർവചിക്കുന്നു. ഇളക്കം തട്ടിത്തുടങ്ങിയ പാറയിൽക്കയറി നിന്ന് മനോഹരമായൊരു സെൽഫിയെടുക്കാൻ തുനിഞ്ഞ ചെന്നൈയിലെ എഞ്ചിനീയറിങ് വിദ്യാർഥി 60 അടി താഴ്ചയിലേക്ക് മറിഞ്ഞു വീണ് മരിച്ചപ്പോൾ നാർസിസിസ് എന്ന മിത്തിനെ വളർത്തുകയായിരുന്നു). നാർസിസിസിന്റെ തടാകോപരിതലത്തിന് തുല്യമായ കണ്ണാടിയിലെ പ്രതിച്ഛായയിൽ ആമഗ്നനായവനെ (അവളെ) നാം നാർസിസിസ്റ്റ് എന്ന് പറയുന്നു (കണ്ണാടിയിൽ നോക്കി നടന്ന് വീഴുന്നവനോടുള്ള ചിരി, സെൽഫി മരണങ്ങളോടു പോലും ഉണ്ടാവുന്നു). കണ്ണാടിയിലെ ഈ പ്രതിച്ഛായ വേർപെടുത്തിയെടുത്ത് ജനസമക്ഷം അയയ്ക്കുകയാണവൾ സെൽഫിയിലൂടെ. ചിലർക്ക് മാത്രം അനുവദനീയമായിരുന്ന ('നോം' എന്ന് തമ്പ്രാന് പറയാം, നമുക്ക് പറഞ്ഞുകൂടാ), മറ്റുള്ളവർക്ക് സ്വകാര്യമുറിയിൽ മാത്രം അനുഭവിക്കാമായിരുന്ന ആത്മരതി സെൽഫി സകലർക്കുമനുവദനീയമാക്കി. ചളിയിൽ കുളിക്കുന്നത് നല്ലതാണ് എന്ന് നാചഢറോപ്പതി.

നോക്കലിലും (looking) കാണലിലും (seeing) പ്രത്യക്ഷപ്പെടുന്നത് രണ്ട് മനോഭാവങ്ങളാണ്. നോക്കലിന്റെ വസ്തുവിൽ ഒരാന്തരികതയുമില്ല. അത് ഒന്നിനേയും പ്രതിനിധാനം ചെയ്യുന്നില്ല. കാണലിലെ വസ്തുവിൽ ആന്തരികതയുണ്ട്. പ്രതിനിധീകരണമുണ്ട്. ഗാലറിയിലെ 'സ്റ്റാറിനൈറ്റും' സെൽഫിയിലെ 'സ്റ്റാറിനൈറ്റും' രണ്ടാണ്. രണ്ടാമത്തേതിൽ ഞാൻ (self) പശ്ചാത്തലമായി സ്വീകരിച്ച ഒരു പ്രശസ്തചിത്രം മാത്രമാണത്. അത് ഏതെങ്കിലും വിധത്തിൽ എന്റെ സെൽഫിനെ വിവരിക്കുന്നില്ല (!) അതിന്റെ ദൃശ്യതാമൂല്യം ഉപയോഗിക്കുകയാണ് 'ഞാൻ.' താൻ പിന്നിട്ട നിമിഷങ്ങളിലൊന്നിന്റെ 'ഉച്ചദൃശ്യത' വിളംബരം ചെയ്യുകയാണ് അതിലൂടെ സെൽഫി. ഫോട്ടോ എടുക്കൽ അനുവദിച്ചിട്ടില്ലാത്ത ഒരു മ്യൂസിയത്തിലെ ഗാലറിയിൽ നിന്നാണതെടുത്തതെങ്കിൽ എന്നിലെ സാഹസികന്റെ വിളംബരമാണത്. താരതമ്യേന ഞാനിവിടെയുണ്ട് എന്ന കേവലമായ കൂവിയറിയിക്കൽ മാത്രമാണ് പൊതുവെ സെൽഫികൾ. താജ്മഹലിന്റെ പശ്ചാത്തലത്തിൽ ഇരിക്കുന്ന ഏകാകിനിയായ സോഫിയ ലോറന്റെ ഫോട്ടോ ഉന്നയിക്കുന്നതൊന്നും (താൻ തന്റെ സ്മാരകമായി മാറിയിരിക്കുന്നു!) താജ്മഹൽ പശ്ചാത്തലമാക്കി സോഫിയാ ലോറൻ എടുക്കുന്ന സെൽഫിയിൽ കാണുകയില്ല. പ്രതീകാത്മകതയല്ല, ദൃശ്യതയുടെ ഉച്ചതയാണവിടത്തെ നോട്ടം. ദൃശ്യനാഗരികതയുടെ സമ്മർദങ്ങളുടെ ഫലമാണ് സെൽഫി. ദൃശ്യനാകൂ എന്ന നിരന്തരാഹ്വാനത്തിന്റെ ഫലം. ദൃശ്യനാഗരികതയിൽ അത്തരം ആഹ്വാനങ്ങളാണ് എവിടെയും.

സെൽഫിയിലെ ഈ ജനകീയതയിൽ വ്യക്തിയിലെ ചെകുത്താനോ മാലാഖയോ ആരാണ് ഉറക്കെച്ചിരിക്കുന്നതെന്ന് എനിക്കറിയില്ല. എങ്കിലും

ചിലർക്ക് കടന്നു ചെല്ലാവുന്നിടത്ത് എല്ലാവരും ചെല്ലുന്നതിൽ ഒരു വിജയമുണ്ട്. അത് മാലാഖയ്ക്കല്ല ചെകുത്താനധീനമായ സ്ഥലത്താ യാലും.

ഏതായാലും സെൽഫി 'ക്ലിക്കായി.' ഒരു കർഷക സമൂഹത്തിൽ 'ഫലിച്ചു' എന്ന പ്രയോഗം എത്ര സാധുവോ അത്രയും സാധുവാണ് പ്രതീതി പ്രധാനമായ (ബോദ്രിയാർ) നവദൃശ്യ നാഗരികതയിൽ 'ക്ലിക്ക്ഡ്' എന്ന പ്രയോഗം. 'നിന്നെ കേൾക്കാൻ വന്നവരേക്കാൾ നീ കുരിശേറുന്നത് കാണുവാൻ വന്നു' എന്ന് കെ.ജി.ശങ്കരപിള്ള, ക്ലിക്കായത് അന്നും ദൃശ്യത യായിരുന്നുവെന്ന് ഈ ദൃശ്യകാലത്തുനിന്ന് അറിയുന്നു. 'വസന്തം ചെറി മരവുമായി ചെയ്തത് എനിക്ക് നീയുമായിച്ചെയ്യണം' എന്ന പ്രശസ്ത വരി ഹരിശങ്കരനശോകൻ എന്ന പുതിയ കവി അഴിച്ചുപണിയുന്നു. 'വസന്തം ചെറിമരവുമായിച്ചെയ്യുന്നത് എനിക്ക് മൊബൈലിൽ പ്പകർത്തണം.' കാണലിനേക്കാൾ, അനുഭവിക്കലിനേക്കാൾ പകർത്തൽ ഒരുന്മാദമായി മാറിയ കാലം. മ്യൂസിയങ്ങൾ സെൽഫി സ്റ്റിക്കുകൾ വിലക്കിയ കാലം. ഈ പ്രതിഫലനജ്വരത്തിൽ സെൽഫി വളരുന്നു.

സെൽഫിയും ചിലതെല്ലാം അഴിച്ചുപണിയുന്നു.

■

ചിരിക്കുന്നല്ലോ എന്നോർത്ത് ഒരു വല്ലായ

'**എ**ന്റെ 'ഇഫക്ടു'കളുടെ പകർപ്പവകാശത്തിന്റെ ഒരു പങ്ക് വിജയനിൽ ചെല്ലേണ്ടതാണ്. എത്ര എന്ന് ഖണ്ഡിതമായി എനിക്കറിയില്ല. പ്രത്യക്ഷ സാമ്യമില്ലാത്ത മകനിൽ ഒരുലഞ്ഞ ഇരിപ്പിൽ, വേഗം കൂടുമ്പോഴത്തെ നടപ്പിൽ, നെറ്റിയിലെ വിയർപ്പു തുടയ്ക്കലിൽ നാടകീയമായി അച്ഛൻ പ്രത്യക്ഷമാവുന്നതുപോലെ എന്റെ ചില കൊണിയലുകളിൽ വിജയനെ കാണാം. വിജയന്റെ കൈപിടിച്ച് അച്ഛന്റെ കൈപിടിച്ച് നടന്ന രവിയെ പ്പോലെ എത്ര സായാഹ്നങ്ങളിൽ ഞാൻ നടന്നിരിക്കുന്നു. ആ യാത്ര കളില്ലായിരുന്നെങ്കിൽ എന്റെ ഭാഷയ്ക്കുണ്ടാവുമായിരുന്ന സ്ഥൂലതയും പരുഷതയും എനിക്കിപ്പോൾ ഓർക്കാൻ വയ്യ. ഒരുപക്ഷേ പ്രാതിനിധ്യ സ്വഭാവമുള്ള ഏറ്റു പറയലാവാമെന്നതിനാലാണ് ഇങ്ങനെ തുടങ്ങുന്നത്. വിജയന്റെ കുടിപ്പള്ളിക്കൂടത്തിൽ ഭാഷ അഭ്യസിച്ച അനവധി പേരിൽ ഒരാൾ മാത്രമാണ് ഞാൻ.

വിജയനെ പ്രീഡിഗ്രിക്കാലത്താണ് ഞാൻ വായിക്കുന്നത്. വായന ക്രമേണ തീവ്രവും ഏകാഗ്രവുമായി. സിൽവിയാപ്ലാത്ത് റ്റെഡ്ഹ്യൂസാണ് തന്നോടാദ്യമായി സംസാരിച്ചതെന്ന് പറയുന്നുണ്ട്. വിജയൻ എന്നോട് മാത്രമായി, എന്നെ ജന്മങ്ങളിലായി അറിയുന്ന പോലെ, എനിക്ക് തന്നെ അവ്യക്തമായിരുന്ന എന്നെ എവിടെ നിന്നൊക്കെയോ സ്വരൂപിച്ചുകൊണ്ട്, സംസാരിച്ചു. വലിയ വലിയ സങ്കടങ്ങൾ എന്നിലുണ്ടായിക്കൊണ്ടിരുന്നു. "ഈശ്വരാ ഒന്നുമറിയരുത്..." ഷേക് തങ്ങളുടെ മർമ്മരങ്ങൾക്ക് ആബിദ യെന്നപോലെ ഞാനെന്റെ ഉൾക്കാത് വട്ടം പിടിച്ചു. (വിജയൻ ഇലമർമ്മര ങ്ങളുടെ ഒച്ചയിലാണ് സംസാരിക്കുക. പറയുന്നതത്രയും സ്വകാര്യമാക്കി അത്. ഇത് എഴുത്തിലേക്കും വ്യാപിച്ചു). ഭർത്താവിന് തന്നിൽ വീണ്ടും സ്നേഹം വരുത്താനായി ഗോപാലുപ്പണിക്കരെ സമീപിച്ച ചെട്ടിച്ചിക്ക് തന്റെ യാതനയിൽ ചാലിച്ച മരുന്നാണ് ഗോപാലുപ്പണിക്കർ നൽകുന്നത്. "കുളിച്ച് കുറിതൊട്ട് ഗോപാലുപ്പണിക്കർ ജപിക്കാനിരുന്നു. ചാന്തും ചെറു തേനും കൺമഷിയും ചാലിച്ചു ചേർത്ത ഒരു ചെപ്പ് മുന്നിലിരിക്കുന്നു. അയാളിതിന്മേൽ കൈപ്പടം വെച്ചു. ഗോപാലുപ്പണിക്കർ രുഗ്മിണിയുടെ

വിളറിയ മുഖം കണ്ടു. ചുണ്ടുകൾ ചോരവാർന്നു വെളുത്തിരുന്നു. അയാൾ അവയെ ചെറുതേനിൽ നനച്ചു. കണ്ണുകളിൽ മയ്യെഴുതിക്കൊടുത്തു. വിയർത്തു തണുത്ത നെറ്റിമേൽ ചാന്തുതൊടീച്ചു." രവി മാത്രമല്ല നൈസാമലിയും മുങ്ങാങ്കോഴിയും ശിവരാമൻനായരുമെല്ലാം വിജയന്റെ ഉള്ളാന്തലുകൾ വഹിച്ചു.

വിജയൻ വായിക്കപ്പെടുകയായിരുന്നില്ല. സ്വാംശീകരിക്കപ്പെടുകയായിരുന്നു. ഖസാക്കിന്റെ ഇതിഹാസം ഇന്ന് ആദ്യവായനയിലെ ഖസാക്കോളം മിഴിവുള്ള കൃതിയല്ലെങ്കിൽ അതിനൊരു കാരണം അതാണ്. (എങ്കിലും ഖസാക്ക് എന്ന ഗ്രാമത്തിന് ഇന്ന് കേരളത്തിലുള്ള ഏത് ഗ്രാമത്തേക്കാളും വിശ്വാസ്യതയുണ്ട്. നന്ദി വീണ്ടും വരിക എന്ന ബോർഡ് ഇന്നും ഒന്നൂന്നി നോക്കിയാൽ അതിന്റെ അതിരിൽ തെളിയും. ഖസാക്കിലെ സമ്പദ് വ്യവസ്ഥ ആ പ്രദേശത്തിന്റെ നിർമ്മിതിയെ അസംബന്ധമാക്കി, എന്ന് എൻ.എസ്.മാധവൻ വിജയനിൽ നിന്ന് പുറത്തു കടക്കാനുള്ള വെമ്പലിൽ കണ്ടെത്തുന്നുണ്ട്. ഗുരുനാഥന്മാർ തരുന്ന പഴുതുകൾ വലുതാക്കിയല്ലാതെ ശിഷ്യന്മാർ എങ്ങനെ പുറത്തു കടക്കും? കേരളത്തിലെ ഏത് ഗ്രാമമാണ് ഏത് വ്യക്തിയാണ് വരവ് ചെലവുകൾ തമ്മിൽ പൊരുത്തം കാട്ടുന്നത്. ഈ രമ്യഹർമ്മ്യങ്ങളൊക്കെ ഈ ആടയാഭരണങ്ങളൊക്കെ ആ പൊരുത്തക്കേടല്ലേ?) ഹെമിങ്‌വെയുടെ 'കിഴവനും കടലും' എന്ന നോവലിലെ, കരയിലെത്തുമ്പോഴേക്കും മുഴുവനായും തിന്നുതീർക്കപ്പെട്ട മത്സ്യത്തെപ്പോലെ വഴിക്കു വെച്ച് ചെറുമത്സ്യങ്ങളൊക്കെ ഖസാക്കിനെ സ്വാംശീകരിച്ചു. ഒരുപക്ഷേ വിജയനിലൂടെ കടന്നുപോയവരൊക്കെയും വിജയന്മാരായി. പത്രപംക്തികളിലെ ഫീച്ചറുകളിൽ നിന്നുവരെ വിജയൻ തലപൊക്കി. "ലിൻ പിയാവോ ചെർപ്ലശ്ശേരിയിൽ" എന്ന കാർട്ടൂണിന്റെ പാഠാന്തരങ്ങൾ എന്ന് ചിരി വന്നു. അതേ നിഷ്കർഷയോടെയോ ധ്യാനത്തോടെയോ ഉള്ളിൽ നിന്ന് ചാലിച്ചെടുത്ത നിറത്തിലോ അല്ലെങ്കിലും വിജയന്റെ അസുലഭമായ കഥനഭംഗികൾ മലയാളത്തിൽ സുലഭമായി. വിമർശകരുടെ ഭാഷപോലും വിജയൻ ആർദ്രമാക്കി. രാജകൃഷ്ണന്റെയും അപ്പന്റെയും ആഷാമേനോന്റെയും മാതൃഭാഷ വിജയന്റെ ഭാഷയായിരുന്നു. തന്റെ ഭാഷയുടെ അതിസ്വാദ് വിജയന് വിനാശകരമായിത്തീർന്നു. വിജയൻ വായിക്കപ്പെട്ടതിലേറെ, മനസ്സിലാക്കപ്പെട്ടതിലേറെ അനുകരിക്കപ്പെട്ടു. ഒരുപക്ഷേ ചങ്ങമ്പുഴ പോലും പില്ക്കാലത്തിലിങ്ങനെ മലയാളത്തിൽ ലയിച്ചു ചേർന്നില്ല.

സമീപകാലം പുറത്തു കൊണ്ടുവന്ന ഏറ്റവും മികച്ച നോവൽ എന്നെ സംബന്ധിച്ച്, 'ലന്തൻ ബത്തേരിയിലെ ലുത്തീനിയകൾ' ആണ്. ഈ പുസ്തകത്തിൽ വളർന്ന് 'തിടംവെച്ച' മിക്ക ഇഴകളുടെയും നഴ്സറി ഖസാക്കിന്റെ ഇതിഹാസമാണ്. ഖസാക്കിൽ വിതയ്ക്കാത്തതിൽ കൂടുതലധികമൊന്നും മാധവൻ കൊയ്തിട്ടില്ല. അന്ന് ഞാൻ വായിച്ച ഖസാക്കിന്റെ ഇതിഹാസത്തേക്കാൾ വലുതാണോ ഇന്ന് ഞാൻ വായിക്കുന്ന ലുത്തീനിയകൾ എന്നെനിക്കുറപ്പില്ലെങ്കിലും - എല്ലാം

എവിടെയോ കണ്ട് ഹൃദിസ്ഥമായിത്തീർന്നവയാണ് – ഇന്ന് ഞാൻ വായിക്കുന്ന ഖസാക്കിനേക്കാൾ എത്രയോ മടങ്ങ് മികച്ച കൃതിയാണ് ഇന്ന് ഞാൻ വായിക്കുന്ന ലുത്തീനിയകൾ. അതിലെ തൊട്ടാലൊട്ടുന്ന ദ്രവങ്ങളൊന്നും കൈയുറ ഉപയോഗിച്ചെഴുതിയ മാധവന്റെ കൃതിയിലില്ല. വിജയനിൽ കഴിഞ്ഞ പൂർവ്വജന്മം മാധവന് കാര്യങ്ങളെളുപ്പമാക്കി എന്നെനിക്ക് തോന്നുന്നു. മാധവനും സുഭാഷ്ചന്ദ്രനും സി.വി.ബാലകൃഷ്ണനും ജോസഫ് മരിയനും മറ്റും മറ്റുമെല്ലാം അഭിനന്ദിക്കപ്പെടുമ്പോൾ വിജയൻ കൂടി അഭിനന്ദിക്കപ്പെടുന്നുണ്ട്. അതേ, അന്ന് ഞാൻ വായിച്ച ഖസാക്കിന്റെ ഇതിഹാസത്തേക്കാൾ മികച്ച കൃതി ഞാനിക്കാലം വരെ വായിച്ചിട്ടില്ല.

വിജയന്റെ നോവൽ ആദ്യതവണ വായിച്ചപ്പോൾ, അത് വായിച്ച എന്റെ തലമുറക്കാരിൽ പലർക്കും കഥാന്ത്യത്തിൽ രവി മരിച്ചോ ഇല്ലയോ എന്ന് സന്ദേഹമായി. "ബസ്സ് വരാനായി രവി കാത്തു കിടന്നു" എന്ന ഗദ്യസഹജമല്ലാത്ത വാക്യം അവരെ പ്രതിസന്ധിയിലാക്കി. "ബസ്സ് വരാനായി കാത്തിരുന്നു" എന്നായിരുന്നെങ്കിൽ പ്രതിസന്ധി ഇത്ര ദുർവ്വഹമാവുമായിരുന്നില്ല. മറ്റൊരടിയൊഴുക്കിലേക്ക് തുറക്കുന്ന 'വാക്കുകൾ' ഗദ്യത്തിൽ മലയാളിക്ക് അന്ന് ശീലമായിക്കഴിഞ്ഞിരുന്നില്ല. വാക്കിലുള്ള ഈ നിഷകർഷ, 'നിഷ്കർഷിച്ചു' എന്നെഴുതാൻ വളരെ പ്രിയമുള്ള വിജയന് സ്വാഭാവികമായിരുന്നു. എൻ.ബി.എസ്സിലെ മാധവൻ നായർക്കെഴുതിയ കത്തിൽ ബാക്കിയുള്ള റോയൽറ്റി 'തുടച്ചെടുത്ത്' അയച്ചു തരാൻ വിജയനെഴുതി. ഖസാക്കിലെ ആദ്യഖണ്ഡിക പുതിയൊരു ഭാഷയുടെ ആദ്യഖണ്ഡികകൂടിയാണ്. ഭാഷയിൽകാട്ടിയ സൂക്ഷ്മശ്രദ്ധയിൽ ഒരുപക്ഷേ ആശാനൊരാളല്ലാതെ വിജയനെ അതിശയിക്കുന്നില്ലെന്നും പറയാം. (ആശാനാണ് വിജയന്റെ പാരമ്പര്യം എന്നും എനിക്ക് തോന്നുന്നു. രവി, പത്മ എന്നീ പേരുകൾ മാത്രമല്ല, "ഇനി യാത്ര പറഞ്ഞിടട്ടെ ഞാൻ ദിനസാമ്രാജ്യ പതേ..." എന്ന് തുടങ്ങുന്ന വിയോഗവാക്യത്തിന്റെ ഓർമ്മകളുള്ള, "സായാഹ്നയാത്രകളുടേയും ഇടതു പുരികത്തിന്റേയും അച്ഛാ, രവി യാത്രയാണ്" എന്ന വിയോഗ വാക്യം മാത്രമല്ല, "ഉദയാസ്തമയങ്ങളെന്നിയെൻ ഹൃദയാകാശമതിങ്കലെപ്പൊഴും" എന്ന വരിയുടെ സംക്ഷേപമായ ഉദിച്ചസ്തമിക്കാത്ത സന്ധ്യകൾ പോലെയുള്ള പ്രയോഗങ്ങൾ മാത്രമല്ല, പദസംയുക്തങ്ങളുടെ സാന്ദ്രതയും പദജാഗ്രതയും എല്ലാം) ഇങ്ങനെ പദധ്യാനം ചെയ്ത ഒരു കവിയും മലയാളത്തിലില്ല. അസ്തമിച്ചു എന്നല്ല 'നേരം താണു' എന്നാണ് വിജയനെഴുതുക. താഴുക, തുറക്കുക, പറ്റെ, കൊള്ളുക, പിടിച്ചു, തൂർന്നു, തുറസ്സ്, നിനവ്... അതിസാധാരണങ്ങളായ ഈ പദങ്ങൾക്ക് വിജയൻ ഉയർന്ന വിതാനങ്ങൾ നല്കി. നോക്കുക, 'കരട്' പോലൊരു വാക്കിന് വിജയനുണ്ടാക്കുന്ന മിഴിവ്. "ദുഃഖത്തിന്റേയും ആഗ്രഹത്തിന്റേയും കരടുകൾ തടഞ്ഞു നെറ്റിത്തടത്തിലെ സൂക്ഷ്മജലങ്ങളുടെ പ്രവാഹം നിലയ്ക്കയാലാണ് ഒന്നും മനസ്സിലാവാതെ പോവുന്നതെന്ന് സ്വയം സമാധാനിച്ചു." ശമിക്കൽ പോലുള്ള വാക്കുകൾക്ക്

ദാർശനികധ്വനികൾ കൊടുത്തു വിജയൻ. ഗോവിന്ദമാനെ കൊന്നതിൽ നിയമദൃഷ്ട്യാ തെറ്റൊന്നുമില്ല കൃഷ്ണമാനേയും കലമാനേയും കൊല്ലാറുണ്ടല്ലോ എന്നീ പദാവധാനി ചിരിച്ചു. (ലെജൻഡ്സ് ഓഫ് ഖസാക്ക് എന്ന ഇംഗ്ലീഷ് പരിഭാഷയ്ക്ക് എങ്ങനെ ഖസാക്കിന്റെ ഇതി 'ഹാസ'ത്തിലെ ചിരി കൊണ്ടുവരാനാവും?) വിജയന്റെ ഗദ്യമുള്ള ആഴ്ച പ്പതിപ്പിലെ ഇതരഗദ്യ ശകലങ്ങൾ മാത്രമല്ല കവിതകളും കെട്ടുപോയി. അയ്യപ്പപ്പണിക്കരേയും കക്കാടിനേയും പോലുള്ള കവികൾക്കൊന്നും വിജയന്റെ കാവ്യസൗന്ദര്യമുണ്ടായിരുന്നില്ല; കാവ്യശ്രദ്ധയും. ഓരോ വാക്കും വിജയനറിഞ്ഞു. എഴുത്തച്ഛന്റേതിന് തുല്യമായ ഒരു പദലഹരി വിജയൻ കൊണ്ടുനടന്നു. സിക്കുകാരൻ എന്ന് പറയാതെ ശിഖൻ എന്ന് പറയുന്നു വിജയൻ. എന്നിട്ടടിക്കുറിപ്പ് കൊടുക്കുന്നു. "ശബ്ദസുഖം നേടാൻ ഒരു ദുസ്സ്വാതന്ത്ര്യം എടുത്തുപോയതാണ്." സാങ്കേതികം (Arbitary) ആണ് പദങ്ങൾ എന്ന് വിജയൻ കരുതിയില്ല. വേരുകളുള്ള നാടൻപദങ്ങൾ ഇടയ്ക്കിടെ വിളക്കിച്ചേർത്ത് വിജയൻ പുതിയൊരു മണി പ്രവാളമുണ്ടാക്കി. "വാഗർത്ഥങ്ങൾ വേർപെടാത്ത, വാക്ക് സചേതനമായി രുന്ന ഒരു കാലത്തിന്റെ ഉദ്വേഗം" സാക്ഷാത്കരിക്കുകയായിരുന്നു വിജയൻ. അത്തരം ഒരു കാലം കവിതകൾ മാത്രമേ സാക്ഷാത്കരിച്ചി രിക്കൂ. വിജയൻ കവിതകളിൽ നിന്നാണ് ഭാഷ പഠിച്ചത്. സംഭാഷണ ങ്ങൾ കനിവോടെ കേട്ട് ശീലിക്കുകയും ചെയ്തു. "തമ്പുരാനെ" എന്ന് വിളിക്കുന്ന ദാസ്യത്തോടെ സംഘനേതാവ് പറഞ്ഞു; "സഖാവേ," "ചരിത്രമില്ലെങ്കിൽ എന്റെ ഭർത്താവ് എവിടെ നിന്ന് വെടികൊള്ളും" "ഈ പരിതഃസ്ഥിതിയിൽ മുലക്കണ്ണുകളെ സ്വതന്ത്രമാക്കാനുള്ള ഏത് ശ്രമവും തീവ്രവാദമായി തെറ്റിദ്ധരിക്കപ്പെടുമെന്ന് ലാവണ്യയ്ക്കറിയാമായിരുന്നു." "പിന്നെപ്പിന്നെ ശവങ്ങളെ തിരിച്ചറിയാൻ കഴിഞ്ഞതോടെ പേടി മാറി പരിചയവും ധാരണയുമായി"

"ആ മുറ്റം പാതയായി മങ്കരയ്ക്ക് തിരിച്ചു പോവുന്നു"... ഇങ്ങനെ വിജയൻ കുടികൊള്ളുന്ന വാക്യങ്ങൾ അനവധിയാണ്. വിജയൻ കുടി കൊള്ളാത്ത വാക്യങ്ങൾ അരുതെന്ന ശാഠ്യം വിജയനെ പിൽക്കാലത്ത് തളർത്തിയിട്ടുമുണ്ട്. ക്രിക്കറ്റിന്റെ ഭാഷയിൽ പറഞ്ഞാൽ 'മൈഡി' ഓവറു കൾക്ക് വിജയൻ വഴങ്ങിയതേയില്ല. വിജയനെ അത് അതിമൃദുവാക്കി. ഗുരുസാഗരത്തിലും മധുരം ഗായതിയിലും പ്രവാചകന്റെ വഴിയിലും അത് മെൽട്ടിങ് പോയന്റിലും താണു.

സമൂഹത്തെ കുഴക്കിയ പരിഹാരമില്ലാത്ത സന്മാർഗ്ഗഭ്രംശങ്ങളാവാം ഉൽപ്പത്തിക്കഥയെ സങ്കല്പിക്കാൻ പ്രേരിപ്പിച്ചത്. അനവധിക്കാലമായി തുടർന്നു വന്ന പാപവും പശ്ചാത്താപവും പ്രത്യാശയും ഊറിക്കൂടിയ താവാം അത്. സന്മാർഗ്ഗ ഭ്രംശങ്ങളിലെ ആനന്ദത്തെ വിലക്കുവാൻ അതി ജീവനശേഷി കണ്ടെത്തിയ ഒരു മാർഗ്ഗവും. ദൈവത്തിന്റെ കല്പന ലംഘിച്ച് സന്മാർഗ്ഗത്തിൽ നിന്ന് വ്യതിചലിച്ച ആദ്യ മനുഷ്യനാണ് നമ്മുടെ അശാന്തതകൾക്കെല്ലാം കാരണം എന്ന് പിൽക്കാലം മുൻകാലത്തെ

കണ്ടെത്തി. അഴിവിലും സങ്കടത്തിലും വഞ്ചനയിലും നിന്ന് പറുദീസ സങ്കല്പിക്കപ്പെട്ടു. ഖസാക്കിലുമുണ്ട് ഒരു പറുദീസ. അതിൽ അമ്മയുടെ വയറിൽ ചാരിയിരുന്ന് രവി ആകാശച്ചരിവിലൂടെ വീഴുന്ന ജ്വലിക്കുന്ന കരിക്കിൻ തൊണ്ടുകൾ കാണുന്നുണ്ട്. അച്ഛന്റെ കൈപിടിച്ച് സായാഹ്ന യാത്രകൾക്ക് പോകുന്നുണ്ട്, രവി അയാളുടെ പ്രതിഭയായി വർത്തിക്കുന്നുണ്ട്, പത്മയുടെ സ്നേഹവാനായ കാമുകനും. ചെറിയമ്മയെ 'അറിഞ്ഞ്' അയാൾ ബഹിഷ്കൃതനാവുന്നു. പാപത്തിന്റെ ആനന്ദം വീണ്ടും വീണ്ടും അതിലേക്കു തന്നെ അയാളെ നയിക്കുന്നു. (ആദ്യന്തം പാമ്പുണ്ടല്ലോ ഖസാക്കിൽ. സർപ്പം നൽകിയത് സർപ്പം തന്നെ എടുക്കുന്നുമുണ്ട്. രവിയെ എന്തൊരോമനത്തത്തോടെ വന്നാണ് ആ ഉണ്ണിക്കുട്ടൻ മോചിപ്പിക്കുന്നത്). പാപത്തിന്റെ കലർപ്പുള്ള രതി മാത്രമേ ആനന്ദകരമായിട്ടുള്ളൂ എന്ന സത്യത്തിന്റെ ഇരകളാണ് വിജയന്റെ എല്ലാ കഥാപാത്രങ്ങളും. ക്രമം ഭഞ്ജിച്ച് മാത്രം ആനന്ദിക്കുന്നവൻ എന്ന വിധിയെ മനുഷ്യന് തിരുത്താനാവുമോ? പാപം ചെയ്തവരോടേ രവിക്ക് ഭ്രമമുള്ളൂ. ചെറിയമ്മയിൽ, മൈമുനയിൽ, ചാന്തുമ്മയിൽ... ഭാര്യയുടെ ചാരിത്ര്യദോഷം കൊണ്ടാണ് ഭർത്താവ് പോതിയുടെ പുളിമരത്തിൽ നിന്ന് വീണ് ചാവുന്നതെന്ന വിശ്വാസം തന്നെ അഗതിയാക്കിയെന്ന ചാന്തുമ്മയുടെ ഏറ്റുപറച്ചിൽ കേട്ടതും രവി ആഗ്രഹത്തോടെ ചാന്തുമ്മയുടെ ചുമലിൽത്തൊട്ട് ചോദിക്കുന്നു: നേരാണോ? കൊഴണശ്ശേരിയിലെ കമ്യൂണിസ്റ്റുകാർ ജന്മിയായ ശിവരാമൻ നായരെക്കുറിച്ച്, ചെറുമികൾ മുലകൾ കാട്ടി കുമ്പിട്ട് നിന്ന് കൊയ്യണം പോലും എന്ന് ദോഷം പറഞ്ഞപ്പോൾ രവി അത് നല്ലതല്ലേ എന്ന് ചോദിക്കുന്നു. തിന്മയുടെ ആകർഷണത്തെ ചെറുക്കാൻ കമ്യൂണിസത്തിനാകുമോ എന്നാണ് രവി ചോദിക്കുന്നത്. തിന്മയുടെ ആകർഷണത്തെ തടയാനാവാത്ത ദുർബ്ബലരായ മനുഷ്യരുടെ കഥയാണ് വിജയനെഴുതിയത്. 'പാവങ്ങളുടെ.' കമ്യൂണിസ്റ്റുകാർക്ക് വിജയനോടുള്ള കാലുഷ്യം ഉചിതം മാത്രം.

സാമാന്യത്തിലധികം വലുപ്പമുള്ള ഒരാളുടെ അളവുകളുണ്ടായിരുന്നെങ്കിലും (അതിലല്പം കുറ്റബോധമുണ്ടെന്ന പോലെ വിജയൻ കുനിഞ്ഞ് നടന്നു) ദുർബലനായിരുന്നു, റോഡ് മുറിച്ച് കടക്കാൻ ഭയന്ന എട്ടുകാലിയെപ്പേടിച്ച വിജയൻ. ഏഴാം മാസത്തിലാണ് വിജയനെ പെറ്റത് എന്നെവിടെയോ വായിച്ചു. ശേഷിച്ച മൂന്നുമാസക്കാലം അയാൾ 'തികഞ്ഞിട്ടില്ലാത്ത' അപ്പുക്കിളികളെ കഥാപാത്രങ്ങളാക്കിയും കാർട്ടൂൺ വരച്ചും ചെലവഴിച്ചു. തികയാതെ പെറ്റതാണ് മനുഷ്യനെ എന്ന് ലകാൻ സിദ്ധാന്തിക്കുന്നുണ്ട്. അതവന്റെ ആവിഷ്കാരങ്ങളിലൊക്കെ നിർണായകമായി എന്നും. ഏഴാം മാസത്തിൽ പുറത്തുവന്ന ഒരാളുടെ ഭീതിയോടെ വിജയൻ ജീവിച്ചു. തന്റെ അപക്വത ദുർബ്ബലനും ഭീരുവുമായ മനുഷ്യനെ ആധികാരികമായി അറിയാൻ വിജയനെ തുണച്ചു. ഭീതിയെ വിജയൻ വലിയൊരു കലാനുഭവമാക്കി. എണ്ണ, അരിമ്പാറ, പരീക്ഷ, ധർമ്മപുരാണം എന്നിവയൊക്കെ അതാണ്. തന്റെ വിരലുകളിലൊന്ന് തന്റെ അടുത്തേക്ക്

വരുമ്പോൾ ഭയന്ന് ചൂളിപ്പോയ ഒരാളെ വിജയൻ കാർട്ടൂണിൽ ആവിഷ്കരിക്കുന്നുണ്ട്. അത് ക്രമത്തിൽ മുഴുവൻ വിരലുകളുമാവുന്നു. അത് പറയുന്നു "പേടിക്കരുത്," "ഓടുകയുമരുത്," "നിന്നെ രക്ഷിക്കാനാണ് ഞങ്ങൾ വന്നത്." അധികാരത്തിന്റെ ശക്തി പ്രകടിപ്പിക്കുന്നവർ വെറും പേടിത്തൂറികളാണ് എന്ന് വിജയൻ തുടർച്ചയായി പറഞ്ഞു. ഭയം കൊണ്ടാണ് കിരാതമായ ദുഷ്ടത അവർ കാട്ടുന്നത്.

"ഛെ' എന്ന് പറഞ്ഞാൽ ഒന്നുകിൽ കാഷ്ടിക്കും അല്ലെങ്കിൽ മൂത്രമൊഴിക്കും. ഇങ്ങനെ വിരണ്ടു തൂറുന്നവർക്ക് മാത്രമേ മറ്റു മനുഷ്യരെ മർദ്ദിക്കാൻ കഴിയുകയുള്ളായിരിക്കും. അവർക്ക് മാത്രമേ, സാധാരണ മനുഷ്യനെ ബുദ്ധിമാന്ദ്യങ്ങളില്ലാത്തവരെ, അടക്കിഭരിക്കാൻ വയ്ക്കൂ എന്നതാവണം പ്രകൃതിനിയമം." ചാപ്ലിന്റെ ഹിറ്റ്ലറേക്കാൾ ഭീരുവും നികൃഷ്ടനുമാണ് വിജയന്റെ ഹിറ്റ്ലർ. പ്രജാപതിയുടെയും സേനാധിപന്റെയും രാജ്യരക്ഷാമന്ത്രിയുടെയും 'ഉള്ളിൽ' എന്താണുള്ളതെന്ന് വിജയൻ കാട്ടുന്നു. ചോദ്യം ചെയ്യപ്പെടുമ്പോൾ ഉള്ളിലുള്ളത് പറയുന്നതിന് പകരം അവർ തൂറുന്നു. ബുനുവലിന്റെ ഒരു ചലച്ചിത്രത്തിൽ, സ്വീകരണമുറിയിൽ ടോയ്‌ലറ്റുകളുടെ മുകളിലിരുന്ന് സല്ലപിച്ചുകൊണ്ടിരിക്കുന്നവരിൽ ഒരാൾ എവിടെയാണാമുറി എന്ന് നാം ടോയ്‌ലറ്റിനെക്കുറിച്ച് ആരായുന്ന സങ്കോചത്തോടെ തീൻ മുറിയെക്കുറിച്ച് ചോദിക്കുന്നുണ്ട്. പരസ്യമായ മാന്യതയും രഹസ്യമായ അമാന്യതയും 'ആർബിട്രറി' ആണെന്ന് പറയുകയാണ് ബുനുവൽ. ഭക്ഷണം കഴിക്കുമ്പോഴത്തെ രസാനുഭൂതിയേക്കാൾ കുറവല്ലല്ലോ വിസർജ്ജിക്കുമ്പോഴത്തെ രസാനുഭൂതി. ഭീരുത്വത്തിന്റെ കൂടി ഈ ആവിഷ്കാരരൂപം- 'തീവ്ര'മായ പദമാണ് 'തീ'ട്ടം- അധമത്വത്തെ വർണിക്കാൻ വിജയൻ നിർലോപമുപയോഗിക്കുന്നു. അധമത്വം നമ്മളിൽ നിന്ന് അധികമകലത്തല്ല, ഉള്ളിൽത്തന്നെയാണ് എന്നത് ഈ പരിഹാസത്തെ അസ്വസ്ഥതയാക്കുന്നു. "ചരിത്രത്തിന്റെ സമസ്തരൂപങ്ങളിലും മാലിന്യതകളിലും ഈ കഥ പറയുന്നവനും തുല്യമായി അകപ്പെട്ടു കിടക്കുന്നു." എത്ര ദുർബലനാണീ പ്രജാപതി എന്നതിനർത്ഥം എത്ര ദുർബലനാണീ മനുഷ്യൻ എന്നു കൂടിയാവുന്നു. ഈ സത്യത്തിൽ ചിരി ചെന്നു മുട്ടുമ്പോൾ ആ ചിരി വല്ലായ്മയുണ്ടാക്കുന്നു. "ചിരിക്കുന്നല്ലോ എന്നോർത്ത് ഒരു വല്ലായ" എന്ന് രവി. ഈ വല്ലായ്മ ഉണ്ടാക്കുന്നു വിജയന്റെ കാർട്ടൂണിലെ ആയാലും ധർമ്മപുരാണത്തിലെ ആയാലും അരിമ്പാറയിലെ ആയാലും ചിരി. മലയാളത്തിലെ കരയിപ്പിക്കുന്ന ചിരികളേക്കാൾ ദാർശനികമാനമുണ്ട് ഈ അസ്വസ്ഥമായ ചിരിക്ക്. അതിന്റെ കറ കഴുകിക്കളഞ്ഞാൽ പോവുന്നതല്ല.

യുവാവായ വിജയനെ ഞാൻ കണ്ടിട്ടുണ്ട്. മലമ്പുഴയിലേയും പീച്ചിയിലേയും സാഹിത്യക്യാമ്പുകളിൽ. പക്ഷികളും ഇലകളും സങ്കടം പറയുന്ന ഒച്ചയിൽ വിജയനന്ന് ഞങ്ങളോട് സംസാരിച്ചു. കാതുകൊണ്ട് കേൾക്കാനാവാത്ത എന്നാൽ ഉൾക്കാതുകൊണ്ട് കേൾക്കാനാവുന്ന അത്ര അടുത്തിരുന്നുകൊണ്ട്. ജോൺ അബ്രഹാമിന്റെ അഗ്രഹാരത്തിലെ

കഴുതയിലെ കുനിഞ്ഞു നടക്കുന്ന, കിളരം കൂടിയ, ചിന്നാ ചിന്നാ എന്ന് കഴുതക്കുട്ടിയെ ഓമനിക്കുന്ന, കഴുതക്കുട്ടി പശുവിൻ പാൽ കുടിക്കുമോ എന്ന് സംശയം പ്രകടിപ്പിക്കുന്ന എം.ബി.ശ്രീനിവാസൻ അവതരിപ്പിച്ച ആ നിഷ്കളങ്കനായ പ്രൊഫസറുടെ രൂപമാണ് വിജയന് കൂടുതൽ പറ്റിയതെന്ന് എനിക്ക് തോന്നാറുണ്ട്. സന്ദർഭം കിട്ടിയാൽ വിജയനെ അയാളിൽ കയറ്റിവിടണം എന്നും. എങ്കിലും വിജയനെക്കൊണ്ടു നടക്കാൻ വിജയന് കിട്ടിയ രൂപവും ഒന്നാന്തരമായിരുന്നു. ഉള്ളടക്കത്തിലേക്ക് എളുപ്പം തെന്നിപ്പോവുന്ന രൂപം. മലയാളത്തിലെ തൊട്ടാവാടിയായ ഈ എഴുത്തുകാരന് അത് നന്നായിണങ്ങി. 'വാഗർത്ഥാവിവ സംപൃക്തൗ' എന്ന് വിജയനും തന്റെ ദേഹവുമായിണങ്ങി. അദ്ദേഹത്തെ വിധി വർഷങ്ങൾക്കകം വല്ലാതെ വികൃതമാക്കി. തന്റെ എച്ചിൽപോലെയായി വിജയൻ. അദ്ദേഹത്തിൽ സൗന്ദര്യമായിരുന്നത് ഇന്ന് കൃതികളായിരിക്കുന്നു. ഇങ്ങനെ നിശ്ശേഷം ഭാഷാന്തരം ചെയ്ത ഒരെഴുത്തുകാരനും മലയാളത്തിൽ ഇങ്ങനെ സ്വാംശീകരിക്കപ്പെട്ട ഒരെഴുത്തുകാരനും വേറെയില്ലെന്ന് ഞാനറിയുന്നു. ■

വിഹരിക്കുകയാണ് മേതിൽ

'ഒരെഴുത്തുകാരന്റെ ബാല്യം ഞാനഹങ്കാരത്തോടെ ചെലവഴിച്ചത് മേതിലിലാണ്. 'ഏതിലയും മധുരിക്കുന്ന കാടുകളിൽ ഒരു മേഷക്കിടാവിനെപ്പോലെ' മേതിലിൽ ഞാനുല്ലസിച്ചു. 'സൂര്യവംശ'വും സുഹൃത്തു മാസികയിലെ 'വിഹഗവീക്ഷണം' എന്ന വിചിത്രസുന്ദരമായ കോളവും 'നീലസംഗീതം' എന്ന മാതൃഭൂമി ലേഖനവും

'നീലയാണെനിക്കിഷ്ടം
നിറത്തിൽ നിറം നീല
നീലയേക്കാളും നീല
നീലയെന്നനിയത്തി'

എന്നു തുടങ്ങുന്ന കവിതയും 'മാളവിക'യും 'ദ്രോണാചല പല്ലവി'യുമൊക്കെ എന്റെ ഭാവനയെ പ്രചോദിപ്പിക്കുകയും വെല്ലുവിളിക്കുകയും ചെയ്തു. എന്റെ ഭാവനയുടെ വ്യാപ്തി ആദ്യമായി ഞാൻ തിരിച്ചറിയുന്നത് മേതിലിന്റെ രചനകളിൽ നിന്നാണ്. ഏതെഴുത്തുകാരന്റെയും ആദ്യരചനകൾ അയാളുടെ പ്രിയങ്കരനായ എഴുത്തുകാരന്റെ രചനകളാണ്. തന്റെ ആദ്യരചന മാക്ബത്താണെന്ന് പറയുന്നു 'ഇസ്മായിൽ കാദരെ.' ഈയിടെ മേതിൽ 'എൻ ചിതോറിന്റെ പത്മിനി' എന്ന എന്റെ പ്രിയതരമായ വാക്യത്തെ ഓർമയിൽ നിന്നും തെറ്റായി ഉദ്ധരിച്ചു കണ്ടപ്പോൾ എനിക്ക് ചാരിതാർത്ഥ്യം തോന്നി. അതിന്റെ പേറ്റന്റ് ഇപ്പോഴെനിക്കാണ്. 'സൂര്യചന്ദ്രജാലകം' എന്ന മുച്ചക്രവാഹനത്തിൽ ഞാൻ സഞ്ചരിച്ചത്ര പില്ക്കാലത്തൊരു വാഹനത്തിലും സഞ്ചരിച്ചില്ല. പരിചയപ്പെടുന്ന, പരിചയപ്പെടുന്ന വായനക്കാരനിലെ മേതിൽ സാക്ഷരതയുടെ കുറവ് എന്റെ വായനയുടെ മേനികൂട്ടി. എം.ഡി. രാമനാഥനെ കേൾക്കുന്ന സംഗീതാസ്വാദകൻ എന്നൊക്കെ പറയുമ്പോഴുള്ള ഗമ പോലൊന്ന് എന്റെ ഉത്തരീയമാവുകയും ചെയ്തു.

നിങ്ങൾ വായിച്ചോളൂ, പക്ഷേ, ഞാൻ വായിച്ചേടത്തോളം നിങ്ങൾ വായിക്കുകയില്ല എന്ന് ജെയിംസ് ജോയ്സിയൻ അഹങ്കാരം തരുന്ന

എഴുത്തുകാരോട് എനിക്കെന്നും ഭ്രമമുണ്ടായിരുന്നു. ഞാൻ വായിക്കുമ്പോൾ മാത്രം തെളിയുന്ന മഷികൊണ്ടെഴുതിയവർ. 'ബിഥോവൻ എല്ലാവർക്കും പറ്റില്ല' (Beethoven is not for everyone). മേതിൽ ഒരു ബെസ്റ്റ് സെല്ലറായിരുന്നെങ്കിൽ എത്ര അസംഗതമാവുമായിരുന്നു, സാധാരണമാവുമായിരുന്നു എന്റെ വായന. (ഭാവനയുടെ) കുബേരൻ മാത്രം സഞ്ചരിക്കുന്ന പുഷ്പകവിമാനത്തിൽ സഞ്ചരിക്കുന്നൊരാളുടെ 'ക്ലാസ്' മേതിൽ എനിക്ക് തന്നു. പ്രസിദ്ധപ്പെടുത്തിയിട്ടും പ്രസിദ്ധപ്പെടാത്ത ചിലതിന്റെ വായനാവകാശം മേതിൽ എനിക്ക് തന്നു. 'അന്ന് കളിക്കുമ്പോൾ മുകളിലേക്കെറിഞ്ഞ പന്ത് ഇനിയും താഴെ വീണിട്ടില്ല' എന്ന ഡിലൻ തോമസിന്റെ വരികളിൽ തനിക്ക് മാത്രം വെളിവായിക്കിട്ടിയ സൗന്ദര്യത്തെക്കുറിച്ച് മേതിലിങ്ങനെ എഴുതി: 'ഒരുപക്ഷേ, എല്ലാ എഴുത്തുകാരും (ഞാൻ തീർച്ചയായും) ഡിലൻ തോമസിന്റെ പന്ത് എന്നെങ്കിലും താഴെ വീഴുമെന്ന് വിശ്വസിക്കുന്നു. അത് താഴെ വീഴുന്നതു വരെയുള്ള ഉത്കണ്ഠ, വീഴുമോ ഇല്ലയോ എന്ന ഉത്കണ്ഠ- അതാണെഴുത്ത്, എഴുത്തിന്റെ മനസ്സ്- ഞാൻ നാലും ആറും ആടുന്നത് ഡിലൻ തോമസിന്റെ പന്തുകൊണ്ടാണ്.' കയറിക്കയറി (കയറ് എന്ന് വിളിച്ച് കയറ്റിയോ സ്വന്തം പേര് അഭ്യർഥനയാക്കിയ പുലവന്റെ കയർ?) മുകളിലെത്തിയപ്പോൾ മേതിലിന് മാജിക്കുകൾക്കിടയിൽ അപ്രത്യക്ഷമായ വസ്തുക്കളുടെ നിലവറയായ ശൂന്യാകാശത്തുനിന്ന് തുറന്നുവിട്ട ഒരു ടെന്നീസ് പന്തും കിട്ടുന്നുണ്ട്; അതിൽ ഡിലൻ തോമസിന്റെ കൈയൊപ്പുമുണ്ട്. (മേതിലിന്റെ ശിപാർശയിന്മേൽ ഞാൻ വായിച്ചുതുടങ്ങിയ കവിയാണ് അക്കിത്തം 'നിന്നെ കൊന്നവർ കൊന്നു പൂവേ, തന്നുടെ തന്നുടെ മോക്ഷത്തെ' എന്ന വരിയായിരുന്നു ആ ശിപാർശ. ഡിലൻ തോമസിന്റെ സ്പർശമുള്ള, എന്നാൽ, മൗലികമായ ഒരു വാക്യം അക്കിത്തത്തിന്റേതായുണ്ട്.

> 'വീഴാത്ത രണ്ടു പഴം കൂടി വീഴ്ത്തുവാൻ
> വീഴാതെ നിന്നു തിരിയും പകിടകൾ
> ഇന്നുമാക്കുന്നത്ത് കാണ്മിതോ? നിശ്ചയ
> മില്ല മേ, ആരാഞ്ഞുമില്ലതു പിന്നെ ഞാൻ.'

താനെഴുതിയേക്കാവുന്നതേ തനിക്ക് വായിക്കാനാവൂ എന്നുമാവാം). അലസമായ വായനയെ ചെറുക്കുന്നതു കൊണ്ടും വായിക്കുമ്പോൾ എഴുതുന്നിടത്തോളം അവനവനെ ഇറക്കുമതി ചെയ്യേണ്ടതുകൊണ്ടും ഓരോ ചൂതും സശ്രദ്ധം കളിക്കേണ്ടതുകൊണ്ടും ഈ എഴുത്തുകാരന് വായനക്കാരെക്കാൾ ആരാധകരാണുള്ളത്.

ഒരു മേതിൽക്കഥ എങ്ങനെ മറ്റൊരാൾക്ക് പറഞ്ഞു കൊടുക്കും എന്നെനിക്കറിയില്ല. പറയലാണ് കഥയുടെ മാധ്യമമെങ്കിൽ എഴുത്താണ് ചെറുകഥയുടെ മാധ്യമം. മേതിലിലാകട്ടെ, ചെറുകഥ എന്ന ഈ എഴുത്തുമാധ്യമം അതീവ സജീവവും. രൂപത്തിൽ നിന്ന് ഭിന്നമായ ഉള്ളടക്കമില്ലാത്തതുകൊണ്ട് അതിന്റെ സംഗ്രഹമോ പരിഭാഷയോ സാധ്യമല്ല.

എഴുതിയെഴുതി മാത്രം സാധിച്ച ഈ പർവതാരോഹണങ്ങൾ എഴുത്തോളം തന്നെ അർപ്പണമാവശ്യമുള്ള ചില പിന്തുടരലുകളാൽ പങ്കിടാമെന്നേ യുള്ളൂ. വിത്ത് ചെടിയായി, മഞ്ഞക്കരു പക്ഷിയായി, ഇരുമ്പയിൽ ഉലയായി മാറുമ്പോലെ നാടകീയമായാണ് ബീജം ചെറുകഥയായി മേതിലിൽ വളരുന്നത്. (മേതിൽ എന്നാൽ ഭൂമിയെന്ന് മേതിലും ഓർമിപ്പി ക്കുന്നുണ്ട്. എങ്കിൽ അത് ഏറെ ഫലഭൂയിഷ്ഠമായ ഭൂഭാഗമാണെന്ന്, അന്വേഷണപഥങ്ങൾ തന്നെ ഉടലുകളായിത്തീരുന്ന ചെടികളെപ്പോലെ ഈ കഥകൾ).

വിർഗോസോപ്പിലെ ദൃശ്യപ്രതീകമായ കന്യകയിൽ നിന്നോ, ആളില്ലാത്ത വീട്ടിലെ വാതിലിനടിയിലൂടെ അകത്തേക്ക് കയറിക്കിടക്കുന്ന ദിനപത്രത്തിൽ നിന്നോ, തന്റെ ചിത്രങ്ങളിൽ തികച്ചും യാദൃച്ഛികമായി പ്രത്യക്ഷപ്പെടാൻ മറക്കാറില്ലാത്ത ഹിച്ച്കോക്കിൽ നിന്നോ, വായുവിൽ തൂങ്ങിയാടുന്ന റിസീവറിൽ നിന്നോ, പിതാഗോറസ് ചീട്ടുകളിയിൽ നിന്നോ ഉയരുന്ന വല്ലാത്ത ഒരു ക്ഷണത്തെ പിന്തുടരുന്ന 'പ്രവാഹലേഖ'കളാണ് ആ കഥകൾ. ഭാവനയുടെ വിചിത്രമായ സഞ്ചാരപഥങ്ങൾ. അവയ്ക്ക് മെഴുകുതിരിയെപ്പോലെ നൂറു ശിരോവസ്ത്രങ്ങൾ.

നോക്കൂ 'സംഗീതം ഒരു സമയകല' എന്ന കഥ. ഹ്യാമലിൻ എന്ന യൂറോപ്യൻ വ്യാവസായികനഗരത്തിൽ എലികളുടെ ശല്യം ദുസ്സഹമായി ത്തീർന്നപ്പോൾ അവയെ ഒഴിപ്പിക്കാൻ നഗരവാസികൾ പൈഡ് പൈപ്പറുടെ സഹായം തേടുന്നു. പ്രതിഫലം പറഞ്ഞുറപ്പിച്ച ശേഷം അയാൾ കുഴൽവിളിച്ച് നഗരത്തിൽ നിന്ന് എലികളെ പുറത്തുകടത്തുന്നു. കാര്യം സാധിച്ചപ്പോൾ, വാഗ്ദത്തം പാലിക്കുന്നതിൽ നഗരവാസികൾ വീഴ്ചവരുത്തുന്നു. നിരാശനും കോപാകുലനുമായ പൈഡ്പൈപ്പർ കുഴൽ വിളിച്ച് നഗരത്തിൽ നിന്ന് പുറത്തു കടക്കുന്നു. പക്ഷേ, ഇത്തവണ നഗരത്തിലെ കുട്ടികൾ, നേരത്തേ എലികൾ എങ്ങനെ അടക്കവയ്യാത്ത ആകർഷണത്താൽ ആ കുഴൽവിളിയെ പിന്തുടർന്നുവോ, അതേ ഉത്കട മായ ആകർഷണത്തിന്റെ താരയിൽ അയാളെ പിന്തുടരുന്നു. അവരൊ ന്നാകെ നഗരത്തിൽ നിന്ന് അപ്രത്യക്ഷമാകുന്നു. എന്താണ് ഈ ഐതിഹ്യത്തിന്റെ പൊരുൾ?

എല്ലാ ഐതിഹ്യങ്ങളും അകലെയൊരിടത്തുവെച്ച്- ഒരു സമാന്തര സന്ദർഭത്തിൽ വെച്ച്- അദ്ഭുതാംശങ്ങൾ അഴിച്ചുവെച്ച് യാഥാർഥ്യമാകു ന്നുണ്ട്. സുവ്യക്തമാകുന്നുണ്ട്. ഇത്രയധികം എലികളെ മരണത്തിലേക്ക് ആട്ടിത്തെളിച്ച ആ പൈഡ്പൈപ്പർ യഥാർത്ഥത്തിൽ ആരാണ്? പ്രതികാര മായി നഗരത്തിലെ മുഴുവൻ കുട്ടികളെയും അജ്ഞേയതയിലേക്ക് അയാൾ ആട്ടിത്തെളിക്കുന്നു. കഥയിലെ നായകനായ ബസവയുടെ അച്ഛനായ സാനിട്ടറി ഇൻസ്പെക്ടർ അനായാസമായി മനസ്സിലാക്കിയത്, സ്വജീവിതം കൊണ്ട് അനായാസമായി അഴിച്ചെടുത്തത്, ആ പൈഡ് പൈപ്പർ ബ്യൂബോണിക് പ്ലേഗ് ആണ് എന്നാണ്. തന്റെ ജോലി ശരി യായി ചെയ്തിരുന്ന, അതിനുള്ള പ്രതിഫലം ജീവിതാവസാനംവരെ

കിട്ടിയിട്ടില്ലായിരുന്ന, ഒരു സാനിട്ടറി ഇൻസ്പെക്ടർക്ക് പതിന്നാലാം നൂറ്റാണ്ടിന്റെ മുഴുവൻ സാനിട്ടറി ഇൻസ്പെക്ടറായിരുന്ന ആ ബ്യൂബോണിക് പ്ലേഗിനെ - അല്പം ക്രൂരനായിരുന്ന ആ സഹപ്രവർത്തകനെ- മനസ്സിലാക്കാൻ എന്താണ് പ്രയാസം എന്നാണ് ബസവ ചോദിക്കുന്നത്. ചത്തുവീണ എലികൾ നൽകിയ ദുസ്സൂചനകൾ ഉൾക്കൊള്ളാതിരുന്ന, വേണ്ട മുൻകരുതലുകൾ എടുക്കാതിരുന്ന, ശുചിത്വത്തിൽ പിശുക്കു കാണിച്ച നാഗരികതയെ കുട്ടികളുടെ കൂട്ടക്കശാപ്പിലൂടെ ശിക്ഷിച്ച, ബ്യൂബോണിക് പ്ലേഗിനെക്കുറിച്ച് പില്ക്കാലം സൃഷ്ടിച്ച മനോഹരമായ രൂപകമായിരുന്നു പൈഡ്പൈപ്പറുടെ കഥ. 'നാലുവർഷത്തെ കുഴലൂത്ത്, അഞ്ചുകോടി എഴുപതു ലക്ഷം മരണം.' മുതിർന്നവരുടെ തെറ്റിന് ശിക്ഷയായി അനുഭവിക്കേണ്ടി വന്ന ബ്യൂബോണിക് പ്ലേഗിനെക്കുറിച്ചുള്ള ഒരുപമയല്ലാതെ മറ്റെന്താണ് പൈഡ്പൈപ്പറുടെ കഥ? 'അത്രയും ശക്തിയായി കുഴലുവിളിക്കാൻ പ്ലേഗുപോലുള്ള ഒരു പകർച്ചവ്യാധിക്കല്ലാതെ മറ്റെന്തിനു കഴിയും?' ചത്തുവീണ എലികളുടെ രൂപത്തിൽ പ്രത്യക്ഷപ്പെട്ടു തുടങ്ങിയ, മനുഷ്യശിശുക്കളുടെ കൂട്ടമരണത്തിൽ വിശ്വരൂപമെടുത്ത ബ്യൂബോണിക് പ്ലേഗിനെ അറിവുകളെക്കാൾ ശക്തമായ ഒരു 'തോന്നൽ' തിരിച്ചെറിഞ്ഞ വിധമായിരുന്നു അത്. 'ഒരുപക്ഷേ, നാടോടിക്കഥകൾക്കും ഐതിഹ്യങ്ങൾക്കും മാത്രമേ അത്രയും ഭീകരമായ ഒരു ദുരന്തം ഒളിച്ചുവെക്കാൻ കഴിയൂ.' സമാനമായ ഒരു ദുരന്തത്തിലൂടെ കടന്നുപോകുമ്പോൾ, ഉദാഹരണത്തിന് സൂററ്റിലെ ഒരു പ്ലേഗ് ബാധയുടെ പുതിയ സന്ദർഭത്തിൽ, ഈ കഥയുടെ പൊരുൾ സുവ്യക്തമാകുന്നു. അത് അപ്പോൾ സൗമ്യമായ ഭാഷയിലുള്ള, ഉള്ളിൽ ചരിത്രത്തിന്റെ ഭീഷണിപ്പെടുത്തൽ ഒളിച്ചുവെച്ച പ്രഹേളികയാകുന്നു. ഭീതിദമായ ഒരാകർഷണം കാലാന്തരത്തിൽ സംഗീതമായി മാറുന്നു.

തലേന്നുണ്ടായിരുന്ന പലതും പിറ്റേന്നേക്കില്ലാതാവുന്ന പ്ലേഗ്ബാധയുടെ കാലത്തെ പ്രവർത്തനനിരതനായ ഒരു സാനിട്ടറി ഇൻസ്പെക്ടറുടെ മകനായിരുന്നു ബസവ. കാലത്തുണർന്നാലുടൻ അവൻ രാത്രിയിലില്ലാതായതെല്ലാം അതതിടങ്ങളിൽ തിരിച്ചെത്തിയോ എന്ന് നോക്കുമായിരുന്നു. 'അമ്മയും വീടും കസേരകളും ഫോട്ടോകളും അടുക്കളപ്പാത്രങ്ങളും എല്ലാം അതതിടങ്ങളിൽ ഉണ്ടെന്നു കണ്ടാൽ പുറത്തിറങ്ങും. പുറത്ത് എനിക്ക് പരിചയമുള്ള പുല്ലുകളും കല്ലുകളും മതിലിലെ വിള്ളലുകളും തിരിച്ചുവന്നോ എന്നറിയാൻ.' ജീവിതത്തിന്റെ അനിശ്ചിതത്വത്തെ തീവ്രമായവതരിപ്പിച്ചു ആ കാലം. നാട്ടിലെ സാനിട്ടറി ഇൻസ്പെക്ടറായിരുന്ന പപ്പയുടെ ഗിനിപ്പന്നിയായിരുന്നു അന്നവൻ. ആ പാവം ഗ്രാമീണരെ പ്രതിരോധക്കുത്തിവെപ്പിനായി ധൈര്യപ്പെടുത്താൻ തന്റെമേൽ മാറി മാറി കുത്തിവെക്കുമായിരുന്നു തന്റെ പപ്പ. 'തൊലിയിലെ അടയാളങ്ങൾ നോക്കി കുത്തിവെപ്പിന്റെ സമയം നിശ്ചയിക്കാൻ ആർക്കെങ്കിലും കഴിയുമെങ്കിൽ എന്റെ ശരീരം പരിശോധിച്ചാൽ ആന്ധ്രയിൽ പ്ലേഗും വസൂരിയും പുറപ്പെട്ട തീയതികൾ കാണാം.'

പ്ലേഗ് ബാധയുടെ കാലം ശവങ്ങളുടെ കാലമായിരുന്നു. ശവങ്ങളുടെ അതിഥിയായിരുന്നു അന്നവൻ. ആ കാലം അവനുറങ്ങുമ്പോൾ മുട്ടു കുത്തിയിരുന്ന് അവന്റെ മുഖത്ത് ശവത്തിന്റെ ചുട്ടി കുത്തിയിട്ടുണ്ടാവും. പില്ക്കാലത്ത് ചലച്ചിത്രത്തിൽ അഭിനയിക്കാൻ ആളെ ആവശ്യമുണ്ട് എന്ന പരസ്യം കണ്ട് അതിലേക്ക് അവനയച്ചു കൊടുത്ത ഫോട്ടോ നോക്കി അവന്റെ മുഖത്തെ ശവമാകാനുള്ള സിദ്ധികണ്ട് പ്ലേഗ് നടമാടുന്ന ഗ്രാമത്തിലെ ആളുകൾ മരിച്ചപ്രത്യക്ഷമായ വീട്ടിലവനെ എത്തിച്ച് അപ്രത്യക്ഷരായ ആ ചലച്ചിത്രപ്രവർത്തകർ വെറും തമാശയ്ക്കപ്പുറ മുള്ള ഒരു ദൗത്യം അവരറിയാതെ ഏറ്റെടുത്തതായിരിക്കണം. അവനിണ ങ്ങിയ റോളിൽ, ലൊക്കേഷനിൽ അവനിരിക്കട്ടെ! ആ പ്രത്യേക ദിവസ ത്തിന്റെ തുടക്കം മുതൽ അവനെ ബാധിച്ച, ഓർമകളെക്കാൾ ശക്തമായ 'തോന്നലുകളാൽ' നയിക്കപ്പെടുകയായിരുന്നു ബസവയും. ഒരിക്കൽ ശവ ങ്ങളുടെ അതിഥിയായിരുന്നവൻ വീണ്ടുമിതാ 'ശവങ്ങളുടെ അതിഥി' യെന്ന സിനിമയിലെ നായകനായി അതേ പരിതഃസ്ഥിതിയിൽ. തന്റെ അച്ഛനെപ്പോലൊരു മുൻഗാമിയുണ്ടായിരുന്ന ഒരു സാനിട്ടറി ഇൻസ്പെക്ട റുടെ പരിരക്ഷയിലേക്കാണവൻ, ആ ഒഴിഞ്ഞ കെട്ടിടത്തിലെ സ്വപ്ന നിർഭരമായ ഉറക്കത്തിൽ നിന്ന് കണ്ണു മിഴിക്കുന്നത്. തലേന്ന് രാവിലെ ഉണർന്ന പാടെ ബസവ ഓർമിച്ച പൈഡ്പൈപ്പറിൽ തുടങ്ങിയൊരു 'ഫ്ളോ ചാർട്ടി'ൽ ബസവ നീങ്ങി ഒഴുകുകയായിരുന്നു.

പിൻതുടരാതിരിക്കാനാവാത്ത ആകർഷണത്തിന്റെ താരയിൽ 'പൈഡ് പൈപ്പറുടെ കഥ' പഴയതിന് സമാനമായ ഒരു പ്ലേഗ് ബാധയുടെ നാളിൽ ഇതാ ചുരുളഴിഞ്ഞിരിക്കുന്നു. ആന്ധ്രയിലെ പ്ലേഗ്ബാധയുടെ നാളുകൾ ബാല്യകാലമായിരുന്ന, ബസവയുടെ അച്ഛന്റെ വിശദാംശങ്ങൾക്കായി സ്വന്തമച്ഛനെ 'റഫർ' ചെയ്താൽ മാത്രം മതിയായിരുന്ന, ഒരെഴുത്തു കാരൻ തന്റെ അനുഭവങ്ങൾക്ക് ഒന്നുകൂടി അനുയോജ്യനായ ഒരു കഥാ പാത്രത്തിനെ സൃഷ്ടിച്ച് പൈഡ്പൈപ്പറെ അറിയുകയായിരുന്നു. (ഒരുപക്ഷേ കഥാപാത്രങ്ങളുടെ ദൗത്യമതുമായിരിക്കാം.) ശമ്പളക്കുടിശ്ശിക കിട്ടാതെ മരണപ്പെട്ട, സേവനകാലത്തിനിടയിൽ പലതവണ വഞ്ചിക്ക പ്പെട്ട, എന്നിട്ടും വെളിച്ചത്തിന്റെയല്ലാതെ ഇരുട്ടിന്റെ കുഴൽ വിളിച്ചിട്ടി ല്ലാത്ത ആ സാനിട്ടറി ഇൻസ്പെക്ടറുടെ നേർക്കുള്ള തിലോദകവുമാണീ കഥ. അച്ഛന്റെ ജീവിതത്തെക്കാൾ സ്വന്തമെഴുത്ത് പ്രധാനമായ ഒരാളുടെ അച്ഛനെക്കുറിച്ചുള്ള സ്മരണകൾ എന്ന് മേതിൽ ഈ അഭിപ്രായത്തെ ഭേദപ്പെടുത്തുന്നുണ്ടെങ്കിൽ, എന്തിലുമുപരിയായി എഴുത്തുകാരനായ ഒരാളുടെ എഴുത്തിലുള്ള വിശ്വാസമാവാമത്. പ്രകൃതിക്കുമേൽ ചെയ്യുന്ന അന്യായത്തിനെതിരേ കുഴൽവിളിക്കുന്നൊരാളുടെ ഛായ കൂടി പൈഡ്പൈപ്പർക്ക് നൽകുന്നുണ്ടല്ലോ 'സംഗീതം ഒരു സമയകല.'

'രാഷ്ട്രീയമായി ശരി' എന്ന് വാഴ്ത്തപ്പെടാൻ തനിക്കൊട്ടും താത്പര്യ മില്ലെന്ന് കൈയൊപ്പിട്ട് പറയുന്നുണ്ട് മേതിൽ ഈ രചനകളിൽ. മറ്റുള്ള വരെല്ലാം പൗരധർമം എഴുതുമ്പോൾ മേതിൽ ഭൗമധർമം എഴുതുന്നു.

വിരൂപമായ ഒരു സന്മാർഗനിഷ്ഠയാൽ പഴുതടഞ്ഞുപോയ ഒരിടുങ്ങിയ ലോകത്തിലാണ് പുതിയ മലയാളി. വരും കാലം ഇക്കാലത്തെ കലാസൃഷ്ടികൾ വായിച്ച് സ്വപ്നത്തിൽപ്പോലും സെൻസറിങ് അനുഭവിച്ച, 'മറ്റുള്ളവരെ' ഭയന്ന് ജീവിച്ച ഒരു തലമുറ എന്ന് തിരിച്ചറിഞ്ഞേക്കാം. പാമ്പോ ജാരനോ പോലെ മേതിലും പൊതുവഴികളിലല്ല നടക്കുന്നത്. ഓരോ വാക്യത്തിനു ശേഷവും മറ്റുള്ളവരുടെ മുഖത്തേക്ക് അദ്ദേഹം ആശയോടെ നോക്കാറുമില്ല. 'സൂപ്പർ ഈഗോ' യുടെ കൈയിൽ അദ്ദേഹം പേനയേല്പിക്കാറുമില്ല. (സൂപ്പർ ഈഗോയുടെ 'തിരുത്തു' കാർക്ക് വലിയ കൈയടി കിട്ടുന്ന കാലമാണിതെന്ന് മറക്കണ്ട.) കുറെക്കൂടി വലിയ ഗ്രൗണ്ടുള്ള- എഴുത്തുകാരന് ശക്തമായി കലഹിക്കാവുന്ന, ഒരു നീഷെയൻ അതിമാനുഷന് സ്വതന്ത്രമായി വിഹരിക്കാവുന്ന (വിഹരിക്കുകയാണ് മേതിൽ എപ്പോഴും)- ഒരതീത സന്മാർഗത്തിന്റെ ഈ എഴുത്തുകാരന് സമൂഹത്തിന്റെ തിരുത്തൽ ഒരു താത്പര്യമേ അല്ല. 'മറ്റുള്ളവരുടെ വെപ്പാട്ടി'യല്ല അയാൾ. ('മറ്റുള്ളവർ' വളരെ ശക്തമായ ഒരു സമൂഹമാണ് മലയാളിയുടെത്. അതിനെയാണ് മലയാളിയുടെ സാമൂഹികബോധമായി നാം തെറ്റിദ്ധരിക്കുന്നത്. മറ്റുള്ളവർ എന്തു കരുതും എന്നു കരുതി ഇഷ്ട ഭക്ഷണം കഴിക്കാത്ത, ഇഷ്ടവസ്ത്രം ധരിക്കാത്ത, ഇഷ്ടപ്പെട്ടവരെ ഉപേക്ഷിക്കുന്ന, ഇഷ്ട വിദ്യാഭ്യാസം നേടാത്ത, ഇഷ്ടകാര്യം ചെയ്യാത്ത ഒരാളാണ് താരതമ്യേന ഓരോ മലയാളിയും. മലയാളിയുടെ പഴയ നിയമത്തിൽ അബ്രഹാമിനോട് മകനെ ബലിനൽകാൻ പറയുന്നത് ദൈവമല്ല, 'മറ്റുള്ളവരാണ്.')

സമൂഹത്തിന് അഭിമതരല്ലാത്തവരോടുള്ള അഭിമുഖം സൂര്യവംശക്കാലം മുതൽ മേതിലിൽ കാണാം. പാപികൾ, സമൂഹത്തെ മുറിച്ചു കടന്നവർ ആണ് മിക്കവാറും അയാളുടെ കേന്ദ്ര കഥാപാത്രങ്ങൾ. 'ചോരയുടെ കൈയുള്ളൊരു പെൺകുട്ടിയെ ഞാൻ സ്വപ്നം കാണുന്നു. ഇരുണ്ട നിലവറയിൽ അലംകൃതമായ ശവപ്പെട്ടിക്കുമേൽ അവളെ പ്രാപിക്കാൻ ഞാൻ കൊതിക്കുന്നു.' ശത്രുക്കളുടെ മൗലികമായ നില ഒന്നിനെ കാമിക്കുന്ന രണ്ടുപേർ തമ്മിലുള്ള, ഉദാഹരണത്തിന് ഒരു സ്ത്രീയുടെ ഭർത്താവും കാമുകനും തമ്മിലുള്ള അനിവാര്യമായ ഒരു നിലയാണ്. പരസ്പരം പിന്മാറാനാവാത്ത ഒരഭിമുഖം. അവളുടെ സാന്നിധ്യത്തിൽ അവർ ബില്യാഡ്സ് കളിക്കുമ്പോൾ, ആ ബില്യാഡ്സ് പന്ത് ഹൃദയമായിത്തീരുന്നു. മുഷ്ടി ചുരുട്ടിയ ഹൃദയം. ഭർത്താവ് മരിച്ചപ്പോൾ അവൾ പേടിക്കുന്നു. 'ഒരുപക്ഷേ, ജോണിന്റെ മരണം തന്നെയും നകുലനെയും അകറ്റുമോ എന്ന പേടി പെട്ടെന്ന് എമിലിയെ പിടികൂടി' (ആൽഫ്രഡ് ഹിച്ച്കോക്കിന്റെ പ്രേമഗാനം). രണ്ടുപേരെന്ന ഹൃദയംഗമമായ സമർദ്ദത്തിന്റെ ത്രിൽ താങ്ങാനാവാതെയാകാം എമിലി ഭർത്താവിനെ ഇല്ലാതാക്കിയതെങ്കിലും ആ സമ്മർദത്തിന്റെ അഭാവത്തിൽ നിലനില്പില്ലാതായിത്തീർന്ന അവൾ ആത്മഹത്യ ചെയ്യുന്നു. മൂന്നുപേർക്ക് മാത്രം കളിക്കാവുന്ന ആ പാപപങ്കിലമായ കളിയിൽ ഒരാൾ നഷ്ടപ്പെട്ടപ്പോൾ ഇല്ലാതായ

കളിയുടെ ശൂന്യത അവളെ തളർത്തുന്നു. (കള്ളന്മാർ തന്റെ ചിത്രങ്ങളുപേക്ഷിച്ച് പണം മാത്രം അപഹരിച്ചപ്പോൾ ക്ഷുഭിതനാവുന്നുണ്ട് പിക്കാസോ.) കളി നഷ്ടപ്പെട്ട ആ കളിക്കാരി പിൻവാങ്ങുന്നു. അബോധമായിട്ടാണെങ്കിലും ഭാര്യയ്ക്കൊരു കാമുകനുവേണ്ടി ഒത്താശ ചെയ്യാറില്ലേ ഭർത്താക്കന്മാർ? മൂന്നാമനല്ലേ രണ്ടുപേരുടെ ഉണ്മ? സമൂഹത്തിന് (മറ്റുള്ളവർക്ക്) 'ഹിപ്നോട്ടൈസ്' ചെയ്യാൻ കഴിയാത്തൊരാളുടെ, ഒരതിമാനുഷന്റെ കാഴ്ചപ്പാടിൽ നിന്നാണ് മേതിലെപ്പോഴുമെഴുതുന്നത്. മനുഷ്യരുടെ 'ദൈവത്തിനെതിരായുള്ള പാപമായിരുന്നു ഒരിക്കൽ വലിയ പാപം... ഇപ്പോൾ ദൈവം മരിച്ചു, കൂടെ പാപികളും' എന്ന നീഷേയെൻ വചനം തന്റെ കാവ്യസമാഹാരത്തിന്റെ ആരംഭത്തിൽ മേതിൽ ചേർക്കുന്നുണ്ട്. ദൈവത്തിനു ശേഷമുള്ള, സന്മാർഗത്തിനു ശേഷമുള്ള, ഭൂമിയിലെ കഥകളാണ് മേതിലിന്റേത്. അതേ ഉദ്ധരണിയിൽ ദൈവത്തിനു നേർക്കുള്ളതല്ല ഭൂമിക്ക് നേർക്കുള്ള പാപങ്ങളാണ് ഇനിമേൽ വലിയ പാപങ്ങൾ എന്നും പറയുന്നുണ്ട്. സമൂഹത്തിന് അഹിതരായവർ, ഭൂമിക്ക് പ്രിയപ്പെട്ടവർ എന്ന ഐക്യം പഴുതാരയും എമിലിയും പങ്കിടുന്നു. എമിലിക്കും സമൂഹത്തിന്റെ പഴുതാണ് താര.

കൂടുതൽ കരുനീക്കങ്ങളില്ലാത്തതിനാലാവാം നിഗൂഢമല്ലാത്തതിനാലാവാം, 'ഹിച്ച് കോക്കിന്റെ പ്രേമഗാനത്തിലോ,' 'സംഗീതം ഒരു സമയകലയിലോ,' 'വരമ്പിലെ കൊറ്റിയിലോ' ഉള്ളത്ര ആസൂത്രിതനീക്കങ്ങളില്ലാത്തതിനാലാവാം (എത്ര തവണ പരിചയപ്പെട്ടാലും വഴിതെറ്റിപ്പോവുന്ന മുടിഞ്ഞ വാസ്തുശില്പങ്ങളാണ് മേതിലിന്റേത്. സങ്കീർണമായ നിർമിതികളുടെ ആർക്കിടെക്റ്റാണയാൾ) കൂടുതൽ വായിക്കപ്പെട്ട കഥയാണ് 'മെലിഞ്ഞവരുടെ മനഃശാസ്ത്രം.' വളയൂരി വർത്തമാനപത്രത്തിലെ ഒരു വാക്കിനുമുകളിൽ വെച്ചപ്പോൾ ഉണ്ടായ ഭൂതക്കണ്ണാടിപ്രതീതിയിൽ നിന്നാവാം ചിലപ്പോളീ കഥയ്ക്ക് വേരുപൊട്ടിയത്. (വേരുകളുടെയും കൊമ്പുകളുടെയും അനുപാതം ജൈവമായി കാക്കുന്നുണ്ട് മേതിൽ രചനകൾ.) കക്കാൻ കയറിയ പത്രവിതരണക്കാരൻ ഒരു യുവതിയുടെ സ്വകാര്യമുറിയിൽ പ്രവേശിച്ചതും അവിടം ചൂഴ്ന്നു നില്ക്കുന്ന സ്വകാര്യത അവനെ കള്ളനല്ലാതാക്കിയതും അവൻ അവളുടെ സ്വകാര്യതയെ ആദരിക്കാൻ തീരുമാനിച്ചതും പിടിക്കപ്പെടാൻ ഉദ്ദേശിച്ചുള്ള മനഃശാസ്ത്രപരമായ ഒളിച്ചു കളിയിൽ 'മാപ്പ്' എന്നെഴുതി തന്റെ കൈവളയൂരി ആ വാക്കിൻമേൽവെച്ച് അതിനെ ഉച്ചത്തിലാക്കി മടങ്ങിപ്പോവുന്നതും ഹൃദ്യമായ ഒരു ലാളിത്യത്തോടെ പറയുന്നു മേതിൽ. അടുത്ത ദിവസം തന്നെ ആ പത്രവിതരണക്കാരൻ കുറ്റസ്ഥലത്തേക്ക് അബോധമായി നയിക്കപ്പെടുകയും ഒരു ഭവനഭേദനക്കാരൻ പോലും തനിക്കനുവദിച്ച അന്തസ്സുള്ള സ്വകാര്യത തനിക്കനുവദിക്കാത്ത ഭർത്താവിനെക്കുറിച്ച് ആ 'മാന്യ'നായ ഭവനഭേദക്കാരനോട് അവൾ പറയുകയും ചെയ്തു. (അവൻ ആ മുറിയിൽ തരണം ചെയ്തത് എന്തെന്ന് അവളറിഞ്ഞു.) അവളുടെ സ്വകാര്യമുറിയിൽ നിൽക്കുമ്പോൾ ആ കടന്നു കയറ്റക്കാരൻ അനുഭവിച്ച

സന്ദിഗ്ധതകളുടെ മേൽ ആണ് അവൻ ആ വള അഴിച്ചുവെച്ചത് എന്ന്, അവന്റെ ആ പ്രത്യേകമായ ഭൂതക്കണ്ണാടിയിൽ നോക്കി അവൾ ഗ്രഹിച്ചിരിക്കുന്നു. ഔപചാരികവും പ്രകടവുമായ ശാരീരികസ്പർശങ്ങളെ മെലിഞ്ഞവർ വെറുക്കുമ്പോൾ അനൗപചാരികവും സ്വകാര്യവുമായ ശാരീരികസ്പർശങ്ങളെ അവർ ആഘോഷിക്കുന്നുവെന്നും അവനറിയുന്നു. (താൻ കൈയിലെടുത്ത് ചുളിവുകളുടെ ക്രമം മാറ്റിയ സാരിയാണ വളാദ്യം പുറത്തുവന്നപ്പോൾ ഉടുത്തത്!) പക്ഷേ, അവന്റെ പണി അവളെ കാമിക്കലല്ല, പത്രമെത്തിച്ച് കൊടുക്കലാണ്! 'അടച്ചു പൂട്ടിയ വാതിൽപ്പഴുതിലൂടെ ഉള്ളിലെത്തിയ ദിനപത്രമാണ് താനെന്ന തോന്നലിൽ' സ്വകാര്യതയോടുള്ള ബഹുമാനം മുഴുവനും കാട്ടുന്ന- വായിക്കപ്പെട്ടാൽ മതി, അങ്ങോട്ട് വായിക്കണ്ട- ഒരു രൂപകമുണ്ട്. സിനിമയിൽ മൊണ്ടാഷ് എന്ന് പറയുന്ന സങ്കേതത്തിനു തുല്യമായ സാഹിത്യത്തിലെ രൂപകം. മറ്റൊരാളുടെ സ്വകാര്യം തഴച്ചുവളരുന്നിടങ്ങളെ ആദരിക്കാൻ കൂട്ടുകൃഷി നടപ്പുള്ള രാജ്യങ്ങളിൽപ്പോലും ധാരണയുണ്ട് എന്ന് ആ കഥാപാത്രം ഓർക്കുന്നു. 'വെവ്വേറെ വീടുകളും വീടുകളിൽ വെവ്വേറേ മുറികളും കൈലേസുകളും മറപ്പുരകളും' ഉള്ള നാഗരികതയിൽ ഗൂഢമായുള്ള ഒരപേക്ഷയെ അയാൾ തിരിച്ചറിയുന്നു. ഒരേ സമയം ഭേദിക്കപ്പെടാനും സംരക്ഷിക്കപ്പെടാനും ആഗ്രഹിക്കുന്ന ഉത്കടമായ സ്വകാര്യത ഐഡന്റിറ്റിയായ ഒരുവളെക്കുറിച്ചാണീ കഥയെന്നും പറയാം.

അതുവരെ എലികളെ കണ്ടിട്ടില്ലാത്തവർക്ക്, എലിയുടെ ഒരു പടം കൂടി കണ്ടിട്ടില്ലാത്തവർക്ക് ആദ്യമായി എലിയെക്കാണുമ്പോൾ അതെലിയാണെന്ന് അറിയാൻ കഴിയുമോ? മരമായിരുന്നപ്പോഴോ മാനായിരുന്നപ്പോഴോ അവരതിനെ പരിചയിച്ചിരിക്കുമോ? വ്യക്തിയെക്കാൾ പഴയ സ്മരണയുണ്ടാവുമോ ജീവന്? ഉണ്ടാവാമെന്നാണ് മേതിൽ. 'ആരു പേടിക്കുന്നു ചരിത്രത്തെ, കാലടയാളങ്ങളെ' എന്ന് 'ഒച്ചുകളുടെ ജാഥ'യിൽ മേതിൽ. ചരിത്രത്തെക്കാൾ വ്യാപ്തിയുള്ള, പഴക്കമുള്ള, അവശിഷ്ടങ്ങളുണ്ട് മനുഷ്യനിൽ. ഓർമയെന്നതിനു പകരം ജന്മവാസനയെന്നു തോന്നിപ്പിക്കുന്നത്രയും വിദൂരമായ അനുഭൂതികൾ. അകലത്തിലിരുന്ന് എലികൾ വിജനതയറിയുമ്പോലെ നാം എലികളെയും തിരിച്ചറിയാം. ഒരുറുമ്പിന് അറിയാൻ കഴിയാത്തതൊന്നും അറിയാൻ തനിക്ക് താത്പര്യമില്ലെന്ന് പറയുമ്പോൾ, ഉറുമ്പിന്റെ മനഃപൂർവമായ അറിവിന് മനഃപൂർവമായ ഏതറിവിനെക്കാളും ഗരിമയുണ്ടെന്നാണർഥം. അഗ്നിപർവതം പൊട്ടാൻ പോവുന്നതറിഞ്ഞു പറന്നുയരുന്ന പക്ഷികളിലുള്ള ഭൗമികമായ ധാരണപോലൊന്നാണത്. ഫ്ളാറ്റിലെ മുകൾ നിലയിലെ പൂച്ചട്ടിയിൽ പ്രത്യക്ഷപ്പെട്ട പഴുതാരയെപ്പോലെ ('എങ്ങനെയൊരു പഴുതാരയെ കൊല്ലാം') നാഗരികതയുടെ മേൽനിലകളിലും പഴക്കമുള്ള ആ വാസന തുടരുന്നുണ്ടാവാം. 'ചുറ്റും പൊങ്ങുന്ന കോൺക്രീറ്റിന്റെ കൂറ്റൻ പടർപ്പുകളിൽപ്പോലും ഒരു പിളർപ്പോ മാളമോ കൊതിക്കുന്നൊരു ഭൂഗർഭജീവി എന്റെ ഘടനയിലുണ്ട്.' ശകുനവും പൊട്ടിക്കണ്ണും പ്രവചനങ്ങളും

മാജിക്കും അതിന്റെ മാധ്യമങ്ങളായി ചിലപ്പോൾ മാറുന്നുണ്ടാവാം. ഇവിടെ ഞാനൊരു കൊല മണക്കുന്നു എന്നൊരുവനെക്കൊണ്ട് പറയിക്കുന്നത് ചിലപ്പോൾ അതാവാം. യുക്തിഭദ്രമെന്നതിനെക്കാൾ വാസനാഭദ്രമെന്ന് പറയാം മേതിലിന്റെ ഉൾക്കാഴ്ചകളെ, കഥാഗതിയെ, കഥാപാത്രങ്ങളുടെ വിചാരഗതിയെ, സംഭാഷണങ്ങളെ. 'സംഗീതം ഒരു സമയകല'യിലെ ബസവ രാത്രിയാത്രയ്ക്കിടയിൽ മൂക്കുകൊണ്ട് മണം പിടിച്ചാണ് കർണൂലിലെത്തിയെന്ന് മനസ്സിലാക്കുന്നത്. 'പ്രാതലിന് ഒരു കൂണ്' എന്ന കഥ അവസാനിക്കുന്നത് ഇങ്ങനെയാണ്, 'ജന്തുവിനിമയങ്ങൾ ഇപ്പോഴും പഴയപടി ഭംഗിയായി തുടരുന്നു. ഇന്നു രാവിലെ ഒന്നിലധികം തവണ നിങ്ങൾ മനുഷ്യവിനിമയത്തിലെ ക്രമക്കേടുകളെപ്പറ്റി ചിന്തിക്കാനിടയായതു കൊണ്ടുമാത്രമാണ് ഇതെടുത്ത് പറയുന്നത്.' മനുഷ്യപ്രകൃതിയിൽ മനുഷ്യമനസ്സിനുൾക്കൊള്ളാനാവാത്തത്ര നാടകീയതകൾ ഉണ്ടെന്ന് ഈ എഴുത്തുകാരൻ കരുതുന്നു. 'നിമ്മീ പറയൂ, ഇന്നത്തെ അപകടത്തിന്റെ രഹസ്യമെന്ത്? മഴപ്പാറ്റയുടെ വാസനയോടെ തീപ്പിടിത്തത്തിലേക്ക് പാഞ്ഞുപോവുകയായിരുന്ന വാഹനത്തെ അല്പം അകലെ വെച്ച് തിരിച്ചത് നീയല്ലേ? അപകടമുണ്ടായെങ്കിലും നിന്റേതുപോലുള്ള മുറിവുകൾ മറ്റാർക്കും ഉണ്ടാകാത്ത വിധത്തിൽ അപകടത്തെ നിയന്ത്രിച്ചത് നീയായിരുന്നില്ലേ' (ജിറാഫുകൾ കഴുത്തു നീട്ടുമ്പോൾ)

കുറ്റബോധം കൊണ്ട് വിഷമിക്കുന്ന അവയവങ്ങളുണ്ട് മേതിലിൽ. 'ആ കൈ ഒരു കുറ്റവാളിയെപ്പോലെ, കപടമനഃസാക്ഷിപോലെ, തന്നോടൊപ്പം കട്ടിലിൽ കയറിക്കിടന്നു' (വരമ്പിൽ ഒരു കൊറ്റി). 'ഉടൽ ഒരു ചൂഴ്നില'യിലെ കോകില ചിലപ്പോൾ തന്റെ നിയന്ത്രണത്തിലല്ലാത്ത വാസനയുടെ പാതയിൽ സഞ്ചരിക്കുന്നു. ചക്കിലിയന്റെ ബംഗ്ലാവിന്റെ കോണിപ്പടികൾ, കോണിപ്പടികൾക്ക് സഹജമായ പ്രലോഭനത്തിന്റെ ഭാഷയിൽ വിളിച്ചപ്പോൾ ('എല്ലാ കോണിപ്പടികളും ക്ഷണങ്ങളാണ്, പ്രലോഭനങ്ങളാണ്.') കയറിച്ചെല്ലാതിരിക്കാൻ പറ്റാത്തൊരുടലായി മാറുന്നു കോകില. താൻ ആഗ്രഹിച്ചെത്തിയതോ എന്ന സംഭ്രമമുണ്ടാക്കിയ ചില യിടങ്ങളിലെത്തിച്ച ('താൻ ബലാത്സംഗം ചെയ്യപ്പെടുകയാണോ, ഏകപക്ഷീയമല്ലാത്തൊരു സുഖാനുഭവത്തിൽ പങ്കുചേരുകയാണോ എന്ന് തീരുമാനിക്കാൻ തനിക്ക് കഴിഞ്ഞിരുന്നുവോ എന്നവൾക്ക് സംശയമുണ്ട്.') ബലാത്സംഗത്തിൽ നിന്നും ഒറ്റച്ചെരിപ്പുകാരിയായി കോണിപ്പടി ഓടിയിറങ്ങിയ കോകില എന്ന സിൻഡ്രെല്ല നടന്നതെല്ലാം നന്നായി എന്ന് കഥാന്ത്യത്തിൽ സമ്മതിക്കുന്നുണ്ട്. ഉടൽ കൂടുതൽ നാടകീയതയോടെ പ്രവർത്തിക്കുന്നു. സിൻഡ്രെല്ലക്കഥയിലെന്നപോലെ. ദരിദ്രയും സുന്ദരിയുമായ ഏത് പെൺകുട്ടിയുടെയും പാത സിൻഡ്രെല്ലയുടെ പാതയായി മാറത്തക്ക നിലയിൽ ചിട്ടപ്പെട്ടിരിക്കുന്നു. 'ഉടൽ ഒരു ചൂഴ്നില' എന്ന ശീർഷകം വിളംബരം ചെയ്യുന്നുണ്ട്, മനസ്സിനേക്കാൾ പഴക്കവും ശക്തിയുമുള്ള ശരീരത്തെ. ഒരുപക്ഷേ, ഉപേക്ഷിക്കപ്പെട്ട, ഒറ്റപ്പെട്ട നിലയിൽ കാണപ്പെട്ട പെൺപാദുകം വാസനാശാലിയായ ഒരാളിൽ ഉണ്ടാക്കിയ

ഏകാന്തതയുടെ മനഃപൂർവമായ വളർച്ചയായിരിക്കാം സിൻഡ്രെല്ല. മേതിലിന്റെ കഥകളും സിൻഡ്രെല്ലപോലുള്ള വളർച്ചകളാണ്. സാമൂഹിക തലത്തെക്കാൾ സജീവമായ ജന്തുതലങ്ങളുള്ള കഥകളാണിവ.

തുമ്പും വാലുമില്ലാതെ അപ്രത്യക്ഷനാകുകയും അവിചാരിതമായി പ്രത്യക്ഷനാവുകയും ചെയ്യുന്നതിൽ ജന്തുസഹജമായ വൈഭവമുണ്ട് മേതിലിന്. (എങ്ങനെയായാലും എപ്പോഴും കണ്ടുകൊണ്ടിരുന്നാൽ മതി 'പോപ്പുലറാവാൻ' എന്നുള്ള കേരളത്തിൽ മേതിൽ 'അൺ പോപ്പു ലറാ'ണ്) സരസ്വതീ നദിയെപ്പോലെ അധികകാലവും അന്തർവാഹിനി യായൊഴുകുകയും ചെറിയൊരിടവേളയിൽ പുറമേക്ക് കവിഞ്ഞൊഴു കുകയും ചെയ്യുകയാണ് മേതിലിന്റെ സരസ്വതിയുടെയും രീതി. മറന്നു തുടങ്ങുമ്പോഴാണ് ഈ ജിപ്സി നാടകീയമായി പ്രത്യക്ഷപ്പെടുക. ഈ മറഞ്ഞിരിപ്പിന്റെ നാളുകളിൽ മേതിലിന്റെ സരസ്വതി കൂടുതൽ ഊർജ സ്വലമായി അകമേ സഞ്ചരിക്കുകയായിരുന്നുവെന്ന് പിന്നീടുള്ള ഒഴുക്കിന്റെ തീവ്രത നമ്മോട് പറയുന്നു. സൂര്യവംശം വായിച്ച് നിർമൽ കുമാർ എഴുതി: ധൈഷണികമായ വെല്ലുവിളി, വൈകാരികമായ നിശ്ച ലത! നീണ്ട ഒരു നിശ്ശബ്ദകാലയളവിന് ശേഷം വന്ന 'ജൂലൈ, ഓഗസ്റ്റ്, സെപ്തംബർ' (ഈ സമാഹാരത്തിൽ ഏറ്റവും ഇളയ കഥ) വൈകാരിക മായും ധൈഷണികമായും നമ്മെ ഉലയ്ക്കുന്നു. ഉറ്റവരുടെ മരണത്തിൽ അവനവന്റേതാകാമായിരുന്ന ഒരു മരണത്തിന്റെ ഏറ്റെടുക്കലില്ലേ? ആരോ ഒഴിഞ്ഞു തന്നതല്ലേ ജീവന്റെ ഈ ഇടം. 'ആരുള്ളു മരിച്ചവർക്കപരാധി ഞാനെന്നൊരാടലേശാതെ' എന്ന് പറയുന്നു ബാലാമണിയമ്മ. ഈ ആടലിന് മനോഹരമായ ഒരാഖ്യാനരൂപം കിട്ടുന്നു ഈ കഥയിൽ. എനിക്ക് വേണ്ടിയായിരുന്നില്ലേ നീയെന്നെത്യജിച്ചത്, എന്ന് ഭാര്യയുടെ മരണ ക്കിടക്കയിലിരുന്ന് അസ്വസ്ഥനായ ഒരാൾ സവിശേഷമായ രീതിയിൽ ആ 'പസിൾ,' ഒരു റൂബക്സ് ക്യൂബിന്റെ വെല്ലുവിളി പരിഹരിക്കുംപോലെ പരിഹരിച്ചതാണ് ഈ കഥ. ഉടലിനെ ആത്മാവിനെക്കാൾ പൊരുളുള്ള തായി അറിയുന്ന – 'ഞാൻ മഷികൊണ്ടാണ് ഹൃദയരക്തം കൊണ്ടല്ല എഴുതുന്നത്' – ഒരാളുടെ, ദൃശ്യതയെ അദൃശ്യതയെക്കാൾ മതിക്കുന്നൊ രാളുടെ 'നഷ്ട'ത്തിന്റെ രൂപകമാണീക്കഥ. ദൃശ്യത അദൃശ്യതയുടെ ഭാരം കൂടി വഹിക്കുന്നു മേതിലിൽ. ആത്മാവിനെ തിരികെ ശരീരത്തിലേക്കാ നയിക്കുന്നു ഇയാൾ. തൊലിപ്പുറത്തെ വൈകൃതത്തിൽ നോക്കി നിങ്ങളുടെ ത്വക്കിലല്ല ആത്മാവിലാണ് കുഴപ്പം എന്ന് ത്വക്കിൽ ആത്മാവിനെ അറിയുന്ന സ്കിൻ സ്പെഷലിസ്റ്റുകൾക്ക് മേതിലിനെ കൂടുതൽ മനസ്സിലാവുമായിരിക്കാം. ആത്മാവിന്റെ ത്വക്കുമാണല്ലോ ത്വക്ക്.

'ഞാൻ ആത്മകഥയല്ല എഴുതുന്നത്' എന്ന് ചെറിയൊരഹങ്കാര ത്തോടെ എൻ.എസ്.മാധവൻ ഒരഭിമുഖകാരനെ വിരട്ടുന്നുണ്ട്. (വായന യുടെ ലോകത്തിലെ എന്റെ ജെറിയും ടോമും മാധവനും മേതിലുമായി രുന്നു. പരിണാമപ്രക്രിയയിൽ നിരന്തരമായ പിഴ തീർക്കലുണ്ടെങ്കിൽ മാധവന്റേതാവാം മലയാളത്തിലെ പിഴതീർന്ന കൈവിരലുകൾ.

അതുവരെയുള്ള സാഹിത്യം മുഴുവൻ നഷ്ടപ്പെട്ടാലും ശക്തമായൂഹിച്ചാൽ ഈ 'കൃതഹസ്തന്റെ' 'ശേഷ'ങ്ങളിൽ നിന്നും, 'വിശദാംശങ്ങളിൽ നിന്നും അവ കണ്ടെടുക്കാം. 'വിശദാംശങ്ങളറിയാൻ ഭാവിചരിത്രം നോക്കുക' എന്നൊരു വി.കെ.എൻ.ഗമയുണ്ടോരോന്നിനും. എം.ടി.സാഹസികനായ പത്രാധിപരായത് ഒറ്റത്തവണയാണ്. സൂര്യവംശം ആഴ്ചപ്പതിപ്പിൽ പ്രസിദ്ധപ്പെടുത്തിയപ്പോൾ. പൊട്ടുമോ എന്നുറപ്പില്ലാതെ എം.ടി. പൊട്ടിച്ച ഒറ്റപ്പടക്കം. മലയാളത്തിലെ ഏറ്റവും സാഹസികരായ വായനക്കാർ മേതിലിന്റേതാണ്. മേലാകെ തുന്നിക്കെട്ടലാണ് ആ മേതിൽ വായന ക്കാരന്റെ. വെറുതെയല്ല അവർ എണ്ണത്തിൽ കുറയുന്നത്. (എടുക്കലോളം തന്നെ കൊടുക്കലുമാണ് മേതിൽ.) മാധവൻ എഴുത്തിൽ അയാൾ കടന്നു പോയ സ്ഥൂലാനുഭവങ്ങളല്ലായിരിക്കാം. വിസ്ലായ സിംബോസ്കായ 'റെസ്യൂം' എന്ന കവിതയിൽ പറയുമ്പോലെ അയാൾ അയാളുടെ ഔദ്യോഗിക ജീവിതമല്ലായിരിക്കാം. പക്ഷേ, അയാളുടെ ഭാഷയിൽ നിരീക്ഷണങ്ങളിൽ ആത്മകഥയെക്കാൾ മുഴുത്ത ഒരാത്മകഥനമുണ്ട്. ഒരു നിമിഷം പോലും താനല്ലാതാവാൻ കഴിയാത്തൊരാളുടെ നിലവിളിയാണ് അയാളുടെ നിലവിളി. 'ഈ ലോകത്തിൽ നിന്റേതു മാത്രമായ ആ പ്രത്യേക സ്പർശമില്ലാത്ത ഒരു ടൂത്ത് പിക് ഉപയോഗിക്കാൻ പോലും നിനക്കെന്നെങ്കിലും കഴിയുമോ?' എന്ന് ചോദിച്ച ഒരു കഥാപാത്രത്തിന്റെ സ്രഷ്ടാവാണ് മേതിൽ. 'മുളകിന്റെ എരിവ് ഏറ്റവും അറിഞ്ഞ തെലുങ്കർക്ക് മാത്രമേ ഇത്രയും ശുദ്ധമായ കണ്ണീർ തൂകാനാവൂ' എന്നും, ഒരു വിടപറയൽ കർമത്തിന്റെ പൂർത്തിയാക്കാത്ത അറ്റം പോലെയാണ് എലിവാൽ എന്നും, 'ജപമണികളിലൂടെ കടന്നുപോവുന്ന വിരലുകളുടേതു പോലുള്ള ശാന്തിയിൽ ഒരു ബലാത്സംഗം' എന്നും, 'വെയിൽ ഒരു തുറക്ക ലാണ്' എന്നുമൊക്കെ എഴുതുന്ന സവിശേഷജീവിയാണ് മേതിൽ. മേതിലിന്റെ തേമാനമാണ് മേതിൽ രചനകൾ. തേഞ്ഞുതീരുന്ന ഒരു പെൻസിലിന്റെ ജന്മമായി അയാൾ തന്നിലെ എഴുത്തുകാരനെ മതിക്കുന്നു. ബസവ താനായിട്ട്, നാഗി ഞാനായിട്ട് എന്നെല്ലാം എല്ലാ വരും മേതിലാവുന്നൊരു കഥനവഴിയാണത്.

സവിശേഷമായ വിധത്തിൽ വാക്യങ്ങൾ പെരുമാറുന്ന ഇടം എന്ന് കവിതയെ നിർവചിക്കാമെങ്കിലും മേതിലിൽ അത് സാധ്യമല്ല. മേതിലിന്റെ കഥകളിലെയും കവിതകളിലെയും ഉപന്യാസങ്ങളിലെയും നോവലു കളിലെയും വാക്യങ്ങൾ പെരുമാറുന്നത് ഒരുപോലെയാണ്. മേതിലിന്റെ കവി ഒന്നുകൂടി സ്വച്ഛന്ദഗമനം ചെയ്യുന്നത് കഥകളിലാണെന്നും ചില പ്പോൾ തോന്നുന്നു. സൂക്ഷ്മമായ കാവ്യഭാവുകത്വം വേണം മേതിലിൽ കടക്കുവാൻ. 'വാതിലകങ്ങൾ എത്രത്തോളം ആകർഷകമോ അത്ര ത്തോളം വിജനതയിൽ എന്നെ പേടിപ്പിക്കുന്നു.' തന്നിലെ കവിയുടെ അതിസൂക്ഷ്മ നിരീക്ഷണങ്ങൾക്ക് ഒത്ത മേച്ചിൽപ്പുറങ്ങൾ കിട്ടുന്നു കഥകളിൽ. 'ചിലേടത്ത് പാറവെടിയുടെ അടയാളങ്ങൾ ആഷ്ട്രേയിൽ സിഗരറ്റ് വെക്കാനുള്ള ചതവുകൾ പോലെ കാണാം.' പോത്തിൻകൊമ്പു കൾ നന്നായി പരിചയിച്ചൊരാൾക്ക് മേതിലിനെ അവഗണിക്കാനാവില്ല.

'ചതഞ്ഞ പടവലങ്ങപോലുള്ള കൊമ്പിൽത്തടവി...' വായനക്കാരനിലെ കവിയുടെ രക്തസമർദം കൂട്ടും, 'സോണി ഒരു ജാക്കിയാണ്. ചുവന്ന കല്ല് പതിച്ചൊരു മോതിരം വിരലിലിട്ട് കറക്കുന്നപോലെ ട്രാക്കുകൾക്ക് ചുറ്റും രക്തസമ്മർദത്തിന്റെ ഒരു തിരയുണർത്തിക്കൊണ്ട് കുതിര പായിക്കുന്നൊരാൾ.' ചീവീടുകളെ പേമാരിയിൽ കേട്ടാൽ മാത്രം പോര, 'ഇടിമിന്നലിൽ ചീവീടുകൾ ഒച്ചയടയ്ക്കുന്നതെന്തിന്' എന്ന് ചോദിക്കാൻ. 'ടെയ്ക്ക് ഓഫിന് മുൻപ് വെള്ളത്തിനു മുകളിലൂടെ കുറച്ചു ദൂരമോടുന്ന കടൽപ്പക്ഷികൾ,' 'ജിപ്സിയുടെ ഭൂപടം പോലുള്ള തുറന്ന നിലപാടുകൾ,' 'ഞെട്ടിയുണർന്നാൽ അതേവരെ തുടർന്നതെല്ലാം പേടിസ്വപ്നമാകുന്നു; ഞെട്ടിയുണർന്നില്ലെങ്കിൽ അതെല്ലാം ജീവിതമായിത്തുടരുന്നു.' ഷേക്സ്പിയർ നാടകങ്ങളിലെയോ കാവ്യങ്ങളിലെയോ കഥാപാത്രങ്ങളെപ്പോലെയാണ് മേതിലിന്റെ കഥാപാത്രങ്ങൾ. എല്ലാവരും മേതിലിനു മാത്രം കഴിയുന്ന ആ ഔന്നത്യമേറിയ കാവ്യഭാഷയിൽ സംസാരിക്കുന്നു. 'ചരിത്രത്തിലെ ശിരച്ഛേദങ്ങളെല്ലാം ഒരിക്കൽ പൊതുജനത്തിന്റെ സ്വപ്നങ്ങളായിരുന്നു.' 'തുടക്കം തൊട്ടേ നിന്റെ വ്യവസ്ഥയിൽ കയറിക്കൂടിയൊരു വൈറസായിരിക്കണം ഞാൻ' എന്നു പറയാൻ കഴിയുന്ന പ്രണയിനികൾ സാധ്യമായ വ്യവസ്ഥയാണ് മേതിൽ. സമീപ മലയാളത്തിലെ ഏറ്റവും അഴകുള്ള ഉപരിതലങ്ങൾ - മേതിലിന്റെ രചനകൾക്കാണുള്ളത്. പക്ഷിയും മാനും നക്ഷത്രവും ശലഭവും ഉപരിതലങ്ങളാണ്. 'Depth is hidden, where? On the surface' എന്ന് ഹോഫ്മാൻ സ്റ്റാൾ.

■

തെമ്മാടി എത്ര സുന്ദരനാണ്

മാധവിക്കുട്ടിയിൽ മലയാളിക്ക് ഇനിയും തീർത്തും പൊരുത്തപ്പെടുവാൻ കഴിഞ്ഞിട്ടില്ലാത്ത ഒരപരിചിതയുണ്ട്. കവിതകൾ സ്വന്തം പേരിൽ ഇംഗ്ലീഷിലും കഥകൾ അന്യമൊരു പേരിൽ മാതൃഭാഷയിലും എഴുതിയ മാധവിക്കുട്ടി അതെന്നേ അറിഞ്ഞിട്ടുമുണ്ട്. അവരെ മലയാളിക്കപരിചിത യാക്കിയ സവിശേഷതകളെല്ലാം ഘനീഭവിച്ചതുപോലൊരു വാക്യമുണ്ട്, 'രോഹിണി' എന്ന കഥയിൽ. "തെമ്മാടി എത്ര സുന്ദരനാണ്." മലയാളിക്ക് എളുപ്പമൊന്നും തരണം ചെയ്യുവാനാവാത്ത ജ്വലിക്കുന്ന ഒരു വാക്യം. മാധവിക്കുട്ടിയുടെ ഓരോ രചനയും ആ രചനകളിലെ ഓരോ പ്രത്യേക തയും മലയാളിയുടെ പാരമ്പര്യത്തെ പ്രകോപിപ്പിക്കുന്ന ഈ വാക്യം ഓരോരോ അർത്ഥത്തിൽ ഉരുവിടുന്നതുപോലെ എനിക്ക് തോന്നുന്നു. അന്വർത്ഥമാണ് ആ അപരിചിതത്വം എന്നും.

II

ദേവിയുടെ അനുഗ്രഹം തേടിയാണ് ആ ദമ്പതികൾ കന്യാകുമാരിക്ക് വന്നത്. ഒരു ഫലവുമില്ലാത്ത ദാമ്പത്യജീവിതമായിരുന്നു അവരുടേത്. അവർ തമ്മിൽ ഒരു പൊരുത്തവുമുണ്ടായിരുന്നില്ല. "ഉറക്കത്തിലും നിന്റെ കൈകൾ കട്ടിയായിരിക്കുന്നു. നീ എന്താ വല്ലപ്പോഴും ഒന്നയയാത്തത്." അയാൾ ചോദിച്ചു. "ഞാനിങ്ങനെയാണ്" അവൾ പറഞ്ഞു. പോരെങ്കിൽ നിങ്ങളുടെ ശരീരത്തിന്റെ ഗന്ധകഗന്ധം എനിക്കിഷ്ടമല്ല. അവൾക്കിഷ്ട മില്ലാത്തത് പലതുമുണ്ടായിരുന്നു. ഹോട്ടലിൽ അയാളൊത്തു ശയിക്കു മ്പോൾ ഒന്ന് രണ്ട് മൂന്ന് എന്നെണ്ണിക്കൊണ്ട് അവിടെയെവിടെയോ അക്ഷമയോടെ നിൽക്കുന്നുവെന്ന് അവൾ സങ്കൽപിച്ച ഒരവകാശിക്കു വേണ്ടി അവരെ എല്ലാ ക്ഷേത്രങ്ങളിലും പറഞ്ഞയയ്ക്കുന്ന അയാളുടെ അമ്മ. അവരോടുള്ള അയാളുടെ വിധേയത്വം. അയാളുടെ അത്യാർത്തി. അവൾ അയാളിൽ ഒരിക്കലും അയഞ്ഞില്ല. "എന്റെ ഹൃദയം ഒരു ബാങ്ക് ലോക്കർ പോലെയാണ്. അവൾ തന്നോടു തന്നെ പറഞ്ഞു, അതു തുറ ക്കാനുള്ള ചാവി എന്റെ പക്കലേയുള്ളൂ" ആ ചാവി ഒരിക്കൽപോലും

അവളയാളെ കാണിച്ചില്ല. കന്യാകുമാരിയിൽവെച്ച് ഇതിനെല്ലാം അയാൾ അവളോട് പകരം ചോദിച്ചു. ലൈംഗിക ഇടപാടുകളിൽ കുപ്രസിദ്ധനായ അഹങ്കാരിയായ ഒരു തെമ്മാടിയെ, അവളെ അഭിമാനവും അഹങ്കാരവും നശിപ്പിച്ച് ഈ ലോകത്തിൽ നിന്നും പറഞ്ഞയയ്ക്കുവാനായി അയാൾ ഏർപ്പാടാക്കി. കാഴ്ചയിൽ തന്നെ തെമ്മാടിയെപ്പോലെയായിരുന്ന അവന്റെ സാന്നിധ്യം, അവന്റെ നുണകൾ, അവന്റെ കൂസലില്ലായ്മ അവളെ അസ്വസ്ഥയാക്കി. "സൂര്യപ്രകാശം അതിഥിയുടെ കവിളുകളെ അരുണാഭമാക്കിയിരിക്കുന്നു. തെമ്മാടി എത്ര സുന്ദരനാണ്. കണ്ണു തിരിക്കുവാൻ ആഗ്രഹിച്ചു കൊണ്ട് തന്നെ അവൾ ആലോചിച്ചു. എന്നെ തിരികെ വീട്ടിലേക്ക് കൊണ്ടുപോകാൻ ഭർത്താവിനെ നിർബന്ധിക്കണം."

ക്ഷേത്ര ദർശനത്തിനുശേഷം ഭർത്താവ് നീ തയ്യാറായോ എന്ന് ചോദിച്ചുകൊണ്ട് അവളുടെ ചുമലിൽ ചുംബിച്ചുകൊണ്ട് അടുത്തപ്പോൾ "കെണിയിൽപെട്ട ഒരു മൃഗത്തെപ്പോലെ തന്റെ ആത്മാവ് ഭയന്ന് ഉൾവലിയുന്നത് അവൾക്ക് അനുഭവപ്പെട്ടു." എന്നാൽ രാത്രിയിൽ കിടപ്പുമുറിയിൽ കടന്നുവന്ന് ബലമായി തന്നെ പ്രാപിക്കുവാൻ മുതിർന്ന ആ അന്തസ്സില്ലാത്ത തന്റേടിയുടെ മുന്നിൽ അവളാകെ മാറി. "അയാൾ അവളിൽ തുടങ്ങിവച്ചത് അവളുടെ ജീവിതത്തിലെ ഏറ്റവും ഹർഷോന്മാദോന്മുഖമായ അനുഭവമായിരുന്നു. താൻ ഉരുകുകയാണെന്ന് അവൾക്ക് തോന്നി. അവളിലെ ഏറ്റവും കട്ടിയായ ഭാഗം പോലും ഉരുകുകയായിരുന്നു. പിന്നീട് അവളിൽ അവനല്ലാതെ മറ്റൊന്നും ബാക്കിയില്ലാതായി. ബ്രൗൺ നിറമുള്ള കുത്തുവീണ കണ്ണുകളുടെ ഉടമയായ അവൻ മാത്രമായി. "ഞാൻ നിന്നെ സ്നേഹിക്കുന്നു" അവൾ പറഞ്ഞു. "ഓ ഈശ്വരാ! ഞാൻ നിന്നെ സ്നേഹിക്കുന്നു."

പണത്തിനുവേണ്ടി തന്നെ നശിപ്പിക്കുവാൻ വന്ന തന്നെ ലവലേശം ഗൗനിക്കാത്ത ആ തെമ്മാടിയെ അവളുടെ കണ്ണുകളിൽ സുന്ദരനാക്കിയതെന്താണ്? അവളെ അത്രമേൽ പരവശയാക്കിയ ആ ഭംഗിയുടെ ഉറവിടമെന്താണ്? തെമ്മാടിയെ ഇത്ര സുന്ദരനാക്കിയതാരാണ്? അവളിലെ അപരിചിതമായതിന് വേണ്ടിയുള്ള ആ മോഹത്തിന്റെ സാക്ഷാത്കാരമായിരുന്നോ അയാൾ? തന്നെ ഇന്നാളുകളിലത്രയും ചങ്ങലക്കിട്ട ഒരു സമുദായത്തിന് അനിഷ്ടദർശനനായ ഒരാളുടെ അഴകോ ആ വിജയനിൽ ലോഭമില്ലാതെ?

ശിക്ഷ ഇത്ര മധുരമാവും വിധം അത്ര കഠിനമോ സമുദായത്തിന്റെ രക്ഷ?

III

രോഹിണിയിലെ വിജയന്റെ ഛായയുള്ളവർ മാധവിക്കുട്ടിയുടെ കഥകളിൽ അനേകം പേരുണ്ട്. 'സൂര്യനി'ലെ ഉണ്ണികൃഷ്ണൻ സുഹൃത്ത് വീട്ടിലില്ലാത്തപ്പോൾ സുഹൃത്തിന്റെ ഭാര്യയെ പ്രാപിക്കുന്നു. അവൾ

പിന്നെ എന്നേക്കും അയാളുടേതായി മാറുന്നുവെങ്കിലും ഇങ്ങനത്തെ ഒരു സ്ത്രീയായി മാത്രമെ അവളെ അയാൾ അംഗീകരിക്കുന്നുള്ളൂ. കൃതഘ്നതകൊണ്ടും അവിശ്വസ്തതകൊണ്ടും അയാൾ പക്ഷേ കൂടുതൽ ആകർഷണീയനായിത്തീരുന്നേ ഉള്ളൂ. ഇടനാഴിയിലെ കണ്ണാടികളിലെ സൗമ്യമൂർത്തി മാധവിയോട് വിശ്വസ്തതയുള്ളയാളല്ല. "എന്റെ അനസൂയാ, ലോകത്തിൽ വെച്ച് ഏറ്റവും മധുരിക്കുന്നവളേ, ഇന്നത്തോടെ നീയും അവസാനിക്കുകയായി" എന്നു പറഞ്ഞാണ് മറൈൻഡ്രൈവിലെ വനമഹിഷം അവളെ അവസാനിപ്പിക്കുന്നത്. ചതുരംഗത്തിൽ തന്റെ അവസ്ഥ ആ കാമുകി ഇങ്ങനെ പറയുന്നു. "വളർച്ചയെത്തിക്കഴിഞ്ഞ എന്തോ ഒന്ന് എന്റെ മറ്റേ വശത്തോട് ചോദിക്കുന്നു; ദുഃഖം മാത്രം സമ്മാനിക്കുന്ന ഈ മനുഷ്യനെ നീ എന്തുകൊണ്ട് സ്നേഹിക്കുന്നു?" ദുഃഖം മാത്രം സമ്മാനിക്കുന്ന ഈ കാമുകരുടെ സംഖ്യ വളരെയുണ്ട് മാധവിക്കുട്ടിയുടെ കഥാലോകത്ത്. ഭർത്താവിനെ പ്രേമിക്കുന്ന മാധവിക്കുട്ടിയുടെ അപൂർവ്വം നായികമാരിൽ ഒരാളായ 'ചതി'യിലെ ഡോക്ടർ ആകർഷണത്തിന്റെ രഹസ്യം ഒടുവിലറിയുന്നു. അവൾ തിടുക്കപ്പെട്ട് വീട്ടിലെത്തിയപ്പോൾ അവളുടെ കിടപ്പറയിൽ അയാൾ മറ്റൊരുവളുടെ കൂടെ ഉറങ്ങുകയാണ്. വിവാഹിതകളെ അപഥത്തിലേക്ക് നയിക്കുന്ന ഈ പുരുഷന്മാരാരും നമ്മുടെ കുടുംബസദസ്സുകളിൽ സ്വീകാര്യരല്ല. പ്രതിനായകന്മാരിൽ മാത്രം അന്നോളം കണ്ടുവന്നിട്ടുള്ള ചില ഗുണങ്ങൾ ആണ് ഈ പ്രിയദർശരിൽ ഉള്ളത്. ആ കാമുകരിൽ വിനാശകരമായ ചില പ്രവണതകളുമുണ്ട്. 'പക്ഷിയുടെ മണ'ത്തിലെ മരണത്തിന്റെ ആ പ്രതിപുരുഷനെപ്പോലെ അവരും ആ നായികമാരോട് അഹംഭാവത്തോടെ ഇങ്ങനെ പറയുന്നു. "സ്നേഹത്തിന്റെ പരിപൂർണത കാണിച്ചു തരുവാൻ എനിക്ക് മാത്രമേ കഴിയുകയുള്ളൂ. എനിക്ക് നീ ഓരോന്നായി കാഴ്ച വയ്ക്കും, ചുവന്ന ചുണ്ടുകൾ, ചാഞ്ചാടുന്ന കണ്ണുകൾ, അവയവ ഭംഗിയുള്ള ദേഹം എല്ലാം. ഓരോ രോമകൂപങ്ങൾ കൂടി നീ കാഴ്ചവെയ്ക്കും. ഒന്നും നിന്റേതല്ലാതാവും."

ഈ വിജയൻമാരുടെ മൗലികമായ മാതൃക ആരാണ്? അവരെ നായകന്മാരാക്കുവാൻ മാധവിക്കുട്ടിക്ക് ധൈര്യം പകർന്ന പാരമ്പര്യം ഏതാണ്? "രാജ്യകാര്യങ്ങളിൽ മുഴുകിയിരിക്കുന്ന എന്റെ കാമുകന്റെ ഓഫീസുമുറിയുടെ വാതിൽക്കൽ ഞാൻ ചെന്നുനിന്നപ്പോൾ അദ്ദേഹം വായിച്ചിരുന്ന കടലാസ് മേശമേൽ വെച്ച് കണ്ണടയൂരി നെറ്റിചുളിച്ച് എന്നെ നോക്കി. മഥുരയുടെ രാജാവിന്റെ മുഖമായിരുന്നു അത്." എപ്പോഴോ ആ തെമ്മാടി അധൃഷ്യമായൊരു സൗന്ദര്യം കൈവരിക്കുന്നുണ്ട്. അപ്പോൾ അയാൾ കൃഷ്ണനാണ്. അതുകൊണ്ടാണ് ആ നായികമാർ അയാളെ രാജാവേ എന്നോ കൃഷ്ണാ എന്നോ വിളിക്കുന്നത്. 'രാധ അനുരാധ,' 'കൃഷ്ണന്റെ വേഷം,' 'ഘനശ്യാം,' 'രാധയുടെ കത്ത്' എന്നീ കഥകളിലെല്ലാം നായകൻ പ്രത്യക്ഷത്തിൽതന്നെ കൃഷ്ണനാണ് - അവ അലിഗറികളാണ്, കൃഷ്ണന്റെ അപ്രമേയതയെ കുറിക്കുന്ന ദൃഷ്ടാന്തകഥകൾ

– എന്നാൽ കൃഷ്ണന്റെ പരാമർശം പോലുമില്ലാത്ത അവരുടെ മറ്റു പ്രണയകഥകളുടെയും കഥ കൃഷ്ണകഥയാണ്. 'മറ്റു ശരീരങ്ങൾ വഴി അവൻ ഞങ്ങളിൽ പ്രവേശിച്ചു.' 'പട്ടങ്ങൾ,' 'തരിശുനിലം,' 'സൂര്യൻ,' 'ഇടനാഴിയിലെ കണ്ണാടികൾ,' 'സ്വതന്ത്ര ജീവികൾ,' 'ലോകം ഒരു കവയിത്രിയെ നിർമ്മിക്കുന്നു' എന്നീ കഥകളിലെയെല്ലാം നായകന്മാർ ആരുടെ ഛായയാലാണോ അജയ്യരായിത്തീരുന്നത് ആ ഛായ കൃഷ്ണ നാണ്. തെമ്മാടി എത്ര സുന്ദരനാണ് എന്നതൊരു കൃഷ്ണസ്തുതി യാണ്. അവരുടെ കഥകൾ കൃഷ്ണനെ സ്തുതിക്കുന്നു.

കൃഷ്ണൻ സമൂഹത്തിന്റെ ഒരു സ്വപ്നമാണ്. അടിച്ചമർത്തപ്പെട്ട സഹജവാസനകളുടെ ഒരു പകപോക്കൽ. കാടു കാട്ടുന്ന, ഗോപികകളു മായി സ്വൈരമായി രമിക്കുന്ന, കൂനിനെ സുന്ദരിയാക്കിയ, അമ്മാവനെ കൊന്ന കൃഷ്ണൻ ഒരു ജീവിതമാതൃകയല്ല, ഒരു സ്വപ്നമാതൃകയാണ്. രാമൻ ഒരു ജീവിത മാതൃകയാണെങ്കിൽ, ഒരു ത്യാഗിയാണെങ്കിൽ, ഒരാദർശമാണെങ്കിൽ, കൃഷ്ണൻ ഒരു സ്വപ്നകാമുകനാണ്. ഭോഗങ്ങ ളുടെ ഒരവതാരം. വിലക്കുകൾക്കൊക്കെ അതീതനാണ് കൃഷ്ണൻ. രാമ നിലൂടെ നിർദയമാകുന്ന വിധി കൃഷ്ണനിലൂടെ ദയാമയമായിത്തീരുന്നു. അസ്വതന്ത്രരുടെ സ്വപ്നമാണ് കൃഷ്ണൻ. അവരുടെ സാക്ഷാത്കാരങ്ങളി ലൊക്കെ കൃഷ്ണനുണ്ട്. പ്രതിനായകൻമാർ നായകൻമാരായിരിക്കുന്ന മാധവിക്കുട്ടിയുടെ കഥകളിലെ മാതൃക കൃഷ്ണനാണ്. ആ നായികമാർ അനുരാധകളാണ്. തന്നെ രാധേ എന്നു വിളിക്കാത്ത ആ തെമ്മാടികളുടെ സ്വരൂപം തന്നെ രാധേ എന്ന ഗൂഢമായ ഒരു വിളിയായിത്തീരുന്നു. "അദ്ദേഹം രാധേ എന്ന് മെല്ലെ വളരെ മെല്ലെ ഒരിക്കൽ എന്നെ വിളിച്ചുവോ?" (രാധ, അനുരാധ)

IV

സമൂഹം ഒരു 'സ്ക്രിപ്റ്റ്' നിശ്ചയിച്ചിട്ടുണ്ട് സ്ത്രീക്ക്. അവളുടെ സഹജ മായ സ്ക്രിപ്റ്റ് വാങ്ങിവെച്ച് സമൂഹം തയ്യാറാക്കിയ ഈ സ്ക്രിപ്റ്റ് ഘട്ട ങ്ങളിലായി സമൂഹം അവൾക്ക് കൈമാറുന്നു. ഒരു വിവാഹിതയിലാണ് സമൂഹത്തിന്റെ സ്ക്രിപ്റ്റ് അതിന്റെ തീവ്ര രൂപത്തിൽ പ്രത്യക്ഷപ്പെടു ന്നത്. താളം തെറ്റിയ വിവാഹിത, താളം തെറ്റിയ വിവാഹിതനേക്കാൾ, താളം തെറ്റിയ അവിവാഹിതരേക്കാൾ സമൂഹത്തിന് അനിഷ്ടദർശന യാകുന്നത് അതുകൊണ്ടാണ്. സമൂഹത്തിന്റെ നിർബന്ധങ്ങൾ അവളി ലാണ് കഠിനം. അവളാണ് ഏറ്റവും കൃത്രിമമായി ജീവിതം നയിക്കുന്നത്. ഏറ്റവും കലുഷമായ അസ്വാതന്ത്ര്യം ഏറ്റവും സ്വച്ഛമായ സ്വാതന്ത്ര്യം സ്വപ്നം കാണുന്നു. ഭാരതീയ സ്ത്രീകൾക്ക് കൃഷ്ണ സങ്കൽപം അത്തര മൊരു സ്വപ്നമാണ്. രാധാകൃഷ്ണ സങ്കൽപത്തിന്റെ സൗന്ദര്യത്തിന്റെ അടിസ്ഥാനം ഭാരതീയരുടെ ലൈംഗികമായ അസ്വാതന്ത്ര്യമാണ്. ഭാരതീയ സമൂഹത്തിന്റെ നിർദയമായ വിലക്കുകൾ കൃഷ്ണനെ മോഹന കൃഷ്ണനാക്കുന്നു. സമൂഹം തടങ്കലിലിട്ടിരിക്കുന്ന സ്ത്രീകൾ കാണുന്ന

വൈവിധ്യമേറിയ രാധാകൃഷ്ണ സ്വപ്നങ്ങൾ ആണ് മാധവിക്കുട്ടിയുടെ കഥകളിലെ താളം തെറ്റലുകൾ എന്നർത്ഥം. വിരൂപമായ താളങ്ങൾ സുന്ദരമായ താളക്കേടുകൾ സ്വപ്നം കാണുന്നു. ചിലപ്പോൾ സ്വപ്നത്തിൽ സമൂഹതാളത്തിന്റെ വൈരൂപ്യം പ്രത്യക്ഷപ്പെടുന്നു. സ്വപ്നം എല്ലാറ്റിനേയും അതിന്റെ വ്യാപ്തിയിൽ അറിയുന്നു. സ്വപ്നം അപകടം പിടിച്ച ഒരു കണ്ണാടിയാണ്.

ക്രമേണ തന്റെ സഹജമായ വേഷം നഷ്ടപ്പെട്ട്, ലോകം തനിക്കനുവദിച്ച ഒരു വേഷത്തിലേക്ക് ചുരുങ്ങുന്ന ഒരുവൾ അനുഭവിക്കുന്ന മനപ്രയാസങ്ങളാണ് 'കല്യാണി'യിൽ. അവൾ കാണുന്ന ഒരു പേടി സ്വപ്നത്തിലൂടെ ഈ വേഷമാറ്റത്തിന്റെ കഥ പറയുന്നു മാധവിക്കുട്ടി. സ്വപ്നം അവളെക്കുറിച്ച് കൂടുതൽ പറയുന്നു. "പാമ്പുകൾ ഉറയൂരിക്കളയുന്നതുപോലെ അവൾ അമ്മിണിയെന്ന പേരിനെ ഉപേക്ഷിച്ചു" എന്ന് കഥാകാരി. ഒരു ഗൃഹദീപം മാത്രമാവാനല്ലാതെ നിർമ്മിച്ചതെന്ന തിരിച്ചറിവിന് അവൾ കൊടുക്കേണ്ടി വന്ന വിലയാണ് ആ കഥയിലെ പീഡനം. സമൂഹത്തിന്റെ മന്ത്രവാദി ഇറങ്ങിപ്പോകൂ ഇറങ്ങിപ്പോകൂ എന്നവളെ അവളിൽ നിന്നും അടിച്ചിറക്കുകയാണ്. കൂടുതൽ സങ്കീർണ്ണമായ ഒരു സ്വപ്നമാണ് 'പക്ഷിയുടെ മണം.' മരണത്തോടുള്ള അമർത്തിവെയ്ക്കാൻ കഴിയാത്ത അഭിലാഷം മാത്രമല്ല, അയാളാൽ നയിക്കപ്പെടുന്ന തോൽപ്പാവക്കൂത്തിലെ ആ കഥാപാത്രമായി തന്നെ തിരിച്ചറിയുന്ന ഒരുവളുടെ പേടികൂടിയാണ്, ആകർഷണങ്ങളിലെല്ലാം ഭീതിതമായ എന്തോ അപകടം ഉള്ളതായി തിരിച്ചറിയുന്ന ഒരുവൾ കാണുന്ന ലോകം തന്നെയാണ്, 'പക്ഷിയുടെ മണം.' മരണത്തിലേക്കോ തന്റെ ലോകത്തെ എന്നേക്കുമായി നഷ്ടപ്പെടുത്തുന്ന ആ അനിവാര്യമായ രംഗത്തിലേക്കോ, പാപത്തിലേക്കോ ആരോ നടത്തിക്കുന്ന ഒരുവളുടെ - സ്ത്രീയുടെ എല്ലാ നടത്തങ്ങൾക്കും അടിയിലുള്ള ആ അവളുടെ - ആവിഷ്കാരമാണ് ആ സ്വപ്നം. തന്റെ മുറിയിൽപെട്ടുപോയ പക്ഷിയെ ഷൂകൊണ്ടരച്ചുകളഞ്ഞ ചെറുപ്പക്കാരന്റെ മുറിയിലേക്ക് പക്ഷിയെ എത്തിച്ച മണം തന്നെയാണ് 'പക്ഷിയുടെ മണം.' ഒരു സ്ത്രീ കാണുന്ന പേടിസ്വപ്നത്തിലൂടെ വിധിയെ അവതരിപ്പിക്കുന്ന ഈ കഥയിലോളം തീവ്രമായി മലയാളത്തിൽ മറ്റൊരു കഥയിലും സ്ത്രീ പ്രത്യക്ഷപ്പെടുന്നില്ല. അവളെ ഇത്രമേൽ അപകടകരവും അപരിചിതവുമായ ഒരു രംഗത്ത് നിർത്തിയ സമൂഹത്തെ ഇത്ര തീവ്രമായി മറ്റാരും ആവിഷ്കരിച്ചിട്ടുമില്ല.

ഒരു ബന്ധിതയുടെ സ്വപ്നങ്ങൾ എന്ന് മാധവിക്കുട്ടിയുടെ കഥകളെ സാമാന്യമായി വിവരിക്കാം. അഭിലാഷ സഫലീകരണമാണ് എല്ലാ സ്വപ്നങ്ങളുടെയും അർത്ഥം എന്ന ഫ്രോയിഡിയൻ ആശയത്തിന് കാലഹരണം വന്നിട്ടൊന്നുമില്ല. അഭിലാഷത്തിന്, നല്ലത് അഭിലഷിക്കുക എന്ന അർത്ഥമില്ലെന്നോ വ്യക്തിക്കോ അയാളുടെ അബോധത്തിനോ അയാൾ ജീവിക്കുന്ന സമുദായത്തിനോ നല്ലത് ഒന്നാകണമെന്നില്ലെന്നോ ഒക്കെ

ഓർക്കണമെന്ന് മാത്രം. അഥവാ 'സ്ക്രിപ്റ്റു'കൾ തമ്മിലുള്ള സംഘർഷമാണ് ആ സ്വപ്നങ്ങളുടെ ഉള്ളടക്കം. സമുദായത്തിന്റെ സ്ക്രിപ്റ്റ് ബന്ധനമായനുഭവപ്പെടുന്ന ഒരുവളുടെ സ്വപ്നതന്ത്രങ്ങൾ ആണ് അവ. സുന്ദരനായ തെമ്മാടി ഒരു സ്വപ്നമാണ്, ഒരസ്വതന്ത്രയുടെ എന്നർത്ഥം.

V

വിവാഹബന്ധത്തിലേക്കുള്ള ഒരു ശബളമായ വഴിയാണ് നമ്മുടെ സാഹിത്യത്തിൽ മിക്കപ്പോഴും പ്രണയം. ഒരു ഭർത്താവിലേക്കുള്ള തീർത്ഥാടനം. അവിടെ എത്തിക്കഴിഞ്ഞാൽ ശുഭം എന്ന് വിവരിക്കുന്ന പഴയ പതിവ് വളരെയൊന്നും മാറിയിട്ടില്ല ഇന്നും. സാമൂഹികവിരുദ്ധരിൽ കുറ്റബോധമുളവാക്കുന്ന ഒരു മനശ്ശാസ്ത്ര ചികിത്സാരീതി കൂടിയായിരുന്നു, പ്രണയകഥകൾ. 'കല്യാണി'യിലെ ആ പൊലീസുകാരൻ തന്നെയായിരുന്നു റോസാപുഷ്പങ്ങളുമായി കഥകളിലിരുന്ന് നമ്മെ അഭിവാദ്യം ചെയ്തത്.

വിവാഹബന്ധമുൾപ്പെടെയുള്ള സാമുദായിക സാന്നിധ്യങ്ങളോടുള്ള വഴിപിരിയലാണ് മാധവിക്കുട്ടിക്ക് പ്രണയം. സമൂഹത്തിന്റെ മൂല്യങ്ങളിൽ നിന്നുള്ള മുക്തിയാണ് പ്രണയം. നിയമവിധേയമല്ലാത്ത, മൂല്യവിധേയമല്ലാത്ത ഒരു രാജ്യം. "ഞാൻ ഭാവിയെപ്പറ്റിയോർത്ത് മനസ്സിനെ അലട്ടുന്നില്ല, പാപബോധം എനിക്ക് തീരെയില്ല" (സ്വതന്ത്രജീവികൾ) ഭർത്താവ് സമൂഹത്തിന്റെ ഘനീഭവിച്ച രൂപമാണ് എന്നതിനാലാവാം അയാൾ വളരെ വിരൂപനാണ് മാധവിക്കുട്ടിയിൽ. ഭർത്താവിനെ ഇങ്ങനെ അവഗണിക്കുന്ന കഥകൾ മലയാളത്തിലുണ്ടായിട്ടില്ല. "അയാളുടെ ചീഞ്ഞ മോണയിൽ നിന്ന് ചുംബനവേളയിൽ ഒഴുകുന്ന ചലം തന്റെ വായിൽ നിന്ന് നിശ്ശേഷം കഴുകിമാറ്റുവാനായി ബ്രഷിൽ പേസ്റ്റ് തേച്ച് പല്ലുകളിൽ ശക്തിയായി ഉരസുന്നു." (പാതിവ്രത്യമെന്ന സമസ്യ) ഭാര്യാഭർത്തൃബന്ധം മിക്കപ്പോഴും ഒരധഃപതനമാണ്. "എന്റെ ഭർത്താവിന്റെ കൈകളിൽ ഞാൻ വീണ്ടും ഒരു വ്യഭിചാരിയായി." നൈർമല്യത്തെയും ചാരിത്ര്യത്തെയും കുറിച്ച് സമുദായത്തിനുള്ള സങ്കൽപ്പമല്ല ആ രാധയുടേത്. "ഞാൻ എല്ലാറ്റിനുമുപരിയായി സ്നേഹിക്കുന്ന നിന്റെ കൈകളിൽ ഞാനെന്നും നിർമ്മലയായിരുന്നു. ചാരിത്രവതിയായിരുന്നു. ശാരീരികമായ ഒരു സ്പർശനത്തിനുവേണ്ടി മാത്രമല്ല ഞാൻ നിന്നോടടുത്തത്. എന്റെ ഉള്ളിൽ തൊലിക്കും മാംസത്തിനും എല്ലിനും കീഴിൽ എവിടെയോ ഏകാകിയും ഭേദ്യവുമായ ഒന്ന് ഒരു സ്പർശനം കാത്തു കിടക്കുന്നു എന്നെനിക്ക് തോന്നിയിരുന്നു. എന്നെങ്കിലും അതു സ്പർശിക്കപ്പെടുമെന്നും അതിനുശേഷം ഈ ജീവിതചലനങ്ങൾക്കെല്ലാം തന്നെ ഒരർത്ഥം വെയ്ക്കുമെന്നും എനിക്ക് വിശ്വാസമുണ്ടായിരുന്നു."

ഭാര്യ ഒരു പദവിയാണെങ്കിൽ ഒരസ്വാതന്ത്ര്യമാണെങ്കിൽ കാമുകി പല പദവികളാണ്, സ്വാതന്ത്ര്യമാണ്. യഥാർത്ഥത്തിൽ പലരുമായ

പലതുമായ ഒരാൾ വീണ്ടും അതെല്ലാമാവുന്നത് കാമുകനിലോ കാമുകിയിലോ കഴിയുമ്പോഴാണ്. അവൾ ഈ രാജ്യത്തിന്റെ മാത്രം പ്രജയല്ല. അലോകമായ ഒരു വീഥിയിൽ കൂടിയാണ്, ഈശ്വരൻമാരുടെ സഞ്ചാര പഥത്തിൽ കൂടിയാണ് പ്രണയികൾ സഞ്ചരിക്കുന്നത്. “ദർശനം തന്നതിനു ശേഷം അപ്രത്യക്ഷയാകുന്ന ഒരു ദൈവത്തെപ്പോലെ അവൾ മറയുകയാണ്.” (തരിശുനിലം) രതിയിൽ ഭാര്യ അവളെപ്പോലെയാകുവാനാണ്. സല്ലാപത്തിൽ അനിയത്തിപോലും അവളെപ്പോലെയാകുവാനാണ്, കാത്തിരിക്കുന്ന അമ്മ പോലും അവളെപ്പോലെ കാണപ്പെടുവാനാണ് ആഗ്രഹിക്കുന്നത്. ‘പതിമൂന്നു വയസ്സായ മകളി’ൽ മകളോടുള്ള വാത്സല്യം സമ്മിശ്രമായ ഒരു നിലയിലെത്തുന്നുവോ എന്ന് പിതാവ് പേടിക്കുന്നു. ആ ചെറിയ പെൺകുട്ടി താനും ഭാര്യയും ഇരിക്കുന്ന തോണി ചവിട്ടി മറയ്ക്കുന്നതായി അയാൾ സ്വപ്നം കാണുന്നു. അഗാധമായ സ്നേഹത്തിൽ ആരായിരിക്കുമ്പോഴും അവൾ കാമുകിയാണ്. ഈശ്വരനോടുള്ള ഭക്തന്റെ സങ്കടങ്ങൾ കാമുകനോടുള്ള പരിഭവത്തിന്റെ ഭാഷയിൽ തീവ്രമാക്കാനുള്ള ശ്രമങ്ങൾ പ്രാചീന സാഹിത്യത്തിലുടനീളം കാണാം. പ്രണയിയുടെ ഭാഷ എത്രയോ സമഗ്രവും വിപുലവുമാണ്. പ്രണയം രാധാകൃഷ്ണൻമാർ തമ്മിലാണ് എന്ന സങ്കല്പത്തിന്റെ അർത്ഥമതാണ്. ‘രാധയുടെ കത്തി’ൽ നമുക്ക് സ്വന്തമായ ഒരു വീട് വേണം എന്ന് പറയുന്ന രാധയോട് കൃഷ്ണൻ പറയുന്നു. “അങ്ങനെയൊരു വീട് ഇപ്പോൾതന്നെ എവിടെയോ ഉണ്ടായിരിക്കണം. അവിടെ ഈ സമയത്ത് നീ എന്റെ കരവലയത്തിൽ കിടന്നുറങ്ങുകയായിരിക്കും. ആ കള്ളിച്ചെടികളിൽ ഇപ്പോൾ നിലാവ് വീഴുന്നുണ്ടാവണം.” അത്തറിന്റെ മണത്തിലെ സുഖീന താൻ സ്നേഹിക്കപ്പെട്ടിരുന്ന കാലത്തെപ്പറ്റി, തന്റെ അന്നത്തെ സൗന്ദര്യത്തെപ്പറ്റി പറയുന്നുണ്ട്. പക്ഷേ അവൾ ജന്മനാ കുരുടിയായിരുന്ന, അതിവിരൂപയായ ഒരുവളായിരുന്നത്രെ.

VI

പുരുഷന് പല പല അസ്തിത്വങ്ങളുണ്ടെങ്കിൽ സ്ത്രീക്ക് ഒറ്റ അസ്തിത്വമേയുള്ളൂ. അവളുടെ ‘റോൾ.’ ആ റോളിലേക്ക് അവളെ ചുരുക്കുവാനുള്ള നിർദയശ്രമങ്ങളുമായാണ് സമുദായം ഓരോ തവണയും അവളിലേയ്ക്ക് വരുന്നത്. “ആ പരുന്തിനെ നോക്കൂ, നമുക്ക് അതിനെ പിടിക്കണം, എന്നിട്ട് വരാന്തയിൽ ചങ്ങലയ്ക്കിടണം, എന്നിട്ടതിനെ പട്ടിണി കിടത്തി കഷ്ടപ്പെടുത്തി ഒടുവിൽ കൊല്ലണം.” (പരുന്തുകൾ) ആ റോളിൽ നിന്ന് ആ ചങ്ങലയിൽ നിന്ന് ഉള്ള സ്വാതന്ത്ര്യമാണ് ആ പ്രണയങ്ങൾ. അവിടെ അവൾ മുഴുവനുമാണ്, ജീവിതം നിർബാധമാണവിടെ. “എന്റെ ഹൃദയത്തിലിരുന്ന് ഒരു കിളി ആനന്ദത്തിന്റെ പാട്ടുകൾ പാടിക്കൊണ്ടിരുന്നു.” (സൂര്യൻ) ആശാനിലെന്നപോലെ മാധവിക്കുട്ടിയിലും പ്രണയം സ്വാതന്ത്ര്യമാണ്. അവിടെ എത്തിയപ്പോൾ “തന്റെ കാലുകളുടെ ഓട്ടം എന്നേയ്ക്കുമായി നിലച്ചു”വെന്ന് മന്ത്രവാദിയുടെ മകളിലെ പ്രണയി

പറയുന്നുണ്ട്. അവിടുത്തേക്ക് തന്നെ നയിച്ച ആ ഗുരുവിനോടുള്ള അന്ധമായ ഒരു വിധേയത്വം പല കഥകളിലും മാധവിക്കുട്ടി ആവിഷ്കരിക്കുന്നുണ്ട്. അയാൾ തന്നെ എത്ര വെറുത്താലും ആരെ ആരാധിച്ചാലും അവൾക്കയാൾ സമസ്തവുമാണ്. അവളെന്ന ശില്പത്തെ ജീവൻ വെപ്പിച്ചത് അയാളാണ്. അയാളാണവളെ സമുദായത്തിന്റെ വിരൂപമായ ആ സ്ക്രിപ്റ്റിൽ നിന്നും മോചിപ്പിച്ചത്. ആ കൃഷ്ണനാണ് അവളെ രാധയാക്കിയത്.

നിയമവിധേയമല്ലാത്ത ആ ലോകത്തിൽ അല്പനേരവും കഴിച്ചു കൂട്ടുവാൻ സാധിച്ചിട്ടില്ലാത്ത നിർഭാഗ്യരുടെ കഥകളും മാധവിക്കുട്ടി എഴുതിയിട്ടുണ്ട്. 'മീനാക്ഷി'യേടത്തിയും നെയ്പായസ'വുമൊക്കെ സമുദായത്തിന്റെ സ്ക്രിപ്റ്റിൽ ജീവിതകാലം മുഴുവൻ ഞെരുക്കിക്കഴിച്ചവരുടെ കഥകളാണ്. "ചോര ഛർദ്ദിച്ചതിൽ മുഖത്ത് ഒരു ക്ഷമായാചനമുണ്ടായിരുന്നു." കിടന്നിടത്ത് നിന്ന് എഴുന്നേറ്റ് നിലത്തെ രക്തം തുടയ്ക്കുവാൻ വിഫലമായൊരുമ്പെട്ട മീനാക്ഷിയേടത്തിയും മരണപര്യന്തവും മധുരിക്കുന്ന നെയ്പായസത്തിലെ നായികയും ആ സ്ക്രിപ്റ്റിന്റെ രക്തസാക്ഷികളാണ്. ഭർത്താവ് വീട്ടിലില്ലാത്തപ്പോൾ അവളുടെ കിടപ്പറയിൽ പ്രവേശിച്ച ഭർത്താവിന്റെ സുഹൃത്തിനെ നോക്കി അമൃത ഇങ്ങനെയാണ് വിചാരിക്കുന്നത്. "എന്റെ കാൽവിരലുകളിൽ വീണ കണ്ണുനീർത്തുള്ളികൾ എന്നെ കൂടുതൽ കരയിച്ചു. അപമാനത്തിന്റെ കരച്ചിലായിരുന്നില്ല അത്. എത്രയോ വലുതായ എന്നും അപരിചിതമായ ഈ ലോകത്തിൽ കാമത്തിന്റേയും കോപത്തിന്റേയും മറ്റും അടിമകളായിത്തീരേണ്ടിവരുന്ന നിന്നെയും എന്നെയും മറ്റുള്ളവരെയും ഓർത്ത് ഞാൻ കരഞ്ഞതായിരുന്നു." (സൂര്യൻ)

അവിവേകികളല്ല ആ പതിതകൾ, വിവേകം കൊണ്ടു അവൾ തെറ്റുകാരായിരിക്കുന്നു. സമൂഹം നിശ്ചയിച്ച വഴിവിട്ട് സമൂഹത്തിന്റെ വിരൂപമായ രക്ഷവിട്ട് പുറത്തിറങ്ങിയവരാണവർ. സുഖം അപരാധമായിത്തീരുന്ന, ഇച്ഛാനുകാലമായ ജീവിതം പാപമായിത്തീരുന്ന ഈ സമുദായഘടനയെ അനുഭവിച്ചവരാണവർ. സമൂഹം വ്യക്തിയെ അവഗണിക്കാൻ പറയുന്നു. സഹജമായ ജീവിതതൃഷ്ണകളെ കപടരൂപത്തിൽ ആവിഷ്കരിക്കാൻ പറയുന്നു. ക്രൂരനായിരിക്കാനും മാന്യനായിരിക്കാനും പറയുന്നു. താന്തോന്നികളെ വിരൂപരായിക്കാണുവാൻ പറയുന്നു. സമൂഹം അനുവദിക്കാത്തത് സ്ക്രിപ്റ്റായി സ്വീകരിക്കുന്നു ഈ എഴുത്തുകാരിയുടെ നായികമാർ. സംസ്കാരം എന്തൊരു ശിക്ഷയാണ് എന്ന് തോന്നിക്കുന്നവയാണ് മാധവിക്കുട്ടിയിലെ ഗംഭീരമായ സന്ദർഭങ്ങൾ. സാമൂഹിക ജീവിതത്തിന്റെ അന്തസ്സില്ലായ്മയാണ് ഈ കഥകളുടെ ശക്തി.

VII

ഒരു സ്ത്രീയായതുകൊണ്ട് മാത്രം പ്രവേശിക്കാൻ കഴിഞ്ഞ ഇടങ്ങൾ എന്ന് മാധവിക്കുട്ടിയുടെ കഥകളിലെ മൗലികതയെ വിവരിക്കാം.

ആദ്യമായിട്ടാണ് മലയാളത്തിൽ ഒരു സ്ത്രീ തന്റെ കൈമുതൽ മുഴുവൻ ഉപയോഗിച്ച് എഴുതുവാൻ തുടങ്ങിയത്. സമർഥമായി ഏഷണി പറയാനും ശ്രദ്ധയോടെ സ്വയം അലങ്കരിക്കാനും അധികം ദൂരേക്ക് പോവാനനുവാദമില്ലാത്തതുകൊണ്ട് അനുവദനീയമായതിന്റെ വളരെ അകലത്തോളം പോകുവാനും അകത്തിരിക്കാനും പുറത്തിരിക്കാനും അതിസാധാരണങ്ങളായ അനുഭവങ്ങളെ അത്യസാധാരണങ്ങളായി അനുഭവിക്കാനും ഉള്ള സ്ത്രീസഹജമായ സിദ്ധികളെ സർഗാത്മകമായി ഉപയോഗിച്ചത്. വളരെയധികം അസ്വാതന്ത്ര്യം അനുഭവിക്കേണ്ടിവന്ന ഒരുവളുടെ കൂടുതൽ കണിശമായിത്തീർന്ന കാതുകളോടെയും കണ്ണുകളോടെയും പ്രതികരിച്ചത്. 'ജാനു പറഞ്ഞ കഥയിലും' മറ്റുമുള്ള ഭാഷ ആ കാതിന്റെ ശ്രദ്ധയും എല്ലാ കഥകളിലുമുള്ള ആ സജീവമായ വിശദാംശങ്ങൾ ആ കണ്ണുകളുടെ സൂക്ഷ്മതയും കാണിക്കുന്നു. "രണ്ടാമത്തെ കുട്ടി നാവിന്റെ അറ്റം അല്പം പുറത്തുകാട്ടിക്കൊണ്ട് വളരെ ശ്രദ്ധയോടെ ചെത്തുന്ന"തും "അച്ഛന്റെ മുഖത്തെ പഴയ ഷൂസുകളുടെ വിള്ളലുകൾ പോലെയുള്ള വരകളും" ഓർമ്മയിൽ പെട്ടെന്നു വരുന്ന ഉദാഹരണങ്ങൾ. എത്ര ജീവസ്സുറ്റതാണ് ആ വിശേഷണങ്ങൾ. "തന്നെ അച്ഛന്റെയും പരുത്ത കൈയുള്ള വെപ്പുകാരന്റെയും അടുത്ത് തനിച്ചാക്കി" എന്ന വാക്യത്തിലെ ആ 'പരുത്ത' പോലെ എത്ര അർത്ഥവത്തായ വിശേഷണപദങ്ങളാണ്. അവയെ തിളക്കിക്കൊണ്ട് ആ വാക്യങ്ങളിലാകെ. അനുഭവങ്ങളെ ഇത്ര സൂക്ഷ്മമായ വിശദാംശങ്ങളോടെ മറ്റൊരു മലയാളിയും സംരക്ഷിച്ചിട്ടില്ല. ആ കഥകളിലും ഓർമ്മക്കുറിപ്പുകളിലും ഉള്ള 'പോർട്രെയ്റ്റു'കളിലെപ്പോലെ പോയകാലം ഇത്ര തികവോടെ മറ്റാരും സംഭരിച്ചിട്ടില്ല. അത്രയും ശേഷിയുറ്റ 'അബ്സോർബർ' നമ്മുടെ കഥയെഴുത്തുകാരിൽ അധികമൊന്നും കണ്ടിട്ടില്ല.

ഏകാന്തതയാൽ ശപിക്കപ്പെട്ട ഒരു സ്ത്രീയുടെ പ്രതികാരം തന്നെയാണ് മലയാളത്തിലെ ഏറ്റവും സജീവമായ ആ പ്രതിപാദനരീതി. ഒരു കവിതയിലിരിക്കുന്ന വാക്യത്തിലെന്നപോലെ സജീവമാണ്, അനവധി ഓർമ്മകളുള്ളിലുള്ളവയാണ്, ഭാരിച്ചവയാണ് അവരുടെ കഥയിലെ വാക്യങ്ങൾ. "അവൻ മറക്കാൻ പാടില്ലാത്ത ചില ദിവസങ്ങളായിരുന്നു. മുറ്റത്തെ പൂഴിമണ്ണിൽ പതിഞ്ഞിരുന്ന ചെറിയ കാൽമുദ്രകളായിരുന്നു. സന്ധ്യയ്ക്ക് ഉറക്കെ ചൊല്ലിയിരുന്ന ചില കവിതാശകലങ്ങളായിരുന്നു, വിശ്വാസമായിരുന്നു." (നരിച്ചീറുകൾ പറക്കുമ്പോൾ) 'നെയ്പായസ'ത്തിൽ അയാൾ വീട്ടിലേക്ക് വരുമ്പോൾ, അപ്പോൾ നിലത്ത് ഒരു ചൂലിന്റെ അടുത്ത് അവൾ ഹൃദയസ്തംഭനത്താൽ മരിച്ചു കിടക്കുകയാണ്. മുറ്റത്തു കളിക്കുന്നതിനിടയിൽ മകൻ വിളിച്ചു പറയുകയാണ്. "ഫസ്റ്റ് ക്ലാസ്സ് ഷോട്ട്." ഈശ്വരൻ പാളിനോക്കുന്ന ഇത്തരം സന്ദർഭങ്ങൾ അനവധിയുണ്ട്. മാധവിക്കുട്ടിയിൽ. അവരുടെ പ്രശസ്തരായ സമകാലീനർ കഥയുടെ ഭാഷയെ കാവ്യഭാഷയോട് അടുപ്പിച്ചപ്പോൾ മാധവിക്കുട്ടി കാവ്യഭാഷയിലെഴുതി.

ബാഹ്യ ലോകത്തേക്കാൾ സംഭവബഹുലമാണ് ആന്തരിക ലോകം എന്ന് പറയുന്ന ഈ കഥകൾക്ക് പിന്നിൽ ഒരു വൈരാഗ്യമുണ്ട്. സ്ത്രീയെ മുറിയിലടച്ച സമുദായത്തെ അതിന്റെ അകത്തിരിക്കുന്നവർക്കേ അതെത്ര അന്ധകാരാവൃതമാണെന്നറിയൂ എന്ന് ഈ കഥകൾ നേരിടുന്നു. അടയ്ക്കപ്പെട്ട പുറം വാതിലിന് പകരം അകത്തേക്ക് തുറക്കുന്ന ഒരുപാടു വാതിലുകൾ അവൾ കണ്ടെത്തുന്നു. വ്യതിചലിച്ച ഒരു സ്ത്രീയാൽ ശപിക്കപ്പെട്ട ഈ ലോകത്തെ ആ സ്ത്രീയിലിരുന്ന് നോക്കികാണുന്നു ഈ എഴുത്തുകാരി. എറിക്ബേണിന്റെ ഭാഷയിൽ 'കൗണ്ടർ സ്ക്രിപ്റ്റുക'ളിലാണ് മാധവിക്കുട്ടിയുടെ നായികമാർ കഴിയുന്നത്. ഭർത്താവ് അയോഗ്യനും ജാരൻ യോഗ്യനുമാണവിടെ. വിധി വിരൂപവും നിഷേധം മോഹനവുമാണവിടെ. കൃഷ്ണനാണിവിടുത്തെ കാമ്യ വിഗ്രഹം.

"തെമ്മാടി എത്ര സുന്ദരനാണ്."

■

അർധനാരീശ്വരൻ

ഒരു ഫ്രഞ്ച് കൃഷിക്കാരന്റെ കളയെക്കുറിച്ചുള്ള നിർവചനം പ്രസിദ്ധമാണ്. 'ഞാൻ നട്ടു പിടിപ്പിക്കാത്തതെല്ലാം കളയാണ്.' ഈ വാക്യത്തെ ഉറ്റുനോക്കും തോറും നമുക്കു പേടിയാവും. ആധുനിക നാഗരികതയുടെ സ്രഷ്ടാവായ പുരുഷന്റെ ആത്മഗതമല്ലേ ഇത്? പുരുഷാധിപത്യസമൂഹത്തിന്റെ ആർക്കിടെക്റ്റായ ആൺദൈവത്തിന്റെ പ്രഖ്യാപനമല്ലേ ഇത്?

ഭീതിദമായ ഒരുത്തരവാദിത്വമാണ് പുരുഷൻ. അയാൾക്ക് എല്ലാറ്റിനെയും ഭരിക്കണം. എല്ലാറ്റിന്റെയും മാനദണ്ഡമാകണം. അവൻ എല്ലാവരെയും എല്ലാറ്റിനെയും നിർവചിച്ചു എന്നാണ് ആദാമാണ് പേരിട്ടത് എന്ന സങ്കൽപ്പത്തിന്റെ അർഥം. മനുഷ്യരിട്ട പേരുകൾ അവയെ നിയന്ത്രിക്കുകയേ ചെയ്തുള്ളൂ. കുറയ്ക്കുകയേ ചെയ്തുള്ളൂ. പനിനീർപ്പൂവിന്റെ വൈവിധ്യങ്ങളൊന്നും പനിനീർപ്പൂവ് പ്രതിനിധാനം ചെയ്യുന്നില്ല. ഒരു വെറും നായയല്ല തന്റെ നായ എന്ന് ഏതു നായവളർത്തലുകാരനുമറിയാം. ആ കാക്കയല്ല ഈ കാക്ക എന്ന ജ്ഞാനത്തെ നാം കാക്കശ്ശേരി ഭട്ടതിരിപ്പാട് എന്ന് ആദരിച്ചു. പുരുഷലോകം യഥാർഥ ലോകത്തെക്കാൾ എത്രയോ ചെറുത്. ദുഃസ്വാതന്ത്ര്യത്തിനല്ലേ പുരുഷൻ സ്വാതന്ത്ര്യമെന്നു പറയുന്നത്? അധികാരചിഹ്നങ്ങളെല്ലാം ഭയചിഹ്നങ്ങളല്ലേ? ആണത്തത്തോടെ ജീവിക്കുന്നതിൽ ഒരപമാനമില്ലേ; ഒന്നല്ല പല അപമാനങ്ങൾ.

പുല്ലിംഗത്തിന്റെ പ്രതാപത്തെ വസ്ത്രങ്ങളിലൂടെയും പെരുമാറ്റങ്ങളിലൂടെയും വിളംബരം ചെയ്യുന്നതിനും ദൃഢപ്പെടുത്തുന്നതിനും പകരം സ്ത്രീവേഷം കെട്ടാനും സ്ത്രീയായി പകർന്നാടാനുമുള്ള പ്രവണതകളിൽ ഒരു വലിയ തിരിച്ചറിവുണ്ടോ? ഇതുവരെ തുറക്കാത്ത വാതിൽ തുറന്നപ്പോഴത്തെ വെളിച്ചമുണ്ടോ?

എന്റെ പഴയ അയൽപക്കമായിരുന്ന രാമചന്ദ്രക്കവുണ്ടൻ ഒരു കലാപകാരിയായിരുന്നെന്നു തിരിച്ചറിയുകയാണ് ഞാനിന്ന്. ഒപ്പം കലാപകാരി ഒരു സ്ത്രീലിംഗപ്രത്യയാന്ത പദമാണ് എന്ന കുഞ്ഞുന്മേഷവും. ആദ്യ 'റിബൽ' ഹവ്വയാണ്, ഈ മൂഢസ്വർഗത്തിൽ കഴിയാൻ എന്നെ നോക്കണ്ട എന്നു പറഞ്ഞത് അവൾ. അരുതാത്തതു ചെയ്തുകൊണ്ട് രതിയെ

എന്നേക്കും അരുതാത്തതിന്റെ സ്പർശത്താൽ മാത്രം മധുരമുള്ളതാക്കി അവൾ.

രാമചന്ദ്രക്കവുണ്ടൻ (രാമചന്ദ്രഗൗഡർ) ഒരു വിചിത്ര ജീവിയായി അക്കാലത്ത് എനിക്കു തോന്നിയിരുന്നു. അത്യാവശ്യത്തിനേ സംസാരിച്ചിരുന്നുള്ളൂ. ഭാര്യയോടു സംസാരിക്കുമ്പോഴേ ശബ്ദമുയർന്നിട്ടുള്ളൂ. ജ്യോതിഷം അറിയാവുന്ന ഗൗഡരെ പേടിച്ചിരുന്നു ആളുകൾ. അയാൾ പറയുന്നതുപോലെ സംഭവിക്കും. അയാൾ പ്രവചിച്ചതൊക്കെ ഫലിച്ചു എന്നതിന്റെ ഒരു സാക്ഷി ഞാൻ തന്നെയായിരുന്നു. ആയിടെ അമ്മയെ കാണാനുള്ള വരവ് വല്ലപ്പോഴുമാക്കിയിരുന്ന എന്നെ ദൂരത്തുനിന്നു കണ്ടപ്പോൾ തോട്ടുവക്കത്ത് കാത്തുനിന്നു അയാൾ. 'നിങ്ങൾ ശ്രദ്ധിക്കണം, അമ്മ അധികനാളിനി ഉണ്ടാവില്ല' എന്നു പറഞ്ഞ് അയാൾ നടന്നകന്നു. അമ്മയോടുള്ള എന്റെ ശ്രദ്ധക്കുറവിലുള്ള അസ്വസ്ഥതയാലാവാം, അയാളുടെ പ്രവചനശേഷിയിലുള്ള എന്റെ അവിശ്വാസത്താലാവാം ഒട്ടും പ്രസാദിച്ചിരുന്നില്ല അയാളുടെ മുഖം. നാലാം ദിവസം വീട്ടിൽ നിന്ന് ആളു വന്നു. അമ്മയ്ക്ക് അത്യധികം, ഉടൻ പുറപ്പെടണം. മരിച്ചു എന്നു പറയുവാൻ ഉപയോഗിക്കുന്ന അതേ വരണ്ട മുഖഭാവത്തോടെയാണ് മൂത്ത ഏടത്തിയുടെ മകൻ അത് പറഞ്ഞത്. ഞാൻ ഉടുപ്പു മാറി വരുന്നതു വരെ അവൻ വീട്ടിലേക്കു കയറാതെ മുറ്റത്തു നിന്നു.

രാമചന്ദ്രക്കവുണ്ടൻ ഭാര്യയുമായി കൂടെക്കൂടെ പിണങ്ങുമായിരുന്നു. ഒച്ച വച്ച് സംസാരിക്കുമായിരുന്നു. വാക്കേറ്റം മൂക്കുമ്പോൾ ഇറങ്ങിപ്പോവുമായിരുന്നു. എന്തോ ഒളിച്ചു വയ്ക്കുന്നതായി ഭാര്യയ്ക്ക് ഗൗഡരെ വലിയ സംശയം. ഗൗഡരുടെ മുറി എന്തിനാണിങ്ങനെ എപ്പോഴും താക്കോലിട്ടു പൂട്ടുന്നത്. താൻ വച്ചുണ്ടാക്കിയതു തിന്നുകയില്ല. മകളുണ്ടായതിൽപ്പിന്നെ തന്നെ തൊട്ടിട്ടില്ല. കാത്തു കാത്തിരുന്ന ദിവസം ഒടുവിൽ വന്നു. വാതിൽ പുറത്തുനിന്നു പൂട്ടിയിരുന്നെങ്കിലും താക്കോൽ എടുക്കാൻ മറന്നിരുന്നു. അയാൾ വരുന്നില്ലല്ലോ എന്നു നടവഴിയിൽ നോക്കി ഉറപ്പു വരുത്തി അവ്വ അകത്തു കടന്നു. അലമാരയിൽ നിറയെ പട്ടുസാരികൾ അടുക്കടുക്കായി വച്ചിരിക്കുന്നു. പിന്നിൽ കൊളുത്തുള്ള പുതിയ ജാതി ബ്ലൗസുകൾ, കടും നിറത്തിലുള്ള വലിയ സൈസിലുള്ള പാന്റീസുകൾ, സ്പോഞ്ചുള്ള ബ്രാകൾ, പൊട്ടു തൊടാനുള്ളതിട്ടുവച്ച ഡപ്പി, കൺമഷിച്ചെപ്പ് (അതിന്റെ പേരു കണ്ട് അവർക്കു ചിരി വന്നുവോ? രാമചന്ദ്രൻസ് കൺമഷി), ഒരു കുത്തു കരിവള. ആദ്യം അവർ കരുതിയത് ഗൗഡർക്കേതോ തടിച്ചുരുണ്ട സ്ത്രീയുമായി ചുറ്റിക്കളിയുണ്ടെന്നായിരുന്നു. വീട്ടിൽ വരുന്ന എല്ലാ സ്ത്രീകളെയും അവർ സംശയിച്ചു; പണിച്ചി കറപ്പിയെയുൾപ്പെടെ. അടുത്ത വീട്ടിൽ താമസിക്കുന്ന അനിയന്റെ ഭാര്യയാണോ? ഏട്ടനോടവൾക്ക് തന്നോടുള്ളതിനെക്കാൾ മതിപ്പില്ലേ? സകല കുമാർഗങ്ങളിലും അവരുടെ മനമോടി. പക്ഷേ, വൈകാതെ അവർ നിജസ്ഥിതി കണ്ടെത്തി. ജാലകം കൊളുത്തിടാൻ വിടാതെ മഴ പെയ്ത ആ ദിവസത്തെ ഏതോ വ്യഗ്രതയിൽ അയാൾ വിട്ടുപോയിരുന്നു. നോക്കുമ്പോൾ അയാൾ സാരി

ഞൊറിഞ്ഞു ഞൊറിഞ്ഞുടുക്കുന്നു. പിന്നിൽ തുറക്കുന്ന ബ്ലൗസ് വളരെ ക്ലേശിച്ച് ഇടുന്നു. പൊട്ടു തൊടുന്നു. വളകൾ ഇടുന്നു. കണ്ണാടി നോക്കി മന്ദഹസിക്കുന്നു. അത്യധികം സ്നേഹിക്കുന്ന ഒരുവളെ നോക്കും പോലെ ഇമവെട്ടാതെ തന്നെത്തന്നെ നോക്കി നിൽക്കുന്നു. ചരിഞ്ഞും നിവർന്നു നിന്നും പുറംതിരിഞ്ഞുനിന്നും. കണ്ണുകളിൽ എന്തൊരു തിളക്കം! താൻ കാമിക്കുന്നവൾ മുറിയിൽ ആരുമറിയാതെ എത്തിയതിന്റെ ഉന്മാദം. അത് താൻതന്നെയായതിലെ ലജ്ജയും സുഖവും സ്വാതന്ത്ര്യവും.

കൗണ്ടന് പ്രാന്താണ്. അവ്വ അലമുറയിട്ടു. ആളുകൾ ഓടിയെത്തുന്നതിനു മുൻപ്, തൊട്ടടുത്തൊന്നും വീടില്ല, വസ്ത്രങ്ങൾ അഴിച്ച് അലമാരയിൽ വച്ചു പൂട്ടി, പൊട്ട് തുടച്ചു കളഞ്ഞ് കുപ്പായമെടുത്തിട്ട് ആജാനുബാഹുവായ ഗൗഡർ വാതിൽ തുറന്നു. ഇവക്കാ പ്രാന്ത്, അയാൾ ഓടിവന്നവരോടു പറഞ്ഞു. നേരായിരിക്കണം, അയാൾക്കു പ്രാന്തുള്ളതിന്റെ ലക്ഷണമൊന്നുമില്ല. അവർ മടങ്ങി.

രാത്രിയായാൽ അയാൾ നിത്യവും മറ്റൊരാളായി. വാതിലും ജന്നലും പഴുതടച്ചു കുറ്റിയിട്ടു. ക്ലീൻ ഷേവ് ചെയ്തു. മേക്കപ്പ് തുടങ്ങി. ബ്രാ ഇട്ടു. ആകാവുന്നത്ര സമയമെടുത്ത് വാത്സല്യത്തോടെ. ബ്ലൗസ് ഇട്ടു. ക്ലേശിച്ച് കുടുക്കിട്ടു. സാരി ഉടുത്തു. ഒരുപാട് ഞൊറികളോടെ. ഒരുപക്ഷേ, അവ്വയിടുന്നതിനെക്കാൾ ഞൊറികളോടെ. പൗഡറിട്ടു, പൊട്ടു കുത്തി, വളകളിട്ടു തുടങ്ങി; (അവ്വ നെഞ്ചത്തടിച്ചു). കണ്ണാടി നോക്കി വികാരവൈവശ്യത്തോടെ വളരെ നേരം നിന്നു. എടീ എന്നു മൃദുവായി വിളിച്ചുവോ; അറിയില്ല. മറ്റൊരാളായിരുന്നു താനെങ്കിൽ അവളുടെ തോളിൽ കൈയിട്ട്, കട്ടിലിലിരുന്ന് എന്തെല്ലാം പറയാമായിരുന്നു. പിന്നീട് അയാൾ ഉടുത്ത സാരിയോടെ കിടന്നു. അവ്വ ഉറങ്ങി എന്നുറപ്പായാൽ ജാലകം തുറന്നിടും. തുറന്നിട്ട ജാലകത്തിലൂടെ സ്ത്രീകളുടെ സൂര്യനായ ചന്ദ്രൻ സ്നേഹത്തോടെ തന്നെ ഉറ്റുനോക്കും. ചന്ദ്രികപോലൊന്ന് തന്നിലാസകലം പടരും.

ഇന്ന് വളരെക്കാലം കഴിഞ്ഞ് എനിക്ക് രാമചന്ദ്രക്കവുണ്ടനെ മനസ്സിലാകുന്നു. ബ്ലൗസ് ഇട്ടില്ലെങ്കിലും പൊട്ടു തൊട്ടില്ലെങ്കിലും പുരുഷനായതെത്ര നന്നായി അതിനാലല്ലേ സ്ത്രീകൾക്ക് എന്റെ മനസ്സിലിത്ര അഴക് എന്നാണെങ്കിലും എന്നിലുമില്ലേ ഒരു സ്ത്രീ? ഒരു മധുരമായ സാവകാശം അനുഭവിച്ചു നിൽക്കാറില്ലേ ഏകാന്തനേരങ്ങളിൽ ഞാൻ.

ഒരു പെൺകുട്ടി കണ്ണ് എഴുതും പോലെയോ പൊട്ടു തൊടും പോലെയോ അതീവ ശ്രദ്ധയോടെയല്ലേ ഞാൻ എഴുതുന്നത്? എന്നിട്ടവൾ കണ്ണാടി നോക്കുന്നതുപോലെ ഞാൻ എഴുതിയ പുറം നോക്കി നിൽക്കാറില്ലേ. മേക്കപ്പ് ചെയ്ത്, മേക്കപ്പ് ചെയ്ത് കൂടുതൽ നന്നാക്കാറില്ലേ? സ്ത്രീകഥാപാത്രങ്ങളായി രൂപാന്തരം ചെയ്തപ്പോൾ ഒന്നുകൂടി സ്വതന്ത്രനായ ആശാനെന്റെ എഴുത്തുകാരനാവാൻ അതുമാവില്ലേ കാരണം? എഴുത്തുകാരന്റെ ഉടൽ എഴുത്തല്ലേ?

കൂട്ടുകാരിയെ എടീ എന്നതിനു പകരം എടാ എന്നു വിളിക്കുന്ന പെൺകുട്ടികൾ എന്നെ കൗതുകം കൊള്ളിച്ചിട്ടുണ്ട്. തോർത്ത് തലയിൽ ക്കെട്ടി ലേഡീസ് ഹോസ്റ്റലിന്റെ പാരപ്പെറ്റുകളിൽ കയറിയിരിക്കുന്ന പോക്കിരിപ്പെൺകുട്ടികൾ, ഏട്ടന്റെയോ അച്ഛന്റെയോ ഷർട്ട് എടുത്തിട്ട് പറമ്പിൽ നടന്നു കുഞ്ഞുങ്ങളെ വിരട്ടുന്ന പെൺകുട്ടികൾ, സിഗരറ്റ് വലിക്കുന്നവർ, മരത്തിന്റെ കൊമ്പിലിരിക്കുന്നവർ, ചൂളം വിളിക്കുന്നവർ ഒക്കെ 'ജന്റർ' ചുമതലകൾ ലംഘിക്കുന്നതിന്റെ സുഖം കൂടി അനുഭവി ക്കുന്നുണ്ട്. യൂണിഫോം ഇടുമ്പോൾ സ്ത്രീ പൊലീസുകാർ ഒന്നുകൂടി ഉത്തരവാദിത്വമുള്ള പൊലീസായി മാറുന്നുണ്ടോ? സ്ത്രീപുരുഷന്മാരുടെ ഉടലുകൾക്കുള്ളതിലേറെ സ്ത്രൈണതയും പൗരുഷവും അവർ ധരിക്കുന്ന വസ്ത്രങ്ങൾക്കല്ലേ ഉള്ളത്? സെക്സിനെക്കാൾ മാരകമല്ലേ ജന്റർ. പാന്റ്സിലും ഷർട്ടിലും ബോബ് ചെയ്ത മുടിയിലും പെൺകുട്ടി കൾ കൂടുതൽ അഴകു കണ്ട കാലം ട്രാൻസ്ജന്ററിനെ കുറേക്കൂടി അംഗീ കരിക്കാൻ തുടങ്ങിയ കാലമാണെന്നതു യാദൃച്ഛികമാണോ?

ആദ്യമായി സ്ത്രീവേഷം കെട്ടി രംഗത്തു വന്നപ്പോൾ ഓച്ചിറ വേലു ക്കുട്ടി അനുഭവിച്ച സംഘർഷങ്ങൾ പലതായിരിക്കണം. തന്നെ മോഹി പ്പിച്ച സ്ത്രീരൂപത്തെയാവണം അയാൾ അനുകരിച്ചത് (ഒരു ഇന്റർ വെല്ലിൽ ഓച്ചിറ വേലുക്കുട്ടിയെ സ്ത്രീലമ്പടരായ ചില യുവാക്കൾ തട്ടി ക്കൊണ്ടു പോകയും ചെയ്തു). താനാഗ്രഹിക്കുന്ന സ്ത്രീയുടെ അന്ത രംഗമാവാം ആ 'മോഹിനി' ക്ക് അയാൾ നൽകിയത്. (പുരുഷനാഗ്രഹി ക്കുന്ന സ്ത്രീയായി അന്നു മുതൽ രംഗത്തെ സ്ത്രീകഥാപാത്രങ്ങൾ). സ്ത്രീയായി രംഗത്തു വന്ന വേലുക്കുട്ടി അനുഭവിച്ച ചാരിതാർഥ്യത്തിൽ ഒരു 'ട്രാൻസ്ജന്റർ' ചാരിതാർത്ഥ്യവുമുണ്ടായിരിക്കണം. അർധനാരീശ്വര നിൽ കൂടുതൽ ദൈവികത ഉണ്ടെന്നു വരുമോ?

■

അദ്ഭുത ബാലൻ

ഉട്ടോപ്പിയയിൽ മാത്രം സാധ്യമെന്ന് കരുതപ്പെട്ടത് ഭൂമിയിൽ എനിക്ക് സാധ്യമായി. ഇഷ്ടമുള്ള പുസ്തകങ്ങൾ വായിക്കാൻ, എനിക്കു കൂടി താത്പര്യമുള്ളതിൽ മാത്രം താത്പര്യം കൊള്ളാൻ, ഉന്മേഷമുള്ളപ്പോൾ മാത്രം ഉന്മേഷകരമായത് പറയാൻ, തലവേദനയെന്നോ ഒരു രസവുമില്ല എന്നോ കാരണം പറഞ്ഞ് ഇഷ്ടംപോലെ മടിച്ചിരിക്കാൻ മോശമല്ലാത്ത പ്രതിഫലമുള്ള ജോലി! ചെയ്യാനിഷ്ടമുള്ള, കഴിയുന്ന ഒരേയൊരു ഹൃദ്യമായ ജോലിചെയ്യാൻ ഭാഗ്യം ലഭിച്ച അത്യപൂർവം ഭാഗ്യശാലികളിൽ ഒരാളായിരുന്നു ഞാൻ. ഒരു മാതൃഭാഷാ അധ്യാപകനോളം സഞ്ചാര സ്വാതന്ത്ര്യം ആർക്കുണ്ട്? വിദ്യാർഥികളോട് മനഃപൂർവം സംസാരിച്ചു സംസാരിച്ച് ഞാനെന്റെ ഭാഷ പ്രഭാഷണത്തിനും ഉപന്യാസത്തിനും കവിതയ്ക്കും പറ്റിയതാക്കി. അവരുമെന്നെ അകമഴിഞ്ഞ് സഹായിച്ചു. നൊടിനേരം കൊണ്ട് പാളുന്ന ക്ഷമകൊണ്ടും ക്രൂരമായ നർമബോധം കൊണ്ടും സർഗാത്മകതയോടുള്ള അബോധമായ കൂറുകൊണ്ടും അവരെന്നെ തിരുത്തിക്കൊണ്ടിരുന്നു. പിൽക്കാലത്തെ എന്നിലേക്ക് എന്നെ തുരത്തിക്കൊണ്ടിരുന്നു. അവർക്ക് വിരസമാവാതിരിക്കാൻ ഭാഷയിൽ ഞാൻ കാട്ടിയ നിഷ്കർഷ എന്റെ വാക്യങ്ങളെ ചെറുതാക്കി. ലളിതമാക്കി. എന്തെങ്കിലും സംഭവിപ്പിക്കാത്ത വാക്യങ്ങൾ, ഒരു മാങ്ങായെങ്കിലും വീഴ്ത്താത്ത ഏറുകൾ, ഞാൻ വർജിച്ചു. ഒരു വാക്യം ചെടിച്ചാൽ ആ ഗദ്യമോ ഒരു വാക്ക് ചെടിച്ചാൽ ആ കവിതയോ കൈയൊഴിയാനുള്ള ബലം ഞാനാർജിച്ചത് എമേഴ്സനിൽ നിന്നല്ല; അസഹിഷ്ണുക്കളായ എന്റെ വിദ്യാർഥികളിൽ നിന്ന്. സ്വപ്നത്തിൽ, തൊട്ടുതൊട്ട് കിടക്കുന്ന കോട്ടുവായയുടെ വൻ കിണറുകളുള്ള ഭൂപ്രദേശത്തു കൂടി ഞാൻ കരുതലോടെ നടന്നു.

ഇന്നുവരെ ഞാനാരുടെ കൂടെയെല്ലാം പ്രവർത്തിച്ചുവോ, അക്കൂട്ടത്തിലാരെക്കാളും അധികാരം കുറഞ്ഞ അധ്യാപകനായിരുന്നു ഞാൻ. ഇതിലെന്നെ തോൽപിക്കാൻ അവസാനവർഷം വരെ ആർക്കും കഴിഞ്ഞില്ല. പക്ഷേ, ബാലസുബ്രഹ്മണ്യൻ എന്നൊരാൾ അവസാന വർഷം, ആർട്സ് കോളജിൽ വെച്ച് ഈ നിസ്സീമമായ സൗന്ദര്യത്തിൽ എന്നെ

പിന്നിലാക്കി. ബാലൻ, മികച്ച പ്രഭാഷകനായിരുന്നില്ല. മികച്ച ഭാഷാധ്യാപകൻ മികച്ച വാഗ്മികൂടിയാവണമെന്ന സത്യമായ വസ്തുത - എം.എൻ.വിജയനെയോ അഴീക്കോടിനെയോ കെ.ജി.ശങ്കരപ്പിള്ളയെയോ അതിശയിക്കുന്ന ഭാഷാധ്യാപകർ കേരളത്തിലുണ്ടായിട്ടുണ്ടെന്ന് ഞാൻ കരുതുന്നില്ല- ബാലന് ബാധകമായിരുന്നില്ല. ബാലൻ എന്നെപ്പോലെ സദാ പുസ്തകങ്ങൾ തിന്ന് കഴിഞ്ഞതുമില്ല. പക്ഷേ, കുട്ടികൾ ബാലനെ ഇഷ്ടപ്പെട്ടു. ആരാധിച്ചു. ബാലന്റെ സവിശേഷതകളൊക്കെ അവർക്കാരാധ്യമായി. ബാലന്റെ പോരായ്മകളൊക്കെ, ഞങ്ങളിലാരോടും അവർക്ക് തോന്നാത്ത ഒരുള്ളടുപ്പത്തിന് കാരണമായി. ബാലനെ അവർ സദാ ആരാധിച്ചു.

നൂറ്-നൂറ്റിയിരുപത് കിലോ തൂക്കമുള്ള, സാമാന്യം പൊക്കമുള്ള, പരന്ന, സൗമ്യരൂപനായ, അലിവോടെ ചിരിക്കുന്ന ബാലന്റെ രൂപം മൗലികമായിരുന്നു. ഒറ്റത്തവണയായി ബാലനെ കാണാൻ കഴിയില്ല ഒരാൾക്കും. വീണ്ടും വീണ്ടും നോക്കിപ്പോവും. രണ്ടാമത്തെത്തവണ ബാലനെ കാണുമ്പോൾ എത്രാം തവണയാണ് ബാലനെ കാണുന്നതെന്ന് നിരൂപിക്കാനാവാത്തവിധത്തിലായിത്തീരും നാം. അല്പം കൊണ്ട് അയാൾ ചിരപരിചിതനായി. രണ്ടാംതവണ കണ്ടക്ടർ ബാലന് പോകേണ്ട ദിക്കിലേക്ക് ചോദിക്കാതെ ടിക്കറ്റ് മുറിച്ചു കൊടുത്തു. രണ്ടാംതവണ ഹോട്ടൽ ബെയറർ പരിചിതന്റെ ചിരിയോടെ ബാലനെ ചുറ്റിപ്പറ്റി നിന്നു. ഡിപ്പാർട്ട്മെന്റിലാരുമില്ല എന്ന് ഹാഫ്ഡോറിന് പുറത്തെ കൂട്ടുകാരികളോട് വിളിച്ചു പറഞ്ഞ് മടങ്ങിയ പെൺകുട്ടി എന്നെ അല്പം നിരുത്സാഹപ്പെടുത്തി. ബാലനൊഴിച്ചുള്ളവരൊക്കെ ഡിപ്പാർട്ട്മെന്റിലുണ്ടായിരുന്നു. അയാളെ കണ്ടവർ ഒപ്പമുള്ളവരെ കണ്ടില്ല. പതുക്കപ്പതുക്കെ മലയാളം ഡിപ്പാർട്ട്മെന്റ് ബാലൻമാഷായിത്തീരുന്നത് ചെറിയ ഒരു കൗതുകത്തോടെ ഞങ്ങൾ നോക്കിയിരുന്നു. പേരാമ്പ്ര കോളെജിൽ നിന്ന് വന്നപാടെ, കഷ്ടി ഒരു കൊല്ലക്കാലം ബാലസുബ്രഹ്മണ്യൻ അനാഥനെപ്പോലെ കഴിഞ്ഞിരുന്നതിന്റെ യുക്തിയും പതുക്കെ ബോധ്യപ്പെട്ടു. തന്റെ വലുപ്പം തന്റെ സാന്നിധ്യത്തിന്റെ ഒരു പ്രതിരൂപം പോലെയാവുന്നതുവരെ, അർഥവത്താകുന്നതുവരെ, അയാൾ അസ്വസ്ഥനായിരുന്നു. അയാൾ കോളെജ് നിറഞ്ഞു നിന്നു. നിറയാതെ അല്പം ബാക്കിനിന്നിരുന്നെങ്കിൽ അയാൾ നിരാശനാവുമായിരുന്നു.

ശക്തമായ സവിശേഷതകളുണ്ടായിരുന്നു ബാലന്. അയാൾ ചെരിപ്പിട്ടിരുന്നില്ല. ചെരിപ്പിന് മുമ്പുള്ള പുരാതനങ്ങളായ പാദങ്ങളാണ്; ഞങ്ങൾ ചിരിച്ചു. തന്റെ കാൽവലുപ്പത്തിലുള്ള ചെരിപ്പില്ലാത്തതു കൊണ്ടാണ്; അയാൾ ക്ഷമാപണസ്വരത്തിൽ പറഞ്ഞു. ബാലന്റെ പാദങ്ങളനുഭവിക്കുന്ന ഏകാന്തതയോർത്ത് എനിക്ക് സങ്കടമായി. ബാലന്റെ ഭാരം പേറുവാനുള്ള പ്രയാസം കൊണ്ട് അല്പം നീരുവന്ന പാദങ്ങൾ ഞങ്ങളുടെ ചെരിപ്പിലിരുന്ന പാദങ്ങളേക്കാൾ വൃത്തിയുള്ളവയായിരുന്നു. പുതപ്പോ കൈലിയോ കൗതുകം തോന്നിക്കുന്ന ഏത് തുണിയും വാങ്ങി വീട്ടിലെ

തുന്നൽ യന്ത്രത്തിൽ സ്വയം തയ്ച്ച് കുപ്പായമാക്കി ബാലനിട്ടു. കേരളത്തിലെ ഏറ്റവും വലിയ മൂന്നോ നാലോ കുപ്പായങ്ങളിൽ ബാലന്റെ മുറിക്കൈയൻ ഷർട്ടും പെടും. എൻ.എൽ.ബാലകൃഷ്ണന് മാറാൻ കൊടുക്കാൻ സിനിമക്കാർ ബാലനെ അന്വേഷിച്ചു ചെന്നതായി കഥയുണ്ട്. വിചിത്രമായിരുന്നു ബാലന്റെ ഭക്ഷണരീതി. രാവിലെയും വൈകുന്നേരവും - പകൽ നിരാഹാരവ്രതമാണ് - ഒരേ ചോറും തൈരും പരിപ്പും. എല്ലാ പഴങ്ങളും പാൽ ചേർത്ത് ജൂസാക്കിക്കഴിക്കും. സപ്പോട്ട രണ്ടായി മുറിച്ച് സ്പൂണുകൊണ്ട് ശ്രദ്ധാപൂർവം അർധഗോളങ്ങളുണ്ടാക്കുന്നതുൾപ്പെടെ പലതിന്റെയും കലാകാരൻ. ആർത്തിയുള്ള കുട്ടികൾ കഴിക്കാനാശിച്ച വിഭവങ്ങൾ ബാലൻ സുലഭമായിക്കഴിച്ചു. രാത്രി രണ്ടുമണി സമയത്ത് ജിലേബിയും ലഡുവും തമിഴന്മാർ വാങ്ങി വാങ്ങിക്കഴിക്കുന്നത് കണ്ട് മലയാളിയുടെ അനാവശ്യമായ പല അസ്വാതന്ത്ര്യങ്ങളേയുമോർത്ത് എനിക്ക് സങ്കടം വന്നിട്ടുണ്ട്. ബാലനതിനൊക്കെ അതീതനായിരുന്നു. പേടിയിൽ, പേടിയില്ലായ്മയിൽ, രുചിയിൽ, കൗതുകങ്ങളിൽ ബാലൻതന്നെയായിരുന്നു ബാലൻ. പരിഭ്രാന്തനായിട്ടാണ്, വിയർത്തു കുളിച്ചാണ് ബാലൻ റോഡ് മുറിച്ചു കടക്കുക. ഓട്ടോ വാങ്ങിയതും ജീപ്പ് വാങ്ങിയതും കുറഞ്ഞ ദൂരത്തിനു പോലും ടാക്സി വിളിക്കുന്നതും റോഡ് മുറിച്ചു കടക്കാനുള്ള പേടികൊണ്ടു കൂടിയായിരുന്നു. ശ്രദ്ധയോടെ, മുഴുവൻ സിഗ്നലുകളും നൽകി, പരിഹാസച്ചിരിയുണ്ടാക്കുന്ന നിഷ്കർഷയോടെ ബാലൻ ഡ്രൈവ് ചെയ്തു. വീട്ടിലെ ഷെഡിൽ നിന്ന് വണ്ടിയെടുക്കുമ്പോഴും ബാലൻ എല്ലാ സിഗ്നലും നൽകി. ചുറ്റുമാരുമില്ലായിരുന്നെങ്കിലും അനുവാദം വാങ്ങി, മുന്നറിയിപ്പ് നൽകി. ബാലന്റെ സകല പ്രത്യേകതകളും ബാലനെ കുട്ടികൾക്ക് പ്രിയങ്കരനാക്കി. അവർ അയാളിലേക്ക് ഓടിക്കയറി. നിറയെക്കവരങ്ങളുള്ള ഒരു ചാഞ്ഞു നിൽക്കുന്ന വൃക്ഷത്തിലേക്കെന്നപോലെ.

ബാലൻ പ്രവൃത്തിദിവസങ്ങളുടെ മാത്രം അധ്യാപകനായിരുന്നില്ല. ഒഴിവ് പിരീഡുകളുടെ, ഉച്ചയൊഴിവിന്റെ, യൂത്ത് ഫെസ്റ്റിവലുകളുടെ, വിനോദയാത്രകളുടെ, പരീക്ഷാത്തലേന്നുകളുടെ കൂടി മാഷായിരുന്നു അയാൾ. കുട്ടികൾ അമ്മയോടുപോലും പറയാൻ മടിക്കുന്നത് അയാളോട് പറഞ്ഞു. പുതിയ പരിഷ്കാരങ്ങൾ വഴി ട്യൂട്ടറുടെ ചുമതല വളർന്നപ്പോൾ പതുക്കെ അധ്യാപക ജോലി തനിക്കൊപ്പം വളർന്നു തുടങ്ങിയെന്ന് ബാലന് തോന്നി. അയാളോട് കടം ചോദിക്കാൻ കുട്ടികൾ ആഗ്രഹിച്ചു. ബാലന്റെ കീശയിൽ നിന്ന് അവർ സ്വാതന്ത്ര്യത്തോടെ പണമെടുത്തു. കുട്ടികളുടെ സകല സമയത്തിന്റെയും ഈ മാഷെക്കണ്ട് ഞാൻ അന്തം വിട്ടു. അഴിക്കാൻ കഴിയാത്ത ആവശ്യങ്ങൾ അവർ ബാലന്റെ മുന്നിൽ വെച്ചു. അവരുടെ ഏതാവശ്യത്തിന്റെയും സ്പാനറും പ്ലയറുമുണ്ടായിരുന്നു ബാലന്റെ ബാഗിൽ.

ബാലന്റെ സഞ്ചിയിൽ സ്ക്രൂ ഡ്രൈവർ, പല നമ്പറിലുള്ള സ്പാനറുകൾ, പശ, റവന്യൂ സ്റ്റാമ്പ്, സീലുകൾ, സ്റ്റാപ്ലർ, പിന്നുകൾ, പല മഷികൾ നിറയ്ക്കുന്ന പേനകൾ, കൂർപ്പിച്ച പെൻസിൽ, പെൻസിൽ കട്ടർ, ബ്ലേഡ്, സ്കെച്ച് പേനകൾ, സൂചി, നൂല്, ചെറിയ ഹാമർ, കാലി സിഡികൾ, അത്യാവശ്യമരുന്നുകൾ... ഇങ്ങനെ, യാദൃച്ഛികമായി ജീവിതം നിന്നുപോയാൽ മുന്നോട്ടു പോകാൻ വേണ്ടതൊക്കെ ഉണ്ടായിരുന്നു. ചുവന്ന മഷി വേണ്ടപ്പോൾ, ബില്ല് തുന്നിക്കെട്ടാൻ, റവന്യൂ സ്റ്റാമ്പൊട്ടിക്കാൻ സഹപ്രവർത്തകർ ബാലന്റെ മേശയിലെത്തി. കുട്ടികൾ ഫോട്ടോ ഒട്ടിക്കാൻ, അപേക്ഷാഫോറങ്ങൾ പൂരിപ്പിക്കാൻ, ഉണ്ണാൻ പൈസയ്ക്ക്, അവരുടെ കൂട്ടുകാരന്റെ ഏതോ പ്രതിസന്ധി നീക്കാൻ ബാലന്റെ അടുത്തെത്തി.

കോഴിക്കോട് യൂണിവേഴ്സൽ ആർട്സിൽ ചിത്രകല പഠിച്ച ബാലൻ പല നിറങ്ങളിൽ എഴുതി. വിദഗ്ധമായി മേയ്ക്കപ്പ് ചെയ്തു. ഹെയർപിന്നോ ഐബ്രോ പെൻസിലോ കടിച്ചു പിടിച്ച് തന്റെ പെരുത്ത ഇടംകൈത്തലം കക്ഷിയുടെ തലയിലമർത്തി, അയാൾ സ്വയം മുഴുകി മെയ്ക്കപ്പ് ചെയ്തു. തന്റെ വൻ കൈത്തലം - അതുകൊണ്ട് സിഗ്നൽ കാട്ടി ഇരുട്ടുണ്ടാക്കി പിന്നിലെ വാഹനങ്ങളെ ഹെഡ്ലൈറ്റിടുവിച്ചു ബാലൻ എന്ന് ഞങ്ങൾ കഥയുണ്ടാക്കിയിരുന്നു. ഇഷ്ടം പോലെ കഥയുണ്ടാക്കാൻ തോന്നിക്കുന്ന വൈചിത്ര്യങ്ങൾ ബാലനെ ഓരോരുത്തരുടേതുമാക്കി- താങ്ങാൻ താണുതാണുപോവുന്ന തലയുള്ള ആ കുട്ടിക്കാവുമോ എന്ന് സഹപ്രവർത്തകനായ സോമനാഥൻ ചോദിച്ചതുമുതൽ അയാൾ വിഷമിച്ചു. ഇങ്ങനെ കിട്ടുന്ന ലഘുവായ ഖേദങ്ങൾ വീട്ടിലെ മാത്രമല്ല, ഡിപ്പാർട്ട്മെന്റിലെയും വൈറ്റ്വാഷും പെയ്ന്റിങ്ങും സ്വയം ചെയ്യുന്ന, പരസ്യബോർഡുകൾ ഡിസൈൻ ചെയ്യുന്ന, ചെറിയ അസുഖങ്ങൾക്ക് സ്വയം ചികിത്സിക്കുന്ന ബാലൻ തന്റെ 'കിറ്റിൽ' സൂക്ഷിച്ചു. ടി.വിയും കമ്പ്യൂട്ടറും ജീപ്പും അഴിച്ചിട്ട് നന്നാക്കി യന്ത്രഭാഗങ്ങൾ ഉചിതമായി ഇണക്കി റീഅസമ്പിൾ ചെയ്യുന്നതിൽ വാസനയുള്ള ബാലൻ അവയിലെ സംവിധാനത്തിലെ ആ ഏകാഗ്രമായ ക്രമത്തെ നിഷ്കർഷയോടെ ആശ്രയിച്ചു. 'സെൻ ആൻഡ് മോട്ടോർ സൈക്കിൾ മെയ്ന്റനൻസ്' എന്ന പുസ്തകത്തിലെ മോക്ഷസാധകമായ ക്രമത്തിന്റെ ഉപാസകനായിരുന്നു താനറിയാതെ ബാലൻ. ആ ക്രമം കുഴമറിഞ്ഞ ഒരു വകുപ്പിന് ക്രമം നൽകി. രാവിലെ എട്ടര മുതൽ വൈകുന്നേരം അഞ്ചര വരെ ബാലൻ കോളെജിനെ പരിചരിച്ചു.

ഓട്ടോറിക്ഷ സ്വകാര്യ വാഹനമായുപയോഗിച്ച ഒരാളെയേ എനിക്കറിയാമായിരുന്നുള്ളൂ- അരവിന്ദന്റെ 'ചെറിയ മനുഷ്യരും വലിയ ലോകവും' എന്ന പംക്തിയിലെ രാമുവിനെ. രാമു പക്ഷേ, ഓട്ടോ ഓടിച്ചിരുന്നില്ല. പിൻസീറ്റിൽ കാറിൽ എന്നപോലെ ചാരിക്കിടന്നിരുന്നതേയുള്ളൂ. പേരാമ്പ്ര ഗവ.കോളജ് അധ്യാപകനായിരുന്ന ബാലസുബ്രഹ്മണ്യൻ സ്വന്തം

ഓട്ടോറിക്ഷ ഓടിച്ച് കോളജിൽച്ചെന്നു. പലരും കൈകാണിച്ചിരിക്കണം, ഒഴിഞ്ഞ ഉൾസീറ്റുള്ള ആ ഓട്ടോക്ക്, ആദ്യ ദിവസങ്ങളിൽ. ക്രമേണ ബാലൻമാഷ് വരുന്ന വഴിയിലെ ആദ്യം കാണുന്ന കുട്ടികൾ അതിലെ യാത്രക്കാരായി. മാഷ് അവരുടെ ഓട്ടോഡ്രൈവറായി. പിൽക്കാലം ഓട്ടോ മാറ്റി ജീപ്പാക്കി. ജീപ്പിൽ ബാലനും നിറഞ്ഞു തുളുമ്പി കുട്ടികളും ശബ്ദായമാനമായി കോളെജിലെത്തി. 'ബാലനും കുട്ട്യോളും' എന്ന് സഹധ്യാപകർ കുഞ്ഞുണ്ണിച്ചിരി ചിരിച്ചു. സ്ഥലംമാറ്റം കിട്ടി ആർട്സ് കോളെജിൽ വന്ന കാലം മൗഢ്യം പൂണ്ടിരുന്നു ബാലൻ. ആർട്സിലെ കുട്ടികൾ അയാളുടെ കുട്ടികളായിത്തീരാൻ. വീണ്ടും ജീപ്പ് കുട്ടികളാൽ ക്കവിഞ്ഞ് ബാലൻ കോളജിലെത്തിത്തുടങ്ങി. ചൂഴ്ന്നു നിൽക്കുന്ന കുട്ടികൾക്കിടയിൽ ഭാഗികമായേ ബാലനെ കാണൂ എന്നായി. ഒടുവിലൊടുലിൽ കുറേശ്ശക്കുറേശ്ശയായേ ബാലനെ ഞങ്ങൾ കണ്ടുള്ളൂ. ബാലൻ കുട്ടികളിൽപ്പൂണ്ടുപോയി.

കോളെജ് വിട്ടുപോവുന്ന അവസാന വർഷ വിദ്യാർഥികൾക്കും സഹപ്രവർത്തകർക്കും ബാലൻ വർഷാവർഷം വിരുന്നുനൽകി. വീട്ടിൽ മുറ്റത്ത് വലിയ പന്തലിട്ടു. നാട്ടിലെ സുഹൃത്തുക്കളും അടുത്ത ബന്ധുക്കളും ബാലന്റെ ക്ഷണം സ്വീകരിച്ച് വന്നു. കുട്ടികൾക്ക് വരാനായി അയാൾ വാഹനമേർപ്പാടാക്കി. നമ്മണ്ട പതിമൂന്നിൽ ഇറങ്ങി ബാലൻ എസ് എന്ന് പറഞ്ഞാൽ മതി എന്ന ചെറിയൊരഭിമാനത്തിന്റെ ലാഞ്ഛനയുള്ള ചിരി ചിരിച്ച് ബാലൻ അടുപ്പമുള്ളവരെയത്രയും ക്ഷണിച്ചു. ബാലനെ മുറ്റത്ത് കണ്ടാൽ ആനന്ദത്തിന്റെ ചിറകടി തുടങ്ങുന്ന, തുറന്നിട്ടാൽ കൈത്തണ്ടയിലും ചുമലിലും മാറിമാറിയിരിക്കുന്ന, ബാലന്റെ വാക്കുകളെ അതേ ഈണത്തിൽ അനുകരിക്കുന്ന തത്ത മുതൽ ആ വീട്ടിലുണ്ടായിരുന്ന ഓരോ കൗതുകങ്ങളും വിരുന്നുകാർ കണ്ടുകൊണ്ടിരുന്നു. ഇത്ര മണി മുതൽ ഇത്ര മണിവരെ ഒപ്പിട്ടുകൊടുക്കുന്നതാണ് എന്നെഴുതിയ ബോർഡ് കണ്ട് ഞങ്ങൾ പകച്ചെങ്കിലും അത്രമേൽ ആശ്രയിക്കപ്പെട്ടിരുന്നു ബാലൻ ആ നാട്ടിൽ എന്നും ഓർത്തു. എത്ര പണമാണ് ബാലൻ കുട്ടികൾക്കായി ചെലവഴിച്ചത്! അതും സുലഭമായി പണമുണ്ടായിരുന്നിട്ടൊന്നുമല്ല എന്ന് പിൽക്കാലം അയാളുടെ ബാങ്ക് ബാലൻസ് ഞങ്ങളോട് പറഞ്ഞു.

ബാലൻ ഞങ്ങളാരുമറിയാതെ എത്രയോ കുട്ടികളെ ഫീസ് കൊടുത്തും ഉണ്ണാൻ പണം കൊടുത്തും പുസ്തകം വാങ്ങിക്കൊടുത്തും സഹായിച്ചിരുന്നു. ദരിദ്രയായ ഒരു പെൺകുട്ടിയെയായിരുന്നു അയാൾ പ്രണയിച്ചത്. വിവാഹത്തലേന്ന് തന്റെ വീട്ടുകാരുടെ നിലയ്ക്കൊത്ത സ്വർണാഭരണങ്ങൾ ആ വീട്ടിൽ ആരുമറിയാതെ എത്തിച്ച് ബാലൻ അവളെ വിവാഹം ചെയ്തു. വീട്ടിൽ വരുന്ന ആർക്കും മടലും ഓലയും സൗജന്യമായി നൽകാൻ ബാലൻ ഏൽപ്പിച്ചിരുന്നു. ചുറ്റുവട്ടത്തെ കുട്ടികൾക്ക് മാങ്ങ എറിഞ്ഞിടാനായി നിറയെ മാങ്ങകളുണ്ടാവുന്ന ഒരു മാവ്

വിട്ടു കൊടുത്തിരുന്നു. കാക്കയ്ക്കും പുള്ളിനും പ്രാവിനും അയാൾ നിത്യേന ഭക്ഷണം കൊടുത്തിരുന്നു. കോളജിലെ വിദ്യാർഥികൾ അയാളുടെ വീട്ടിൽ അനുഭവിച്ചപോലൊന്ന് അനുഭവിക്കാൻ ഇടകൊടുത്ത അധ്യാപകൻ എന്റെ സ്മരണയിലില്ല.

അയാൾ മരിച്ചപ്പോൾ വാവിട്ട് നിലവിളിച്ച കുട്ടികൾ എത്ര ചെറിയ അധ്യാപകനാണ് നിങ്ങൾ എന്നെന്നോടു പറഞ്ഞു. ബാലൻ കോളജിൽ നന്മയുടെ ചുമതലയാണ് വഹിച്ചത്. ബാലന് അത് എളുപ്പമായിരുന്നെങ്കിലും മറ്റാർക്കും അത് എളുപ്പമായിരുന്നില്ല. പല വിദ്യാലയങ്ങളിലും ഈ ചുമതല ആരും വഹിക്കുന്നുമില്ല. അങ്ങനെയൊരു തസ്തികയുള്ളതായി പലരുമറിയുന്നതുമില്ല.

■

നിത്യയൗവനത്തിന്റെ നറുക്കുവീണൊരാൾ

ഇതാ, ഏതാനും ദിവസം മുൻപ് എം.ഗംഗാധരൻ ദുബായിൽ നിന്ന് വന്നത് ഒരു വിമാനയാത്രക്കാരനനുവദനീയമായ പരമാവധി ഭാരവുമായാണ്. അതത്രയും പുസ്തകങ്ങൾ. ഇപ്പോഴത്തെ നിലയ്ക്ക്, മാഷുടെ മോശമല്ലാത്ത വായനാവേഗം വെച്ചളന്നാൽ നൂറ്റിപ്പതിനഞ്ച് വയസ്സുവരെ വായിക്കാവുന്ന പുസ്തകങ്ങൾ മാഷുടെ വീട്ടിലുണ്ട്. ആയിരത്തോളം പേജുകളുള്ള റോമാസാമ്രാജ്യചരിത്രത്തിലെ നന്നെ കുഞ്ഞക്ഷരങ്ങൾ മാഷുടെ കാഴ്ചസൂക്ഷ്മതയെക്കുറിച്ച് തെറ്റില്ലാത്ത അഭിപ്രായം പറയുന്നുണ്ട്. എഴുത്താണെങ്കിൽ ഒരുമ്പെട്ടത് പൂർത്തിയാക്കാൻ നൂറ്റിയിരുപതിലും കഴിയുന്ന മട്ടില്ല. ഗാന്ധിയെക്കുറിച്ചുള്ള പുസ്തകം (എന്തുചെയ്തുകൊണ്ടിരിക്കുമ്പോഴും ചെയ്തുകൊണ്ടിരിക്കുന്ന പുസ്തകമാണ്, മറുകര കണ്ടുതുടങ്ങിയിട്ടില്ല), കേരളീയതയെക്കുറിച്ചുള്ള പുസ്തകം (തന്റെ മൊത്തം രചനകൾക്കൊരുപശീർഷകം വേണമെങ്കിൽ അത് കേരളീയത എന്നാകാം. വസ്ത്രധാരണത്തിലെന്ന പോലെ ഭാഷാധാരണത്തിലും താനൊരു പച്ചമലയാളി), കറുത്തമ്മ, ഉമ്മാച്ചു, കുഞ്ഞുപ്പാത്തുമ്മ എന്നീ മൗലിക മലയാളി സുന്ദരികളെക്കുറിച്ചുള്ള മൂന്നു നായികമാർ എന്ന സുദീർഘ പഠനം (മൂന്നുപേരും പഠിച്ചവരല്ല. നാനാ ജഗന്മനോരമ്യഭാഷ–ചരിത്രം–നഷ്ടപ്പെടുത്തിയവരല്ല), കാതറിൻ മാൻസ് ഫീൽഡിന്റെ ഗാർഡൻ പാർട്ടിയും 'ബ്ലിസ്സും' വിവർത്തനം ചെയ്തനുബന്ധമായി ചേർക്കുന്ന ജീവചരിത്രപുസ്തകം (അതിശാന്തമായ കഥകളെഴുതാൻ അവർ അതിസാഹസികമായി ജീവിച്ചു. ആദ്യരാത്രി ഭർത്താവിനെ തണുത്ത കിടപ്പറയിലുപേക്ഷിച്ച് ഫിഡിൽ വായനക്കാരനായ ദൂരനഗരത്തിലെ കാമുകനൊത്തുറങ്ങാൻ ഫ്രാൻസിലേക്ക് പുറപ്പെട്ടു), തനിക്കേറ്റം പ്രിയംകരനായ ചെക്കോവിന്റെ ജീവചരിത്രം (ടോൾസ്റ്റോയി ദസ്തയോവ്സ്കിയെക്കാൾ ചെക്കോവിനെ മതിച്ചു)... വാർധക്യത്തിന് അന്തംവിട്ട് നോക്കി നിൽക്കുവാനല്ലാതെ എം.ഗംഗാധരനോടൊത്ത് കൂട്ടിയാൽ കൂടും? അത്രമേൽ ഉല്ലാസത്തോടെ പ്രവർത്തനനിരതനായൊരാളെ ('കളിക്കോപ്പെടുത്ത ചെറുപൈതൽ പോലെയും') എങ്ങനെ ശല്യം ചെയ്യും?

എഴുപത്തഞ്ചിനെയോ എൺപതിനെയോ ഒക്കെ ചെറിയ പ്രായമാക്കുന്ന പണിയിൽകൂടി മുഴുകിയയൊരാളെ–

നിത്യ യൗവനത്തിന്റെ നറുക്ക് വീണിട്ടുണ്ട് എം.ഗംഗാധരനേതോ കുറിയിൽ. "കൊടിയിറക്കാത്ത ചെറുപ്പത്തിനുത്സവം. "ജരാനര ബാധിച്ച പഴയ ശരികളോടുള്ളതിനേക്കാൾ പുതിയ തെറ്റുകളോട് ചങ്ങാത്തം. കൂടെ ച്ചാടി പുറപ്പെടാൻ വേണ്ടത്ര ജനപിന്തുണയില്ലാത്ത പുതിയ സമരങ്ങൾ വരുന്നുണ്ടോ? ഒരവതാരികയെഴുതാൻ പാകത്തിൽ പുതിയ ആവേശങ്ങൾ കവിതയിലോ നാടകത്തിലോ തെളിഞ്ഞുവരുന്നുണ്ടോ? തന്റെ സങ്കല്പ ത്തിലെ സ്ത്രീകളൊക്കെ യുവതികൾ. സ്ത്രീയവസ്ഥ കേരളത്തിൽ യുവതികളായ കേരളീയ സ്ത്രീകളോടുള്ള താത്പര്യവും ഉത്സാഹവും സഹതാപവും. വയസ്സായി എന്നൊന്നും ഓർമയിൽ ചാരിയിരിക്കാനുള്ള പൊട്ടസ്സമയം കൈയിലില്ലാത്തതിനാൽ അറുപത് വർഷം മുമ്പത്തെ അതേ ഒച്ചയിൽ ഗംഗാധരൻ എന്നേ എം.ഗംഗാധരൻ പരിചയപ്പെടൂ. വിളിക്കു മ്പോൾ കൊച്ചുകുട്ടികളാരെങ്കിലുമാണ് മറുഭാഗത്ത് നിന്ന് ഫോണെടുത്ത തെന്ന് കരുതുക, അപ്പോഴും കേൾക്കാം 'പരപ്പനങ്ങാടിയിൽ നിന്ന് ഗംഗാ ധരനാണ്.' അവരെക്കാളൊട്ടും പ്രായക്കൂടുതലില്ല. ഒരെഴുത്തുകാരന് വയസ്സാവലുണ്ടോ? കവിയുടെ മൃത്യുഞ്ജയം എന്നാൽ മുപ്പതാവാൻ വിസമ്മതിച്ച ഇരുപത്തൊമ്പത് വയസ്സിൽ തുടർന്നിരിക്കലല്ലേ. പുതിയ തിരകളുടെ ഇളം പ്രായമല്ലേ എപ്പോഴും അയാളുടെ പ്രായം. എഴുത്തു കാരനായതിനാൽ യുവാവുമാണ് എന്ന എം.ഗംഗാധരന്റെ പ്രസരിപ്പിനെ തായാട്ട് ശങ്കരൻ അംഗീകരിക്കാറില്ലെന്ന് കേട്ടിട്ടുണ്ട്. ഗംഗാധരമേനോൻ എന്നേ നിവൃത്തിയുണ്ടെങ്കിൽ തായാട്ട് ശങ്കരൻ വിളിക്കൂ. ഒടുവിൽ അസുഖം കാണാൻ ചെന്നപ്പോഴും തായാട്ടുശങ്കരൻ മറന്നില്ല, ഗംഗാധര മേനോൻ ഇരിക്കൂ.' 'ഗംഗാധരമേനോൻ ഉള്ളതിലേറെ പ്രായമുള്ള, തൊലി ചുളിഞ്ഞു തുടങ്ങിയ, മരണഭയമുള്ള, കൂടെക്കൂടെ പോളിസികളെടുക്കുന്ന, പണം കൊടുത്ത് പുസ്തകങ്ങൾ വാങ്ങിക്കാത്ത, ജനപിന്തുണയില്ലാത്ത തിനെ പിന്തുണയ്ക്കാത്ത ഒരാളുടെ പേരാണ്. ഒരു ഭീരു. ഒരതിസാധാ രണൻ. ആർ.കെ.ലക്ഷ്മണന്റെ കോമൺമാൻ ഒരു മേനോനായിരിക്കണം. അനേകരിൽ ഒരാൾ.

പക്ഷേ, എം.ഗംഗാധരൻ അനേകരിൽ ഒരുവനായിരുന്നില്ല. ആരും ആരുടെയും അനുയായിയല്ലാത്ത പ്രബുദ്ധരായ ഒരു ചെറു സംഘത്തിലെ അംഗം. അതത് കാലത്തെ തീക്ഷ്ണ യൗവനങ്ങളുമായിട്ടായിരുന്നു എന്നും അദ്ദേഹത്തിന് ചങ്ങാത്തം. സി.ജെ.തോമസ്സിന്റെ എം.ഗോവിന്ദന്റെ, അയ്യപ്പപ്പണിക്കരുടെ, പി.കെ.ബാലകൃഷ്ണന്റെ, ആറ്റൂർ രവിവർമ്മയുടെ സി.എൻ.ശ്രീകണ്ഠൻ നായരുടെ, സച്ചിദാനന്ദന്റെ യു.ആർ.അനന്തമൂർത്തി യുടെ, കെ.വേണുവിന്റെ... വേണുവിനെ പൊലീസ് അറസ്റ്റു ചെയ്തു കൊണ്ടുവരുമ്പോൾ വാനിന്റെ കമ്പിത്തുളകളിലൂടെ കയ്യായിപ്പരിഗണി ക്കണം എന്ന ഭാവത്തിൽ 'ഒരു പരിചയം' വിരലുകൊണ്ട് തിരക്കുകയാണ്, എം.'ഗംഗാധരൻ!' കെ.ജി.ശങ്കരപ്പിള്ള കൃത്യമായി ഓർമിച്ചത് പോലെ

അദ്ദേഹം എന്നും 'പുതുമയുടെ ആത്മമിത്രം.' മലയാളത്തിലെ പല കാലങ്ങളുടെ തുടിപ്പായ അവാങ്ഗാർദ് പ്രസ്ഥാനങ്ങളുടെ ചുമലിലെ കൈ. ഗോപുരം, സമീക്ഷ, നവസാഹിതി, അന്വേഷണം, ജയകേരളം, യുഗരശ്മി, കേരള കവിതാ ഗ്രന്ഥവരി തുടങ്ങിയ മനുഷ്യോർജത്തിന്റെ വലിയ മുടക്കു മുതലുള്ള, തക്ക വിലയിടുകയാണെങ്കിൽ വൻ പ്രസിദ്ധീകരണങ്ങളേക്കാൾ മൂല്യമുള്ള ചെറുപ്രസിദ്ധീകരണങ്ങളുടെ ഊർജം. കേരള കവിതയുടെ മുടക്കു മുതലിൽ അയ്യപ്പപ്പണിക്കരുടെ പ്രയത്നത്തോളവും സമരബോധത്തോളവും തന്നെ എം.ഗംഗാധരന്റെ ഉത്സാഹവും ഉണ്ടായിരുന്നു (കേരള കവിത അടിക്കുന്ന പ്രസ്സിന്റെ ഉടമയായ അച്ചനോട് അച്ചനടിക്കുന്നതുകൊണ്ടാണ് അച്ചടി എന്നു പറയുന്നത് എന്ന് ഫലിതവും പ്രൂഫ് റീഡിങ്ങും ഒരുമിച്ചു കൊണ്ടുപോവുന്ന അയ്യപ്പപ്പണിക്കരെ ഒപ്പമുണ്ടായിരുന്ന ഗംഗാധരൻ പിന്നീടോർമിക്കുന്നു)

ഒരു സഹൃദയന്റെ അകലുഷമായ അഭിപ്രായവും അഭിപ്രായ വ്യത്യാസങ്ങളുമാണ് ഗംഗാധരന്റെ വിമർശനം. എം.ഗംഗാധരൻ സാമൂതിരി സ്കൂളിൽ ഒമ്പതാം ക്ലാസിൽ പഠിക്കുന്നൊരു ദിവസം. ബെഞ്ചും ഡെസ്കും മാറ്റിയിട്ടിരിക്കുന്നു. താനിരിക്കേണ്ടിടത്തിട്ട ഡസ്കിൽ കടലാസിൽ നാലുവരി. ആശാന്റെ "ഇന്നു ഭാഷയിതപൂർണമിങ്ങഹോ" എന്നു തുടങ്ങുന്ന ശ്ലോകം. ശരിയായി വെളിവാക്കുവാൻ ബുദ്ധിമുട്ടുന്നൊരു പ്രണയം ആശ്രയത്തിനായി കയറിപ്പിടിച്ചതായിരിക്കാം. ആ വരികളെ. മാഷ് പിൽക്കാലത്തൂഹിക്കുന്നത് അതൊരു പെൺകുട്ടിയുടെ സന്ദിഗ്ധതയായിരിക്കാമെന്നാണ്, സഹജമായ രീതിയിൽ. (അംഗസംഖ്യയിൽ സ്ത്രീകൾ വളരെക്കൂടുതലാണ്. 'ഗേ' കളോട് പൊരുത്തപ്പെടാൻ വിഷമമുള്ള ഗംഗാധരന്റെ കേരളത്തിൽ). പക്ഷേ, ഗംഗാധരനന്ന് തോന്നിയത് ആരോ തന്നെ കൃത്യമായി അറിഞ്ഞിരിക്കുന്നു എന്നാണ്. നീയെഴുതണ്ട നിനക്കായി എഴുതപ്പെട്ടിരിക്കുന്നു എന്ന അശരീരിയും ആ വരിയിൽ ഗംഗാധരൻ വായിച്ചു. തന്റെ ജന്മത്തിന്റെ ഒരുപയോഗവും ഗംഗാധരൻ മനസ്സിലാക്കി. കാവ്യകലയെക്കുറിച്ചുള്ള ആത്മഗതം കൂടിയായ മുന്തിയ വരികളിൽത്തന്നെയായി. ഗംഗാധരനിലെ ആസ്വാദകന്റെ മാമ്മോദീസ. തോറ്റ കവികൾ വിമർശകരാവുമ്പോഴുള്ള കാലുഷ്യങ്ങൾ അദ്ദേഹത്തെ ബാധിച്ചില്ല. നല്ല കവികൾക്ക് അദ്ദേഹം തുണനിന്നു. അവയിലെ ക്ഷയങ്ങളെ തിരിച്ചറിഞ്ഞ് അക്ഷരങ്ങളെ ആഘോഷിച്ച് ആ സുവിശേഷകൻ തുടരുന്നു.

ശരിക്കും കവിയായിരുന്നൊരാൾ അക്കാലത്ത് മലയാളത്തിൽ നിരൂപണമെഴുതിയിരുന്നു. ചുറ്റുപാടും നോക്കി മോഷ്ടിച്ചു കൊണ്ടുപോവാൻ തോന്നിക്കുന്ന തരം വാക്യങ്ങളിൽ അദ്ദേഹം എഴുതിക്കൊണ്ടിരുന്നു. എം.എൻ.വിജയന്റെ വിമർശനകലയിൽ പക്ഷേ, വലിയൊരു പരിമിതിയുണ്ടായിരുന്നു. പിൽക്കാലത്തൊരു മലയാള ചിത്രത്തിലെ ഹാസ്യരംഗത്തെ അദ്ദേഹത്തിന്റെ വിമർശനം ഓർമിപ്പിച്ചു. വഴിയിലുപേക്ഷിച്ചുപോയ പത്രക്കെട്ടുകളെ ശേഖരിച്ച് പിന്നാലെ എത്തിച്ച്

എന്തൊരശ്രദ്ധയാണ് എന്ന് കുറ്റപ്പെടുത്തിയ ആ രസികൻ കഥാപാത്ര ങ്ങളെ. കവിതകളെ അദ്ദേഹം വൈലോപ്പിള്ളിക്ക് തിരികെ ഏല്പിച്ചു. അദ്ദേഹത്തിന്റെ പ്രശസ്തമായ 'സഹ്യന്റെ മകൻ' വായിച്ചു നോക്കൂ. സഹിച്ചവന്റെ 'സപ്രസ്' ചെയ്തവന്റെ ആത്മകഥയായി അദ്ദേഹം ഓരോ വൈലോപ്പിള്ളിക്കവിതയും വായിച്ചു. സഹ്യന്റെ മകനെക്കുറിച്ചുള്ള നിരീ ക്ഷണങ്ങളൊക്കെ വൈലോപ്പിള്ളിയെക്കുറിച്ചുള്ള നിരീക്ഷണങ്ങളായി. എം.ഗംഗാധരന്റെ സഹ്യന്റെ മകൻ അപൂർവസുന്ദരമായ വാക്യങ്ങൾ കൊണ്ടോ അമ്പരിപ്പിക്കുന്ന നിരീക്ഷണങ്ങൾ കൊണ്ടോ മുദ്ര ചാർത്ത പ്പെട്ടവയല്ല. പക്ഷേ, ആ കവിത വൈലോപ്പിള്ളിക്കെന്ത് എന്ന് ഒഴുക്ക് പിന്നിലേക്ക് തിരിച്ച് വിട്ടില്ല. സഹൃദയനെന്ത് എന്ന് പരിമിതമായ തോതിലാണെങ്കിലും അറിയുകയും ചെയ്തു. 'സഹ്യന്റെ മകനിലെ' കാവ്യമർമം 'നിഗ്രഹോത്സുകം സ്നേഹവ്യഗ്രമെങ്കിലും' എന്ന വരിക ളാണ്. ഒരു പക്ഷേ, ഈ മഹാസന്ദേഹത്തെ ഉചിതമായ ഒരു സന്ദർഭം തേടി ഭൂമിയിലെ ഏറ്റവും വലിയ പ്രതിരൂപത്തിൽ ഇണക്കിച്ചേർത്ത താവാം വൈലോപ്പിള്ളി. അദ്ദേഹത്തിന്റെ 'ടുബി ഓർ നോടുബി' ആണത്. ഇണക്കത്തിന്റെ മാത്രമല്ല പിണക്കത്തിന്റെയും ആ ഏറ്റവും വലിയ പ്രതി രൂപത്തെ, ആനയെ മുൻനിർത്തിത്തന്നെ വേണം അത് ചോദിക്കപ്പെടാൻ. "മനുഷ്യൻ ഏതൊന്നിനാൽ പ്രേരിപ്പിക്കപ്പെട്ടവനായിട്ടാണ് മനസ്സിലെ ങ്കിലും ബലാത്കാരമായി ദുഷ്കൃത്യത്തിൽ ഏർപ്പെടുത്തപ്പെട്ടവനെ പ്പോലെ പാപം ചെയ്യുന്നത്"? എന്ന ഗീതയിലെ ചോദ്യം മറ്റൊരു സന്ദർഭ ത്തിൽ ചോദിച്ചതല്ലേ എന്ന് എം.ഗംഗാധരൻ. ദസ്തയേവ്സ്കിയും തന്റെ തായ രീതിയിൽ ഇനിയത്തെ വാക്യങ്ങളിൽ അതുതന്നെയല്ലേ ചോദി ക്കുന്നതെന്നും. "എനിക്കിത് പറഞ്ഞു തരൂ; നന്മയുടെയും സൗന്ദര്യ ത്തിന്റെയും എല്ലാവിധ മേന്മകളെയും കുറിച്ച് ഞാനേറ്റവുമധികം ബോധ വാനാകുന്ന സമയത്തു തന്നെ ഞാനതെല്ലാം നഷ്ടപ്പെട്ട് ഹീനകൃത്യ ങ്ങൾ ചെയ്തുപോകുന്നതെന്തുകൊണ്ട് - ഒരുപക്ഷേ, എല്ലാവരും ചെയ്യുന്നതരം കൃത്യങ്ങളാവാം. അവയെങ്കിലും അവ ചെയ്തു കൂടാത്ത താണെന്ന് എനിക്കേറ്റവും ബോധമുണ്ടാകുമ്പോഴാണല്ലോ ഞാനതെല്ലാം ചെയ്തു പോകുന്നത്."

അറുപതുകളിലും എഴുപതുകളിലുമായി മലയാളകവിതയിൽ നടന്ന പരിണാമത്തിന്റെ പുരോഹിതരിലൊരാളായിരുന്നു ഗംഗാഗധരൻ. "ഓടുവാ നുഴന്നീലെന്തഭിശാപം." എന്ന് നിന്നിടത്ത് നിൽക്കാൻ നിരൂപകർ നെട്ടോട്ടമോടിയ കാലം. "അയ്യപ്പപ്പണിക്കരെ ഫോളോ ചെയ്യാൻ നിരൂപ കൻ സ്കൂട്ടർ വാങ്ങിയ കാലം." ഗംഗാധരൻ കവികളുടെ വേഗത്തിൽ സഞ്ചരിച്ചു. കേരള കവിതാഗ്രന്ഥവരിയുടെ പത്ത് കാവ്യസമാഹരങ്ങൾ പുതിയ കവിതയുടെ ദശാവതാരമായി. പത്ത് പേറിലും, മാനേജരായിരുന്ന ഗംഗാധരൻ പേറ്റുനോവനുഭവിച്ചു. അക്കൂട്ടത്തിലെ ഏറ്റവും മികച്ച കാവ്യ സമാഹാരത്തിന്റെയും (ആറ്റൂർ രവിവർമയുടെ കവിത) പുതുമയുടെ ചൊടി ഏറ്റവും കൂടുതലുള്ള കാവ്യസമാഹാരത്തിന്റെയും (കടമ്മ നിട്ടയുടെ കവിത) അവതാരികാകാരൻ എം.ഗംഗാധരനായിരുന്നു.

അക്കിത്തത്തിനുശേഷമുള്ള മലയാളകവികളിൽ നൊബേൽ സമ്മാനാർഹനായി ഞാനൊരാളെയെ കാണുന്നുള്ളൂ; ആറ്റൂർ രവിവർമ്മയെ. അത്യപൂർവം പേർക്ക് മാത്രമറിയാവുന്ന ഈ രഹസ്യം അറിയാവുന്ന മറ്റൊരാൾ എം.ഗംഗാധരനാണ്. വെറുതെയല്ല ഒരു രാത്രിയിൽ പ്രഥമ ചന്ദ്രനേക്കാൾ മെലിഞ്ഞ ബാലചന്ദ്രൻ ചുള്ളിക്കാട് ഗംഗാധരനു മുന്നിൽ 'ബാല'ചന്ദ്രൻ എന്ന ദുർവിധിയിൽ നിന്ന് തന്നെ അവതാരിക തന്ന് മോചിപ്പിക്കണമെന്ന അപേക്ഷയുമായി വന്നത്. 'ബാലചന്ദ്ര'ന്റെ പതിനെട്ടുകവിതകളുടെ കോളേജുകുമാരന്മാർക്കുള്ള/കുമാരിമാർക്കുള്ള അവതാരിക വി.ജി. തമ്പി അതിനകം എഴുതിക്കഴിഞ്ഞിരുന്നു. മുതിരാൻ ഗംഗാധരന്റെ ഇടനാഴിയിലൂടെ കടക്കണം. ബാലചന്ദ്രൻ മുതിർന്ന കവിക്കുള്ള 'പരീക്ഷ' ജയിക്കുകയും ചെയ്തു ('പരീക്ഷ'യായിരുന്നു ഗംഗാധരന്റെ സമാഹാരത്തിലെ എടുത്തുപറഞ്ഞ പ്രധാന കവിത). പി.കെ.ബാലകൃഷ്ണൻ മുതൽ ഖദീജ മുംതാസ് വരെയുള്ള ഏതെങ്കിലും വിധത്തിൽ യൗവനയുക്തരായ പ്രധാനപ്പെട്ട എഴുത്തുകാരുടെ യൗവനം എടുത്തുകാട്ടി അദ്ദേഹം അവതാരിക എഴുതി. സംയമനത്തോടെ, പിഴവുപറ്റാതെ, കാലബോധത്തോടെ. മലയാളത്തിലെ തീക്ഷ്ണയൗവനങ്ങൾക്കദ്ദേഹം ആമുഖമെഴുതി.

അദ്ഭുതലോകത്തിലെ ആലീസ് കരഞ്ഞപ്പോഴുണ്ടായ കണ്ണീർക്കുളത്തിൽ മുങ്ങി ഒരെലി കഷ്ടത്തിലായി. വല്ല വിധേനയും കരയ്ക്ക് കയറിയ നനഞ്ഞുവിറയ്ക്കുന്ന എലിക്ക് ദേഹമുണക്കാൻ ഒരു ചരിത്രപുസ്തകമാണ് ആലീസ് നൽകുന്നത്. അത്ര ഡ്രൈ അല്ലേ ചരിത്രം. ആ കൃതിയുടെ കർത്താവ് ഒരു മാത്തമാറ്റിഷ്യനായിരുന്നതിനാലാവാം ഇത്ര പരിഹാസം. അതെന്തായാലും എം.ഗംഗാധരന്റെ ചരിത്രകൃതികൾ 'ഡ്രൈ'യല്ല. അവ ചരിത്രപുസ്തക വായനക്കാർ മാത്രമല്ല, പുസ്തകവായനക്കാരും വായിച്ചു. രസിച്ചു. ഇടഞ്ഞു. സൂക്ഷ്മനിരീക്ഷണങ്ങൾകൊണ്ടും ഭാവുകത്വമുള്ളൊരാളുടെ നിഗമനങ്ങൾ കൊണ്ടും അവ ഗംഗാധരന്റെ 'ടച്ച്' നിലനിർത്തി. എം.ഗംഗാധരൻ 'ടച്ച്' നിലനിർത്തി. എം.ഗംഗാധരന്റെ 'മലബാർ കലാപം' ഇന്നും തണിഞ്ഞിട്ടില്ല. പി.കെ.ബാലകൃഷ്ണന്റെ ചരിത്ര പുസ്തകത്തെ ചരിത്രകാരന്മാരൊക്കെ തള്ളിയപ്പോൾ ഗംഗാധരൻ കൈക്കൊണ്ടു. വ്യക്തിത്വം ചരിത്രകാരന് നിഷിദ്ധമല്ല.

തത്ക്ഷണ പ്രതികരണങ്ങളാണ് എം.ഗംഗാധരന്റെ മുഖ്യമായ മറ്റൊരു മാധ്യമം. ഇടയേണ്ടതിനോടൊക്കെ അദ്ദേഹം യഥാസമയം ഇടഞ്ഞു. തനിക്ക് ഒരു സംഘടനയുടെയും പാരതന്ത്ര്യമില്ല. എം.ഗംഗാധരനോട് ഇയ്യിടെയൊരു കൂടിച്ചേരലിൽ (എന്ത് വികൃതമായ പദമാണ് കൂട്ടായ്മ. പോരായ്മ, വയ്യായ്മ, ശരിയല്ലായ്മ... നിഷേധപദങ്ങളോടാണ് അതിന് രൂപച്ചാർച്ച. പുറത്ത് നിൽക്കുന്നവരോടുള്ള അസഹിഷ്ണുതയാണ് പൊതുവെ കേരളത്തിലെ കൂട്ടായ്മയുടെ ബലം എന്നതിനാലാവുമോ ഈ പദം ഇത്രയ്ക്ക് സ്വീകാര്യമായത്. കൂട്ടായ്മയുടെ അർഥം 'ഞങ്ങൾ' എന്നാണ് 'നമ്മൾ' എന്നല്ല. എന്നാൽ കൂടിച്ചേരലോ. കേട്ടിട്ടില്ലേ ജലാലുദ്ദീൻ റൂമിയെ? "When we are together we are more than we").

എം.ഗംഗാധരനോട് സിവിക് ചന്ദ്രൻ, ബാലചന്ദ്രൻ ചുള്ളിക്കാട് അഴീക്കോടിനോട് ചോദിച്ചത് ചോദിച്ചു. അടിയന്തരാവസ്ഥയോട് മാഷെന്തെ അമർഷത്തോടെ പ്രതികരിച്ചില്ല? 'മൗനം എന്ന കുറ്റം' എന്ന മലയാളത്തിൽ എഴുതപ്പെട്ട ഫാസിസത്തിനെതിരായ ഏറ്റവും കനമുള്ള പ്രബന്ധത്തിന്റെ കർത്താവ് സിവിക് ചന്ദ്രനെ നോക്കിക്കൊണ്ടിരുന്നു. "ആർ.എസ്. എസ്സുകാരും ഏതാനും നക്സലൈറ്റുകളുമല്ലേ അടിയന്തരാവസ്ഥയോട് കേരളത്തിൽ കലഹിച്ചത്?" അതൊരുത്തരമായിരുന്നോ? അധികാരം കിട്ടിയിരുന്നെങ്കിൽ ഇന്ദിരയുടെ സ്വേച്ഛാധിപത്യത്തേക്കാൾ കഠിനമായ സ്വേച്ഛാധിപത്യം കൊണ്ടുവരുമായിരുന്നവർ എന്ന സാമ്യമുണ്ട് ഏത് പ്രത്യയശാസ്ത്രവ്യത്യാസങ്ങൾക്കും അപ്പുറത്ത് അവർ തമ്മിൽ ആർ.എസ്.എസ്സുകാർ അത് ഗുജറാത്തിൽ തെളിയിക്കുകയും ചെയ്തു. അടിയന്തരാവസ്ഥയിൽ മാത്രമല്ല, അടിയന്തരാവസ്ഥയോടുള്ള കലഹത്തിലും നമുക്കേറെയൊന്നും ഇല്ല അഹങ്കരിക്കാൻ എന്നാണോ? അധികാരം കഴുകന്റെ കൊക്കുപോലുള്ള മൂക്കുള്ള അഹങ്കാരിയായ ഒരു സ്ത്രീയാണ് എന്ന് ഒ.വി.വിജയൻ വരച്ചു കൊണ്ടിരുന്ന കാർട്ടൂണുകൾ പോലെ ചിലതൊഴിച്ചാൽ–

ഗ്വാളിയോർ റയോൺസിന്റെ വസ്ത്രങ്ങൾ ഉയർന്ന പദവിയുടെ ലക്ഷണമായി ധരിക്കപ്പെട്ട കാലത്തിന്റെ ഭാവുകത്വത്തിന് അക്കാലത്ത് എം.ഗംഗാധരൻ എഴുതി. "ഫൈബർ തുണികളിൽ നല്ലൊരു ഭാഗം മരവുരികളാണ്. കേരളത്തിൽ ഒരു ഫൈബർ ഫാക്ടറിയുണ്ടായിരുന്നത് മുളകളെ പൾപ്പാക്കുന്നതാണല്ലോ. ഈ ഫൈബർ തുണികളല്ലാതെ മറ്റൊന്നും ധരിക്കാൻ കഴിയാത്തവരാണ് ഇന്ന് നമ്മളിലധികം പേരും. 'കൺവീനിയൻറാണ്' എന്നൊക്കെ പരസ്പരം പറഞ്ഞ് നാമതിൽ സുഖിച്ചു പുളയുന്നു. അതിനുവേണ്ടിയാണ് മുളങ്കൂട്ടങ്ങൾ ആയിരക്കണക്കിന് പിഴുതെറിയപ്പെടുന്നത് എന്ന കാര്യം നാം സൗകര്യപൂർവം കാണാതിരിക്കുന്നു. പറമ്പുതോറും വീടുവെക്കുമ്പോഴും അതിലെല്ലാം മരസ്സാമാനങ്ങൾ നിറയ്ക്കാൻ മത്സരിക്കുമ്പോഴും നാം മരംവെട്ടിന് കൂട്ടുനിൽക്കുകയാണ്. വൈദ്യുതികൊണ്ട് നാട്ടിലെങ്ങും രാവ് പകലാക്കണം. വീട്ടുജോലികളെല്ലാം ചെയ്യിക്കണം– ഈ സൗകര്യങ്ങളെല്ലാം അനുഭവിച്ച് കൊണ്ടുതന്നെ, ഇതെല്ലാം ഇല്ലാതാവുന്നത് സങ്കല്പിക്കാൻ പോലും വയ്യാത്ത അവസ്ഥയിൽ ഇരുന്നു കൊണ്ട്, മരം വെട്ടിനെതിരായി വിലപിക്കുന്നതും ആക്രോശിക്കുന്നതും കവിതയെഴുതുന്നതും ശുദ്ധഭോഷ്കാണ്." എതിർമൊഴികളധികവും ഈ ഇരട്ടവ്യക്തിത്വത്തിനെ അഭിസംബോധന ചെയ്ത് നല്ല മലയാളത്തിലെഴുതിയ കത്തുകളാണ്. കമ്യൂണിസ്റ്റ് പാർട്ടിയുടെ ഭരണകാലത്ത് അവരുടെ നിലപാടുകളോട് കൂടുതൽ അസ്വസ്ഥത കാട്ടുന്നുണ്ട് ഗംഗാധരൻ. ആദർശമില്ലായ്മയോടുള്ളതിനേക്കാൾ ആദർശനാട്യത്തിനോടുള്ള അസ്വസ്ഥതയാവാം. കമ്യൂണിസ്റ്റ് പാർട്ടിയുമായി ഐക്യപ്പെട്ടാൽ പുരോഗമനമായി, ചുമതല കഴിഞ്ഞു എന്ന് കരുതുന്ന വായനക്കാർ ഭൂരിപക്ഷമുള്ള നാടാണ് കേരളം എന്നതിനാലുമാവാം.

അവരോട് അവരെ ചൊടിപ്പിച്ചുകൊണ്ട് സംസാരിക്കുമ്പോൾ കൈവരുന്ന ഉന്മേഷം ഉന്മേഷപ്പെടുത്തുന്നതിനാലുമാകാം. മനുഷ്യൻ ഭൂമിയിൽ സൃഷ്ടിച്ച ചിലതിനേക്കാൾ നശിപ്പിക്കാതിരുന്ന ചിലതിന്റെ പേരിലാവാം ഭാവിയിൽ ഭൂമി അവനോട് കൃതജ്ഞത കാണിക്കുക എന്ന അവബോധം എം.ഗംഗാധരന്റെ രചനകളിൽ ഒഴിയാതെ കാണാം.

ഇ.എം.എസ്.പുതിയൊരു വീട്ടിൽ നിന്നുണ്ണുമ്പോൾ, അദ്ദേഹത്തിന്റെ ഭക്ഷണത്തിന്റെ റസിപ്പി പുലരുന്നതോടെ ആ വീട്ടിലെത്തും. ആടിന്റെ കരൾ ഉപ്പും എരിവുമില്ലാതെ പ്രത്യേക രീതിയിൽ വേവിച്ചുവേണം കൊടുക്കാൻ. ഒട്ടും രുചിബോധമില്ലാതെ, തികഞ്ഞ കാര്യബോധത്തോടെ അദ്ദേഹം കഴിഞ്ഞു. ആരു പറഞ്ഞാലും ഇ.എം.എസ്സിന് സാഹിത്യം മനസ്സിലാവുമെന്ന് താൻ കരുതുന്നില്ലെന്ന് നല്ല എരിവും പുളിയും അഭിപ്രായങ്ങളിലുമുള്ള തികഞ്ഞ രുചിബോധമുള്ള ഗംഗാധരൻ. തന്റെ തലമുറയിൽ പലർക്കും സംഭവിച്ച ദുഷ്പരിണാമം അദ്ദേഹത്തിൽ സംഭവിച്ചില്ല. ‘എന്നോളമായാലടങ്ങും’ എന്ന് അദ്ദേഹത്തിനോട് കരുതിയവരൊക്കെ കാലാന്തരത്തിൽ പാർട്ടിയോട് കീഴടങ്ങിയോ, വർഗീയതയിൽ സുഖം കണ്ടോ ആപത്കരമായ മൗനം പുലർത്തിയോ അടങ്ങിയപ്പോൾ ഗംഗാധരനിതാ എൺപതാം വയസ്സിൽ ചൊടിയോടെ, ചൂടോടെ, എരിവോടെ. ജനപിന്തുണ നേടിത്തുടങ്ങിയിട്ടില്ലാത്ത ഏറ്റവും പുതിയ പ്രതിഷേധത്തിന്റെ തോളിൽകൈയിട്ട്.

‘യേശുപുരം പബ്ലിക് ലൈബ്രറിയെക്കുറിച്ചൊരു പരാതി’ എന്ന സക്കറിയാക്കഥയിൽ ലൈബ്രറി തകർന്നപ്പോൾ അതിന്റെ ആയുഷ്കാല മെമ്പർ അസ്വസ്ഥനാവുന്നുണ്ട്. എം.ഗംഗാധരൻ ഒരു സ്ഥാപനത്തിന്റെയും ആയുഷ്കാല മെമ്പർ ആയിരുന്നില്ല. അദ്ദേഹത്തിന്റെ ദീർഘായുസ്സിന് സ്വാഭാവികമായും പറയത്തക്ക വെല്ലുവിളികളുമില്ല.

■

ഞാനിപ്പോൾ പറുദീസയിലാണ്

ഏതാണ്ടര നൂറ്റാണ്ടുകാലം ഒരേ തീവ്രതയോടെ എന്നെ മോഹിപ്പിച്ച ഒരു വാക്യമുണ്ട്. കേട്ടിട്ടും കേട്ടിട്ടും മതിവരാത്ത ഒരു വാക്യം. ഒന്നാം ക്ലാസാരംഭിച്ച അന്നുമുതൽ അമ്പത്തിയഞ്ചാം വയസ്സിൽ കോളെജിന്റെ പടിയിറങ്ങുന്നത് വരെ ആ വാക്യം എന്നെ പ്രലോഭിപ്പിച്ചു. 'നാളെ ക്ലാസ്സില്ല' എന്ന ആ കുറിയ വാക്യത്തിൽ സ്വാതന്ത്ര്യം തുള്ളിക്കളിക്കുന്നത് ഞാൻ കണ്ടു. പിരിഞ്ഞതിൽ മാഷ്ക്ക് സങ്കടമില്ലേ എന്നാരെങ്കിലും ചോദിക്കുമ്പോൾ, 'ഇന്ന് പഠിപ്പുമുടക്കം' എന്ന് പത്രവാർത്ത വരുന്ന ദിവസമൊഴിച്ചാൽ പറയത്തക്ക സങ്കടമൊന്നുമില്ലെന്ന് ഞാൻ പറഞ്ഞു. ആ അറിയിപ്പ് എനിക്കിപ്പോഴും ചെറിയൊരിളക്കവും ഗൃഹാതുരത്വവും തരുന്നു. നാളെ ക്ലാസ്സില്ല എന്നതിനേക്കാൾ മധുരതരമായ വാക്യമാണ് നാളെ മുതൽ ക്ലാസ്സില്ല എന്നത്. പെൻഷനായി എന്നതിന്റെ ഒരർഥം അതുമാണല്ലോ.

അഞ്ചു വയസ്സു മുതൽ ഞാൻ ബെല്ലിൽ കാതോർത്തിരുന്നു. എത്തും മുമ്പെ ബെല്ലടിക്കുമെന്ന് പേടിച്ച് ഒരുക്കം മുഴുമിക്കാതെ പുറപ്പെട്ട്, നടന്നുകൊണ്ട് കുടുക്കിട്ടു. മൂത്രമൊഴിക്കാനും ഉണ്ണാനും ഒരു കപ്പ് ചായ കുടിക്കാനും ബെല്ലടിക്കേണ്ടിയിരുന്ന നാളുകൾ. എന്റെ അവസാനത്തെ ബെല്ലടിക്കുക ആരാണെന്നറിയാൻ എനിക്ക് കൗതുകമുണ്ടായിരുന്നു. യാത്രയയപ്പിന്റെ തിരക്കിൽ ഞാനത് മറന്നു. അടുത്ത ദിവസം കോളെജ് ഓഫീസിൽ പെൻഷനാനന്തര ഔദ്യോഗിക കാര്യങ്ങൾക്കായി വന്നപ്പോൾ ബെല്ല് നിരർഥകമായിക്കഴിഞ്ഞിരുന്നു, ഒറ്റദിവസം കൊണ്ട് മണി മുഴങ്ങുന്നത് ഇനി എനിക്കുവേണ്ടിയല്ല. അല്ലെങ്കിൽ ആ മണിയുടെ ശബ്ദം ഇനിമേൽ ഇതല്ല.

പക്ഷേ, ജീവിതത്തിലെ ആദ്യത്തെ മരണം പെൻഷനാവലാണെന്ന് കരുതുന്നവരുണ്ട്. പെൻഷൻ വാങ്ങുവാൻ ട്രഷറി വരാന്തകളിൽ കാലൊടിഞ്ഞ ബെഞ്ചുകളിലും കയററ്റ പ്ലാസ്റ്റിക് കസേരകളിലുമായി കാത്തിരിക്കുന്ന മുഖങ്ങൾ ജീവിതം അവസാനിച്ചു എന്ന തോന്നലുണ്ടാക്കുന്നുണ്ട്. രണ്ടാം തവണ പെൻഷൻ വാങ്ങാൻ വന്നപ്പോൾ ടോക്കൺ നമ്പർ

വിളിക്കുന്നതുവരെ പുസ്തകം വായിച്ചുകൊണ്ടിരുന്ന എന്നെ വേദന യാകും വിധം ചുമലിൽ അമർത്തിത്തോണ്ടിക്കൊണ്ട് എന്റെ പഴയ സഹ പ്രവർത്തകൻ 'ഇനിയും വായിച്ചു തീർന്നില്ലേ' എന്ന് ചോദിച്ചു. അതിന്റെ അർഥവ്യാപ്തി ചുറ്റുമിരിക്കുന്നവരെ ചിരിപ്പിച്ചു. 'എനി എന്ത് വായിക്കാൻ,' ഒരേ സീറ്റിൽ വളരെക്കാലമിരുന്ന ഗുമസ്തന്റെ മുഖമുള്ള ഒരു വൃദ്ധൻ നെടുതായി നിശ്വസിച്ചു. വായിച്ചുകൊണ്ടിരിക്കുന്ന ചെക്കോവിന്റെ ശൈലി യിൽ, ഇരുന്നിടത്ത് നിന്ന് അല്പമൊന്നേന്തി ജന്നൽവഴി നീട്ടിത്തുപ്പി, ചെരിപ്പ് കാലുകൊണ്ട് തപ്പിയശേഷം അയാൾ വീണ്ടും ഫയൽ വായിച്ചു കൊണ്ടിരുന്നത് ഞാൻ സങ്കല്പിക്കുകയായിരുന്നു. പെറ്റപാടെയുള്ള കുഞ്ഞിന്റേത് പോലെ നേരിയ മുടിയുള്ള അയാൾ വന്നിരുന്നത് മുതൽ, അയാളുടെ മുടി തലോടുവാൻ കൈ വെമ്പിയത് ഞാൻ മനസ്സിരുത്തി നിയന്ത്രിക്കുകയായിരുന്നു. ഞാനവരെ നിരീക്ഷിക്കാറുണ്ട്. അവരി ലൊരാൾ പോലും എന്തെങ്കിലും വായിക്കുന്നത് ഞാൻ കണ്ടിട്ടില്ല. പെൻഷൻ റിവിഷന്റെ ഹാൻഡ് ബുക്ക്, പരീക്ഷാ ദിവസത്തിലെന്നപോലെ ഏകാഗ്രതയോടെ ഒരു തവണ ഏതാണ്ടെല്ലാവരും ഇരുന്നു വായിക്കു ന്നത് കണ്ടതൊഴിച്ചാൽ അവർ സംസാരിക്കുന്നതത്രയും പോയകാലത്തെ പ്പറ്റിയോ, അവരെ ഭരിച്ചിരുന്നവരുടെ പ്രതാപത്തെക്കുറിച്ചോ, മക്കളുടെ അവസ്ഥയെക്കുറിച്ചോ ആയിരുന്നു. കാക്കകൾ കരയുന്നത്, അമ്പലത്തിൽ നിന്ന് പൂന്താനം പാടുന്നത് അവർ പേടികലർന്ന മനസ്സോടെ കേൾക്കുന്നു ണ്ടാവണം. അവരെ ഞങ്ങൾ എന്ന് ഞാനറിയാതെ വിശേഷിപ്പിച്ചു തുടങ്ങുമ്പോൾ എന്റെ മരണാനന്തര ചടങ്ങുകൾ ആരംഭിച്ചു തുടങ്ങു മെന്ന് എനിക്ക് തോന്നി.

പിരിയുന്നതിന് തൊട്ടുമുമ്പിലെ വർഷം കൽപ്പറ്റയിൽ നടന്ന സംസ്ഥാന പെൻഷനേഴ്സ് സമ്മേളനത്തിൽ ചെയ്ത പ്രസംഗത്തിൽ, പെൻഷനാനന്തരജീവിതം നമുക്ക് അതുവരെ ആകാൻ പറ്റാതിരുന്ന തൊക്കെ ആകുവാനുള്ള സന്ദർഭമാണ് എന്നു പറഞ്ഞ് നാക്കെടുത്തില്ല, സംഘാടകൻ ഒരു മിനിട്ട് എന്നോടാവശ്യപ്പെട്ടു. സദസ്സിലിരിക്കുകയായി രുന്ന ഒരു പെൻഷണർ മരിച്ചു എന്ന് അനൗൺസ് ചെയ്യാനായിരുന്നു അത്. മരിച്ചു തുടങ്ങിയവരോടാണോ ഇതുവരെ ആകാൻ പറ്റാതിരുന്ന തൊക്കെ ആകുവാനുള്ള സന്ദർഭമാണിതെന്ന് ഞാൻ പ്രസംഗിച്ചത്? എല്ലാ വരും മരിച്ചു തുടങ്ങിയവരാണെങ്കിലും പെൻഷൻകാർ ഒന്നുകൂടി ദൃഢ മായി മരിച്ചു തുടങ്ങിയവരാണ്. വേരറ്റ് ചെരിഞ്ഞു നിൽക്കുകയാണ്, ഒരു ചെറുകാറ്റ് മതി. കണ്ടാൽ കാണാം എന്ന മുഖഭാവത്തോടെയാണ് അവർ പരസ്പരം പിരിയുന്നത്, ഓരോ മാസാദ്യവും. തന്റെ കാര്യം ഉറപ്പല്ലെ ങ്കിലും അപരന്റെ കാര്യം അവർക്കേതാണ്ടുറപ്പാണ്.

'വിരമിച്ചു' എന്ന ഭീകരമായ വാക്കുകൊണ്ടാണ് പത്രങ്ങൾ പെൻഷൻ വാർത്ത അറിയിക്കാറ്. അയാൾ/അവൾ രമിച്ചു തീർന്നുവോ? അവരുടെ ജീവിതരതി കഴിഞ്ഞുവോ? ജോലിക്ക് വേണ്ടി പഠിച്ച, ജോലിക്ക് വേണ്ടി യഥാർഥമായ താത്പര്യങ്ങളെ നിയന്ത്രിച്ച് ജീവിച്ച, ജോലി കിട്ടിയതോടെ

ഒരു മനുഷ്യനായി സമൂഹത്താൽ അംഗീകരിക്കപ്പെട്ട, ജോലി ഏക ഐഡന്റിറ്റിയായ ഒരാളുടെ ജോലിയിൽ നിന്നുള്ള പിരിയൽ ജീവിതത്തിൽ നിന്നുള്ള വിരമിക്കൽ തന്നെയല്ലേ? എന്ത് ചെയ്യുന്നു എന്ന് ചോദിച്ചാൽ അപ്പോഴെന്തു ചെയ്യുന്നു എന്നല്ലല്ലോ എന്ത് ചെയ്യുന്നതിനാണോ ശമ്പളം പറ്റുന്നത് ആ പാപത്തിന്റെ പേരല്ലേ നാം പറയാറ്. എല്ലുമുറിയെ അധ്വാനിക്കുന്നവനും ജോലി ഒന്നുമായില്ല എന്ന് കുറ്റബോധത്തോടെ പറയുന്നത് എത്രതവണ നിങ്ങളും കേട്ടിരിക്കുന്നു. ഇയ്യിടെ വണ്ടിയിറങ്ങി, യാദൃച്ഛികമായി കണ്ടുമുട്ടിയ രണ്ടു പെൺകുട്ടികളുടെ സംസാരം ഞാൻ ശ്രദ്ധിച്ചു. തന്റെ കല്യാണമായി എന്നൊരുവൾ പറഞ്ഞതും മറ്റവൾ ചോദിക്കുന്നു – 'എന്താണ് മൂപ്പർക്ക് ജോലി?' അയാളാരായിരുന്നാലും എന്തായിരുന്നാലും എങ്ങനെയായിരുന്നാലും കൂടെക്കൂടെ കോട്ടുവായിട്ടുകൊണ്ടിരിക്കുന്ന ഒരു ജോലിക്കാരനല്ലേ എന്നേ അവൾക്ക് ഉറപ്പുവരുത്തേണ്ടൂ. കേരളീയർക്ക് മുഴുവൻ ഉറപ്പു വരുത്തേണ്ടൂ. ജോലിയില്ലാത്തൊരാൾ എന്ത് ജോലി ചെയ്താലും അയാൾക്കെത്ര വരുമാനമുണ്ടായാലും കേരളത്തിൽ അരക്ഷിതനാണ്. സത്യത്തിൽ, കേരളീയരെ സംബന്ധിച്ചേടത്തോളം ജോലിയിൽ നിന്ന് പിരിഞ്ഞ ഒരാൾ പൂർണമായി വിരമിച്ച ഒരാളാണ്. യാത്രയയപ്പ് സൽക്കാരം കഴിഞ്ഞ്, വീട്ടിലെത്തിക്കുന്ന സങ്കടപൂർണമായ ചടങ്ങുമിപ്പോൾ, കേരളത്തിൽ സാധാരണമായിട്ടുണ്ട്. അവനവനും പങ്കെടുക്കാൻ കഴിയുന്ന ഏക മരണാടിയന്തിരമാണല്ലോ അത്. പിരിഞ്ഞ ദിവസം 'മാഷിന്നും കൂടിയേയുള്ളൂ' എന്ന ചോദ്യം കേട്ടപ്പോൾ ഒന്ന് വിറച്ചുപോയതായി ഞാൻ മുമ്പെഴുതിയിട്ടുണ്ട്. പിന്നീടാലോചിച്ചപ്പോൾ ചിരിച്ചുംപോയി. അപ്പോഴത് എഴുതാനർഹവും ആയി.

പക്ഷേ എന്റെ ഐഡന്റിറ്റി, ആളുകളുടെ കണ്ണിൽ എന്തായിരുന്നാലും എന്റെ ജോലിയായിരുന്നില്ല ഒരുനാളും. എന്ത് ചെയ്യുന്നതും എഴുത്തുകാരനാവാൻ പരിശീലിക്കലായി ഞാനെനിക്ക് മാറ്റിയിരുന്നു. സ്വാഗതപ്രസംഗകൻ, പ്രൊഫസർ എന്നാദരിച്ച യോഗങ്ങളിലൊക്കെ ഞാൻ മോശമായി പ്രസംഗിച്ചു. അസ്വസ്ഥനായി. കേരളത്തിൽ ആയിരക്കണക്കിന് പ്രൊഫസർമാരുണ്ട്. അവരിലൊരാളാവുന്നതിൽ എന്ത് യോഗ്യതയാണുള്ളത്? കൽപ്പറ്റ നാരായണൻ ഒറ്റയാളാണ്. അയാൾ ചെയ്യുന്നത് അയാൾ മാത്രം ചെയ്യുന്നൊരാൾ. സ്വാഭാവികമായ ഒരാൾ. ശമ്പളത്തോളമോ പെൻഷൻ തുകയോളമോ സാഹിത്യത്തിൽ പ്രതിഫലമായി ഒരു നാളും ലഭിച്ചിരുന്നില്ലെങ്കിലും ഞാനെന്നും എഴുത്തുകാരനായിരുന്നു. അടുത്ത വാക്യം എന്തായിരിക്കണം എന്ന ആലോചന ബസ്സിലിരിക്കുമ്പോഴും ചോറിന് മുന്നിലിരിക്കുമ്പോഴും ക്ലാസ്സെടുക്കുമ്പോഴും കൈവിടാൻ കഴിയാതിരുന്ന ഒരാളായിരുന്നു ഞാൻ. എഴുത്തുകാരനായതു കൊണ്ട് വേണ്ടയളവിൽ ഭർത്താവോ മകനോ അച്ഛനോ ആകാൻ കഴിയാത്ത ഒരാൾ. പക്ഷേ പിരിയാത്ത ഒരാൾ. മരണമില്ലാത്ത ഒരാൾ. ഒരിൻഫിനിറ്റ് പ്ലെയർ. എന്റെ 'ഔട്ട് പുട്ടോ' അംഗീകാരമോ എത്ര ലഘുവായാലും ഏറ്റവും കുറച്ച് ആൾപ്പെരുമാറ്റമുള്ള രാജ്യമായിരിക്കാമെന്റേതെങ്കിലും.

എളുപ്പമായ രണ്ട് ക്യാച്ചുകൾ നിലത്തിട്ട് രാഹുൽ ദ്രാവിഡ് പിരിയാറായി എന്ന് കാണിച്ചിരുന്നു കഴിഞ്ഞ ആഴ്ച. മുപ്പത്തെട്ടിൽ മണി മുഴങ്ങുന്ന, വൃദ്ധനാവുന്ന ഒരു കളിയാണ് അയാൾ കളിക്കുന്നത്. ജയം മാത്രം, അതിനുള്ള വൈദഗ്ധ്യം മാത്രം, യോഗ്യതയായുള്ള ഒരാൾ. പോരായ്മകൾ, വേദനകൾ, അസംതൃപ്തികൾ, നിസ്സഹായതകൾ ഇതു കൊണ്ട് കളിക്കാവുന്ന ഒരാളേ ഭൂമിയിലുള്ളു. അയാൾ കലാകാരനാണ്. ഞാൻ കളിക്കുന്നത് പ്രായം ചെല്ലുന്തോറും കൂടുതലർഹമാവുന്ന ഒരു കളിയാണെന്ന് ഞാൻ കരുതുന്നു. എല്ലാ എഴുത്തിന്റെയും രീതിയതല്ലെങ്കിലും എന്റെ എഴുത്തിന്റെ രീതി അതാണ്. മുമ്പത്തെക്കാളും ഗാഢമായി ഞാനിന്ന് വായിക്കുന്നു. കൂടുതൽ അസംതൃപ്തിയോടെ ഞാനിന്നെഴുതുന്നു. പയ്യന്നൂരിലൊരു പ്ലസ്ടു വിദ്യാർഥി 'വെള്ളസോക്സിട്ട മുടിനാരുകൾ' എന്ന ലേഖനത്തെ മുൻനിർത്തി എന്നോട് ചോദിച്ചു - ഒരു താലത്തിൽ യൗവനവും മറ്റൊരു താലത്തിൽ മാഷുടെ ഇപ്പോഴത്തെ അവസ്ഥയും തന്നാൽ മാഷേത് സ്വീകരിക്കും. മുപ്പതോ മുപ്പത്തഞ്ചോ വയസ്സിൽ ഞാനിത്ര ജീവിതം കണ്ടിട്ടില്ല. ഇത്ര വായിച്ചിട്ടില്ല, ഇത്രയധികം പരാജയങ്ങൾ അറിഞ്ഞിട്ടില്ല, ഇത്ര അനായാസമായി സംസാരിക്കാനോ എഴുതാനോ എനിക്ക് കഴിഞ്ഞിട്ടില്ല. ഒരു പക്ഷേ അന്ന് ഇന്നത്തെക്കാൾ പ്രത്യക്ഷ ഭാരമുള്ള കല്ല് എനിക്ക് പൊക്കാൻ കഴിഞ്ഞിട്ടുണ്ടാവാം. പക്ഷേ പ്രത്യക്ഷമായി കാണാനാവാത്ത കൂടുതൽ ഭാരമുള്ളവ ഞാനിന്ന് ആ യുവാവിനെക്കാളും ഉയർത്തുന്നു. അയാളേക്കാൾ കൂടുതലെത്തുന്നു. അന്നത്തെ എന്റെ സ്വപ്നമായിരുന്നു ഇന്നത്തെ ഞാൻ. അമ്പത്തൊമ്പതാം വയസ്സിൽ, ഇപ്പോഴാണെനിക്കത് ശരിക്കും മനസ്സിലായതത് എന്നൊരു കവിത തോന്നിക്കുന്നുവെങ്കിൽ നിഗൂഢമായ ഒരു വളർച്ച ഞാൻ പൂർത്തിയാക്കിക്കൊണ്ടിരിക്കുന്നു എന്നർഥം. പണ്ടുവായിച്ച മികച്ച കൃതികൾ ഇന്ന് വായിച്ചിരുന്നെങ്കിൽ കൂടുതൽ അർഥവത്തായിത്തീരുമായിരുന്നു എന്നപോലുള്ള ചില സുഖമുള്ള നിരാശകൾ ദിവസവും മനസ്സിൽ പൊടിക്കുന്നു. പിന്നിട്ട മുഴുവൻ വർഷങ്ങളുടെയും പിൻബലത്തോടെ ജീവിക്കുന്ന ഒരേ ഒരാൾ കലാകാരനാണെന്ന ആത്മവിശ്വാസം കൂടിക്കൂടി വരികയും ചെയ്യുന്നു.

ഇപ്പോൾ മാസാമാസം കിട്ടുന്ന പെൻഷൻ തുകയോളം ഒറ്റമാസത്തിലും ഞാൻ ശമ്പളം പറ്റിയിട്ടില്ല. കിട്ടാവുന്ന കടങ്ങളെല്ലാം വാങ്ങാറുള്ളതിനാൽ 'പിടുത്ത'ങ്ങളെല്ലാം കഴിച്ച് ചെറിയൊരു തുകയാണ് മാസംതോറും ഞാൻ വാങ്ങിയത്. (ജോലി ചില പദങ്ങളെ എത്ര നിരാർദ്രമാക്കുന്നു എന്നതിനൊരുദാഹരണമാണ് 'പിടുത്തം'). ഇന്നതിനെ ഒരെഴുത്താകാരനുള്ള സാമ്പത്തിക സഹായമായി ഞാനെടുക്കുന്നു. അല്ലെങ്കിൽ ജീവിതത്തിലാദ്യമായി സാമ്പത്തിക സ്വാതന്ത്ര്യം നേടിയ എഴുത്തുകാരനായി ഞാനെന്നെ കാണുന്നു. ആഗ്രഹിച്ച ജീവിതം പെൻഷനാനന്തരമേ ജീവിക്കാനായുള്ളൂ എന്ന സങ്കടം എനിക്കില്ലാതെയില്ല. 'ജോലി' എന്ന വൻ അസ്വാതന്ത്ര്യം മുഴുവൻ സമയകലാകാരനായി

ജീവിക്കാൻ വിസമ്മതിക്കുന്നതിനാൽ ചെറുതായിത്തീർന്നവരാണ് നമ്മുടെ കലാകാരന്മാർ. ഗായകൻ എന്നതൊരു യോഗ്യതയല്ല, ഓഫീസ് ശിപായി ഒരു യോഗ്യതയാണ് എന്നുവരുന്ന നാട്ടിലെ ശ്വാസംമുട്ടൽ കലാകാരന്മാരെ തകർക്കുന്നു. ജോലിയിൽ നിന്ന് വിരമിക്കുന്നതുവരെ എനിക്കുണ്ടായിരുന്ന 'ശ്വാസംമുട്ടൽ' ഇപ്പോഴില്ല. അലർജിക് ആസ്തമയായിരുന്നു എന്റെ രോഗം. അലർജി ടെസ്റ്റിൽ എന്റെ രോഗകാരണം കണ്ടെത്താനാവാഞ്ഞത് 'ജോലി'യായിരുന്നു എനിക്കലർജി എന്നതിനാലാവുമോ?

മനുഷ്യൻ കാർഷികവൃത്തിയിലേർപ്പെടാൻ തുടങ്ങിയ ശേഷമായിരിക്കാം ബൈബിൾ രചിക്കപ്പെട്ടിരിക്കുക. ജോലി ഒരു ഭാരമായിത്തോന്നിയ നാളുകളിൽ. ക്ലേശങ്ങൾ കൂടുതൽ ക്ലേശകരമായിത്തീർന്നപ്പോൾ. ജോലി ചെയ്യാതെ ക്ലേശങ്ങൾ സഹിക്കാതെ കൃത്രിമങ്ങളായ ഔപചാരികതകൾ ശീലിക്കാതെ സ്വച്ഛമായി പെറുക്കിത്തിന്ന് ജീവിച്ച നാളുകളെ ഓർത്ത് ആളുകൾ പശ്ചാത്തപിച്ചു തുടങ്ങിയ നാളുകളിൽ. പറുദീസ, നഷ്ടപ്പെട്ട ലോകത്തിന്റെ സൗന്ദര്യങ്ങളുടെ ആകൃതി കൈവരിച്ചപ്പോൾ. ദൈവത്തിന്റെ ശിക്ഷയാണ് ജോലി എന്ന ബിബ്ളിക്കൽ സങ്കൽപം എത്ര മോഹിച്ച് കിട്ടിയ ജോലിയിലും തിരിച്ചറിയാത്തവരില്ല. ഞാനിപ്പോൾ പറുദീസയിലാണ്. 'ഗാദറിങ് സ്റ്റേജി'ൽ.

■

പാഡണിഞ്ഞ ജാഗ്രത

സച്ചിനെക്കുറിച്ച് ഇന്ത്യൻ ജനത സംസാരിച്ചത്രയും ഒരുപക്ഷേ, ഗാന്ധിയെക്കുറിച്ചോ, ദൈവത്തെക്കുറിച്ചോ മാത്രമേ സംസാരിച്ചിരിക്കാനിടയുള്ളൂ. സച്ചിൻ പ്രത്യക്ഷപ്പെട്ടതു മുതൽ 'സംസാരം' സച്ചിനായിത്തീർന്നു. കുട്ടികൾ, നിസ്സംശയം, ഈ ഹീറോയാൽ നയിക്കപ്പെട്ടു. സച്ചിന്റെ പടമുള്ള പഠനമുറികൾ, ഹോസ്റ്റൽ മുറികൾ, അതില്ലാത്ത മുറികളുടെ എത്രയോ ഇരട്ടി. പ്രതിഭയ്ക്കൊപ്പം സച്ചിന്റെ ഉയരക്കുറവ്, ചെറുപ്രായത്തിലേ നേടിയ താരപദവി, സച്ചിൻ തന്നെ പറയുമ്പോലെ ചെറിയ കൈകൾ, മുതിരാത്ത ശബ്ദം, മുളച്ചുവരുന്ന താടിരോമങ്ങൾ. ഇതൊക്കെ സച്ചിനെ കുട്ടികൾക്ക് പ്രിയങ്കരനാക്കി. സച്ചിനെച്ചൊല്ലി അവർ അപരാധബോധമില്ലാതെ അഹങ്കരിച്ചു. സച്ചിൻ ക്രിക്കറ്റിനെ ഇന്ത്യക്കാരന്റെ പ്രിയപ്പെട്ട കളിയാക്കി എന്നോ ക്രിക്കറ്റ് സവിശേഷമായ ഒരു ജീനിയസ്സിനെ കണ്ടെത്താൻ ഇന്ത്യയെ സഹായിച്ചുവെന്നോ പറയാം.

സച്ചിൻ തെണ്ടുൽക്കറുടെ അച്ഛൻ ഒരു കവിയാണ് എന്നത് ഒരു ഫുൾടോസ് വാക്യമാണ്. ഗ്രൗണ്ട് തൊടീക്കാതെ വേലിപ്പുറത്തെത്തിക്കുവാൻ തോന്നിക്കുന്ന ഇരമ്പുന്ന ഒരു വാക്യം. സച്ചിന്റെ ചില നേരത്തെ പ്രകടനങ്ങളുടെ വിദഗ്ധമായ വിവരണം, ന്യായം. സത്വരമായ പ്രത്യാഘാതങ്ങളാണ് കവിതയെന്നപോലെ ഭംഗിയുള്ള ഷോട്ടുകളും. നാവു കടിച്ചുപോകുന്ന ഉശിരൻ ഷോട്ടുകളുണ്ടാവും നല്ല 'കവി'കളുടെ ഇന്നിങ്സിൽ. നമ്മുടെ ഭാഷയിൽ ഉണ്ണായിവാരിയരുടേയും ബഷീറിന്റേയും മാധവിക്കുട്ടിയുടേയും വിജയന്റേയും വി.കെ.എന്നിന്റേയും എൻ.എസ്.മാധവന്റേയും മേതിലിന്റേയും ഇന്നിങ്സുകളിൽ അവ സുലഭം. പൂന്താനവും രാമപുരത്തുവാരിയരും ഇടശ്ശേരിയും ആറ്റൂർ രവിവർമയും അവിസ്മരണീയമായ ഗ്രൗണ്ട് ഷോട്ടുകൾ കളിച്ചിട്ടുണ്ട്. 'ഫസ്റ്റ് ക്ലാസ് ഷോട്ട്' എന്നു പറയുന്നുണ്ട് 'നെയ്പായസ'ത്തിൽ, അമ്മ അകത്ത് ഹൃദയം പൊട്ടി മരിക്കുമ്പോൾ പുറത്ത് കളിക്കുന്ന മകൻ. ബോളിന്റെ ലൈനും ലെങ്ത്തും പിച്ചിന്റെ സാധ്യതയും തന്റെ പ്രതിഭയും നൊടിയിടയിൽ ഉദ്ഗ്രഥിക്കുന്ന ചില വാക്യങ്ങൾ.

സച്ചിന്റെ ഇന്നിങ്സുകളോളം വരുമായിരുന്നോ അദ്ദേഹത്തിന്റെ കവിയായ അച്ഛന്റെ ഇന്നിങ്സുകൾ എന്നെനിക്കറിഞ്ഞു കൂടാ. കൂടുതൽ

സാർവ്വത്രികമായ ഭാഷയിലാണല്ലോ സച്ചിൻ കളിച്ചത്. എല്ലാവരും അച്ഛന്റെ പേരിൽ അറിയപ്പെടുമ്പോൾ ഞാനെന്റെ മകന്റെ പേരിൽ അറിയപ്പെടുന്നതിൽ അഭിമാനിക്കുന്നു" എന്നു ആ അച്ഛൻ പറഞ്ഞിട്ടുണ്ട്. കവിതയുടെ കൂടുതൽ സാർവ്വലൗകികമായ ഭാഷാന്തരങ്ങൾ എന്നു തോന്നിച്ച അനവധി ഇന്നിങ്സുകൾ സച്ചിൻ കളിച്ചിട്ടുണ്ട്. അവിചാരിതവും നാടകീയവുമായ ഷോട്ടുകൾകൊണ്ട് നമ്മെ സ്തംഭിപ്പിച്ചു കളഞ്ഞ ഇന്നിങ്സുകൾ. വിരസമായ ഇന്നിങ്സുകൾ തുടർച്ചയായി കളിക്കുന്ന നമ്മുടെ പദ്യകൃത്തുകൾ- 'സ്ലോഡെത്ത്' എന്ന വിളിപ്പേരുള്ള അമ്പയർമാരെ കാവ്യലോകത്തും നിർത്തണം- തുടർച്ചയായി അഞ്ചു പന്തുകൾ 'മിസ്' ചെയ്യുമ്പോഴേക്കും രൗദ്രരൂപമെടുത്തിരുന്ന പഴയ സച്ചിനെ മാതൃകയാക്കിയെങ്കിൽ എന്നെനിക്ക് പലപ്പോഴും തോന്നി. നീണ്ട ഇന്നിങ്സുകളിൽ എങ്ങനെ ഏകാഗ്രത നിലനിർത്താനാവുന്നു എന്നു ചോദിച്ചപ്പോൾ ഞാൻ നീണ്ട ഇന്നിങ്സുകളല്ല, അപ്പപ്പോഴത്തെ പന്തുകളാണ് കളിക്കുന്നതെന്നു സച്ചിൻ പറഞ്ഞിട്ടുണ്ട്. നോക്കൂ, പതിനായിരം റൺസിന്റെ വളരെ നീണ്ട ഇന്നിങ്സാണ് താൻ കളിക്കുന്നതെന്നോർമ വന്നതും സച്ചിന്റെ ശ്രദ്ധ പാളി. അയാൾ പുറത്തായി. വാക്കിൽ ഇത്രയും 'വിസ്ഡം' ഒരു കവിയുടെ മകനല്ലാതെ സാധ്യമാകുമോ? ഈ വാക്യത്തെ ജീവിതത്തിന്റെ ഇതര മേഖലകളിലേക്ക് മാറ്റിനോക്കൂ. ഇരമ്പുന്നതു കാണാം.

എനിക്ക് സ്വതേ നിർജീവമായ നില്പുകൾ, സാഹിത്യത്തിലായാലും പ്രഭാഷണത്തിലായാലും ക്രിക്കറ്റിലായാലും സഹിക്കില്ല. ഓരോ വാക്യവും ഒന്നിലധികം ജാഗ്രതകളുടെ ഫലമായിരിക്കണം. 'ബിൽ ലോറി' യെക്കുറിച്ച് 'പാഡണിഞ്ഞ ശവം' എന്നു പറയുമായിരുന്നു പണ്ട്. ചേതൻ ചൗഹാൻ 'ഫേസ് ചെയ്യാൻ' തുടങ്ങിയാൽ കമന്ററി ഓഫ് ചെയ്യുമായിരുന്നു ഞാൻ. സച്ചിൻ പാഡണിഞ്ഞ ജീവചൈതന്യമാണ്. ആകെ ചടുലമാണ് സച്ചിൻ. ഒഴിവാകുന്ന പന്തുകൾപോലും നൊടിനേരത്തിനകം അപഗ്രഥിക്കപ്പെട്ടാണ്, അയാളുടെ കൈയൊപ്പ് വാങ്ങിയാണ് പിൻവാങ്ങിയത്. പ്രചോദിതനായി നിൽക്കുന്ന സച്ചിനെപ്പോലെയാകണം എന്ന് എഴുതുമ്പോൾ, പ്രസംഗിക്കുമ്പോൾ, ക്ലാസ്സെടുക്കുമ്പോൾ ഞാനാഗ്രഹിച്ചു. അവിചാരിതമായി, എന്നെത്തന്നെ അദ്ഭുതപ്പെടുത്തിക്കൊണ്ട്, ആവിഷ്കരിച്ചുകൊണ്ട്, പ്രസരിക്കുന്ന ഇന്നിങ്സുകൾ ഞാൻ സങ്കല്പിച്ചു.

തണുപ്പിലുറഞ്ഞുപോകുന്ന പാശ്ചാത്യ മേച്ചിൽസ്ഥലങ്ങളിലെ ആട്ടിടയന്മാർ അവരുടെ പ്രവൃത്തിസമയം കൂടിയായ ഒഴിവുസമയം പോക്കുവാനായി തുടങ്ങിയ ഒരു കളിയുടെ രൂപാന്തരമാണത്രേ ക്രിക്കറ്റ്. ഒഴിവുസമയം (free time) ലിഷർ ടൈമായി പരിണമിച്ചതാണ് മിക്ക ഗെയിമുകളുമെങ്കിൽ- ഫുട്ബോളും വോളിബോളും ടെന്നീസുമെല്ലാം- പ്രവൃത്തിസമയം (work time) ലിഷർ ടൈമായി പരിണമിച്ചതാണ് എന്ന മൗലികമായ വ്യത്യാസം ക്രിക്കറ്റിനുണ്ട്. (ഇത് ക്രിക്കറ്റിനെ കൊണ്ടാടാനും വെറുക്കാനും കാരണമായി. ഇതിന്റെ പേരിൽ സച്ചിന് 'ഞങ്ങളെ അവഗണിക്കുക ഈ പരീക്ഷക്കാലത്ത്' എന്നു കുട്ടികളോട് ക്ഷമാപണം

ചെയ്യേണ്ടി വന്നു. രക്ഷിതാക്കളുടെയും തൊഴിലുടമകളുടെയും വലിയ ശത്രുവായി ഇക്കളി). ക്രിക്കറ്റ് കളി സൂക്ഷിച്ചു നോക്കൂ; പ്രവൃത്തി സമയത്തെ ആട്ടിടയന്മാരെക്കാണാം. രാവിലെ വടിയുമായി - ക്രിക്കറ്റ് എന്ന പദം 'creag' എന്ന പദം പരിണമിച്ചതാവാം. ആട്ടിടയന്റെ പ്രതി രോധമായ വളഞ്ഞ വടി പരിണമിച്ചത് - തണുത്ത കാലാവസ്ഥയ്ക്ക് പറ്റിയ മുഴുനീളൻ ഉടുപ്പുമായി ഇറങ്ങുകയാണവർ. (ചുട്ടുപൊള്ളുന്ന വെയിലിൽ ഈ മുഴുനീളൻ ഉടുപ്പിൽ മദ്രാസിലോ മുംബൈയിലോ കാൺപൂരിലോ കളിക്കുമ്പോൾ, റോബിൻസിങ്ങും ഇൻസമാമുമൊക്കെ ഇടയ്ക്കിടെ ഛർദിക്കുന്നു, ചരിത്രത്തിന്റെ മർക്കടമുഷ്ടി കാണാം. ചില പ്പോഴത് തണുത്ത നാടുകളിൽ നിന്ന് വരുന്നവരെ തോല്പിക്കാൻ തിണ്ണ മിടുക്കന്മാരായ നമ്മുടെ ഇടയന്മാർക്ക് സഹായകമാവുന്നു).

പോയ ഒരാടിനെത്തേടി മറ്റാടിനെയെല്ലാം മറന്ന ഇടയനുണ്ട് ക്രിക്കറ്റിൽ. ചിലപ്പോൾ വ്യക്തിപരമായി ഇത്രമേൽ ഉത്തരവാദിത്വമുള്ള, ചിലപ്പോൾ വ്യക്തിപരമായി ഇത്രമേൽ ഉത്തരവാദിത്വമില്ലാത്ത ഒരു കളിയു മില്ല. ഒരേ സമയം അലസവും അതേസമയം തീവ്രവുമായ കളിയാണ് ക്രിക്കറ്റ്. ആടുകൾ സ്വസ്ഥം മേയുമ്പോൾ തന്റെ ഊഴം വരുന്നതുവരെ കാലിൽ കാലു കയറ്റി ഇരിക്കുന്നവനോ ഐസ്ക്രീം കഴിക്കുന്നവനോ ഉറങ്ങുന്നവനോ ക്രിക്കറ്റിലുണ്ട്. ഏതെങ്കിലും കളിയിൽ കൂട്ടുകാരൻ അടരാടുമ്പോൾ പത്രം വായിക്കുന്ന കളിക്കാരനെ സങ്കല്പിക്കാനാവുമോ? തികച്ചും ഭിന്നമായ കളികൾ കളിക്കുന്ന രണ്ടു ടീമുകൾ മറ്റു കളികളിൽ സ്വാഭാവികമാണോ? ഫീൽഡിങ്ങും ബൗളിങ്ങുമായി ഒരു കൂട്ടർ, ബാറ്റിങ്ങു മായി ഒറ്റയ്ക്കൊറ്റയ്ക്കിറങ്ങുന്ന മറ്റൊരു കൂട്ടർ. ഊഴമിട്ട് കളിക്കുന്നതി ലുമുണ്ട് ഊഴമിട്ട് പ്രവർത്തിച്ച ആ ആട്ടിടയസംഘം.

ക്രിക്കറ്റിൽ എല്ലാവരും മിക്കപ്പോഴും 'കീപ്പറാ'ണ്. കാത്തിരിപ്പ് ആണ് ഏറ്റവുമധികം സമയത്തെ കാഴ്ച. (ഇതിൽ പല കാത്തിരിപ്പുകളും ഇപ്പോൾ 'പരസ്യമായി'). പന്ത് മടങ്ങി കൈയിൽ വരാൻ ബൗളർ, പന്തു കാത്തിരിക്കുന്ന ബാറ്റ്സ്മാൻ, പന്തിന് കാത്തിരിക്കുന്ന ഫീൽഡർമാർ, വിക്കറ്റ് കീപ്പർ, ഊഴമെത്താൻ പവലിയനിൽ പാഡണിഞ്ഞും അണി യാതേയും കാത്തിരിക്കുന്ന ബാറ്റ്സ്മാന്മാരുടെ സംഘം. ആട്ടിടയ സംഘത്തെയും ഉൾക്കാഴ്ചയോടെ നോക്കിയാൽ കാത്തിരിക്കുന്നവരുടെ ഒരു സംഘമായിക്കാണാം. ആ നിരർഥകമായ കാത്തിരിപ്പിനെ അർത്ഥ വത്തായ കാത്തിരിപ്പുകളായി അവർ മാറ്റി. (ജയിക്കാൻ വേണ്ടി പുനഃ സംവിധാനം ചെയ്ത ജീവിതമാണ് കളി. അവനവന്റെ ലീനശ്ശേഷികൾക്ക് പ്രയോഗമുള്ള ക്രിയാത്മകമായ ഒരു സന്ദർഭം. നിങ്ങളുടെ പ്രതിഭ ഇത്രായിരം പേരെ ആനന്ദിപ്പിക്കുന്ന സന്ദർഭം വേറെ ഏറെയുണ്ടോ? കളിയിൽ ഒരു നിമിഷവും പഴയതല്ല, ആവർത്തനമല്ല, തീരുമാനിക്കപ്പെട്ട തല്ല. നമുക്കെവിടെയോ നഷ്ടപ്പെട്ട, പലയിടത്തായി പലപ്പോഴായി നഷ്ട പ്പെട്ട, പറുദീസയിലാണ് കളി. ആദിപാപത്തിനു മുമ്പുള്ള കണ്ണും കാതും മനസ്സും പരവശമായിട്ടില്ലാത്ത ആദിമ മനുഷ്യനുണ്ട് കളിക്കാരനിൽ.

കളിക്കളത്തിൽ എന്ന പോലെ ഇത്ര നിഷ്കളങ്കമായ ആലിംഗനങ്ങൾ, ആഹ്ലാദനൃത്തങ്ങൾ എവിടെയുണ്ട്?)

'രാവിലെ മുതൽ വൈകുന്നേരം വരെ ഒരു കളി.' ദൂരെ ദൂരെ വളരെ പിന്നിൽ ഇടയന്മാരുണ്ടെന്നതു നിശ്ചയം. ഫിസിക്കൽ ഫിറ്റ്നസ്സിനുവേണ്ടി വോളിബോൾ കളിക്കുന്ന ക്രിക്കറ്റ് കളിക്കാർ ഇത് തൊഴിൽ സമയം എന്നു സൂചിപ്പിക്കുന്നില്ലേ? തീർക്കുന്നതിനേക്കാൾ തുടരുന്നത് അനിവാര്യമായ ഒരു ജീവിതശൈലി ഇതിന്റെ പിന്നിലുണ്ട്. നേരം നീങ്ങാത്ത ഇടയന്മാരുടെ പകൽനേരത്തെ ഏറ്റും പിടുത്തവും ജാഗ്രതയും അലസതയും വളരെ നാളത്തെ പകലുകളിലൂടെ ക്രിക്കറ്റ് എന്ന ഘടനയായി. മിക്കപ്പോഴും അലസവും ചിലപ്പോൾ അതീവ ജാഗ്രതയുമുള്ള ഇക്കളി- ചെന്നായ്ക്കൂട്ടം ഓർക്കാപ്പുറത്ത് ആട്ടിൻ പറ്റത്തെ ആക്രമിക്കുകയാവുമോ- ഒരുപക്ഷേ, ഏറ്റവും നാടകീയമായ കളിയായി. അശ്രദ്ധയ്ക്ക് ഇത്ര വില ഒരു കളിയിലും കൊടുക്കണ്ട. 'ഇൻഡിവിജ്വൽ പെർഫോമൻസിന്' ഇത്ര പ്രാധാന്യം മറ്റൊരു കളിയിലുമില്ല. 'ഒരാൾക്ക്', അയാൾ മാറഡോണ ആയാൽപ്പോലും പരിമിതിയുണ്ട് മറ്റു കളികളിൽ. ഇന്നിങ്സിലെ പത്തു വിക്കറ്റെടുക്കുന്ന ഒരാളും മുന്നൂറ്റിഒമ്പത് റൺസ് എടുക്കുന്ന ഒരാളും മറ്റുള്ളവർ എല്ലാവരും ചേർന്ന് തൊണ്ണൂറ്റി രണ്ട് റൺസുമെടുക്കുന്ന കളി അസാമാന്യമായ ഒന്നാണ്. ബൗളറും ബാറ്റ്സ്മാനും അനന്തമായി തനിച്ചാണ്. എല്ലാം പെനാൽട്ടി കിക്കുകൾ. എന്നാൽ അപൂർവമായി കൂട്ടായ്മയുടെ വൈദ്യുതിയാൽ ഒരുമിച്ച് പ്രകാശിക്കും ഒരു ടീമിലെ കളിക്കാരെല്ലാം. ഈ സങ്കീർണതകളെല്ലാം സച്ചിന്റെ പ്രതിഭയെ ഉദ്ഗ്രഥിച്ചു. എപ്പോഴും ജാഗ്രത പുലർത്തുന്ന ഈ ഇടയൻ ആ പഴയ ഇടയരാൽ ചിലപ്പോഴൊക്കെ പരീക്ഷിക്കപ്പെടുകയും ചെയ്തു.

താൻ പുറത്തായാൽ ഒരു രാജ്യം പുറത്തായി എന്ന യാതന ചരിത്രത്തിൽ സച്ചിനെപ്പോലെ അനുഭവിക്കേണ്ടിവന്ന ഒ'രിടയനു'മുണ്ടാവില്ല. 'അതുകൊണ്ടും കൂടി ഭാരം വർദ്ധിച്ച' ഒരു ബാറ്റെടുത്ത് കളിച്ചതിനാൽ അയാൾ പല വേദനകളിലൂടെ കടന്നുപോയി. തന്റെ പിഴവുകൾ ഒരു വലിയ രാഷ്ട്രത്തിന്റെ പിഴവുകൾ കൂടിയായതിനാൽ, മികവുകൾ ഒരു വലിയ രാഷ്ട്രത്തിന്റെ മികവുകൾ കൂടിയായതിനാൽ, ക്ലോസ്സപ്പിലായി എപ്പോഴും അയാളുടെ ചലനങ്ങൾ. ഇങ്ങനെ ക്ലോസപ്പിൽ-ജനതയുടെ ഉച്ഛ്വാസമേറ്റുകൊണ്ട് ക്ലോസപ്പിൽ-കഴിഞ്ഞ ചരിത്രപുരുഷന്മാരും സച്ചിനെപ്പോലെ ഏറെയില്ല. ഇന്ത്യ തോറ്റു എന്നു സച്ചിൻ പുറത്തായ പാടെ ഇറങ്ങിപ്പോയ കാണികളുടെ സംഖ്യയോളം അംഗസംഖ്യയില്ലാത്ത എത്രയോ രാഷ്ട്രീയപാർട്ടികൾ ഇന്ത്യയിലുണ്ട്. രാജ്യത്തെ രക്ഷിക്കാൻ ഇത്രയധികം അവസരം കിട്ടിയ 'രാജാക്കന്മാരും' ചരിത്രത്തിൽ അധികമുണ്ടാവില്ല.

■

ധർമനിരതമായ ഒരു തുണ്ട് ഭൂമി

ഓരോരുത്തർക്കും വെവ്വേറെ പന്തുകൾ വാങ്ങിക്കൊടുത്ത് ഈ മുടിഞ്ഞ മത്സരം ഒന്നവസാനിപ്പിച്ചുകൂടെ എന്നാ മഹാരാജാവ് ചോദിച്ചുവെങ്കിൽ, അതിൽ വിഡ്ഢിത്തം മാത്രമാവുമോ ഉള്ളത്? അധികാരത്തിന്റെ പന്ത് സ്വന്തമായി കൈവശം വെച്ചിരിക്കുന്ന ആ പരമാധികാരിക്ക് കുറേശ്ശയായി താൻ വെല്ലുവിളിക്കപ്പെട്ടിരിക്കുന്നു എന്നു തോന്നിത്തുടങ്ങിയ കാലത്ത് പന്ത് കൈവശം വെക്കാനുള്ള നിരന്തരശ്രമമായി ഈ കളിയെ തോന്നിയെങ്കിൽ അത് യാദൃച്ഛികമാവുമോ? ഒന്നൊന്നായി പ്രത്യക്ഷപ്പെടുന്ന തടസ്സങ്ങളെ മറികടന്ന് അധികാരം സ്ഥാപിക്കുന്ന ഘടന ഫുട്ബോളിന് കിട്ടിയത് കാരണങ്ങളില്ലാതെയാവുമോ? പന്ത് കൈക്കലാക്കാനുള്ള, പാഴാവുന്തോറും വീറുകൂടുന്ന എത്ര ശ്രമങ്ങളുടെ വ്യൂഹമാണ് ഇക്കളി. ഗ്രൗണ്ടിലെ മേധാവിത്വം ആസകലമായ ഒരു മേധാവിത്വത്തിന്റെ പ്രതിരൂപമല്ലേ? 'ഗോൾ' എന്ന പദം ഭിന്നഭിന്ന സന്ദർഭങ്ങളിൽ എന്തെന്തെല്ലാം അർത്ഥമാക്കുന്നുവോ, അതിന്റെയൊക്കെ പ്രതീകമല്ലേ ഫുട്ബോളിലെ 'ഗോൾ'? ലക്ഷ്യം നേടുവാനായി ന്യായമായ വിധത്തിൽ പുനഃസംവിധാനം ചെയ്ത ഒരു ജീവിതമല്ലേ ഫുട്ബോൾ? ലക്ഷ്യം (ഗോൾ) എന്ന പദത്തിന് ഫുട്ബാളിനുശേഷം സൗന്ദര്യം കൂടിയില്ലേ?

ശത്രുരാജ്യങ്ങൾ തമ്മിലുള്ള, ഭിന്നപ്രത്യയശാസ്ത്രങ്ങളാൽ നയിക്കപ്പെടുന്ന രാജ്യങ്ങൾ തമ്മിലുള്ള, ഭിന്നവംശീയരായ രാജ്യങ്ങൾ തമ്മിലുള്ള, ഭിന്ന സംസ്കാരങ്ങളുള്ള രാജ്യങ്ങൾ തമ്മിലുള്ള കാൽപന്തുകളി ശ്രദ്ധിച്ചാൽ അത് നിഷ്കളങ്കമായ ഒരു ഗെയിമല്ല എന്നു മനസ്സിലാകും. അവരവർ പിന്തുടരുന്നതിന്റെയെല്ലാം പിന്തുണയോടെയാണ് പന്തിനെ പിന്തുടരുന്ന ഈ കളി കളിക്കപ്പെടുന്നത്. കളിക്കളത്തിലൊതുങ്ങുന്നതല്ല അതിന്റെ വീറും വാശിയും. തോളിൽ ചെഗുവേരയുടെയും കണങ്കാലിൽ ഫിദൽ കാസ്ട്രോയുടെയും പച്ചകുത്തിയ മറഡോണ, ആരെ തോൽപിക്കുമ്പോഴും അമേരിക്ക പരാജയപ്പെടുന്നതായി സങ്കൽപിച്ചു. മറഡോണയെക്കുറിച്ചുള്ള ചലച്ചിത്രത്തിൽ എമിർ കസ്തുറിക്ക, ഫിദൽ കാസ്ട്രോ ഇല്ലായിരുന്നെങ്കിൽ എല്ലാ തെക്കെ അമേരിക്കൻ രാജ്യങ്ങളുടെയും ഭാഷ

ഇതിനകം ഇംഗ്ലീഷാകുമായിരുന്നു എന്ന് മാർകേസ് പറഞ്ഞത് ഉദ്ധരിക്കുന്നുണ്ട്. മറികടന്ന് മറികടന്ന് ഗോളിയെയും മറി കടന്ന് മറഡോണ ഇംഗ്ലണ്ടിന്റെ വലയിലടിച്ചിട്ട പന്ത്, ഏറ്റവും കാവ്യാത്മകമായ ഗോൾ എന്നു വാഴ്ത്തപ്പെട്ട ഗോൾ, സാമ്രാജ്യത്വത്തിനെതിരായ ഒരു യുദ്ധത്തിന്റെ വൃത്തിയായ പര്യവസാനമായിരുന്നു. ഇംഗ്ലീഷിനെതിരെ ഭൂമി കുലുങ്ങുന്ന വിധം നേടിയ ധർമയുദ്ധം. അതേ ചലച്ചിത്രത്തിൽ എമിർ കുസ്തുറിക്കയുടെ രണ്ടോ മൂന്നോ വയസ്സുള്ള കൊച്ചുമകനെ നോക്കി ചിരിയോടെ മറഡോണ പറഞ്ഞത്, നല്ല കാലുകൾ, ഫുട്ബോൾ കളിക്കാൻ പറ്റിയ നല്ല കാലുകൾ എന്നായിരുന്നു. അമേരിക്കയോടുള്ള യുദ്ധം തുടരാൻ പറ്റിയ, ലക്ഷണമൊത്ത സൈനികക്കാലുകൾ എന്നർത്ഥം. വൻരാജ്യങ്ങളോട് ചെറുരാജ്യങ്ങൾക്ക് യുദ്ധം ചെയ്യാനും ജയിക്കാനും വേണ്ട ഗ്രൗണ്ടുകൾ നൽകി ഫുട്ബോൾ. അഭിമാനത്തിന് ബൂട്ട് നൽകി ഫുട്ബോൾ.

19–ാം നൂറ്റാണ്ടിൽ ഇംഗ്ലണ്ടിൽ നിന്നാണ് ലക്ഷണങ്ങൾ പൂർത്തിയായിട്ടില്ലാത്ത ഫുട്ബോൾ ലാറ്റിനമേരിക്കയിലെത്തുന്നത്. പക്ഷേ, കുറഞ്ഞ കാലത്തിനകം വളരെക്കാലമായി അവർക്കറിയാവുന്ന കളിയായി ഫുട്ബോൾ മാറി. കളിക്കാൻ ഒഴിഞ്ഞ സ്ഥലങ്ങൾ തേടി ഭൂതകാലത്തിലെ സാവന്നകളിൽ വരെ അവർ പോവുകയുണ്ടായോ? ബ്രസീലിന്റെയോ അർജന്റീനയുടെയോ കളിക്കാരുടെ പാദങ്ങൾ ഗ്രൗണ്ടിൽ പെരുമാറുന്നത് ശ്രദ്ധിച്ചു നോക്കൂ. യുഗങ്ങളായി അവർ കളിച്ചുവരുന്ന കളിയാണെന്നേ തോന്നൂ. അവരുടെ മാതൃഭാഷയാണീ കളി. അതിലവർക്ക് എല്ലാ വികാര വൈവിധ്യങ്ങളും ആവിഷ്കരിക്കാനാവും. അവരുടെ കാലുകളിൽ അത്രയേറെ ഇണങ്ങിയിരിക്കുന്നു. പിരിയാനാവാത്തത്ര അടുത്തുപോയ വളർത്തുപൂച്ചയോ വളർത്തുനായയോ പോലെയാണത്. ഒഴിഞ്ഞ ഗോൾ പോസ്റ്റിന്റെ മുന്നിൽ നിന്നു പോലും അവർ കൂട്ടുകാരന് പന്ത് പാസ് ചെയ്യും. അത്ര വിശ്വാസമാണതിനെ. പന്തിനെ മാറിമാറി പരിചരിക്കുകയാണവർ. എന്നാൽ, ജർമനിയുടെയോ ഫ്രാൻസിന്റെയോ ഫുട്ബോൾ, പൂർണമായി മെരുങ്ങിയിട്ടില്ലാത്ത ക്രുദ്ധനായ ഒരു വന്യമൃഗമാണ്. ഏറ്റവും സംഭവബഹുലമായ ഒന്നര മണിക്കൂറിനുള്ളിൽ അവർ നേടും, തീർച്ചതന്നെ. പക്ഷേ.

ദയനീയമായ സാമ്പത്തിക ചുറ്റുപാടിൽ നിന്ന് വന്നവരാണ്, അന്യഥാ അഗണ്യരായിത്തീരാൻ വിധിക്കപ്പെട്ടവരാണ് ബ്രസീൽ കളിക്കാരിൽ ഏറിയപങ്കും. 'സിറ്റി ഓഫ് ഗോഡ്' എന്ന ചലച്ചിത്രത്തിൽ ചെറിയൊരക്രമത്തിനുശേഷം പൊലീസിനെ വെട്ടിച്ചു കൊണ്ടോടുന്ന കുട്ടികൾ പൊലീസിനെ കബളിപ്പിക്കാനായി തെരുവിലെ ഫുട്ബോൾ കളിയിലെ അംഗങ്ങളായി മാറുന്നുണ്ട്. അവർക്ക് എളുപ്പം കെട്ടാവുന്ന വേഷം ഫുട്ബോൾ കളിക്കാരന്റെ വേഷമാണ്. അവർക്ക് എളുപ്പത്തിൽ അഭയം തേടാവുന്നത് ഫുട്ബോൾ കളിക്കാരനിലാണ്. അതവരെ ദുർവിധിക്ക് വിട്ടുകൊടുക്കുകയില്ല. ഫുട്ബോൾ അവരെ രക്ഷിക്കുന്നു. ഫുട്ബോളിനോട്

അന്നാട്ടുകാർക്കുള്ള ആരാധനയും ഫുട്ബോളിന്റെ പ്രാധാന്യവും ഉപയോഗിച്ച് പെലെയും റൊബീന്യോയുമൊക്കെ കളിച്ചു കളിച്ച് ദാരിദ്ര്യം മാറ്റി. അവഗണന മാറ്റി. ചരിത്രാതീത കാലം മുതൽ കളിക്കുന്ന കാലുകൾ നിങ്ങൾക്ക് കാണണ്ടോ, ചുറുചുറുക്കുള്ള റൊബീന്യോ കാലുകളോ കക്കാ കാലുകളോ കാണുക. വിഭവങ്ങൾ കുറവും ആവശ്യക്കാർ കൂടുതലുമുള്ള, രൂക്ഷമായ അസമത്വം നിലനിൽക്കുന്ന, അധികാരം കുറച്ചുപേർ കൈവശം വെക്കുന്ന ഒരു നാടിന്റെ പ്രേരണകൾ പ്രേരണകളായ ഫുട്ബോളാണ് ബ്രസീൽ കളിക്കുന്നത്. ഏറ്റവും ഭംഗിയുള്ള പൂക്കൾ അവർ ഫുട്ബോൾ ഗ്രൗണ്ടിൽ വിരിയിക്കുന്നു. മനോഹരങ്ങളായ ഫുട്ബോൾ നീക്കങ്ങളുടെ ഉദ്യാനം.

ഈ ലോകകപ്പുകാലത്തെ പരസ്യചിത്രങ്ങളിലൊന്നിൽ പ്രത്യക്ഷപ്പെട്ട, തന്റെ കൂട്ടുകാരിയുടെ ശ്രദ്ധ അകലെയെന്തിലേക്കോ ആകർഷിച്ച്, താനിരുന്നിടത്ത് തഞ്ചത്തിൽ തന്റെ ഡമ്മിയെ ഇരുത്തി, ഫുട്ബോൾ പ്രക്ഷേപണം കാണാൻ കുതിച്ചെത്തുന്ന ചെറുപ്പക്കാരൻ ഒറ്റയടിക്ക് എന്തെല്ലാം കാര്യങ്ങളാണ് പറഞ്ഞത്? ഭാര്യയുടെ അടുത്ത് താൻ തന്നെ വേണമെന്നില്ല, തന്റെ ഡമ്മി മതി (അവൾ അതിന്റെ ചുമലിൽ ചേർന്നിരിക്കുന്നു; അതിന്റെ വിരലുകളിൽ വിരൽ കോർക്കുന്നു). ഭാര്യയുടെ അടുത്ത്, ഓഫീസിലെ കസേരയിൽ, ക്ലാസിൽ, പ്രവൃത്തിയിൽ ഇപ്പോഴുള്ളത് ഡമ്മിയാണ്; യഥാർഥ മനുഷ്യൻ കളിയുടെ മുന്നിൽ. കളിയുടെ മുന്നിലെത്തുമ്പോൾ പരസ്യത്തിലെ ചെറുപ്പക്കാരൻ യഥാർത്ഥമായ ആഹ്ലാദം കൊണ്ട് മതിമറക്കുന്നു (നേരത്തെ കൂട്ടുകാരിയുടെ മുന്നിൽ അയാൾ അഭിനയിച്ച ആഹ്ലാദത്തിൽ നിന്നെത്ര ഭിന്നമാണിത്). കളി കാര്യമാണെന്നും കാര്യം കളിയാണെന്നും പറയുന്നു ഇക്കാലം. സജീവമായ ഈ ആഹ്ലാദത്തിന്റെ പൊരുളെന്താണ്? ഇത്രയധികം ആളുകൾ കളിയിൽ താത്പര്യമെടുക്കുന്നതുകൊണ്ടു തന്നെയാവാം. കൂടി നിൽക്കുന്നവരുടെ അടുത്തേക്ക് സകലരും കൂടിനിന്ന് ബോട്ട് മുക്കിയ നാട്ടിലെ കളിഭ്രമത്തിൽ തീർച്ചയായും ഭീരുത്വമുണ്ട്. ഈ പരസ്യം ഈ ഭീതിയെ ഉപയോഗപ്പെടുത്തുന്നുണ്ട്. ഫുട്ബോൾ എന്നതിനെ 'ഫുഡ്ബോൾ' എന്നുച്ചരിക്കുന്ന മലയാളി, ഫുട്ബോളിന്റെ ആസ്വാദകനെക്കാൾ ഫുട്ബോളിന്റെ ഉപഭോക്താവാണ്. ഇരതേടുന്നതിന്റേതല്ലാത്ത ഒരു പരിശീലനത്തിനും താത്പര്യമില്ലാത്ത മലയാളി രക്ഷിതാക്കൾ, പ്രത്യക്ഷപ്രയോജനമില്ലാത്ത ഈ പന്തുതട്ടിക്കളിയെ നിസ്സാരമാക്കിയതുകൊണ്ടു കൂടിയാണ് അതിവിടെ വളരാത്തത്. ബ്രസീലിന്റെയും അർജന്റീനയുടെയും ജഴ്സിയണിഞ്ഞ് കൈയൂക്ക് കാട്ടലാണല്ലോ നമ്മുടെ ഫുട്ബോൾ ഭ്രമം. അതാണല്ലോ നമ്മുടെ ചാനലുകളുടെ ഫുട്ബോൾ വാർത്ത. ഫുട്ബോൾ മിമിക്രിയിൽ കേരളമാകാം കിരീടാവകാശി.

ഫുട്ബോൾ ഗ്രൗണ്ട് ധർമനിരതമായ ഒരു തുണ്ട് ഭൂമിയാണ്. ഇവിടെ സമൂഹജീവിതത്തിൽ ഇല്ലാതായിത്തീർന്ന പരസ്പരധാരണയും ഒത്തിണക്കവും നിസ്വാർഥതയുമുണ്ട്. ഒരാളുടെ പ്രയത്നം മറ്റൊരാളിലൂടെ

വളർന്ന്, വീണ്ടും ആദ്യനിലൂടെ പുഷ്ടിപ്പെട്ട്, ഇനിയൊരാളിലൂടെ സാക്ഷാത്കരിക്കുന്ന ഈ കളിയുടെ ഗ്രൗണ്ടിൽ ഉള്ളത്ര ആത്മാർഥമായ 'വളർച്ചകൾ' ഭൂമിയിൽ മറ്റെവിടെയുണ്ട്? ബ്രസീൽ യൂൾറിമേ കപ്പ് സ്വന്ത മാക്കിയ മത്സരത്തിലെ ഒരു വിവരണം കേട്ടുനോക്കു: "പിന്നിൽ നിന്ന് ടൊസ്റ്റാവോ പന്ത് റിവലിനോക്ക് നൽകി. ജർസിഞ്ഞോ വഴി ക്ലൊഡൊർ ഡോവിന്റെ കാലിലെത്തി. ക്ലൊഡൊർഡോ മനോഹരമായി ഡ്രിബിൾ ചെയ്ത് മുന്നേറി ജർസിഞ്ഞോവിനുതന്നെ നൽകി. പിന്നെ പെലെയുടെ കാലിലേക്ക്. പെലെ ഇറ്റാലിയൻ ഡിഫൻഡറുടെ ശ്രദ്ധയിൽ പെടാതെ നിന്ന കാർലോസ് ആൽബർട്ടോവിന് മറിച്ചു നൽകി. ആൽബർട്ടോവിന് പന്ത് ഒന്ന് വലയിലേക്ക് തട്ടുകയേ വേണ്ടിയിരുന്നുള്ളു." പരസ്പര ഐക്യം ഇങ്ങനെ ഫലം കൊയ്യുന്ന രംഗങ്ങൾ, പിഴച്ചുപോയ ഈ ഭൂമി യിൽ എളുപ്പമാണോ? ഈ ഗ്രൗണ്ടിൽ ദൈവം വിസിലുമായി, ഉപദൈവ ങ്ങൾ കൊടികളുമായി അന്യായങ്ങൾ യഥാസമയം തടയുന്നുണ്ട്. ഇവിടെ അധ്വാനത്തിനും സമർപ്പണത്തിനും പരസ്പരൈക്യത്തിനും വ്യക്തിഗത പ്രതിഭയ്ക്കും അവസരമുണ്ട്. ലക്ഷ്യത്തിലെത്താൻ വേറെ ദുർമാർഗ ങ്ങളില്ലാത്തതുകൊണ്ട് ഇത് ജീവിതത്തോളം വിരസമല്ല. കുടിലമാർഗങ്ങളി ല്ലാത്തതിനാൽ ജീവിതത്തോളം ദുർഗ്രഹമല്ല. ജീവിതം വിധിയെ ഒഴിഞ്ഞു മാറുകയോ അനുസരിക്കുകയോ ചെയ്യുമ്പോൾ കളിയിൽ നാം വിധിയോട് പൊരുതുന്നു. മുൻകൂട്ടി നിശ്ചയിക്കപ്പെട്ട വിധിയില്ലാത്ത ഒരു സന്ദർഭമാണ് കളി. (ജീവിതത്തിലോ, വിശദാംശങ്ങളിൽ പോലും നാം മുൻകൂട്ടി പറയ പ്പെട്ടിരിക്കുന്നു.) കളിയിൽ ഒരു നിമിഷവും പഴയതല്ല. ഒരു നിമിഷവും വ്യർഥമല്ല. പുറത്തടിച്ചു കളയുന്ന പന്തുപോലും പാഴിലല്ല. നമുക്ക് എവിടെവെച്ചോ നഷ്ടപ്പെട്ട ജീവിതാനന്ദത്തിന്റെ ആവിഷ്കാരമുണ്ട് കളി യിൽ. നീതിയും നേരുമുണ്ട് കളിയിൽ, നൈസർഗികതയുണ്ട് കളിയിൽ. ഏദൻ തോട്ടമാണത്.

ധർമം പുലരുന്ന ഒരു ഭൂതലത്തിനായുള്ള തപസ്സിന് കിട്ടിയ വരമാകാം ഒരു ഫുട്ബോൾ ഗ്രൗണ്ട്. ഇവിടെ ദരിദ്രരാജ്യങ്ങൾക്ക് അമേരിക്കയെയും ഫ്രാൻസിനെയും ഇംഗ്ലണ്ടിനെയും പോലുള്ള വൻശക്തികളെ ജന സമക്ഷം മുട്ടുകുത്തിക്കാം. ഭൂമിയിൽ ഏതു യുദ്ധമുണ്ട് സൈനികന് ഇത്ര തുറന്ന അവസരവും ഇത്ര പ്രാധാന്യവും ഇത്ര യശസ്സും നൽകുന്നതായി? (ആശുപത്രിക്കു മീതെയോ സ്കൂളിനു മീതെയോ ഭക്ഷണക്കപ്പലിനഞ്ചു മീതെയോ ബോംബിട്ട് ജയിക്കുന്ന കളിയിൽ സൈനികന്റെ പ്രതിഭയ്ക്ക് എന്തു മാന്യത, എന്തവസരം, എന്തർഥം?) ഇവിടെ ഓരോ നീക്കത്തിനും ഓരോ പിൻവാങ്ങലിനും അന്തസ്സുള്ള അർഥമുണ്ട്. ഓരോ ചലനത്തിനും താളമുണ്ട്. ഓരോ പ്രവൃത്തിക്കും അഴകുണ്ട്. മനുഷ്യാധ്വാനത്തിന് ഇത്ര സൗന്ദര്യമുള്ള യുദ്ധക്കളങ്ങൾ വേറെയില്ല. ഇംഗ്ലണ്ടിനെതിരെയുള്ള മറ ഡോണയുടെ ഗോൾ കാണാൻ ഒരേ സമയം എണീറ്റ് പെരുവിരലിൽ നിന്ന ജനകോടികളുണ്ടാക്കിയ അസന്തുലിതത്വത്തിൽ ഭൂമിയുടെ അച്ചു തണ്ട് ഒടിയാതിരുന്നത് അദ്ഭുതമായിരുന്നു എന്ന് അയാളെക്കുറിച്ച് നേരത്തേ സൂചിപ്പിച്ച സിനിമ പറയുന്നു.

"അവർ എല്ലാവരും കണ്ണീരൊഴുക്കുകയായിരുന്നു" ആദ്യ ലോകകപ്പ് ജയിച്ച ബ്രസീൽ ടീമംഗങ്ങളായിരുന്നു അവർ. ആനന്ദം കൊണ്ട് കണ്ണീരൊഴുക്കുന്ന ഇത്രയും പേരെ ലോകം ആദ്യമായിട്ടായിരിക്കാം ഒരുമിച്ചു കാണുന്നത്. പാപബോധത്തിന്റെ തരിമ്പില്ലാത്ത ആദ്യ യുദ്ധജയം. മഹാഭാരതത്തിലോ രാമായണത്തിലോ ഇലിയഡിലോ ഒഡീസിയിലോ നാം കണ്ട യുദ്ധങ്ങൾ, കാഴ്ചക്കാർ ആർത്തട്ടഹസിക്കുന്ന യുദ്ധങ്ങൾ, കളിക്കളത്തിലല്ലാതെ സാധ്യമാവുമോ? കളിയുടെ ഈ യുദ്ധക്കളത്തിൽ (ഈ വൈരുധ്യമാണ് കളിയെ ആകർഷകമാക്കുന്നത്, അനിവാര്യമാക്കുന്നത്) ഉള്ളത്ര അകമഴിഞ്ഞ ആഹ്ലാദം മറ്റെവിടെക്കാണാം? സ്നേഹം കൊണ്ട് മുടി തഴുകുന്ന കൂട്ടുകാരനെ, പിഴവുകൾ അപ്പപ്പോൾ ക്ഷമിക്കുന്ന നേതൃത്വത്തെ, വിജയം ഉണ്ടാക്കുന്ന കൂട്ടായ നൃത്തങ്ങളെ, മേൽക്കുമേൽ കുമിഞ്ഞ് ആളുകളുണ്ടാക്കുന്ന സ്നേഹപ്പിരമിഡുകളെ എവിടെക്കാണാം? ഓർമയില്ലേ, ഗോളടിച്ചശേഷം വിലക്ഷണമായ നൃത്തച്ചുവടുകളുമായി ചതഞ്ഞു ചതഞ്ഞ് നീങ്ങിയ ബെബേറ്റോയെ (നാലു വയസ്സ് കഷ്ടിച്ചേ കാണൂ ആ നൃത്തത്തിന്റെ കൊറിയോഗ്രാഫർക്ക്), താൻ വകവരുത്തിയ ഏതോ അദൃശ്യനായ അക്രമിയെ ചൂണ്ടിക്കാണിച്ചുകൊടുത്ത് ഓടുന്ന റൊണാൾഡോയെ, ഏറെ നേരം വിരൽ മൂക്കിൽവെച്ചു നിന്ന ടുറാനെ, കൈയിൽ തലതാങ്ങി അനന്തശയനത്തിൽ കിടന്ന ആ ക്രൊയേഷ്യക്കാരനെ, വിജയനൃത്തം ചെയ്യുന്ന ഷാബലാലയെ... സർപ്പത്തിനും ചതിക്കും മുമ്പാണവർ.

ഞാനാശിക്കുന്നു, സിനദിൻ സിദാന്റേതുപോലെ കണിശവും ഗണിതതുല്യവുമായ ബോർഹേസിയൻ ഗദ്യത്തിൽ ലേഖനങ്ങളെഴുതാൻ. ഞാനാശിക്കുന്നു, റൊബീന്യോയെയോ മെസ്സിയെയോപോലെ കുറുകിയ വാക്യങ്ങളിൽ നടത്തുന്ന അഴകുള്ള നീക്കങ്ങളുള്ള കവിതകളെഴുതാൻ, രൂപം കൊള്ളലിന്റെ തിരകൾ നിരന്തരമായി ഉടലെടുക്കുന്ന കളിക്കളത്തിന്റെ കടൽവക്കത്തുനിന്ന് പ്രചോദനം കൊള്ളാൻ, 'കൈക്കരുത്ത്' കാട്ടാതെ മനുഷ്യന് നിയമങ്ങൾ, നിയന്ത്രണങ്ങൾ സ്വാതന്ത്ര്യമാക്കി ജയിക്കാൻ കഴിയുന്ന ഈ ധർമക്ഷേത്രത്തിൽ നിന്ന് പഠിക്കാൻ.

■

ഏത് ഋതുവിലും
തിരോഭവിക്കാത്ത ഒരു ഋതു

എനിക്കറിയാം, അക്കിത്തമോ, ആറ്റൂർ രവിവർമയോ ആണ് ജീവിച്ചിരിക്കുന്ന ഏറ്റവും മികച്ച മലയാള കവി. പക്ഷേ, ഏറിയാൽ ഒരിരുനൂറു പേർക്കേ ഈ പരമരഹസ്യം അറിയൂ. ആ രഹസ്യം വിളിച്ചുകൂവിയാലും കൂടുതൽ പേരിലെത്തുകയുമില്ല. അറിയാനാവുന്നത് അറിയിക്കാനാവില്ല. കാവ്യസംസ്കാരമുള്ള, പഠിച്ച, 'ലിഷർ' ടൈമുള്ള കുറച്ചു പേരാണിവർ. അവർതന്നെ എല്ലായ്പോഴും അവരെ പ്രതിനിധാനം ചെയ്യണമെന്നുമില്ല. കേരളത്തിലെ മൊത്തം ജനസംഖ്യയുമായി താരതമ്യപ്പെടുത്തിയാൽ 'റൗണ്ട്' ചെയ്ത് കളയാവുന്ന ഒരു ചെറിയ, ചെറിയ സംഖ്യ. ബാറ്റാ ഷൂവിന്റെ വിലയായ 999.95ന് ശേഷം നമുക്ക് മടക്കിക്കിട്ടാത്ത, നിലവിൽ നാണയക്ഷമതയില്ലാത്ത ആ ബാക്കി. അവരുടെ സംഖ്യ ക്രമേണ ശക്തിപ്പെടും. അധികമാരും കാണാതെ നടന്നുനടന്ന് പിന്നപ്പിന്നെ എല്ലാവരും കാണെ എഴുത്തച്ഛനും ആശാനും പൂന്താനവുമെത്തുന്നിടത്ത് അക്കിത്തത്തിനൊപ്പം ആറ്റൂരുമെത്തും. അനശ്വരത എഡിറ്റ് ചെയ്ത് പ്രസിദ്ധപ്പെടുത്താനിരിക്കുന്ന, നന്നേക്കുറച്ച് പുറമുള്ള ആ പുസ്തകത്തിൽ അക്കിത്തത്തിന്റെയും ആറ്റൂരിന്റെയും കവിതയുമുണ്ടാകും. പണ്ടെന്നോ അസ്സൽ മാത്രമുള്ള ആ ചെറിയ പുസ്തകത്തിന്റെ ഒരു പതിപ്പ് കാണാനിടവന്നതിനാലാണ് പ്ലാറ്റോ എല്ലാറ്റിനും ഒരസ്സലുണ്ടെന്ന് മനസ്സിലാക്കിയത്. പക്ഷേ–

വല്ലപ്പോഴും മാത്രം അവരായിരിക്കാൻ ശേഷിയുള്ള ("ഓർക്കുക വല്ലപ്പോഴുമെന്നല്ലാതെന്തോതും ഞാൻ" എന്ന് പി.ഭാസ്കരൻ) ഈ ഇരുനൂറു പേരുടെ, ആയിരം പേരുടെ, പതിനായിരം പേരുടെ, പോട്ടെ ലക്ഷം പേരുടെ കാവ്യാവശ്യം മാത്രം നിറവേറിയാൽ മതിയോ? സാക്ഷരർക്ക്, അഭ്യസ്തവിദ്യർക്ക്, അതിനുവേണ്ടി മാത്രം നീക്കിവെക്കാൻ സമയവും സൗകര്യവും അധികാരവും ഉള്ളവർക്ക് മാത്രം മതിയോ കാവ്യാസ്വാദനം?

ക്ലാസിന് മാത്രം മതിയോ കവിത? 'വല്ലപ്പോഴും' ചിലർ ഓർത്താൽ മാത്രം മതിയോ കവിതയെ? സകലരുടെയും ആവശ്യമല്ലേ കവിത? ഭാഷയിൽ ഏതെങ്കിലും വിധത്തിലുള്ള ചാരിതാർഥ്യമനുഭവിച്ചിട്ടുള്ളവർക്കെല്ലാം, സ്വയം അതിശയിക്കാൻ ഭാഷ തുണയായറിഞ്ഞവർക്കെല്ലാം, അങ്ങനെയല്ലാത്ത മനുഷ്യരില്ല, അതിനുള്ള അർഹതയുണ്ട്. ഏത്

തടവിലും വിടവിലും കഴിയുന്നവനും അതിനവകാശമുണ്ട്. ദീനം പിടിച്ച് കിടപ്പിലായവർക്കും ചലനശേഷിയറ്റവർക്കും സഞ്ചാരശേഷിയുള്ള ഈ ഭാഷയുടെ കൈയൂന്ന് വേണം. ഭാഷ ഉപയോഗിക്കുന്നവരുടെ മുഴുവൻ അവകാശമാണ് കവിത. എങ്ങനെയോ ഏതോ വിധത്തിൽ കവിതയുടെ ഈ വിതരണം ഭൂമിയിൽ നിലനിന്നിട്ടുമുണ്ട്. പഴഞ്ചൊല്ലും കടങ്കഥയും നാടൻപാട്ടും നാട്ടുചൊല്ലും ഫലിതപ്രയോഗങ്ങളും പുതിയ പുതിയ സന്ദർഭങ്ങളാൽ നിരന്തരം സർഗാത്മകമായിക്കൊണ്ടിരിക്കുന്നതും സംഭാഷണഭാഷയുടെ ചാരിതാർഥ്യം നൽകുന്ന പ്രയോഗങ്ങളും കവിതയെ വിതരണം ചെയ്തുകൊണ്ടിരുന്നു. ഭാഷ, ഭാഷയുടെ ഇതരപ്രയോഗങ്ങളാൽ കാവ്യധർമവും നിർവഹിച്ചുവന്നു. സിനിമ സാർവത്രികമായതോടെ ചലച്ചിത്രഗാനങ്ങളായി ഈ ധർമം നിർവഹിക്കുന്ന മുഖ്യമാധ്യമം.

ജനകോടികളെ അഭിസംബോധന ചെയ്യുന്ന കവിത മലയാളത്തിൽ സാധ്യമായത് സിനിമ ജനപ്രിയമാധ്യമമായതോടെയാണ്. ചലച്ചിത്രഗാനങ്ങളായി പൊതുജനത്തെ സംബന്ധിച്ചിടത്തോളം 'എല്ലായ്പ്പോഴും' കവിത. കണ്ടിട്ടില്ലേ, സിനിമയിൽ കവികൾ (എം.ടിയുടെ ചിത്രങ്ങളിൽപ്പോലും) ചലച്ചിത്രഗാനങ്ങൾ ആലപിക്കുന്നത്! സിനിമ അവരുടെ കാവ്യാഭിരുചിയെ സംഗീതവും ദൃശ്യചാരുതകളും നൽകിക്കൊണ്ട് ആഘോഷിച്ചു; ആദരിച്ചു. ഭാവനാശാലികളായ ('വല്ലപ്പോഴ'ത്തെയും കവികളുമായിരുന്ന) മൂന്നുപേർ ഇവിടെ പ്രവർത്തിക്കാനുമെത്തി – പി.ഭാസ്കരൻ, ഒ.എൻ.വി, വയലാർ. ആദ്യമായി ജനത്തിന്റെ കവിത കേരളത്തിൽ സജീവമായി.

ചലച്ചിത്രഗാനത്തിൽ കാവ്യാംശം അതിലോലമാണ്, നൊടിനേരം കൊണ്ട് കഴിയുന്നു അതിന്റെ രചന (പി.ഭാസ്കരൻ മുറിയിലെ എതിർവശത്തുള്ള ചുവരിൽ മൂന്നു തവണ തൊട്ടുവരുമ്പോഴേക്കും ഗാനം പൂർത്തിയായി. ക്രിക്കറ്റ് പിച്ചിൽ ഒരു റൺ പൂർത്തിയായിട്ടേ ഉണ്ടാവൂ അപ്പോൾ). തന്ന സന്ദർഭത്തിനകത്ത് നിന്നുള്ള ഒരു തൊഴിലാണത്, നിരുത്തരവാദപരമായിട്ടാണ് അത് നിർവഹിക്കുന്നത്, ഏത് പൊട്ടവാക്യവും സംഗീതത്താൽ അവിസ്മരണീയമാക്കപ്പെടാം, കവിതയുടെ ഒരു ചാറ്റലേയുള്ളൂ ചലച്ചിത്രഗാനത്തിൽ, മംഗളത്തിലെ ഒരു ഫീച്ചർ ബാബുരാജിന് അത്യധികം ഹൃദയഭേദകമായി പാടാനാവും എന്നൊക്കെ നിങ്ങൾക്ക് പരിഹസിക്കാം. താൻ ഗാനരചയിതാവെന്ന നിലയിലാണ് അറിയപ്പെടുക എന്ന് വരുന്നതിലുള്ള നിരാശ ഒ.എൻ.വി. കുറുപ്പ് ഈയിടെ ഒരഭിമുഖത്തിൽ വെളിപ്പെടുത്തി. അങ്ങനെ തിരിച്ചറിഞ്ഞ ആളെ അദ്ദേഹം വല്ലാതെ, വിജയന്റെ നാട്ടുഭാഷയിൽ പറഞ്ഞാൽ, പരിഹസിച്ചാളഞ്ഞു. താൻ എത്ര കുറച്ചാണ് തന്റെ ഗാനത്തിൽ എന്ന ആ ഭാവം എനിക്ക് ഫ്രെയിം ചെയ്ത് വെക്കണമെന്ന് തോന്നി. എന്നാൽ, സത്യത്തിൽ അദ്ദേഹം എത്ര കുറച്ചാണ് തന്റെ കവിതയിൽ. സാമ്പ്രദായികകവിതയിൽ മാത്രം കവിത വായിക്കുന്നവരുടെ അസംതൃപ്തിയോ അമർഷമോ കൂടിയാണ് അദ്ദേഹം പ്രകടിപ്പിച്ചത്. ആയിരം പേരിലേക്കാൾ കോടിക്കണക്കിനാളുകളിൽ ഫലിക്കുന്ന ഔഷധത്തിനുള്ള പ്രാധാന്യം ചലച്ചിത്രഗാനങ്ങൾക്കുണ്ട്.

കവിതകളിലൂടെ അയാൾ നിശ്ശബ്ദനായി കടന്നുപോയി; ചലച്ചിത്രഗാന ങ്ങളിലൂടെ അദ്ദേഹം മലയാളിയുടെ സംസ്കാരമായി.

സകലർക്കും സകലദിക്കിലും വേണ്ടേ കവിത? പാത്രം മോറുന്ന തിലും മുടിവെട്ടുന്നതിലും പേനെടുക്കുന്നതിലും നെല്ലു കുത്തുന്നതിലും കാറോടിക്കുന്നതിലും ഉണ്ണുന്നതിലും വിസർജിക്കുന്നതിലും മുറിതൂക്കുന്ന തിലും ഒക്കെ കൂടണ്ടേ കവിത? തൊട്ടിലാട്ടുമ്പോഴും പോക്കറ്റടിക്കു മ്പോഴും തുന്നുമ്പോഴും ചന്ദ്രികയെ ഓർമിച്ച് കയറിൽ കുരുക്കിടുമ്പോഴും കുരുക്കഴിച്ച് ഊഞ്ഞാലാക്കുമ്പോഴും സഹകരിക്കാൻ കവിത വേണ്ടേ? ശരാശരി മലയാളിയുടെ ഓട്ടോഗ്രാഫുകളിൽ ഭാസ്കരന്റെ ചലച്ചിത്രഗാന ങ്ങളിലെ എത്രയോ വരികളുണ്ട്, ഭാസ്കരൻ എത്രയോ രോമാഞ്ചങ്ങൾക്ക് കുപ്പായമായിട്ടുണ്ട്, എത്രയോ അനുരാഗങ്ങൾക്ക് ഭാഷയായിട്ടുണ്ട്, എത്രയോ അഭിമാനങ്ങൾക്ക് രൂപമായിട്ടുണ്ട്. "പ്രേമിച്ച് പ്രേമിച്ച് നിന്നെ ഞാനൊരു ദേവസ്ത്രീയാക്കും എന്ന് വലിയ നെയ്ത്തുകാരിയായ ലക്ഷ്മി ക്കുട്ടി നേത്യാരോട് പറഞ്ഞുകൊണ്ടിരിക്കുമ്പോഴാണ് പട്ടാളത്തിൽ നിന്ന് അവധിക്ക് നീചയുടെ ഭർത്താവെത്തുന്നത്" എന്ന വി.കെ.എൻ ഭാഷ മുതൽ പ്രേമം മണപ്പിച്ച് നോക്കുന്ന കള്ളക്കുട്ടികളുടെ പാഠപുസ്തക ങ്ങളിലെ മാർജിനിൽ വരെ എത്ര ചലച്ചിത്രഗാനങ്ങൾ. (നൊട്ടേഷനോടെ യൊന്നുമല്ല; കേവലം വരികളായി, നഗ്നമായ കവിതയായി). "എന്തിനിത്ര പഞ്ചസാര പുഞ്ചിരിപ്പാലിൽ" എന്ന് കേട്ട് ചിരിച്ചുപോയ വീട്ടുകോലായ കൾ എത്ര? "കൊല്ലാൻ നടക്കുന്ന കൊമ്പുള്ള ബാപ്പയും കൊല്ലാതെ കൊല്ലുന്ന ബമ്പത്തി മോളും" എത്രയാളെ തീ തീറ്റിച്ചിട്ടുണ്ട്? "കാത്തു സൂക്ഷിച്ചൊരു കസ്തൂരി മാമ്പഴം കാക്കകൊത്തിപ്പോകും" എന്നെന്റെ കാമുകി മറ്റൊരു കോളേജിൽ ചേർന്നപ്പോൾ ഒരഭ്യു'ദയാ'കാംക്ഷി എഴുതി യയച്ചു. കൊത്തിപ്പോവുകയും ചെയ്തു; പൊങ്ങാതെ പോകട്ടെ ഭാസ്കരന്റെ നാക്ക് എന്ന് ശപിക്കുകയും ചെയ്തു.

"ഭാരതമെന്നാൽ പാരിൻ നടുവിൽ കേവലമൊരുപിടി മണ്ണല്ല" എന്ന പോലെ കലുഷമല്ലാത്ത ഹൃദയത്തോടെ മലയാളി കേട്ട ദേശഭക്തി ഗാന മുണ്ടോ?

"കൂരകൾ തോറും നമ്മുടെ കൈത്തിരി
കൂരിരുൾ കീറി മുറിക്കട്ടെ"

എന്ന വരിക്കൊക്കെ വൈദ്യുതി ലജ്ജിച്ച് ലജ്ജിച്ച് ചില വീട്ടിൽ മാത്രം കയറിത്തുടങ്ങിയ നാളുകളിൽ എന്ത് പ്രകാശമായിരുന്നു.

"കാക്കക്കുയിലേ ചൊല്ലൂ
കൈനോക്കാനറിയാമോ
പൂത്തുനിൽക്കും ആശകളെന്ന്
കായ്ക്കുമെന്ന് പറയാമോ"

എന്ന് വീട്ടിൽ തനിച്ച് കഴിയുന്ന വിവാഹപ്രായം തെറ്റി 'നിൽക്കുന്ന' ('ഒന്നിരിക്കരുതോ' എന്ന് വി.കെ.എൻ) പെൺകുട്ടികളുടെ അന്തർഗതം ഭാസ്കരനല്ലാതെ ആരറിഞ്ഞു.

"കാണുമ്പോളിങ്ങനെ
നാണം കുണുങ്ങിയാൽ
കല്യാണപ്പന്തലിലെന്തു ചെയ്യും, ചേട്ടൻ
കൈയുപിടിക്കുമ്പോഴെന്തു ചെയ്യും"

എന്ന ഗാനം മൂന്നുപറമ്പിനപ്പുറം താമസിക്കുന്ന ആ 'ചേട്ടൻ' താൻ കേൾക്കാനായി വോള്യം കൂട്ടി വെക്കുന്നത് കേട്ട് ത്രസിച്ചു പോയ പെൺകുട്ടികളിൽ നിന്ന് നാലും അഞ്ചും കിലോവാട്ട് വൈദ്യുതി ഉൽപാദിപ്പിക്കാമായിരുന്നു.

കാവ്യബിംബങ്ങളെക്കുറിച്ച് എത്ര ഉപന്യസിച്ചിട്ടും ഫലമുണ്ടായില്ല, ഞാൻ, ക്ലാസിൽ ഭാസ്കരൻ മാഷുടെ

"മടിയിൽത്തിരുകിയ സിന്ദൂരച്ചെപ്പതാ
പൊടി മണ്ണിൽ വീണുവല്ലോ
ഒരു കൊച്ചു കാറ്റിനാൽ നിങ്ങൾ തന്നാടകൾ
അഴപൊട്ടി വീണുവല്ലോ"

എന്ന് ചൊല്ലിയപ്പോൾ എന്തൊരു വ്യക്തത എന്ന് എന്റെ സുഹൃത്തായ ഒരു മാഷ് പറഞ്ഞതും ഓർക്കുന്നു.

"ഹേമന്തയാമിനിതൻ പൊൻവിളക്ക് പൊലിയാറായ്
മാകന്ദശാഖകളിൽ രാക്കിളികൾ മയങ്ങാറായ്"

എന്ന വരികളിലൂടെ ടാഗോറിന്റെ വോൾട്ടേജുള്ള കവിത മലയാളത്തിലെ ഏതു പാമരന്റെയും ഹൃദയത്തിന്റെ ഭാഗമായി. കേരളത്തിലെ നിലാവിനൊക്കെ ഭാസ്കരന് ശേഷം എന്തൊരു തെളിച്ചമാണ്. "വാസന്ത പൗർണമി രാവിൽ..."

"ഇരുകണ്ണീർത്തുള്ളികൾ ഒരു സുന്ദരിയുടെ
കരിമിഴികളിൽവെച്ച് കണ്ടുമുട്ടീ"

എന്ന വരി നമ്മുടെ നല്ല കവിതകളിലേതെങ്കിലുമൊന്നിൽ ഒന്ന് ചേർത്തു വെച്ചു നോക്കൂ. എത്ര അരോചകമാണിത്, എന്തൊരു ക്ലീഷേയാണിത് എന്ന് അപ്പോൾ ബോധ്യമാകും എന്ന് നിങ്ങൾ പറയുന്നു. നേരാണത്. ഭാസ്കരന്റെയോ ഒ.എൻ.വിയുടെയോ ചലച്ചിത്രഗാനങ്ങളിലെ മികച്ച വരികൾ പോലും കാവ്യമാനദണ്ഡം വെച്ചു നോക്കിയപ്പോൾ ചവറാണ്; സംശയമൊന്നുമില്ല. പക്ഷേ, ഈ മാനദണ്ഡം സമകാലിക കവികളെ വായിക്കുന്ന നമ്മിൽ ചിലരുടെ മാനദണ്ഡങ്ങളാണ്. നമുക്കാണ് അവ 'ക്ലീഷേ'കൾ. നമ്മുടെ കാവ്യപരിചയമാണ് അവയെ ക്ലീഷേകളാക്കുന്നത്. അതിപരിചയം കൊണ്ട് മടുപ്പിക്കുന്ന ആവർത്തിച്ചു പ്രത്യക്ഷപ്പെട്ട കാവ്യഭംഗികളെയാണ് നാം 'ക്ലീഷേകൾ' എന്ന് പറയുന്നത്. ഒരു ക്ലീഷേയും ആദ്യത്തിൽ കാവ്യഭംഗി ഇല്ലാത്തതല്ല. ആ അതിപരിചയം ഇല്ലാത്തവർക്ക് അവ അസുലഭങ്ങളായ കൽപനകൾ. ഇംഗ്ലീഷിൽ 'സബ്ടൈറ്റിൽ' ചെയ്ത മലയാള ചലച്ചിത്രങ്ങളിലെ ഗാനത്തിലെ വരികൾ വായിച്ച് ഞാനന്തം

വിട്ടിരുന്നിട്ടുണ്ട്. അതിനൊരു കാരണം ഇംഗ്ലീഷിലെ ക്ലീഷേകൾ തിരിച്ചറിയാൻ മാത്രമുള്ള ശേഷി മലയാളിയായ എനിക്ക് ഇല്ലാത്തതാണ്. (കോൺവെന്റിലെ കുട്ടികൾ ഇംഗ്ലീഷിൽ കവിതകളെഴുതുന്നതിനുള്ള കാരണം ഇതാണ്- വിചാരിച്ചതിനേക്കാൾ നന്നായി കവിതകൾ എന്നവർ വിചാരിക്കുന്നു). നമുക്ക് അവ ക്ലീഷേകളെങ്കിലും അവ ഫലത്തിൽ മികച്ച കവിതകൾ. ഞാനൊരു പാമരനായ പാട്ടുകാരനാണെന്നും ഗാനലോക വീഥികളിൽ വേണുവൂതുന്ന ഒരാട്ടിടയനാണെന്നും പറയുന്ന രമണന്റെ ഭാവുകത്വത്തോടെ ഭാസ്കരൻ ജനകോടിയുടെ കവിയായി. ബാബുരാജിനെയും രാഘവനെയും ദേവരാജനെയും ദക്ഷിണാമൂർത്തിയെയും പോലെയുള്ള സംഗീതജ്ഞരാകട്ടെ, ആ ഗാനങ്ങളിലെ കാവ്യഭംഗികളെ വിടർത്തിക്കാട്ടുംവിധം ചിട്ടപ്പെടുത്തുകയും ചെയ്തു. "പിന്നിൽ താണ്ടിയ വഴിയതിദൂരം/മുന്നിൽ അജ്ഞാതമരണകുടീരവു"മൊക്കെ അങ്ങനെ ആ വരികളുടെ വ്യാപ്തിക്കുമപ്പുറമെത്തുകയും ചെയ്തു. രചനയിലെ അപാകങ്ങളെയൊക്കെ മറച്ച സംഗീതം അവയുടെ പുതുമ നിലനിർത്താൻ സഹായിച്ചു; ക്ലീഷേകളല്ലാതാക്കി. സാധ്യതകളൊക്കെ - കവിതയിൽ അത് വാക്കാൽതന്നെ സാക്ഷാത്കരിച്ചിരിക്കണം - സംഗീതസഹായത്തോടെ സാക്ഷാത്കരിക്കപ്പെട്ടപ്പോൾ അവ ഭൂരിപക്ഷത്തിന്റെ കവിതകളായി. കാവ്യരചനയിൽ പാലിക്കേണ്ട നിഷ്കർഷകളിൽ നിന്നുള്ള സ്വാതന്ത്ര്യം സ്വച്ഛന്ദമായി എഴുതാൻ, ഒരു പാണ്ഡിത്യനാട്യവും കൂടാതെ എഴുതാൻ, സുലഭമായെഴുതാൻ കവികളെ സഹായിച്ചു. അനുകരണമാവാം, പൂർവച്ഛായകളുണ്ടാവാം, സന്ദർഭത്തിൽ ഭംഗിയുള്ളതായാൽ മതി; ഈ സ്വാതന്ത്ര്യവും ഭാസ്കരൻ ഗുണപരമായി വിനിയോഗിച്ചു. ഫലമോ ഏത് ഋതുവിലും തിരോഭവിക്കാത്ത ഒരു വസന്തർത്തുവായി, മലയാളിക്ക് ചലച്ചിത്രഗാനങ്ങൾ. "മുരുക്കിൻ തയ്യേ നിന്നുടെ ചോട്ടിൽ മുറുക്കിത്തുപ്പിയതാരാണ്" പോലെ ചില മൗലികമായ ചൊടികൾക്കും അത് വഴിവെച്ചു. കാലം കോന്തലയ്ക്കൽ ചുരുട്ടിവെക്കില്ലേ ഈ വരി? നാടൻ ഉക്തിവൈചിത്ര്യങ്ങൾക്ക് ഭാസ്കരനേക്കാൾ മികച്ച വക്താവുണ്ടായില്ല, ഇക്കാലം വരെ. മോയിൻകുട്ടി വൈദ്യരുടെ മാപ്പിളപ്പാട്ടിനേക്കാൾ മലയാളിക്കിഷ്ടം ഭാസ്കരന്റെ മാപ്പിളപ്പാട്ട്.

ബഹുകാര്യവ്യഗ്രയായ, പിരിഞ്ഞുപോവുന്ന ലോകത്തിനോട്, "ഓർക്കുക വല്ലപ്പോഴുമെന്നല്ലാതെന്തോതും ഞാൻ" എന്നേ ഒരു കവിക്ക് പറയാനാവൂ. ആ ഭാസ്കരനെ ലോകം ഓർത്തുവെന്നോ ഓർത്തില്ലെന്നോ വരാം. പക്ഷേ, ചലച്ചിത്രഗാനങ്ങളിൽ പ്രത്യക്ഷപ്പെട്ട ഭാസ്കരൻ ഇന്ന് മധ്യവയസ്സിലെത്തിത്തുടങ്ങിയ, തുന്ന് വിട്ടുതുടങ്ങിയ മലയാളികൾ ജീവിച്ച ലോകത്തിന്റെ തീക്ഷ്ണതകളത്രയും പങ്കിട്ടു. യാദൃച്ഛികമായി ഭാസ്കരന്റെ ഒരുപാട്ട്, 'താമസമെന്തേ വരുവാനോ,' 'വാസന്ത പഞ്ചമി നാളിനോ,' 'അല്ലിയാമ്പൽക്കടവിലോ' 'തളിരിട്ട കിനാക്കളോ' കേൾക്കുന്നൊരു സാധാരണ മലയാളിയെത്തിച്ചേരുന്നിടത്തോളം ചൈതന്യമുള്ള ഇടങ്ങളിൽ മറ്റെങ്ങനെയെത്തും എന്നെനിക്കറിഞ്ഞുകൂടാ.

■

അയാൾ ഏകാന്തത വായിച്ചു...

ലോഹിതദാസിന്റെ ചിത്രങ്ങളെക്കുറിച്ച് ഇന്ത്യാ ടുഡേ ഒരു ഫീച്ചർ തയ്യാറാക്കിയപ്പോൾ 'കിരീട' ത്തെക്കുറിച്ചുള്ള കുറിപ്പ് ഞാനാണ് എഴുതിയത്. ലോഹിതദാസാണ് മലയാളത്തിലെ ഏറ്റവും മികച്ച തിരക്കഥാകൃത്ത് എന്ന് അസന്ദിഗ്ധമായി പറയാനാണ് ഞാനാഗ്രഹിച്ചത്. എം.ടിയേക്കാൾ, പത്മരാജനേക്കാൾ, ശ്രീനിവാസനേക്കാൾ മികച്ച തിരക്കഥാകൃത്ത് ലോഹിതദാസാണെന്ന എന്റെ വാക്യം പക്ഷേ ഇന്ത്യാ ടുഡേക്കാർ ഒഴിവാക്കി. ഇപ്പോൾ മലയാളി വ്യക്തമായി കേൾക്കാൻ തുടങ്ങിയ, ഇനിയങ്ങോട്ട് അവർക്ക് നിസ്സംശയമായ ആ വാക്യം അന്ന് ലോഹിയിരിക്കെ പ്രത്യക്ഷപ്പെടാത്തതിൽ എനിക്ക് വേദനയുണ്ട്.

സാഹിത്യസാക്ഷരതയോ രാഷ്ട്രീയസാക്ഷരതയോ മലയാളികളിൽ ചെറിയൊരു വിഭാഗത്തിനേയുള്ളൂ. വേശ്യകളുടെയോ ഭിക്ഷക്കാരുടെയോ കടത്തിണ്ണകളിലുറങ്ങുന്ന അനേകരുടെയോ മുഖ്യമന്ത്രിയല്ല വി.എസ്. വിജയന്റെയോ ശ്രീരാമന്റെയോ മാധവിക്കുട്ടിയുടെയോ അഭാവത്തിന്റെ അർത്ഥത്തെക്കുറിച്ച് ഭൂരിപക്ഷ മലയാളികൾക്ക് അവ്യക്തമായ ധാരണയേയുള്ളൂ. എന്നാൽ, സിനിമസാക്ഷരത കണ്ണും കാതുമുള്ള മലയാളികളിൽ നൂറു ശതമാനത്തിനുമുണ്ട്. ഒരു പട്ടികയിലും പെടാത്തവരും ലോഹിതദാസിന്റെ മരണത്തിൽ വേദനിച്ചവരുടെ പട്ടികയിൽപെട്ടു. ആ വേദനിച്ചവർക്കാകട്ടെ, എന്തിന് വേദനിക്കുന്നു എന്ന് വ്യക്തമായറിയുകയും ചെയ്യാമായിരുന്നു. കഴിഞ്ഞ രണ്ടു പതിറ്റാണ്ടുകാലം മലയാളത്തിൽ ഏറ്റവും ചൈതന്യത്തോടെ ജീവിച്ച ചില മനുഷ്യർ ലോഹിതദാസ് സങ്കൽപിച്ച ചില കഥാപാത്രങ്ങളായിരുന്നു. സ്വന്തം വേവലാതികളേക്കാൾ മലയാളികൾ ആ കഥാപാത്രങ്ങളുടെ വേവലാതികളിൽ വിഷമിച്ചു. അവരുടെ ജീവിതത്തെക്കുറിച്ച് അവരേക്കാൾ ഒട്ടും മെച്ചമല്ലാത്ത ജീവിതം നയിച്ചവർ ആലോചിച്ച് ക്ലേശിച്ചു. ആ സ്ഥലം മാറ്റം സേതുമാധവന്റെ അച്ഛന് കിട്ടിയിരുന്നില്ലെങ്കിൽ, ആ വീട് വിറ്റുകളഞ്ഞിരുന്നെങ്കിൽ, തൊഴിൽ സാധ്യത ഇത്ര വിരളമല്ലായിരുന്നെങ്കിൽ മോഹൻലാലും മമ്മൂട്ടിയും മുരളിയും ഇത്ര വലിയ ജീവിതങ്ങൾ ജീവിക്കുമായിരുന്നില്ല. ലോഹിതദാസിന്റെ ശവസംസ്കാരദിവസം ലക്കിടിയിൽ ലാൽ, മമ്മൂട്ടി, ദിലീപ്

എന്നെല്ലാം കൂടിനിൽക്കുന്നവരുടെ ആകൃതി തെറ്റിച്ച് പുതിയ പുതിയ തിരക്കുകളുണ്ടായപ്പോൾ ആ നിശ്ചലനായിക്കിടക്കുന്ന ലോഹിതദാസാണ് മുഖ്യമായും ആ തിരക്കുകൾ അവർക്കുണ്ടാക്കിക്കൊടുത്തതെന്ന് ഓർത്തു കൊണ്ടിരുന്നു. ദൈവം മാത്രമാണ് സൃഷ്ടി നടത്തിയിരുന്നതെങ്കിൽ, എത്ര നിസ്വരാകുമായിരുന്നു അവർ എന്നും. അവർ മാത്രമായിരുന്നെങ്കിൽ അവരെത്ര തുച്ഛമാണെന്നും.

മലയാളികൾക്ക് തിലകനോ മമ്മൂട്ടിയോ ലാലോ മുരളിയോ ജയറാമോ അവരുടെ അഭിനയമികവോ രൂപഭംഗിയോ ആയിരുന്നില്ല, അവരുടെ ശരീര മുപയോഗിച്ച് മണ്ണിൽ നടന്ന ചില കഥാപാത്രങ്ങൾ സൃഷ്ടിച്ച വ്യക്തിത്വ ങ്ങളായിരുന്നു. ആ കഥാപാത്രങ്ങൾ അനുഭവിച്ച അവഹേളനത്തിന്റെയും അപമാനത്തിന്റെയും ഒറ്റപ്പെടലിന്റെയും തീവ്രത ആ നടന്മാർക്ക് കാമ്പുണ്ടാക്കി. പിൽക്കാലത്ത് 'ഫ്ളെക്സിൽ' എഴുതിയ തിരക്കഥകൾ അവരെ വിഡ്ഢികളായ അതിമാനുഷരാക്കിയപ്പോഴും അവരിൽ ലോഹി യുണ്ടാക്കിയ ചില വടുക്കൾ അവരെ രക്ഷിച്ചു. നിരാസ്പദങ്ങളായ പുതിയ വേഷങ്ങൾക്കും ലോഹി നൽകിയ പഴയ വേഷങ്ങൾ ആസ്പദ മായി. ബോർഹസ് പറയുന്നുണ്ട്, ആദാം കണ്ട ചന്ദ്രനല്ല ഈ ചന്ദ്രൻ, എത്രയാളുകളുടെ സങ്കൽപങ്ങൾ, വേദനകൾ, കാത്തിരിപ്പുകൾ കലർന്നി രിക്കുന്നു ഈ ചന്ദ്രനിൽ എന്ന്. ലോഹി അനുഭവിച്ച എത്ര ദുരിതങ്ങ ളാണ്, ഏകാന്തതകളാണ് ഈ താരത്തിളക്കം! ലോഹിയുടെ കഥാപാത്ര ങ്ങൾ അവരിൽ കലർന്നിരിക്കുന്നു; അതാണ് മലയാളിക്കവരോടുള്ള ഉള്ളടുപ്പം.

കടലാസിൽ തോറ്റ, സെല്ലുലോയ്ഡിൽ വിജയിച്ച ഒരു കഥാകാരനാ യിരുന്നു ലോഹിതദാസ്. കടലാസിൽ ജയിച്ചവരിൽ ഒരു പരിമിതിയുണ്ടാ യിരുന്നു. വായനക്കാരായിരുന്നു അവരുടെ കാണികൾ. എം.ടിക്കും പത്മ രാജനും അടൂരിനും ടി.വി.ചന്ദ്രനുമുള്ള പ്രധാന പരിമിതി അവർ വായന ക്കാരായ കാണികളെ ലക്ഷ്യം വെക്കുന്നു എന്നതാണ്. അവരുടെ കാണി പുസ്തകവായന വഴി പ്രബുദ്ധനായ ചലച്ചിത്രാസ്വാദകനായിരുന്നു (സാഹിത്യസാക്ഷരതയുടെ അഹങ്കാരമായിരുന്നു അവരെ പൊതുജന ത്തിൽ നിന്നകറ്റിയത് എന്നു തോന്നുന്നു). കാണികളുടെ അഭിരുചിയിൽ മാറ്റമുണ്ടാക്കിയത് ലോഹിതദാസാണ്. അടൂരും ജോൺ എബ്രഹാമും അരവിന്ദനും എം.ടിയും പ്രാഥമികമായും വായനക്കാരനായ കാണിയെ തൃപ്തിപ്പെടുത്താൻ ശ്രമിച്ചവർ മാത്രം. വായനയുടെ അടയാളങ്ങൾ അടയാളങ്ങളായ കഥാപാത്രങ്ങൾ അവരുടെ പൊതുസ്വഭാവമാണ്. പുസ്തകവായനക്കാരുടെ വേദനകളോ അനുഭൂതികളോ ആകാനാണ് അവർ ചലച്ചിത്രങ്ങൾ കൊണ്ട് ലക്ഷ്യമിട്ടത്. ലോഹിതദാസിനോ ശ്രീനി വാസനോ വായനക്കാരൻ ഒരു ബാധ്യതയേ അല്ല. പ്രബുദ്ധത വായന വഴി എത്തിച്ചേരാവുന്ന ഒരുയരമല്ല ലോഹിതദാസിൽ. അദ്ദേഹത്തിലെ മികച്ച സന്ദർഭങ്ങൾ ജീവിതാനുഭവങ്ങൾ കൊണ്ട് കൂടുതൽ സുഗ്രഹ മാവുന്നവ. 'കള്ളൻ പവിത്രൻ', 'ഒരിടത്ത് ഒരു ഫയൽവാൻ' എന്നു മറിച്ചു

തോന്നിപ്പിക്കുന്ന ചലച്ചിത്രങ്ങളിലും പുസ്തകവായനക്കാരന്റെ അരിപ്പയിലൂടെ കടന്നുപോന്ന ഗ്രാമഭംഗികളാണുള്ളത്. ലോഹിതദാസിന്റെ ഗ്രാമങ്ങൾ, പാമരനെ അവഗണിക്കുന്നതേ ഇല്ല. ഒരുവിധത്തിലുള്ള 'ക്ലാസ് കോൺഷ്യസാലും' അദ്ദേഹം ചുരുങ്ങിയിട്ടില്ല. അദ്ദേഹത്തിന്റെ ആശാരിമാർ, കൊല്ലന്മാർ, മൂശാരികൾ വീട്ടുവേലക്കാർ ഒക്കെ ഉൺമയുള്ളവർ. ഗ്രാമീണ കേരളത്തിന്റെ സത്യങ്ങൾ. കഴിഞ്ഞ ഇരുപത് കൊല്ലത്തിനകം മലയാള സാഹിത്യം സൃഷ്ടിച്ച ഏതു കഥാപാത്രങ്ങളേക്കാളും ജീവസ്സുറ്റ കഥാപാത്രങ്ങളെ ലോഹിതദാസ് സെല്ലുലോയ്ഡിൽ സൃഷ്ടിച്ചു. സേതുമാധവന് കിട്ടിയ അനുകമ്പയുടെ ചെറിയൊരനുപാതം അനുകമ്പപോലും കിട്ടിയ നായകന്മാരെ സാഹിത്യം സൃഷ്ടിച്ചില്ല. എം.ടിയുടെ കഥാപാത്രങ്ങൾ വെള്ളിത്തിരയിൽ സംസാരിക്കുന്നത് നാം 'വായിക്കുമ്പോൾ' ലോഹിതദാസിന്റെ കഥാപാത്രങ്ങൾ സംസാരിക്കുന്നത് നാം കേൾക്കുന്നു. അവരുടെ അതിവാചാലത ('കുടുംബപുരാണ'ത്തിലെ തിലകൻ അവതരിപ്പിച്ച ഡ്രൈവർ) കഥാപാത്രങ്ങളുടെ അതിവാചാലത, എം.ടിയുടെ കഥാപാത്രങ്ങളുടെ അതിവാചാലത പലപ്പോഴും എം.ടിയുടെ അതിവാചാലത. അടൂരിനെപ്പോലൊരു ശിൽപവൈഭവമുള്ള ചലച്ചിത്രകാരൻ ലോഹിതദാസിലെ തിരക്കഥാകാരനെ ആശ്രയിച്ചിരുന്നെങ്കിൽ മലയാള ചലച്ചിത്രത്തിന്റെ ഗതി മാറുമായിരുന്നു. പക്ഷേ, പഠിച്ചവർ പഠിച്ചതല്ലേ പാടൂ.

ശബ്ദം കേൾക്കാത്തത്ര അകലത്തുനിന്ന്, ചമ്രം പടിഞ്ഞിരുന്ന് സുലഭമായ അംഗവിക്ഷേപങ്ങളോടെ ലോഹിതദാസ് സംസാരിക്കുന്നത് കണ്ടാൽ അദ്ദേഹം രാഗവിസ്താരം നടത്തുകയാണെന്നാണ് തോന്നുക. ഇങ്ങനെ സവിസ്തരം ശ്രദ്ധയോടെ പറയുകയും കേൾക്കുകയും ചെയ്യുന്ന സംഭാഷകർ അപൂർവം. മറ്റാരോടും പറയാനാവാത്ത അവഹേളനത്തിന്റെ, അവഗണനയുടെ, ഒറ്റപ്പെടലിന്റെ വ്യഥകൾ മനസ്സിരുത്തി കേൾക്കാൻ ഇത്രയേറെ മികവുകാട്ടിയ ആളുണ്ടായിരുന്നില്ലെന്ന് അനുഭവസ്ഥർ പറഞ്ഞുകേട്ടിട്ടുണ്ട്. 'ഇഡിയറ്റി'ലെ മൈഷ്ക്കിൻ പ്രഭുവിനെ പരിചയപ്പെട്ട് മിനിറ്റുകൾക്കകം തന്റെ ഏറ്റവും വലിയ രഹസ്യം പങ്കിടാൻ യോഗ്യത ഇയാൾക്കാണെന്ന് അതിലെ നായിക തീരുമാനിക്കുന്നുണ്ട്. ലോഹിതദാസിനോട് ഏറ്റുപറയാൻ പറ്റിയ വിധത്തിൽ കനത്ത ഒരു വ്യഥയില്ലാത്തതിൽ, പ്രത്യേകിച്ചും അപമാനിക്കപ്പെട്ട ഒരനുഭവം ഇല്ലാത്തതിൽ, നിങ്ങൾക്ക് കുറ്റബോധം പോലും തോന്നും. വ്യക്തിയിലെ ഏകാന്തതയെ വായിക്കാനുള്ള ലോഹിയുടെ വൈഭവം മൂന്നാലു തവണ നേരിൽ ഞാനുമറിഞ്ഞു. (ഹാർമോണിയം വായിക്കുമ്പോലെയോ വയലിൻ വായിക്കുമ്പോലെയോ ഏകാന്തത വായിക്കുന്നുണ്ട് ലോഹിതദാസ് 'ഉദ്യാനപാലകൻ' എന്ന ചലച്ചിത്രത്തിൽ) മനസ്സുകൊണ്ട് മനസ്സിനോട് നടത്തുന്ന ആ സംഭാഷണത്തിന്റെ ഓർമകൾ, അദ്ദേഹത്തിന്റെ കലാസൃഷ്ടികൾ പോലെ, അനുഭവിച്ചവരിൽ ചിരകാലം നിൽക്കും. അദ്ദേഹത്തിന്റെ സമീപത്ത് നിങ്ങൾക്ക് 'മുഴുവനായി' ഇരിക്കാം. കാരണം, അദ്ദേഹം

അദ്ദേഹത്തിൽ എപ്പോഴും 'മുഴുവനായി' ഇരിക്കുന്നു. കുളത്തിലെ പടികളിലൂടെ എന്നപോലെ അദ്ദേഹത്തിൽ ഇറങ്ങിയിറങ്ങിച്ചെല്ലാം. ചോക്കുമലയിൽ നിന്ന് ചോക്കന്വേഷിച്ച് പോവുന്നവനെക്കുറിച്ച് പറയാൻ അദ്ദേഹത്തെത്തന്നെ ഉപയോഗിക്കാം എന്ന് സംവിധായകന് തോന്നിയത് അതുകൊണ്ടാണ്. ഉപദേശത്തിന്റെ ജാള്യത കൂടാതെ മറ്റൊരാളെക്കൊണ്ടത് പറയിക്കാനാവില്ല. സശ്രദ്ധം കേൾക്കുന്നൊരാളുടെ സമാശ്വസിപ്പിക്കൽ അദ്ദേഹത്തിന്റെ ചലച്ചിത്രങ്ങളിൽ വിടാതെ. 'കാരുണ്യ'ത്തിലെ അച്ഛൻ, 'ചെങ്കോലി'ലെ നായിക, 'കന്മദ'ത്തിലെ നായകൻ, 'കുടുംബപുരാണ'ത്തിലെ അംബിക അവതരിപ്പിച്ച കഥാപാത്രം, 'ഉദ്യാനപാലകനി'ലെ വേണു അവതരിപ്പിച്ച കഥാപാത്രം, 'ദശരഥ'ത്തിലെ കരമന അവതരിപ്പിച്ച കഥാപാത്രം ഒക്കെ ധാരണയുടെ (understanding) ആൾരൂപങ്ങൾ. 'മനസ്സിലാക്കുന്ന' അവരുടെ സാന്നിധ്യം കഴിഞ്ഞ രണ്ടു പതിറ്റാണ്ടു കാലത്തെ സാമാന്യ മലയാളിയുടെ വലിയ സമാശ്വാസങ്ങളായിരുന്നു. ആ ചലച്ചിത്രങ്ങളുടെ രീതി തന്നെ അവഹേളിതനെ, അപമാനിതനെ, സമൂഹം നിർവിശേഷം ഉപേക്ഷിച്ചവനെ, ആ ഉപേക്ഷ തീവ്രമായറിഞ്ഞ, അനുഭവിച്ച കഥാപാത്രങ്ങളിലൂടെ അറിയുക എന്നതായിരുന്നു. ഏകാകിയെ, ഓരോരുത്തരിലുമുള്ള ഏകാകിയെ, അങ്ങനെ തിയറ്ററിലെ ഇരുട്ടിനകത്തെ ഏകാകികളായ സകലരെയും ഒറ്റയ്ക്കൊറ്റക്ക് അറിഞ്ഞ സിനിമകളാണ് 'കിരീട'വും 'ചെങ്കോലും' 'തനിയാവർത്തന'വും 'ദശരഥ'വും (സാമാന്യ മലയാളിയുടെ പ്രമേയമായിത്തുടങ്ങിയിട്ടില്ലാത്തതുകൊണ്ട് നിരസിക്കപ്പെട്ട 'ദശരഥം' വാടക ഗർഭപാത്രങ്ങളുടെ ക്വട്ടേഷൻ ലഭിക്കുന്ന പുതിയ കേരളത്തിൽ അതിസംഗതമായിക്കൊണ്ടിരിക്കുന്നു) 'ഉദ്യാനപാലകനും' 'ഭൂതക്കണ്ണാടി'യും. പരിഗണനകളുടെ ഉത്സവമായിരുന്ന ജീവിതത്തിൽ നിന്ന്– തോന്നുമ്പോൾ തോന്നുമ്പോൾ കാമുകിയെ കട്ടുതിന്ന കള്ളകൃഷ്ണൻ മാത്രമായിരുന്നില്ല സേതുമാധവൻ, മുത്തശ്ശിയുടെ അഭിമാനമായിരുന്ന ഭർത്താവിന്റെ പുനർജന്മം, അമ്മയുടെ നിറവാത്സല്യത്തിന്റെ ഉണ്ണികൃഷ്ണൻ, അച്ഛന്റെ സ്വപ്നത്തിലെ നന്മനിറഞ്ഞ മേലധികാരി, തോഴരുടെ ഉറ്റതോഴൻ, സഹോദരിമാരുടെ അഭിമാനമായ ആശ്രയം, സുരക്ഷിതത്വം. കൃഷ്ണന്റെ സകല അവതാരവിശേഷങ്ങളുമായിരുന്നു സേതുമാധവൻ– ഒറ്റപ്പെടലിന്റെയും അപമാനത്തിന്റെയും അവഗണനയുടെയും അടിത്തട്ടിലേക്ക് ചെന്നെത്തുന്ന ആവിഷ്കരണം വഴി 'കിരീട'ത്തിലൂടെയും 'ചെങ്കോലി'ലൂടെയും ലോഹി ആവിഷ്കരിച്ചത് മലയാളിയുടെ എത്രയോ കിനാത്തകർച്ചകളുടെ രൂക്ഷസൂക്ഷ്മരൂപം. പലർ പലവിധത്തിൽ അനുഭവിച്ച തകർച്ചയുടെ മിത്തായി പ്രേക്ഷകനത് മാറി. മലയാളത്തിലെ 'അനുകമ്പയുടെ ക്ലാസിക്' എന്ന് ഞാൻ 'ഭൂതക്കണ്ണാടി'യെ വിലയിരുത്തും. ചെറിയ കേടുപാടുകൾ ഭൂതക്കണ്ണാടി ഉപയോഗിച്ച് മുഴുത്തരൂപത്തിൽ കണ്ട് ചികിൽസിച്ച ആ വാച്ച്മേക്കർ അതേ കണ്ണാടി ഉപയോഗിച്ച് സമൂഹത്തെയും കണ്ടതിന്റെ കഥയായിരുന്നല്ലോ അത്. വിദ്യാധരന്റെ സാക്ഷ്യത്തിന്റെ അടിസ്ഥാനം, ചുവരിലെ

കുമ്മായമടർന്നുണ്ടായ ചെറിയ ഒരു പാടായിരുന്നു എന്ന് കണ്ട നിമിഷം, എന്നിലെ ചലച്ചിത്രാസ്വാദകൻ അനുഭവിച്ച ഉന്നത നിമിഷങ്ങളിലൊന്നായിരുന്നു (എം.ടിയുടെ വെളിച്ചപ്പാടിന്റെ കാറിത്തുപ്പൽ കണ്ടപോലൊരു നിമിഷം).

ജീവിതനിരീക്ഷണത്തിൽ ഈ ചലച്ചിത്ര കഥാകാരനോളം പോന്ന ആരെയും ഞാൻ മലയാള ചലച്ചിത്രലോകത്ത് അറിയുന്നില്ല. 'കുടുംബപുരാണ'ത്തിലെ അംബികയുടെ കഥാപാത്രം ഭർത്തൃപിതാവിന്റെ തലയിൽ രാസ്നാദിപ്പൊടി തിരുമ്മുന്നത് (കൂട്ടുകുടുംബത്തിന്റെ സൗഖ്യം മുഴുവൻ, കുടുംബപുരാണം മുഴുവൻ, ആ ദൃശ്യത്തിലുണ്ട്). 'സല്ലാപ'ത്തിലെ ആശാരികളും അവരുടെ പണിസ്ഥലവും മഞ്ജു വാര്യർ അഭിനയിച്ച കഥാപാത്രം ആശാരിയായി വന്ന ജൂനിയർ യേശുദാസിനെ കണ്ടപ്പോൾ ചിരിച്ച ചിരിയും (ആ ചിരിയിൽ നിന്ന് ഒരു വലിയ നടിയുണ്ടായി) 'കന്മദ'ത്തിലെ അമ്മയും മകനുമായുള്ള രംഗത്തിന്റെ സൂക്ഷ്മതയും സത്യമായ സംഭാഷണങ്ങളും ഉദാഹരണങ്ങൾ. 'ഉദ്യാനപാലകനി'ലെ സുധാകരൻ നായർ (മമ്മൂട്ടി) പത്രം വായിക്കുന്ന രംഗം തനിച്ചൊരു ഷോർട്ട് ഫിലിമാക്കിയാൽ അത് ലോകോത്തരമായ ഷോർട്ട് ഫിലിമുകളിൽ ഒന്നായിരിക്കും. അത്രയ്ക്കുണ്ട് ആ സീനിന്റെ ഭാവസാധ്യത. സുധാകരൻ നായർ പത്രം വായിക്കുമ്പോൾ അതിൽ നോക്കി വായിക്കുകയാണ് ടൈലർ (ഈ ടൈലർ ഒരു ടൈപ്പല്ല. പിന്നോട്ടും മുന്നോട്ടും പോയി മറ്റെല്ലാ ചലച്ചിത്രങ്ങളിലെയും ടൈലർമാരെ ടൈപ്പാക്കുന്ന ഒരൊറിജിനൽ). അസ്വസ്ഥനായ സുധാകരൻ നായർ, വായിക്കുന്ന ഷീറ്റ് ടൈലർക്ക് നൽകുന്നു. ആ ഷീറ്റ് ബെഞ്ചിൽ ഉപേക്ഷിച്ച് ടൈലർ സുധാകരൻ വായിക്കുന്നത് ഏന്തിവായിക്കുന്നു. വീണ്ടും അസ്വസ്ഥനായ സുധാകരൻ നായർ ആ ഷീറ്റും ടൈലർക്ക് നൽകുന്നു. ടൈലർ ആ ഷീറ്റും അവഗണിച്ച് സുധാകരൻ നായർ വായിക്കുന്ന ഷീറ്റ് ഏന്തിവലിഞ്ഞ് വായിക്കുന്നു. ഒടുവിൽ ക്ഷുഭിതനായ സുധാകരൻ നായർ മുഴുവൻ പത്രവും ടൈലർക്ക് നൽകുന്നു. അയാളതേപടി പത്രത്തെ അവഗണിക്കുകയും ചെയ്യുന്നു. തിരികെ ടൈലറുടെ സ്റ്റൂളിൽ ചെന്നിരുന്ന് കാൽ വിറപ്പിക്കാൻ തുടങ്ങിയത് സാമാന്യലോകം തന്നെ എന്നെനിക്ക് തോന്നി. ചലച്ചിത്ര ഗാനങ്ങൾ, അൽപം ദീർഘിച്ച ചില സംഘട്ടനരംഗങ്ങൾ തുടങ്ങിയ അനൗചിത്യങ്ങൾ- വാണിജ്യൗചിത്യങ്ങൾ-ഒഴിവാക്കി, തിരക്കഥാകാരനെ കേവലം പിന്തുടരുക മാത്രം ചെയ്തിരുന്നെങ്കിൽ ഇടക്കാലത്ത് മലയാളിയെ ആകർഷിച്ച ഇറാൻ ചിത്രങ്ങൾ പോലുള്ളവയായി ലോഹിതദാസ് ചിത്രങ്ങൾ മാറുമായിരുന്നു (ഏതു കിരസ്തോമിയും കൊതിക്കും 'ഭൂതക്കണ്ണാടി' എന്ന് ഞാൻ മറക്കുന്നുമില്ല). പക്ഷേ, അപ്പോൾ 'കിരീട'മോ 'തനിയാവർത്തന'മോ അവരുടേതായി തിരിച്ചറിയാനുള്ള മുദ്രകൾ ജനസാമാന്യത്തിന് നഷ്ടപ്പെടുമായിരുന്നു. കാണികളുടെ അഭിരുചികൾ നഷ്ടപ്പെടുത്താതെതന്നെ കലാമൂല്യമുള്ള ചലച്ചിത്രങ്ങൾ കാണാനുള്ള ഇടമാക്കി തിയറ്ററിനെ മാറ്റി ലോഹിതദാസ്. ജനം

മുന്നിലെത്തിക്കിട്ടിയാൽ മതി വ്യക്തിയെ ആസകലം കേൾക്കുന്ന കല സ്വായത്തമായ ലോഹി, അവരെ ആസകലം അറിയാനുള്ളത് നൽകി പരിണമിപ്പിക്കുവാൻ തുടങ്ങി. കാണിയെ സാക്ഷിയാക്കി മാറ്റുന്നു നല്ല ചലച്ചിത്രങ്ങൾ. കാണിയെ വിദ്യാധരനെപ്പോലൊരു സാക്ഷിയാക്കി മാറ്റി ചിലപ്പോളയാൾ.

ലോഹിയെപ്പോലെ സുലഭമായ അംഗവിക്ഷേപങ്ങളുപയോഗിച്ച് ലാഘവത്തിൽ സംസാരിക്കുന്ന ഒരു നടനാണ് തിലകൻ. തിലകന്റെ ശരീര ഭാഷ തിലകനേറ്റവും ഉചിതമായിത്തീരുന്നത് ലോഹിച്ചിത്രങ്ങളിലാണ്. ഉദാഹരണത്തിന് 'വീണ്ടും ചില വീട്ടുകാര്യങ്ങൾ'. 'തൂവൽക്കൊട്ടാര' ത്തിൽ ലോഹിയെപ്പോലൊരു ചെറിയ തലയിൽക്കെട്ടുമായി തമ്പുരാനും തമ്പുരാട്ടിക്കും കോഴിയിറച്ചി പാചകം ചെയ്തുകൊടുത്ത് സംസാരിച്ചു കൊണ്ടിരുന്ന ജയറാം ഇത്ര സുഖമായ ഒരവസ്ഥയിൽ തന്റെ 'പൊട്ടൻ ഷ്യാലിറ്റി' ഇത്രമേൽ സാക്ഷാത്കരിച്ച ഇരിപ്പിൽ, മറ്റൊരു ചിത്രത്തിലും ഇരുന്നിട്ടില്ല. മാളയിലെ പ്രതിഭാശാലിയും മൂരിനിവർന്നിരുന്നു ലോഹി ച്ചിത്രങ്ങളിൽ ('സല്ലാപ'ത്തിലെ ആ ആശാരിയെ മലയാളി ജീവകാലം മറക്കുമോ?). മമ്മൂട്ടിയുടെയും ലാലിന്റെയും മീരാജാസ്മിന്റെയും മഞ്ജുവാര്യരുടെയും റേഞ്ച് നാമറിഞ്ഞത് ലോഹിച്ചിത്രങ്ങളിലൂടെയാണ്. ഭാവിയിൽ ലാലോ മമ്മൂട്ടിയോ മലയാളിയുടെ ഗൃഹാതുരത്വമായി മാറു മ്പോൾ സേതുമാധവന്റെയോ വിദ്യാധരന്റെയോ രൂപമായിരിക്കും അവർക്ക്.

■

നിങ്ങളായിരുന്നെങ്കിലോ?

"അയാൾ ചെയ്യാത്തതൊന്നും
അവൾ ചെയ്തിട്ടില്ല
അവൾ ചെയ്യാത്തതൊന്നും
അയാൾ ചെയ്തിട്ടില്ല
എന്നിട്ടും അവരകന്നു
അയാൾ ചെയ്യാത്തത്
അവൾ ചെയ്തിരുന്നെങ്കിൽ
അവൾ ചെയ്യാത്തത്
അയാൾ ചെയ്തിരുന്നെങ്കിൽ
അവർ തമ്മിലുള്ള അകൽച്ച കുറയുമായിരുന്നോ?"

ഇക്കാലമത്രയും താൻ സല്ലപിച്ചിരുന്ന 'സൈബർ ചാറ്റ്റൂം ഗേൾഫ്രന്റ്' തന്റെ ഭാര്യയാണെന്നറിഞ്ഞപ്പോൾ നിരാശനായ ബേക്കർ മെൽഹെം അവളെ മൊഴിച്ചൊല്ലി. ജോർഡാൻ ന്യൂസ് ഏജൻസി പെട്രായുടെ ഹൃദയസ്പർശിയായ റിപ്പോർട്ട് 'ഹിന്ദു'വിൽ വായിച്ച് ഞാനാലോചിച്ചു. ഇനിയവർക്ക് ഒരുമിച്ചെന്നല്ല ഒറ്റയ്ക്കൊറ്റയ്ക്ക് പോലും ജീവിക്കാനാവുമോ? അവൾക്ക് അവളിലും അയാളിലും അയാൾക്ക് അയാളിലും അവളിലും ഇനിയെന്തുണ്ട് പ്രതീക്ഷിക്കാൻ? കയ്ക്കുന്ന ആത്മാവുമായി അവരെങ്ങനെ ഇനി കഴിയും?

ബെക്ർ മെൽഹെം, അഡ്നാൻ എന്ന പേരിൽ ഇന്റർനെറ്റ് വഴി ജമീലയുമായി ഹൃദയപൂർവ്വം സംസാരിക്കാൻ തുടങ്ങിയിട്ട് മാസങ്ങളായിരുന്നു. തന്റെ നിരാശകളും പ്രതീക്ഷകളുമൊക്കെ അയാൾ അവളുമായി പങ്കിട്ടു. തന്നെ ഇങ്ങനെ മനസ്സിലാക്കുന്നൊരാൾ അയാളുടെ ജീവിതത്തിൽ ആദ്യമായിരുന്നു. ഇരട്ടസഹോദരന്മാരിൽ ഒരാളായ അഡ്നാനെ അയാളുടെ അമ്മ പോലും പാതിയെ കേട്ടിരുന്നുള്ളൂ. 'പാതിയെ എന്നെ തോർത്തിച്ചിരുന്നുള്ളു, മാറാത്ത ജലദോഷത്തിൽ നിന്ന് കിട്ടിയതാണീ മൃദുശബ്ദം' അയാൾ ഒരിക്കൽ ജമീലയോട് പറഞ്ഞു. അവളോ അയാളെ ഭാവനയോടെ കേട്ടു. ധ്വനികൾ കേൾക്കുന്ന കാതുള്ള അയാളുടെ പരിചയത്തിലെ ആദ്യ

സ്ത്രീയായിരുന്നു ജമീല. വിലക്കപ്പെട്ട കനി ഒരു പ്രതീകമാണെന്നോർക്കാതെ കടിച്ചു തിന്നതിനാലാണ് സ്ത്രീയെ ദൈവം സ്വർഗ്ഗത്തിൽ നിന്ന് അടിച്ചു പുറത്താക്കിയതെന്നായിരുന്നു അയാൾ പറഞ്ഞിരുന്നത്. അയാളുടെ അനവസരത്തിലെ കവിത്വം അയാളുടെ ഭാര്യയിൽ അറപ്പുണ്ടാക്കിയിരുന്നു. നിങ്ങളുടെ കവിത കൊണ്ടുപോയി പുഴുങ്ങിത്തിന്നുക; അടുപ്പൊഴിഞ്ഞു കിടക്കുന്നു; ഭാര്യ അയാളോട് പറയുമായിരുന്നു. എന്നാൽ ഓഫീസിലും വീട്ടിലുമിരുന്ന് അഡ്നാൻ ആലോചിച്ചുണ്ടാക്കിയ വാക്യങ്ങൾ കേട്ട് ജമീല അതിശയിച്ചു. ഇവിടെയുണ്ടൊരാൾ ദൈവമേ, അവൾ പിറുപിറുത്തു. അഡ്നാന്റെ വാക്യങ്ങളെ രാത്രി മുഴുവൻ അവൾ കൂടെക്കിടത്തി. അവൾ അവയെ പുതപ്പിച്ചു. കള്ളക്കുട്ടികളെ ഉറങ്ങിക്കോളൂ; ഉറക്കമിളച്ചാൽ നീർവീഴ്ചവരും. താനൊരു നീണ്ടതുരങ്കത്തിൽ നിന്ന് അല്പാല്പമായി കണ്ടുതുടങ്ങിയ വെളിച്ചത്തിലേക്ക് വരുകയാണ്; അഡ്നാൻ പറഞ്ഞു. അയാളവളുടെ കൈവിരലുകൾക്കൊക്കെ പേരിട്ടു കഴിഞ്ഞു, ഒക്കെ ലോകസാഹിത്യത്തിലെ വിഖ്യാതനായികമാരാണ്. ഉള്ളിയരിയുമ്പോൾ നിങ്ങളുടെ നടാഷയ്ക്ക് മുറിവ് പറ്റി; ഒരു ദിവസം ജമീല പറഞ്ഞു. അയാൾ ഭയങ്കരമായി പരിഭ്രമിച്ചു. ഡോക്ടറെക്കാണിച്ചില്ലേ; എന്റെ നടാഷയ്ക്കെന്തെങ്കിലും പറ്റിയാൽ നിന്റെ ഭർത്താവിനെ ഞാൻ വെച്ചേക്കില്ല. നടാഷയ്ക്ക് അയാൾ ചികിത്സകൾ നിർദ്ദേശിച്ചു. കെട്ടുമ്പോൾ വേദനിക്കാതെ നോക്കണേ; അധികം മുറുക്കണ്ട. അന്ന് അയാളുടെ ഭാര്യയുടെ കൈവിരലും മുറിഞ്ഞിരുന്നു. മനംപിരട്ടിയതിനാൽ അയാൾക്കന്ന് പ്രാതൽ കഴിക്കാൻ പറ്റിയിരുന്നില്ല; ഒരു ശ്രദ്ധയുമില്ലാത്ത സ്ത്രീയാണ്; വെച്ചുണ്ടാക്കിയതിലൊക്കെ ചോര പറ്റിക്കാണും. എനിക്ക് നിന്റെ ശബ്ദം കേട്ടാൽ പോര ജമീല, നിന്നെക്കാണണം. നിന്റെ തേനൂറുന്ന ശബ്ദത്തിൽ നിന്ന് എനിക്ക് നിന്നെ ഊഹിക്കാം, എങ്കിലും അത് പോര ജമീല; നമ്മളെന്നാണ് കാണുക. ഭാര്യയെ പേരെടുത്ത് വിളിക്കാത്ത അഡ്നാൻ ഓരോ വാക്യത്തിലും ജമീലേ എന്ന് വിളിച്ചു. അയാൾ അവസരമുണ്ടാക്കി പുറപ്പെട്ട ദിവസം തന്നെയായിരുന്നല്ലോ അവൾക്കും സൗകര്യം. അയാൾ ജീവിതത്തിൽ അനുഭവിച്ച അസ്വസ്ഥതകൾ തന്നെയായിരുന്നു അവളനുഭവിച്ച അസ്വസ്ഥതകളും. ജലാലുദ്ദീൻ റൂമിയുടെ വരി അയാൾ ചൊല്ലി അവൾക്കും ഹൃദിസ്ഥമായിരുന്നു. "നമ്മൾ ഒരുമിച്ചിരിക്കുമ്പോൾ നമ്മൾ നമ്മളല്ല." അതേ വാക്യം ഭാര്യയുടെ സമീപത്തിരിക്കുമ്പോൾ ഓർത്ത് ഭയപ്പെടാനും അതേ വാക്യം ജമീലയെ ഓർത്ത് രോമഞ്ചം കൊള്ളാനും അയാൾ ഉപയോഗിച്ചു. ജമീലാ, എന്ത് സ്വാദാണ് നിന്റെ ശബ്ദത്തിന്, നിന്റെ ശബ്ദം കൂട്ടി കാപ്പി കുടിക്കാൻ എന്തു സുഖമാണെന്നോ?

സനാ എന്നായിരുന്നു ജമീലയുടെ യഥാർത്ഥ പേര്. ഭർത്താവിന്റെ സാന്നിദ്ധ്യത്തിലൊഴികെ ഇയ്യിടെ എല്ലായ്പോഴും ജമീലയായിരുന്നു സനാ. സ്നേഹപൂർവ്വം അവൾ സ്വയം വിളിക്കുന്നതും ജമീല എന്നായിരുന്നു. കണ്ണാടിയിൽ പ്രതിബിംബിച്ചത് ജമീലയായിരുന്നു. ജമീലാ, നിന്റെ

മിഴികൾ ഇന്നെത്ര വാചാലമാണ്. ജമീലാ അരമണിക്കൂർ കൂടി ക്ഷമിക്ക്, പത്തുമണിക്ക് അഡ്നാൻ വരും. ഒരിക്കലും എന്റെ അഡ്നാൻ എനിക്കൊരു ബുദ്ധിമുട്ടുണ്ടാക്കിയിട്ടില്ല. അഡ്നാനുമായി ചാറ്റ്റൂമിലിരിക്കുമ്പോൾ ഭർത്താവൊരിക്കലും വീട്ടിൽ കയറിവന്നിട്ടില്ല. ദൈവത്തിന് സമ്മതമായിരിക്കണം. അവിടുന്ന് എത്ര കഷ്ടപ്പെട്ടിട്ടാണ് നമുക്ക് വഴികൾ തുറന്നുതരുന്നത്. താൻ അഡ്നാനുമായടുക്കുന്ന അതേ അളവിൽ ബെക്കർ അവളുമായകന്നത് അവൾക്ക് ദൈവഹിതമായിത്തോന്നി. നിങ്ങളെന്നെ പ്രേരിപ്പിക്കുന്നു, നയിക്കുന്നു; ഭർത്താവിന്റെ എങ്ങോട്ടോ പുറപ്പെട്ട് നിൽക്കുന്ന മട്ടിലുള്ള ഫോട്ടോ നോക്കി അവൾ കുറ്റപ്പെടുത്തി.

ഈ അഡ്നാൻ എത്ര പെട്ടെന്നാണ് തന്നെക്കുറിച്ചുള്ള വിശദാംശങ്ങൾ ഗ്രഹിക്കുന്നത്? ഇതിന്റെ നാലിലൊന്ന് ധാരണ എന്റെ ഭർത്താവിനുണ്ടായിരുന്നെങ്കിൽ. അഡ്നാന്റെ അടുത്തേക്ക് തനിക്ക് പകുതി ദൂരം നടന്നാൽ മതി; ജമീല അഡ്നാനെയും തന്റെ ഭർത്താവിനേയും പോലെ കവിതയിലോർത്തു. പക്ഷേ അഡ്നാൻ ബെക്കറിനെപ്പോലെയല്ല. അതേ വസ്തു വെളിച്ചത്തിലും അതേ വസ്തു ഇരുട്ടിലും എന്ന വ്യത്യാസമുണ്ട് അവർ തമ്മിൽ. വിയർക്കുവോളം പണിതിട്ടും അല്പം മാത്രം വിളവ് തന്ന ഒരു തോട്ടമായിരുന്നു ഭർത്താവെങ്കിൽ പൂക്കളും പഴങ്ങളും കൊണ്ട് ഭാരിച്ച ചില്ലകളും കൊമ്പുകളുമുള്ള ഒരുദ്യാനമായിരുന്നു കാമുകൻ. ഉദ്യാനത്തിൽ നിന്നാണ് പറുദീസ എന്ന വാക്കുണ്ടായതത്രെ; അഡ്നാൻ പറഞ്ഞതാണ്. എങ്കിലും അവർ തമ്മിൽ അവ്യക്തമായ ചില സാദൃശ്യങ്ങളില്ലേ? ഒരുപക്ഷേ ആണുങ്ങൾക്ക് പൊതുവായുള്ള ചില സാമ്യങ്ങളായിരിക്കാം.

അവളുടെ ജീവിതത്തിലെ ആദ്യ അന്യപുരുഷനായിരുന്നു അഡ്നാൻ. ഭർത്താവ് അച്ഛനെപ്പോലെയോ സഹോദരനെപ്പോലെയോ ആയിരുന്നു അവൾക്ക്. അയാൾ തൊട്ടപ്പോൾ അവൾക്ക് തരിച്ചില്ല. അച്ഛനോ അച്ഛൻ വീട്ടിലില്ലാതിരുന്നപ്പോൾ സഹോദരനോ പരിഹരിച്ച പോലൊരരക്ഷിതത്വം അയാളും പരിഹരിച്ചിരുന്നു. ആദ്യത്തെ കുറച്ച് ദിവസങ്ങൾക്ക് ശേഷം- ആ ദിവസങ്ങളെങ്ങോട്ടാണോടിപ്പോയത്, ഒന്നിന് പുറകെ ഒന്നായി, ചിലത് ചിലതിന്റെ മുന്നിൽക്കടക്കാൻ ശ്രമിച്ച് കൊണ്ട് ഇറക്കത്തിലെ പന്നിപ്പറ്റത്തെപ്പോലെ- അയാൾ പ്രത്യേകതകൾ നഷ്ടപ്പെട്ട് അവരെപ്പോലെയായി. ഇരുട്ടിൽ ഇഴജീവികളെപ്പോലെ വരുന്ന കൈകളുടെ തണുപ്പ് അവൾക്കസഹ്യമായിത്തോന്നി. അപ്പോഴാണ്, പരമകാരുണികനായ ദൈവമേ ഈ അഡ്നാൻ. പറഞ്ഞാൽ തീരാത്ത, കേട്ടാൽ മതിവരാത്ത, ഓരോ അണുവിലും വെളിച്ചം നിറയ്ക്കുന്ന ഈ അഡ്നാൻ. അഡ്നാൻ സ്നേഹിക്കുമ്പോൾ കുറ്റാക്കൂരിരുട്ടിൽ തനിക്ക് വഴികാണാനാവുന്നു.

ജമീലയുടെ സ്ഥാനത്ത്, പറഞ്ഞുറപ്പിച്ച സ്ഥലത്ത്, കാത്തു നിൽക്കുന്ന സനായെക്കണ്ടപ്പോൾ, ഒട്ടും വൈകാതെ കണ്ടപ്പോൾ, ആവശ്യപ്പെട്ട വേഷത്തിൽ കണ്ടപ്പോൾ ഒരു നിമിഷം കൊണ്ടയാളനുഭവിച്ച ആത്മനിന്ദ, ഒരുപക്ഷേ അവൾ മാത്രം അനുഭവിച്ചതിന് തുല്യമായിരിക്കാം.

ലോകത്തിൽ, നൊടിയിടയിൽ ഇത്ര ദയനീയമായിത്തകർന്ന ഒരു ദാമ്പത്യ വുമുണ്ടായിട്ടുണ്ടാവില്ല. രഹസ്യം ഇങ്ങനെ അറിയപ്പെട്ടുപോയ, വഞ്ചന ഇങ്ങനെ വെളിവായ, നഗ്നത ഇങ്ങനെ കാണപ്പെട്ട, ആത്മാവോടെ ഇങ്ങനെ പിടിക്കപ്പെട്ട ആരും ഒരിക്കലും ഉണ്ടായിട്ടില്ല. അദ്നാനിഷ്ടമുള്ള നിറമുള്ള വസ്ത്രത്തിൽ, അവളിന്നലെ നഗരത്തിൽ എത്ര തെരഞ്ഞു അത് കിട്ടാൻ, വന്നു നിന്ന ജമീല നുണയൻ നുണയൻ എന്ന് പറഞ്ഞ് മോഹാലസ്യപ്പെട്ടു. അയാൾ അറബിയിൽ മൂന്നു തവണ മൊഴിചൊല്ലി. ദൈവമേ നീ എന്തൊരു കളിയാണ് ഈ പഞ്ചപാവങ്ങളെ കളിപ്പിച്ചത്?

പെട്ടെന്നുണ്ടായ ക്ഷോഭങ്ങൾക്ക് ശേഷം മറ്റൊരു പരിണാമം ഈ കഥയ്ക്കുണ്ടാവുമോ? നമുക്ക് പരസ്പരമല്ലാതെ പ്രണയിക്കാനാവില്ലെന്ന്, നമുക്ക് നമ്മളല്ലാതെ മറ്റാരുമില്ലെന്ന്, ചോറിന് വിളിക്കുമ്പോൾ മതിയാ ക്കാവുന്ന വേഷം കെട്ടലേ നമുക്കുള്ളൂ എന്ന്, നമ്മൾ നിസ്സഹായരായ കുട്ടികളാണെന്ന് തിരിച്ചറിഞ്ഞ് അവർ ഉയിർത്തെഴുന്നേൽക്കുമോ? നമ്മൾ പരസ്പരം സ്നേഹിക്കേണ്ടവരാണെന്നറിയാൻ ദൈവം ഒരുക്കിത്തന്ന വഴിയായി ഇതിനെയവർ കാണുമോ? നമ്മൾ എത്ര ആരാധിച്ചു; പരസ്പരം എത്ര ആരാധ്യരാണ് നമ്മൾ എന്ന് അവർ വൈകിയാണെ ങ്കിലും മനസ്സിലാക്കുമോ? അവർ തുറന്ന് പറയാതിരുന്നതിനാലോ തുറന്ന് പറഞ്ഞതിനാലോ പരസ്പരം മനസ്സിലാക്കാതിരുന്നത്? പല സൂചനകളും തിരിച്ചറിയാതിരുന്നത് അവർ സ്വയമറിയാതിരുന്നത്ര പരസ്പരം സ്നേഹി ച്ചതുകൊണ്ട് കൂടിയായിരുന്നോ? ബോധതലങ്ങൾക്ക് മാത്രമായിരുന്നോ അവരുടെ സ്നേഹം മനസ്സിലാവാതിരുന്നത്? (ശത്രുവായിരുന്ന ഭാര്യ പരേതന്റെ പായിലിരുന്ന് മുളപൊട്ടുന്നത് പോലെ കരയുന്നത് കാണു ന്നില്ലേ?) ഇഷ്ടങ്ങളിലെ ഛായകൾ, ഭാഷയിലെ ഛായകൾ അവർക്ക് വിചിത്രമായ ഒരഗമ്യസുഖം നൽകിയിരിക്കുമോ? അവൾ തന്നെ മറ്റൊരു വളിൽ അയാൾ തന്നെ മറ്റൊരുവനിൽ വന്നപ്പോഴുണ്ടായ ആനന്ദമായി രുന്നോ ആ ബന്ധത്തിലെ ആനന്ദം? യുവാവിന് അമ്മയുടെ ഛായയു ള്ളൊരു യുവതിയോട് തോന്നുന്ന അതിമമത പോലൊന്ന് അവർ പര സ്പരം അറിഞ്ഞുവോ?

കാമുകി ഭാര്യയായും കാമുകൻ ഭർത്താവായും മാറിയപ്പോൾ ഉണ്ടായ ദുരന്തമല്ലേ ഈ സംഭവത്തിലെ ദുരന്തം? അദൃശ്യമായ കയറിൽ ബന്ധിക്ക പ്പെട്ട രണ്ട് മൃഗങ്ങൾ തമ്മിലുള്ള അസ്വസ്ഥത, പരസ്പരം അഭിലഷിക്ക ത്തക്ക ഗുണങ്ങളൊക്കെ ഉള്ളവരായിട്ടും, (കണ്ണുകെട്ടി വിട്ടോളൂ അവർ അവരെത്തന്നെ ആവും കണ്ടെത്തുക) ദമ്പതികളെ വിരൂപരാക്കുന്നില്ലേ? ചെയ്യുന്നത് ചെയ്യേണ്ടതാവുന്ന പരിസരത്തെ ആരെങ്കിലുമിഷ്ടപ്പെടുമോ? എല്ലാം തികഞ്ഞവനാണെന്റെ ഭർത്താവ്, അയാൾ ജാരനായിരുന്നെങ്കിൽ എന്ന അമരുകശതകത്തിലെ തമാശയിൽ വേദനയേയുള്ളൂവെന്ന് ഞാനി പ്പോഴറിയുന്നു.

■

പുതിയ കാതുകൾ മുളയ്ക്കുന്നു

ഞാനന്ന് കൽപ്പറ്റ എസ്.കെ.എം.ജെയിൽ എട്ടിൽ. ആ വർഷം സ്കൂൾ സാഹിത്യസമാജം ഉദ്ഘാടനം ചെയ്തത് ബത്തേരി സെന്റ് മേരീസ് കോളെജ് പ്രിൻസിപ്പലും സാഹിത്യകാരനുമായ പ്രൊഫസർ കെ സി പീറ്റർ. വിദേശത്തേതോ രാജ്യത്തിൽ ബസ്സിൽ യാത്ര ചെയ്യുമ്പോൾ അടുത്തു നിൽക്കുകയായിരുന്ന തടിച്ചി മദാമ്മ പീറ്ററുടെ കീശയിൽ നിന്നാണ് ഒരു സന്ദേഹവും കൂടാതെ കണ്ടക്ടർക്ക് പണമെടുത്തുകൊടുത്തത്. 'അയ്യോ, അതെന്റെ കീശയാണ്,' പീറ്റർ നിലവിളിച്ചു. 'ആണോ, എന്നോട് ക്ഷമിക്കുക, എന്റെ കീശയിൽ നിന്ന് ആവശ്യമായ പണമെടുത്ത് സ്വന്തം കീശയിലിടുക. ഈ മുടിഞ്ഞ തടി കാരണം എന്റെ കൈ പലപ്പോഴും എന്റെ കീശയിലല്ല എത്തുന്നത്. എവിടത്തോളമാണ് ഞാനുള്ളതെന്ന് ഒരു പിടിയുമില്ല.' കുട്ടികൾ ചിരിച്ചു മറിഞ്ഞു. ഓരോ മൂന്നാമത്തെ വാക്യത്തിലും അദ്ദേഹം ഫലിതം പറഞ്ഞു. ചിരിച്ച് ചിരിച്ച് എന്റെ പള്ള പൊട്ടിപ്പോകുമെന്ന് തോന്നി. ആ ചിരിയിൽ നിന്നാണ് എന്നിലെ പ്രഭാഷകൻ പിറന്നത്. ആഹ്ലാദത്തിന്റെ (സ്നേഹത്തിന്റെയും) ഒരു ലക്ഷണം ചിരിയാണല്ലോ, എനിക്ക് ആളുകളെ ആഹ്ലാദിപ്പിക്കണം. ചിരിയിൽ ചെന്നുചേരുന്ന ആ ചെറിയ വഴിത്താരയില്ലേ, ഭൂമിയിലെ ഏറ്റവും പ്രകാശമുള്ള വഴിത്താര, എനിക്കതിന്റെ കൈവശാവകാശം കിട്ടണം. കാഴ്ചയിൽ സ്വതേ ഭംഗിയില്ലാത്ത എനിക്ക് ആസ്വാദ്യമായ ഒരു രൂപമായി പരിണമിക്കണം. മുഖത്തുനിന്ന് കണ്ണെടുക്കാൻ തോന്നാത്ത ഒരു രൂപം. മറവിലല്ല, പത്തായത്തിനുള്ളിലല്ല വേദിയിൽ ഉയരത്തിൽ, എന്നെ കത്തിച്ചു വയ്ക്കണം. അടുത്ത വാക്യം കേൾക്കണമെങ്കിൽ ഞാൻ നില നിന്നല്ലേ പറ്റൂ, ആ മധുരവും അനിവാര്യവുമായ നിലനിൽപ്പായി എനിക്ക് മാറണം.

മറ്റൊരിക്കൽ സ്കൂളിൽ വന്ന മഹാമാന്ത്രികനായ വാഴക്കുന്നം തന്റെ നാവിനടിയിൽ നിന്നും പുറത്തെടുത്ത നീലനിറത്തിലുള്ള കടലാസ് തുമ്പ് വലിച്ച് നീട്ടി നാടയാക്കി. എന്റെ സഹപാഠികളിൽ ഒരാളെ അടുത്തേക്ക് വിളിച്ച് ആവശ്യാനുസാരം അത് വലിച്ചു നീട്ടി വേദി അലങ്കരിക്കാൻ

ആവശ്യപ്പെട്ടു. പല ചുറ്റ് നടന്ന് അവനാ നീണ്ടു വന്ന നാടകൊണ്ട് വേദി യാസകലം അലങ്കരിച്ചു. തോരണത്തിന് നടുവിൽ നിന്ന് വാഴക്കുന്നം ഞങ്ങളോട് അടുത്ത ജാലവിദ്യയുടെ പ്രാരംഭമായ പ്രസംഗം തുടങ്ങി. എന്നാൽ പ്രസംഗത്തിൽത്തന്നെ ജാലവിദ്യ കാട്ടാമെന്ന് അഴീക്കോട് എനിക്ക് കാണിച്ചു തന്നു. സുകുമാർ അഴീക്കോട് നാവിൽ നിന്ന് ഒരു വാക്യത്തിന്റെ തുമ്പെടുത്ത് ക്രമേണ നീട്ടിനീട്ടി കോഴിക്കോട് ടൗൺഹാൾ അദൃശ്യമായലങ്കരിച്ചത് കണ്ട് ഞാൻ കൂടുതൽ വിസ്മയിച്ചു. ഭാഷയിലെ വിസ്മയമാണ് എന്നെ സംബന്ധിച്ച് കൂടുതൽ വലിയ വിസ്മയം (ഫലിതവും കവിതയും ഭാഷയിലെ വിസ്മയങ്ങൾ). അഴീക്കോട് കോഴിക്കോടോളം വളർന്നതായി എനിക്ക് തോന്നി. അഴീക്കോട് എന്ന പാവം ചെറുപട്ടത്തെ അദ്ദേഹം കൂടെക്കൂട്ടിയതും അതിനായിരിക്കാം. പ്രസംഗിച്ച് പ്രസംഗിച്ച് നിനക്ക് ഞാൻ കോഴിക്കോട് പോലൊരു പട്ടണ ത്തിനുള്ള പ്രശസ്തി ഉണ്ടാക്കിത്തരാം.

പ്രീഡിഗ്രിക്കാലത്ത് കോഴിക്കോട് ആർട്സ് കോളെജിലെ എന്റെ പ്രിയ അധ്യാപകൻ എൻ സുഗതൻ കൂട്ടിക്കൊണ്ടുവന്ന പ്രൊഫസർ എം കെ സാനു എന്റെ പ്രഭാഷണമോഹത്തെ വീണ്ടും വളർത്തി. അയനസ്കോ യുടെ നാടകങ്ങളെക്കുറിച്ചായിരുന്നു തികച്ചും നാടകീയമായാരംഭിച്ച ആ പ്രസംഗം. സാഹിത്യകൃതികളുടെ സാനുക്കളിൽ അദ്ദേഹം ലാഘവ ത്തോടെ സഞ്ചരിച്ചു. ഉള്ളതിലും വളരെക്കുറച്ച് ഭാരമേ ഉള്ളൂ അദ്ദേഹ ത്തിനെന്ന് എനിക്ക് തോന്നി. ഓരോ വാക്യവും നല്ല വെളുത്ത മുയൽക്കു ഞ്ഞുങ്ങളെപ്പോലെ തുള്ളിച്ചാടി മറഞ്ഞു കൊണ്ടിരുന്നു (ഉന്നം കായ്ക്കുന്ന തരം മരങ്ങളിൽ നിന്നാവാം മുയലുകളും പൊട്ടിവിടരുന്നത്). അവയെ വീട്ടിൽക്കൊണ്ടു പോവണമെന്നും വളർത്തണമെന്നും വൈകു ന്നേരം കളിക്കാനിറങ്ങുമ്പോൾ കൂട്ടണമെന്നും തോന്നി. തിന്നാനെന്തു കൊടുത്താലാവും അവയ്ക്കിഷ്ടമാവുക, ഞാൻ വിസ്മയിച്ചു.

ക്രമബദ്ധമായ ഈ പ്രസംഗങ്ങളിൽ ആകൃഷ്ടനായ എന്നെ ഞെട്ടി ച്ചത് ജി എൻ പിള്ളയായിരുന്നു. ട്രാക്കുകളിലാണ് ഈ പ്രഭാഷകരുടെ വണ്ടിയോടിയിരുന്നതെങ്കിൽ പിള്ളയുടെ പ്രസംഗം ട്രാക്കുകളെ പാടെ വർജിച്ചു. മീഞ്ചന്തയിലെ ഒരു പീടിക മുറിയിലെ തികച്ചും ലളിതമായ ചുറ്റുപാടിൽ ഞാൻ കണ്ടത് ജ്ഞാനത്തിന്റെ അദ്ഭുതമായ വിസ്താര മായിരുന്നു. സിഡി മാറ്റുന്നത് പോലെ ബീഡികൾ അദ്ദേഹം തീരുന്ന മുറയ്ക്ക് മാറ്റിക്കൊണ്ടിരുന്നു. രണ്ടരക്കെട്ട്, മൂന്ന് കെട്ട് സാധുബീഡിയുടെ ദൈർഘ്യത്തോളമായിരുന്നു അദ്ദേഹത്തിന്റെ പ്രസംഗങ്ങളുടെ ദൈർഘ്യം (എൻ സുഗതനായിരുന്നു എന്നെ ഈ അദ്ഭുതത്തിന്റെ സമീപത്തേക്കും നയിച്ചത്). പാശ്ചാത്യ- പൗരസ്ത്യ ചിന്തകളിലേക്ക് അദ്ദേഹം മാറിമാറി സഞ്ചരിച്ചു കൊണ്ടിരുന്നു. 'മിന്നൽ കോർക്കുന്ന നിലയ്ക്കാത്ത ഭാഷണം' എന്ന് ആറ്റൂർ എം ഗോവിന്ദനെക്കുറിച്ച് പറഞ്ഞത് ഞാൻ പിള്ളയിൽ നിന്നാണറിഞ്ഞത്. ലളിതമായിരുന്നില്ല പിള്ള. ലളിതമാക്കാൻ അദ്ദേഹം ശ്രമിച്ചുമില്ല. താടിക്ക് കൈകൊടുത്ത് കൊച്ചിയിലായിരുന്നെങ്കിൽ

സുദർശൻ ഷെട്ടിയുടെ ഒരു ഇൻസ്റ്റലേഷനായി മാറുന്നവിധം ഞാനിരുന്നു. കാല് തരിച്ചിരുന്നതിനാൽ വശത്ത് വളരെനേരം നിന്നശേഷമാണ് റോഡ് മുറിച്ചു കടന്നത്. ഓർമയിലും എനിക്ക് മുറിച്ച് കടക്കാനാവുന്നില്ല ആ വിസ്മയത്തെ.

കേട്ടുകേൾവിയായാണ് ദമയന്തി നളനിൽ എന്നപോലെ എം.എൻ. വിജയൻ എന്നിലെത്തിയത്. അദ്ദേഹത്തെക്കുറിച്ച് പറഞ്ഞു തന്നവരാരുടെയും അമ്പരപ്പ് മാറിയിരുന്നില്ല. വയനാട്ടിൽ നിന്നും ഓടിക്കിതച്ചാണ്, മാരാർ പ്രഭാഷണം നടത്തുന്ന വിജയന്റെ സദസ്സിലെത്തിയത്. സ്വാഗത പ്രസംഗം തീരുന്നതേയുള്ളൂ. അത്ര വലിയ ഒരു 'ഹാവൂ' പിന്നീട് ഞാനിട്ടിട്ടില്ല. 'ഞാൻ മാരാരെ ഓർക്കുന്നു' എന്നു തുടങ്ങുകയും പിന്നീട് മാരാരെക്കുറിച്ചൊരക്ഷരം പറയാതെ സുദീർഘമായി മാരാർ പ്രഭാഷണം നടത്തുകയും ചെയ്ത എം എൻ വിജയൻ എന്റെ പ്രഭാഷണ മോഹത്തെ ഉയർത്തുകയല്ല വെല്ലുവിളിക്കുകയാണ് ചെയ്തത്. ഓരോ വാക്യത്തിന്റെയും പിന്നാലെ പാഞ്ഞ്, അപ്പോഴേക്കും തുടങ്ങിയ അടുത്ത വാക്യത്തിന്റെ പിന്നാലെ പാഞ്ഞു. ഞാനൊരു പാഞ്ഞാൾ യജ്ഞം പോലെയായി. പ്രഭാഷണ ജീവിതം എളുതല്ല എന്ന് വീണ്ടും ബോധ്യമായി. മദിരാശിയിലൊരു പ്രസംഗത്തിൽ മുന്നെ പ്രസംഗിച്ച വിജയനെ തിരുത്തി 'കൃഷ്ണൻ പറയും വിജയൻ കേട്ടാൽ മതി' എന്നു പറഞ്ഞ കുട്ടികൃഷ്ണമാരാരെ വിചിത്രമായ വഴികളിൽ തേർതെളിച്ച് വിജയൻ പരിഭ്രമിപ്പിച്ചു. വിജയന്റെ വഴിയെക്കൂടിയ പരിഭ്രമിച്ച് തീരാത്തവർ ഇപ്പോഴും കേരളത്തിൽ അനവധി.

രണ്ട്

ഇന്നത്തെ പ്രസംഗം നന്നായോ എന്ന് ഭാര്യ ചോദിച്ചപ്പോൾ നീയേതു പ്രസംഗമാണുദ്ദേശിച്ചത് എന്ന് ചോദിക്കുന്നു മാർക് ട്വൈൻ. ചെയ്യണമെന്ന് ഞാൻ കരുതി തയ്യാറാക്കിയ പ്രസംഗമോ, ഞാൻ വേദിയിൽചെയ്ത പ്രസംഗമോ, ഇങ്ങനെയെല്ലാം എനിക്ക് പ്രസംഗിക്കാമായിരുന്നു എന്ന് അപ്പോൾ മുതൽ മനസ്സിൽ സങ്കടത്തോടെ ചെയ്തുകൊണ്ടിരിക്കുന്ന പ്രസംഗമോ- നീയേതാണ് ഉദ്ദേശിക്കുന്നത്? മാർക് ട്വൈൻ ചെയ്ത പ്രസംഗങ്ങളിൽ മൂന്നാമത്തേത് തന്നെയാവാം മികച്ചത്. അതുകൊണ്ടാണ് ശ്രോതാക്കൾ മറന്നിട്ടും വായനക്കാർ അദ്ദേഹത്തെ മറക്കാഞ്ഞത്. യഥാസമയം വേണ്ടവിധം വിനിയോഗിക്കാത്ത ജീവിതത്തിന്റെ സാധ്യമായ പുനർജന്മമല്ലേ എഴുത്ത്? 'മറ്റൊരുവിധമായിരുന്നെങ്കിൽ' എന്ന നിരന്തരമായ വേദന എഴുത്തിന് അനിവാര്യമാണ്. പശ്ചാത്താപം പ്രഭാഷകന് ചേരുന്നതല്ല. പ്രഭാഷകൻ 'പെർഫോമറാ'ണ്. ഇങ്ങനെയാവാം എന്നതോ ഇങ്ങനെയാവാമായിരുന്നു എന്നതോ പ്രസംഗങ്ങളല്ല, പ്രസംഗത്തിന്റെ 'ബ്ലൂ പ്രിന്റുകൾ' മാത്രം. പ്രസംഗം ജനത്തിന്റെ മുന്നിൽ അവരാലുത്തേജിപ്പിക്കപ്പെട്ടും അവരെ ഉത്തേജിപ്പിച്ചും എന്ന് അനുഗീതയിലെ കൃഷ്ണൻ അമ്പരക്കും പോലെ പിന്നീട് താൻ അമ്പരപ്പാടെ ഓർക്കുന്നതാണ്

പ്രസംഗിക്കുക. അത്രയും കാണികളുടെ സഹകരണത്തോടെ സാക്ഷാ ത്ക്കരിച്ച താൻ തന്നെ അതിശയിച്ച ഒരു രംഗാവിഷ്കാരമാണ് അത്. ആളുകൾ കുറഞ്ഞാൽ മോശമാവുന്ന, കേൾവിക്കാർ കൂട്ടത്തോടെ എണീ റ്റാൽ പരുങ്ങുന്ന എടുത്തുയർത്തുവാൻ ശ്രോതാക്കളുടെ കൂടി തുണ യനിവാര്യമായ 'ഒരാർട്ട് ഓഫ് ബിക്കമിങ്' ആണ് പ്രസംഗം. ജനത്തിന് മുന്നിൽ വിശ്വരൂപമെടുക്കാൻ മുണ്ടശ്ശേരിക്കോ (ഞാൻ കേട്ടിട്ടില്ല) അഴീ ക്കോടിനോ വിജയനോ കഴിഞ്ഞു. തനിക്ക് പൊക്കാവുന്നതിന്റെ രണ്ടിരട്ടി കനമുള്ള 'പൂമുടി' ആട്ടവേളയിൽ തനിക്ക് പൊക്കാൻ കഴിയാറുണ്ടെന്ന് കലാമണ്ഡലം കൃഷ്ണൻനായർ. അഴീക്കോടും വിജയനുമെല്ലാം തങ്ങളുടെ നല്ല ദിനങ്ങളിൽ തങ്ങളേക്കാൾ വലുതായിരുന്നു. അതിന്റെ ആനന്ദം ആ മഹാനടന്മാരിൽ പ്രതിപദം വിളങ്ങുകയും ചെയ്തു. ഏറ്റവും സുന്ദരനായ അഴീക്കോട് എഴുതിക്കൊണ്ടിരിക്കുന്ന, ചാരു കസേരയിൽ പത്രം വായിച്ചിരിക്കുന്ന, ക്ലാസ്സെടുക്കുന്ന അഴീക്കോടായിരുന്നില്ല. നിറഞ്ഞ സദസ്സിലെ വേദിയിൽ പ്രസംഗിച്ചു കൊണ്ടിരിക്കുന്ന അഴീക്കോടായിരുന്നു. അവിടെയദ്ദേഹം ചെറുവിരലും ഒപ്പം അടുത്ത വിരലും ചേർത്ത് മുന്നോട്ട് നീട്ടി, ചെറിയൊരു ദേഹവിറയലോടെ, രക്തം ഇരച്ചു കയറുന്നതനുഭവിച്ച് തുടങ്ങുകയാണ്. 'ആശാന്റെ പൂമൊട്ട് തത്വചിന്തയഭ്യസിച്ച ആകാശ മാണിത്...' പയ്യാമ്പലത്തിലെ സ്മൃതികുടീരത്തിലെ അഴീക്കോട് സ്മാരകം ഒരു പ്രസംഗമണ്ഡപമാണ്. പ്രസംഗിച്ചു കൊണ്ട് നിൽക്കുന്ന മെലിഞ്ഞ ഒരാളുടെ ഛായ ഉച്ചഭാഷിണിക്ക് നൽകിയത് അഴീക്കോടാണ്. എം.എൻ.വിജയന്റെ ചരമശയ്യയും പ്രസംഗമായിരുന്നു.

ലാലും മമ്മൂട്ടിയും പോലെ ജഗതിയും മാളയും പോലെ ഇടശ്ശേരിയും വൈലോപ്പിള്ളിയും പോലെ എന്റെ കാലത്തെ ഒരു യുഗ്മം വിജയനും അഴീക്കോടുമായിരുന്നു. അതിൽ ആദ്യവാക്യത്തിലെ അവിചാരിതത്വ ത്തിൽ വിജയനും നിർവഹണവാക്യത്തിലെ ചാരിതാർഥ്യത്തിൽ അഴീ ക്കോടും എന്നെ പ്രചോദിപ്പിച്ചു (വിജയന് എവിടെ വച്ചും നിർത്താമായി രുന്നു. ഒരർഥത്തിൽ എല്ലാം നിർവഹണവാക്യങ്ങൾ. അല്ലെങ്കിൽ ആരംഭ വാക്യങ്ങൾ). ശ്രോതാക്കളിൽ എല്ലാവരോടുമല്ല, അവരിൽച്ചിലരോട്, സംവേദനശേഷി കൂടുതലുള്ള ചിലരോട് കൂടുതൽ സംസാരിച്ചു വിജയൻ. വിജയനിരിക്കെ വിജയനെ ചെറുതായി ചൊടിപ്പിച്ചുകൊണ്ട് ഞാനെഴുതി യിട്ടുണ്ട്. 'ഉച്ചഭാഷിണിയിൽ മഷി നിറച്ചെഴുതുകയാണ് വിജയൻ' എന്ന്. വിജയനാണ് പ്രസംഗത്തെ എഴുത്തിനോടേറ്റവും അടുപ്പിച്ചത്. എത്ര വോള്യം പുസ്തകങ്ങളിലേക്കാണ് വിജയൻ പ്രസംഗിച്ചത്. അദ്ദേഹം തുപ്പിയതൊക്കെ സ്വർണമായിരുന്നു. വാക്യങ്ങളിലാണ് വിജയൻ സംസാരിക്കുക. പരസ്പരം വലിയ അകലമുള്ള വാക്യങ്ങളിൽ, പരസ്പരം പരിചയപ്പെട്ടിട്ടു പോലുമില്ലാത്ത വാക്യങ്ങളിൽ. അയ്യപ്പ പ്പണിക്കരെക്കാൾ പതിന്മടങ്ങ് കവിയാണ് വിജയൻ എന്ന് വിജയന്റെ പ്രസംഗങ്ങളെ മുൻനിർത്തി ഞാനെഴുതി (പ്രസംഗിക്കുന്ന അയ്യപ്പപ്പണിക്ക രുടെ പതിന്മടങ്ങാണ്, കവിയായ അയ്യപ്പപ്പണിക്കരുടെ പതിന്മടങ്ങല്ല എന്ന്

വ്യക്തമായെഴുതാത്തതിൽ ഇന്ന് ഞാൻ ഖേദിക്കുന്നു). പ്രഭാഷകനായ വിജയൻ പിന്നെപ്പിന്നെ വിജയന്റെ സാധാരണ സംഭാഷണങ്ങളെ വരെ സ്വാധീനിച്ചു. വിജയൻ സംസാരിക്കുമ്പോൾ നിങ്ങളൊരാളേ മുന്നിലുള്ളൂ എങ്കിൽ നിങ്ങൾക്ക് കുറ്റബോധം തോന്നും. എത്രയോ ആളുകൾ കേൾക്കേണ്ട തരം വാക്യങ്ങളിലാണ് അദ്ദേഹം സംസാരിക്കുന്നത്. ആരെയും റെക്കാർഡർ കൊണ്ടുവരാത്തതിൽ കുറ്റപ്പെടുത്തുന്ന സൗന്ദര്യം. അഴീക്കോടിന്റെ പ്രസംഗം സ്വാഗത ഭാഷകനെ കളിയാക്കിയോ, സംഘാടകനോട് കയർത്തോ, അന്നത്തെ ഏതെങ്കിലും പത്രവാർത്തയിൽക്കയറിപ്പിടിച്ചോ തുടങ്ങി മെല്ലെ രൂപപ്പെടുകയാണ് പതിവ്. കൊണ്ടുവന്ന ഇത്തിരിപ്പാഥേയത്തിന്റെ വലിയ ഒരിംപ്രൊവൈസേഷൻ. വിജയന്റെ പ്രസംഗത്തിൽ സുഹൃത്തുക്കളെ എന്ന ലഘുവും അതിവേഗത്തിലുമുള്ള സംബോധനയോ നന്ദി എന്ന പൊടുന്നനവെയുള്ള വിരമിക്കലോ ഒഴിച്ചാൽ സദസ്സുമായുള്ള സല്ലപിക്കൽ വളരെക്കുറവ്. അദ്ദേഹം പ്രസംഗം ഡൗൺലോഡ് ചെയ്യുകയാണ്. ബാല്യം മുതൽ നേരം കിട്ടുമ്പോഴൊക്കെ താൻ നിർമിച്ചുവച്ച വാക്യപ്പണിത്തരങ്ങൾ വലിയ ഒരുന്മേഷത്തോടെ ഇറക്കിവയ്ക്കുകയാണ്. അദ്ഭുതകരമായ മിഴിവുള്ള വാക്യങ്ങൾ. 'സൗന്ദര്യശാസ്ത്രം അൽപ്പം മാത്രം പാല് തരികയും ധാരാളം പുല്ല് തിന്നുകയും ചെയ്യുന്ന ഒരു പശുവാണ്.' അത്രമേൽ പുല്ല് തിന്നാൽ മാത്രം (അത്രമേൽ ഇൻപുട്ടാവശ്യമുള്ള) അൽപ്പം മാത്രം ചുരത്താനാവുന്ന സൗന്ദര്യത്തെ ഇങ്ങനെ വിചിത്രോക്തിയിൽപ്പറയുകയാണ് വിജയനിഷ്ടം. അഴീക്കോട് പ്രസംഗത്തിൽച്ചിരിക്കുന്നത് തന്റെ ഫലിതത്തിനൊപ്പമണെങ്കിൽ വിജയൻ ചിരിക്കുന്നത് തന്റെ ഐറണിയോടൊപ്പമാണ്. (കാണികൾ ഇപ്പോൾ ചിരിക്കുന്നത് തന്റെ മുൻപറഞ്ഞ വാക്യത്തിന്റെ പൊരുളിലെത്തിയതിന്റെ ചിരിയാണ് എന്ന ചിരിയും). മറുപുറങ്ങളുടെ നിരന്തര ഘോഷയാത്ര! കവിയുടെ സങ്കേതങ്ങൾ സമർഥമായുപയോഗിച്ചു വിജയൻ പ്രസംഗത്തിൽ.

പ്രസംഗം ഒരു 'സുകുമാരകല' യാണെന്നാണ് വി.കെ.എൻ എഴുതിയത്. കഴിഞ്ഞ അഞ്ചാറു പതിറ്റാണ്ടുകളിലെ സാമാന്യ മലയാളിയും അങ്ങനെയാണ് കരുതിയത്. എം.എൻ. വിജയൻ രണ്ടു പതിറ്റാണ്ട് കാലമേ വേദിയിൽ തുടർച്ചയായി തിളങ്ങിയിട്ടുള്ളൂ. പൊതുമലയാളിയുടെ പ്രഭാഷകൻ, 'സുമാർ' അഴീക്കോട് തന്നെ. പ്രസംഗിച്ചു കൊണ്ടിരിക്കുമ്പോൾ ഉചിതമായിത്തീരുന്നവയാണ് അഴീക്കോടിന്റെ സിദ്ധികളത്രയും. അഴീക്കോടിനെ അനുകരിക്കുന്നതിൽ വിദഗ്ധനായ വി കലാധരൻ പറയുന്നത് രണ്ടു വിരലുകൾ ചേർത്ത് മുന്നോട്ട് നീട്ടി, അഴീക്കോടിനെ ഒന്ന് ധ്യാനിച്ച് അപ്പോൾ വന്നു ചേരുന്ന ദേഹവിറയലോടെ തുടങ്ങിയാൽ 'പറക്കാൻ കുതിപ്പിക്കുമെന്തോ ഒന്ന്' തന്നിൽ വന്നുചേരുമെന്നാണ് വാക്കുകൾ, വാക്യങ്ങൾ, നീണ്ടുനീണ്ട വാക്യങ്ങൾ താനറിയാതെ തന്നിൽ നിന്ന് പുറപ്പെട്ടു തുടങ്ങുമെന്നാണ്. ചിറകടിയോടെ പറന്നുയർന്ന് ചിറകടിക്കാതെ പറക്കുന്ന പരുന്തിൽ അഴീക്കോടുപാസിച്ച ദേവതയുടെ

അനുഗ്രഹമുണ്ടാവാം. സച്ചിന്റെ കൈയിലെ നാലേകാലിഞ്ച് വീതിയുള്ള ബാറ്റ്, ഫോമിലാവുമ്പോൾ ദേശീയപാതയുടെ വീതി (45 മീറ്റർ) കൈവരിക്കുമ്പോലെ നല്ല ദിവസങ്ങളിലെ അഴീക്കോട് അഴീക്കോടോളമൊന്നുമല്ല!

എഴുത്തിൽ അഴീക്കോട് നിലനിൽക്കണമെന്നില്ല; പ്രസംഗം വേദിയെ വിട്ട് നിലനിൽക്കുന്നതുമല്ല. പക്ഷേ, വിജയൻ അങ്ങനെയാകണമെന്നില്ല.

മൂന്ന്

'എ മാൻ ടു മെൻ' (a man to men) എന്ന വേഡ്സ്വർത്തിയൻ കവിതാ നിർവചനം നല്ല കവിതാ നിർവചനമല്ലെങ്കിലും നല്ല പ്രസംഗ നിർവചനമാണ്. ഒരാൾ പലരോട് ചെയ്യുന്ന ഭാഷയുടെ അധികശക്തി പ്രസംഗഭാഷയ്ക്കുണ്ട്. 'പുരുഷൻ പുരുഷാരത്തോട്' എന്ന വാക്യത്തിലെ ധ്വനികളത്രയും അക്ഷരാർഥത്തിൽ പ്രസംഗകലയ്ക്കിണങ്ങും. ഒരാൾ അയാളുടെ കൺമുന്നിൽ വച്ച് പലരായി പെരുകുന്നതിലെ ലഹരിയാണ് പ്രസംഗം പ്രഭാഷകനിൽപ്പകരുന്ന ഒരു ലഹരി. ഗണത്തിന്റെ നേതൃശക്തിയും പുരുഷന്റെ നേതൃശക്തിയും ആവിഷ്കൃതമാവുന്നു പ്രസംഗത്തിൽ. പ്രഭാഷകനിൽ അന്തർലീനമായ ഈ സാധ്യതകളാണ് ഹിറ്റ്ലറെയും മുസ്സോളിനിയെയും പോലുള്ള ഏകാധിപതികളെ പ്രസംഗകരാക്കിയത്. അധികാരത്തിന്റെ ആഘോഷമുണ്ട് സദസ്സിനെക്കാളുയർന്ന, താനൊഴികെ മറ്റെല്ലാവരും നിശ്ശബ്ദരായ പ്രസംഗവേദിയിൽ. ആണധികാരത്തിന്റെ പ്രതിഷ്ഠാപനം (installation) പോലെയാണ് വേദിയിലെ പ്രഭാഷകൻ. ജവഹർലാൽ നെഹ്റുവിന് പ്രസംഗമാണ് തിരിച്ചടിയായത് എന്നാണ് ഒ.വി.വിജയൻ 'അമ്മയും മക്കളും' എന്ന കഥയിൽ പറയുന്നത്.

'ഞാനാരാ' ജയഹരി പതിവിൻപടി നാടകീയതയോടെ പറഞ്ഞു. 'വെറുമൊരു പ്രാസംഗികൻ, നേതാവ്,. ചെമ്മീൻകറിയുടെ രാജ്ഞിയായ ഇവളുടെ മുന്നിൽ ഞാൻ ഒന്നുമല്ല.'

എന്നിട്ട് ഇട്ടിക്കാവമ്മയുടെയും കല്യാണിയമ്മയുടെയും നേർക്ക് നോക്കിപ്പറഞ്ഞു. 'കൈയടിക്കൂ.' ശാരദ മാത്രം കൈയടിച്ചു.

ഇട്ടിക്കാവമ്മയുടെ കണ്ണ് നിറഞ്ഞു.

'ഭഗോതീ' അവർ തപിച്ചു.

'ന്റെ ചിന്നൂനെ കാത്തോളണേ. പ്രസങ്ങിച്ച് പ്രസങ്ങിച്ച് പ്രാന്തായെടക്ക്ണൂ.'

ഇതൊരു പുരുഷമാധ്യമമാണ്, മലയാളത്തിലിന്നുവരെ. ഏകപക്ഷീയമായ സംസാരവും നിരന്തരമായ ഉദ്ബോധനവും പുരുഷന്റെ പ്രവൃത്തിയും യഥാർഥ പ്രവൃത്തികൾ സ്ത്രീയുടേതുമായതിനാലാവാം. ആത്മാനുരാഗിയായ പുരുഷന്റെ 'എക്കോ' 'ഒറ്റമൊഴിയും മുറിവാക്യവും മേലിൽ പറ്റില്ലെനിക്ക് മുഷിഞ്ഞു മൈനേ' എന്നു പറഞ്ഞു തുടങ്ങിയിട്ട് ഏതാനും പതിറ്റാണ്ടുകളായിട്ടല്ലേ ഉള്ളൂ എന്നതിനാലുമാവാം.

പ്രസംഗത്തെക്കുറിച്ച് അക്ഷരാർഥത്തിൽപ്പറയാവുന്ന നിർവചനമാണ് മലയാളത്തിൽ 'man to men' എന്നത്. നിർവചനങ്ങൾ അക്ഷരാർഥത്തിൽ നിന്ന് മോചിക്കപ്പെടുമ്പോൾ എല്ലാ മോചനങ്ങളും പ്രോത്സാഹിപ്പിക്കപ്പെടുന്നുണ്ടാവാം. 'മേൻ' സ്ത്രീയെയും പ്രതിനിധീകരിക്കുന്നു എന്നത് ഇന്നൊരു നാട്യം മാത്രം. 'ആണുങ്ങൾക്ക് പറഞ്ഞ' പ്രസംഗങ്ങൾ സ്ത്രീയെ പരിഗണിച്ചുമില്ല. പ്രകടമായ നേതൃത്വസുഖം അനുഭവിക്കുന്ന ഈ മാധ്യമത്തിന്റെ വാക്ഭടൻമാർ പുരുഷാരത്തിനു വേണ്ടിയേ അടരാടിയിട്ടുള്ളൂ. പുരുഷനാൽ പ്രതിനിധീകരിക്കപ്പെടാത്തതൊന്നും 'പബ്ലിക്' ആകാത്തതിന് പബ്ലിക് ഹാളുകളും കാരണമായി. (കേരളത്തിലെ പബ്ലിക് ഹാളുകളിലെല്ലാം നിലച്ച ക്ലോക്കുകൾ കാണാം). അപൂർവമായി വേദിയിൽ വിജയിച്ച സ്ത്രീകൾ പുരുഷന്റെ വാരിയെല്ലുകൊണ്ടാണ് സ്ത്രീയെ സൃഷ്ടിച്ചത് എന്ന 'ബിബ്ലിക്കലുൾക്കാഴ്ച' ഉച്ചത്തിൽ ഉറപ്പിക്കുകയും ചെയ്തു. ആണധികാരം പെൺശബ്ദമുപയോഗിച്ച് സംസാരിക്കുന്നതിലെ അസുഖവും അപ്പോഴെല്ലാമുണ്ടായി.

കെ സരസ്വതിയമ്മ, ലളിതാംബിക അന്തർജനം, ബാലാമണിയമ്മ, രാജലക്ഷ്മി, സുഗതകുമാരി, മാധവിക്കുട്ടി, സാറാ ജോസഫ്. എല്ലാവരും എഴുത്ത് ലോകത്തിൽ പുരുഷൻ സാക്ഷാത്കരിച്ചതോളമോ അതിലധികമോ സാക്ഷാത്ക്കരിച്ചു. മലയാളിയുടെ മനസ്സിനെ രൂപപ്പെടുത്തുന്നതിൽ അവരും പങ്കുവഹിച്ചു. കവിതയോ കഥയോ ഉപന്യാസമോ പോലെ ഭാഷയുടെ തന്നെ സാധ്യതയാണ് പ്രഭാഷണവുമെങ്കിലും അതിൽ മൗലികമായ വ്യതിയാനങ്ങൾ വരുത്താൻ സ്ത്രീശബ്ദത്തിനിക്കാലം വരെ കഴിഞ്ഞില്ല. ഉച്ചഭാഷിണിയിൽ മഷി നിറച്ചെഴുതാൻ അവൾക്കും കഴിയണം. ഡൈവിങ് ബോർഡിൽ നിന്നും നെടുങ്കുത്തനെ വീഴുന്നതിന് മാത്രമല്ല വീഴുന്നത് നാലഞ്ച് മലക്കം മറച്ചിലുകളിലൂടെ കലാപരമായാക്കാൻ കൂടി അവൾക്ക് സാധിക്കണം. കത്തിയും മുള്ളും ഉപയോഗിക്കാൻ മാത്രമല്ല, അത് മേൽപ്പോട്ടെറിഞ്ഞ് മൂക്കുകൊണ്ടു പിടിക്കുക തുടങ്ങി ചില കസർത്തുകൾക്കു കൂടി 'ലേഡീഷാറ്റ്' (പിതാമഹൻ) പ്രാവീണ്യം നേടിയെന്ന് വി.കെ.എൻ പറയുന്നുണ്ട്. മറ്റെല്ലാ ഇടങ്ങളും പോലെ ഈ ഇടവും മനോഹരമായുപയോഗിക്കാൻ സ്ത്രീക്കും കഴിയണം. അപ്പോഴേ 'ആൺ ആണുങ്ങളോട്' എന്ന പ്രസംഗനിർവചനത്തെ 'മനുഷ്യൻ മനുഷ്യനോട്' എന്നുയർത്താൻ കഴിയുകയുള്ളൂ. പ്രസംഗം അവളുടെയും മാധ്യമമാവണം.

നാല്

ബ്രണ്ണൻ കോളെജിൽ ജോലി ചെയ്യുമ്പോഴാണ് പയ്യന്നൂരിലെ എ കെ കൃഷ്ണൻമാസ്റ്ററുടെ പ്രസംഗം ഞാൻ കേൾക്കുന്നത്. മുമ്പ് കേട്ടിട്ടില്ല, സങ്കൽപ്പകാന്തിയിൽ അങ്ങനെയൊരു പ്രഭാഷകനില്ല. നർമമധുരവും വൈജ്ഞാനികവുമായ ആ പ്രഭാഷണം കേട്ടുകൊണ്ടിരിക്കുമ്പോൾ കേരളത്തിലെ അറിയപ്പെടുന്ന ചില പ്രഭാഷകരിൽ ഒതുങ്ങുന്നില്ല

പ്രഭാഷണം എന്നെനിക്ക് ബോധ്യമായി. കേരളത്തിലെ എല്ലാ ഭാഗങ്ങളിലും കൃഷ്ണൻമാഷുണ്ടാവാം. കേരളം ഞാനറിയുന്ന കേരളത്തെക്കാൾ വലുതായിരിക്കാം- എനിക്ക് തോന്നി. രാഷ്ട്രീയ പാർട്ടികളിലും മതപ്രചാരകരിലും സാമൂഹികപരിഷ്കർത്താക്കളിലും നാട്ടിൻപുറങ്ങളിലും പണിയിടങ്ങളിലും യൂണിയനുകളിലുമെല്ലാം പലരെ ആകർഷിക്കുന്ന ചിലരുണ്ട്, നിശ്ചയം. നാട്ടിൻപുറങ്ങളിലെ സ്ത്രീകൾക്കിടയിലും പുരുഷന്മാർക്കിടയിലും ഉള്ള ചില കഥപറച്ചിലുകാർ നമ്മുടെ 'ഔപചാരിക കഥപറച്ചിലുകാരെ'ക്കാൾ പ്രതിഭയുള്ളവരാണെന്ന് പലപ്പോഴായി എനിക്ക് ബോധ്യം വന്നിട്ടുണ്ട്. കേൾവികേട്ട പ്രഭാഷകരെക്കാൾ അതേ ധർമം നിർവഹിക്കുന്ന സംഭാഷണ വിദഗ്ധർ നാട്ടിലുടനീളം എന്നും ഉണ്ടായിട്ടുണ്ട്. അവർ നമ്മുടെ ധാരണകളെ മെച്ചപ്പെടുത്തിയിട്ടുമുണ്ട്. 'നിങ്ങളിന്നനുഭവിക്കുന്നതിലൊക്കെ കത്തിത്തീർന്ന ഞങ്ങളുണ്ട്' എന്ന് എന്റെ ബീഡി പറയുന്നുണ്ട്.

പ്രഭാഷണവേദികൾ വിജയനോളമോ അഴീക്കോടോളമോ ഓർക്കുന്നില്ലെങ്കിലും കുഞ്ഞുണ്ണിമാഷ് എന്റെ പ്രിയ പ്രഭാഷകനാണ്. നല്ല നാട്ടുവെളിച്ചമുള്ള പ്രസംഗങ്ങൾ. മലയാളികൾ വേണ്ടത്ര കേട്ടിട്ടില്ലെങ്കിലും കെ ജി ശങ്കരപ്പിള്ളയുടെ പ്രഭാഷണം കാവ്യസൗന്ദര്യത്തിൽ ഞാൻ കേട്ടതിലേറ്റവും മികച്ചത്. ഇ എം എസ്സിനെക്കുറിച്ച് കെ.ജി.എസ് കലിക്കറ്റ് യൂണിവേഴ്സിറ്റിയിൽ ചെയ്ത പ്രസംഗം മനസ്സിൽ ഞാൻ ചില്ലിട്ട് വെച്ചിട്ടുണ്ട്. വിക്കിവിക്കി ഇടമുണ്ടാക്കി പുറത്തേക്കുവരുന്ന ഇ എം എസ്സിന്റെ വാക്യങ്ങൾക്കുമുണ്ട് യുക്തിയുടെയും ബുദ്ധിയുടെയും തെളിച്ചത്തിന്റെയും വല്ലാത്തൊരു തിളക്കം. എം.പി.വീരേന്ദ്രകുമാറിന്റെ പ്രസംഗങ്ങൾ യു ആർ അനന്തമൂർത്തിയുടെ പ്രസംഗങ്ങൾ പോലെ ഞാനിഷ്ടപ്പെട്ടു. നർമത്തിന്റെയും ജ്ഞാനത്തിന്റെയും കൗതുകകരമായ ഉദ്ധരണികളുടെയും രസാവഹമായ കലർപ്പുണ്ടവയിൽ. ബി. രാജീവന്റെ പ്രൗഢമായ പ്രസംഗങ്ങളും കെ വേണുവിന്റെ ആർജവമുള്ള, തെളിച്ചമുള്ള പ്രസംഗങ്ങളും എനിക്കിഷ്ടം. സന്ന്യാസിമാരിൽ നിത്യചൈതന്യയതിയെക്കാൾ, ചിന്മയാനന്ദനെക്കാൾ ഞാനിഷ്ടപ്പെട്ടത് രംഗനാഥാനന്ദസ്വാമിയുടെ പ്രസംഗത്തെ. ഹമീദ് ചേന്ദമംഗലൂരിന്റെയും കെ.ഇ.എന്നിന്റെയും ആസാദിന്റെയും പ്രസംഗങ്ങളിൽ നിന്ന് തായാട്ടു ശങ്കരന്റെ പ്രസംഗത്തിന്റെ 'ഷാർപ്പ്നസ്' ഞാനൂഹിച്ചിട്ടുണ്ട്. ജിയുടെയും അരങ്ങിൽ ശ്രീധരന്റെയും പനമ്പിള്ളിയുടെയും എം പി മന്മഥന്റെയും സ്വാമി ബ്രഹ്മവ്രതന്റെയും പ്രസംഗങ്ങൾ കേൾക്കാൻ കഴിഞ്ഞില്ലെന്നത് കോപ്പിയവശേഷിച്ചിട്ടില്ലാത്ത ക്ലാസ്സിക് കൃതികളെച്ചൊല്ലിയുള്ള ദുഃഖത്തിന് തുല്യം ദുഃഖം.

പ്രഭാഷണം ഒരു കലയെന്ന നിലയിൽ മങ്ങിത്തുടങ്ങിയോ? ശ്രവ്യകാലം മാറി ദൃശ്യകാലം വന്നപ്പോൾ കാണാനധികമൊന്നുമില്ലാത്ത പ്രഭാഷണത്തിന് ക്ഷീണം പറ്റിയോ? ഏകാഗ്രത നഷ്ടപ്പെട്ട, ബഹ്വഗ്രത ശീലമായിത്തുടങ്ങിയ ശ്രോതാക്കൾ അസ്വസ്ഥരാവുന്നില്ലേ? പ്രഭാഷണത്തിന്റെ കലാസൗന്ദര്യത്തിന് ക്ഷീണം പറ്റിയിരിക്കാമെങ്കിലും കേൾവിക്കാർ

കുറഞ്ഞിട്ടുണ്ടാവുമെങ്കിലും പ്രബുദ്ധതയിൽ അതൊട്ടും മങ്ങിയിട്ടില്ല. സനൽ വിയും എം വി നാരായണനും ടി വി മധുവും കെ സി നാരായണനും സജയ് കെ വിയും പി പവിത്രനും സണ്ണി എം കപിക്കാടു മൊക്കെ അതുദാഹരിക്കുന്നു. ജനകീയാകർഷണത്തിലാകട്ടെ എം.എൻ. കാരശ്ശേരിയും ഫാദർ ബേബി ജോസ് കപ്പൂച്ചനും ആലങ്കോട് ലീലാ കൃഷ്ണനുമുണ്ട്. ഒരു കള്ളിയിലും പെടാതെ എം തോമസ് മാത്യുവും കെ പി ശങ്കരനും. ശ്രദ്ധയും സാവകാശവും ഭാവുകത്വവും തത്ത്വചിന്ത യോടാദരവുമുണ്ടെങ്കിൽ എത്ര ഗംഭീരമാണ് നിസാർ അഹമ്മദ്!

ബാബറി മസ്ജിദനന്തര ദിനങ്ങളിൽ അഴീക്കോട് ചെയ്ത 'എന്താണ് ഭാരതീയത' പരമ്പരയെ ഔചിത്യത്തിലും സൗന്ദര്യത്തിലും പ്രയോജന ത്തിലും സമീപിക്കുന്ന സുനിൽ പി ഇളയിടത്തിന്റെ 'ഭാരത പ്രഭാഷണ പരമ്പര'യുടെ ജനപങ്കാളിത്തം പ്രസംഗം തളർന്നിട്ടൊന്നുമില്ല എന്നുറപ്പിച്ചു പറയുന്നു. വീണ്ടും കാതുകൾ മുളച്ചു വരുന്നു. ഇത്തവണ കൂടുതൽ സൂക്ഷ്മമായത് കേൾക്കാൻ മോഹിച്ചുകൊണ്ട്.

അഞ്ച്

ഇനി എന്റെ പ്രസംഗത്തെപ്പറ്റി ഡോ.എം.ഗംഗാധരൻ എന്നോട് പറഞ്ഞി ട്ടുണ്ട്, അഴീക്കോടോ വിജയനോ എഴുതുമ്പോഴും പ്രസംഗിക്കുകയാണ്, നാരായണൻ പ്രസംഗിക്കുമ്പോഴും എഴുതുകയാണ്. നേരാവാം. അടുത്ത വാക്യമല്ല, അടുത്ത വരിയാണ് എന്റെ ജീവിതം. അടുത്ത വാക്യം ഉടനെ പറയേണ്ട പ്രസംഗത്തെക്കാൾ അടുത്ത വരി ഒരാണ്ടു കഴിഞ്ഞും എഴുതാ വുന്ന എഴുത്തത്രെ എനിക്കിഷ്ടം. തിളങ്ങുന്ന കണ്ണുകളും മുന്നോട്ടു കയറിയിരിക്കുന്ന ഉടലുകളും എന്നെയും പ്രലോഭിപ്പിക്കാറുണ്ടെങ്കിലും എല്ലാം നല്ലതെന്ന് പറയപ്പെട്ട എന്റെ പ്രസംഗങ്ങളും അതിലും നന്നായി ച്ചെയ്യാമായിരുന്നു എന്ന തീരാസങ്കടം ഉണ്ടാക്കിയവ. മാർക് ടൈനിന്റെ മൂന്നാമത്തെ പ്രസംഗം പോലെ. അങ്ങനെ തുടങ്ങിയിരുന്നെങ്കിൽ, ഇങ്ങനെ വികസിപ്പിച്ചിരുന്നെങ്കിൽ, ഇങ്ങനെ അവസാനിപ്പിച്ചിരുന്നെങ്കിൽ തീരാ സ്വൈരക്കേട്. ജീവിതത്തെ ഒരു മണിക്കൂർ നേരത്തേക്കാക്കി നേർപ്പിച്ചു തന്നിട്ടും ജനസമക്ഷം ഞാനെന്തേ പരാജയപ്പെട്ടു? 'മറ്റൊരു വിധമായിരുന്നെങ്കിൽ' എന്നതാണ് എന്റെ ജീവിതത്തിന്റെ തന്നെ ശീർഷകം. ആ ശീർഷകത്തിന് കീഴെ പ്രസംഗവും വരുന്നു.

■

ബഷീറിന്റെ സത്യാന്വേഷണ പരീക്ഷണങ്ങൾ

മങ്ങിയ വെളിച്ചത്തിൽ അർധനഗ്നനായ ബഷീറിന് ഗാന്ധിയാവാനുള്ള പ്രവണതയുണ്ട്. അവിദഗ്ധനായ ഒരു ചിത്രകാരൻ ഗാന്ധിയെ വരച്ചാൽ ഉണ്ടാകുന്ന ഒരു സാധ്യത ബഷീറാണ്. ഈ ഛായ മനഃപൂർവ്വമാണെന്ന് നടിക്കാൻ വേണ്ടുന്ന കാവ്യനീതി ബഷീർ സാഹിത്യത്തിലുമുണ്ട്. ബഷീറിൽ ഒരു ഗാന്ധിയൻ ടച്ച് ഉണ്ടെന്ന് 'അമ്മ' എന്ന കഥയിൽ ബഷീർ തന്നെ പറയുന്നു. "ഉമ്മാ ഞാൻ ഗാന്ധിയെ തൊട്ട്." മകൻ എന്ത് ഭയങ്കര ജീവിയെയാണ് തൊട്ടതെന്ന് ഉമ്മ അന്ധാളിക്കുന്നു. തൊട്ടവരുടെ തൊട്ട വരുടെ, പഠിപ്പ് നിലയ്ക്കുകയും തൊഴിൽ നഷ്ടപ്പെടുകയും പീഡന മേൽക്കുകയും ജയിലലടയ്ക്കപ്പെടുകയും ചെയ്തിരുന്ന കാലത്ത് ഗാന്ധി ഒരു ഭയങ്കര ജീവി തന്നെയായിരുന്നു. പ്രത്യേകിച്ച് കുടുംബത്തിൽ മുഴുകി ക്കഴിഞ്ഞവരുടെ കണ്ണിൽ. (ഉദ്ദേശിച്ചതിലും വലിയ കാര്യങ്ങൾ പറയുന്ന വരാണ് ബഷീറിന്റെ കഥാപാത്രങ്ങൾ) ഒരുപക്ഷേ ഒരിക്കൽ "ഭഗത് സിംഗ് മീശ" വെച്ചിരുന്ന ബഷീർ മനഃപൂർവ്വം വെച്ചതാവില്ല ഈ ഛായ. കാലം ബഷീറിൽ പ്രസാദിച്ച പലതിലൊന്നാവാം, മുഖ്യമായതാവാം, ഈ ഛായ. നല്ല എഴുത്തുകാരൻ എടുത്തു തരുന്നത് മാത്രമല്ല നമുക്ക് കിട്ടുക. ഒരുപക്ഷേ മങ്ങിയ വെളിച്ചത്തിലാവാം സൂക്ഷ്മമായി കാണുക. അവിദഗ്ധ ന്റേതാവാം ഉൾകാഴ്ചയുള്ള കല. ചിലപ്പോൾ ഒരെക്സ്ട്രീം ലോംഗ് ഷോട്ടാവും ക്ലോസപ്പിനേക്കാൾ അടുത്തറിയാൻ നല്ലത്. ഗാന്ധിയെ രചിച്ച കൈയാവാം ബഷീറിനെയും രചിച്ചത്.

ഒരു ഗാന്ധിയൻ സമസ്യയുണ്ട് 'മതിലുകളിൽ.' സ്വാതന്ത്ര്യം കിട്ടുന്ന തിന് മുമ്പുള്ള ഭാരതത്തിന്റെ ഒരു പ്രതിരൂപമാണ് 'മതിലുകളി'ലെ ജയിൽ. "മനസ്സിനേയും ശരീരത്തേയും വീർപ്പുമുട്ടിക്കുന്ന ഉന്നത പ്രാകാര ങ്ങളോട് കൂടിയ ഭയങ്കര കാരാഗാരമാണ് ഇന്ത്യ" എന്ന് ഗാന്ധി പറഞ്ഞ തായി ബഷീർ 'അമ്മ' എന്ന കഥയിൽ ഓർക്കുന്നു. തീർത്തും അഭേദ്യ മായ ഒരു വിധിയുടെ ചുവട്ടിൽ നിന്നു കൊണ്ടുള്ള, ഒരുന്നത പ്രാകാര ത്തിന്റെ അപ്പുറത്തുമിപ്പുറത്തും നിന്നുകൊണ്ടുള്ള പരസ്പരം കാണാതുള്ള എന്നാൽ പരസ്പരം കാണുന്നതിലും ഏറെ കണ്ടുകൊണ്ടുള്ള ആ

സല്ലാപം പോലെ ആ നാളുകളിലെ ജീവിതത്തെ പ്രതിപാദിക്കാൻ ഒരു പക്ഷേ മനുഷ്യജീവിതത്തെ പ്രതിപാദിക്കാൻ, പറ്റിയ പ്രതിരൂപമെന്ത്? കുറ്റവാളികൾ അനുവദനീയമായതിന്റെ പരിധി പിന്നിട്ടവരാണ്. സമൂഹത്തിലെ അയിത്തങ്ങൾക്കതീതമായ ഒരു സൗഹൃദം അവർക്കിടയിലുണ്ട്. അവർ കൂടുതൽ വ്യാപ്തിയുള്ളവരാണ്. സാമുവൽ ബെക്കറ്റിന്റെ 'വെയിറ്റിങ്ങ് ഫോർ ഗോദോ' തടവറയിലെ അന്തേവാസികളുടെ ഒരു സദസ്സിന് മുന്നിലാണ് ആദ്യമായി ഫലിച്ചത് എന്ന് എവിടെയോ വായിച്ചിട്ടുണ്ട്. അവർ മനുഷ്യരുടെ പരിമിതികളുടെ ഫലമനുഭവിക്കുന്നവർ. (നാഗരികതയുടെപരിമിതികളാണ് ജയിലുകൾ, ഭ്രാന്താശുപത്രികളും). പതിന്നാല് വർഷം കഠിന തടവ് അർഹിക്കുന്ന ഏതോ ക്രൂരകൃത്യം ചെയ്തവളാണ് 'മതിലു'കളിലെ നായിക. ആ കാരാഗാരത്തിലെ സവിശേഷമായ മൂല്യബോധത്തിനല്ലാതെ അവളെ നായികയാക്കുവാൻ കഴിയുകയില്ല. സുന്ദരിയല്ല അവൾ. ചെറുപ്പം വിട്ടു തുടങ്ങിയിരിക്കുന്നു. ജാതിയെന്തോ? ഭൂതകാലമെന്തോ? വികാരം പ്രകടിപ്പിക്കുന്നതിൽ അവൾക്കൊരു കൂസലുമില്ല. എന്നിട്ടും അവൾ അഭാവം കൊണ്ട് ലോകത്തെ ഒരുവൻ ജയിലാക്കി മാറ്റുന്നു. ഭുവനത്തിലെ പനിനീർ ചെടികളെല്ലാം അവളെ അർഹിക്കുന്നു. "ഈ ഭുവനത്തിലുള്ള എല്ലാ പനിനീർച്ചെടികളും ഞാൻ നാരായണിക്ക് തരും." അവൾ ഒന്ന് മിണ്ടിയതേയുള്ളൂ.

അയാൾ മുറിയിലെത്തിയപാടെ നിലം വൃത്തിയാക്കി. "ലോകപ്പിനകം ആകെ ചിട്ടയും വെടിപ്പും വരുത്തി." ഒരു പുരുഷനെ ലോകത്തിനോടാകമാനം അനുരഞ്ജനത്തിലാക്കാൻ അവൾക്ക് കഴിയുന്നു. "ഇവിടെയൊക്കെ ഇറങ്ങി നടക്കെടോ" എന്നയാൾ മരക്കൊമ്പിലെ അണ്ണാർക്കണ്ണൻമാരോട് പറയുന്നു. അവളെപ്പോലൊരുവളെ ഉൾക്കൊള്ളാൻ കഴിയാത്ത ലോകത്തിൽ എന്തു സ്വാതന്ത്ര്യമാണെന്നാണയാൾ ഒടുവിൽ നിരാശപ്പെടുന്നത്. ചെറിയ മതിലുകളൊക്കെ അസംഗതമാക്കിയ ആ വലിയ മതിലിന് കീഴിലെ ജീവിതം എത്ര സമ്പന്നമായിരുന്നു! ഫലത്തിൽ അസ്വതന്ത്രമായ ഒരു 'ഖണ്ഡ'ഭാരതത്തിൽ ജീവിക്കുന്ന ഒരാൾക്ക് തന്റെ പ്രതീക്ഷകൾക്കെല്ലാം പ്രവൃത്തികൾക്കെല്ലാം ആധാരമായി വർത്തിച്ച തന്നെ മഹത്വപ്പെടുത്തിയ, തന്റെ വാക്കുകളുടെ വ്യാപ്തി വർദ്ധിപ്പിച്ച, 'ചിറകുകൾ മുളപ്പിച്ച' ("അപ്പോൾ നിനക്ക് പക്ഷങ്ങൾ നവങ്ങളായുത്ഭവിച്ചീടുമതിനില്ല സംശയം" - എഴുത്തച്ഛൻ) ആ ഉന്നതമായ കാരാഗൃഹജീവിതം എങ്ങനെയായിരുന്നുവെന്നുമാണ് ബഷീർ 'മതിലു'കളിൽ വിവരിക്കുന്നത്.

ഞാൻ പ്രതീക്ഷിച്ചത്രയൊന്നും ഇല്ലല്ലോ ഈ ലോകം എന്ന് കാഴ്ച കിട്ടിയപ്പോൾ ഒരന്ധൻ അസന്തുഷ്ടനായി എന്ന് കേട്ടിട്ടുണ്ട്. അധികാരക്കൈമാറ്റത്തിൽ കവിഞ്ഞ ചിലതെല്ലാം, കാഴ്ച ലഭിക്കുന്നതിന് മുമ്പ് ആ അന്ധനുണ്ടായിരുന്നത്ര അമൂർത്തവും അമിതവും ആയ പ്രതീക്ഷകൾ 'മതിലുകളി'ലെ നായകന് - ഒരു പക്ഷേ, ഗാന്ധിക്കും - സ്വാതന്ത്ര്യത്തെക്കുറിച്ച് ഉണ്ടായിരുന്നു. സ്വാതന്ത്ര്യ സമ്പാദനത്തിന് മുമ്പ് സ്വാതന്ത്ര്യം പല വിതാനങ്ങളുള്ള സ്വാതന്ത്ര്യത്തിന്റെ ഒരു പ്രതിരൂപമായിരുന്നു.

ബഷീറിന്റെ സാഹിത്യത്തിലെന്നപോലെ വിശപ്പ് പല വിശപ്പുകളുടെ പ്രതിരൂപമായിരുന്നു. സ്വാതന്ത്ര്യ സമര കാലത്തെ പ്രണയം അർത്ഥം കൈവരിച്ചത് ശരീരത്തിന്റെ പ്രവണതകളിൽ നിന്ന് മാത്രമായിരുന്നില്ല. അസ്വതന്ത്ര ഭാരതത്തിലെ വിലക്കപ്പെട്ട എല്ലാ അഭിലാഷങ്ങളിൽ നിന്നുമായിരുന്നു. "ധ്രുവമിഹമാംസ നിബദ്ധമല്ല രാഗം" എന്നതിന് രാഗം രാഗത്തിൽ കവിഞ്ഞ ചിലതിന്റെ സാക്ഷാത്കാരവുമാണ് എന്ന് അന്നർത്ഥം കിട്ടി. 'നളിനി'യും 'ലീല'യും 'ബന്ധനസ്ഥനായ അനിരുദ്ധനും' 'രമണനു'മെല്ലാം "മനസ്സിനെയും ശരീരത്തെയും വീർപ്പു മുട്ടിക്കുന്ന ആ ഉന്നത പ്രാകാരങ്ങളോട് കൂടിയ" ഭാരതത്തിലെ സ്വപ്നങ്ങളായിരുന്നു. എല്ലാ പ്രതിഷേധങ്ങളേയും അതിന്റെ അലകളാക്കിയ ഒരു മഹാപ്രക്ഷോഭം ആയിരുന്നു സ്വാതന്ത്ര്യ സമര പ്രസ്ഥാനം. സ്വാതന്ത്ര്യ സമരഭടൻമാരോടൊപ്പം ജയിലിൽ കഴിഞ്ഞ മോഷ്ടാക്കൾക്കും കൊലപാതകികൾക്കും പിൽക്കാലത്ത് സ്വാതന്ത്ര്യ സമര പെൻഷൻ ലഭിക്കുകയുണ്ടായി. ഫയലുകൾ നഷ്ടപ്പെട്ട് പോയതുകൊണ്ട് മാത്രമായിരുന്നില്ല ഇത്. ഭരണകൂടത്തെ അംഗീകരിക്കാത്തവരെന്ന സ്വാതന്ത്ര്യം അവർ പങ്കിട്ടിരുന്നു. കുറുക്കി എടുത്ത ഉപ്പ് തന്നെയായിരുന്നു, അറുത്തെടുത്ത മാലയും. അവർ സ്വൈരം കെടുത്തിയത് ഒരേ നീതിപീഠത്തെ. ഒന്നരക്കൊല്ലത്തെ ശിക്ഷയുമായി വന്ന് ക്രമേണ ശിക്ഷ കൂടെക്കൂടെ വർധിപ്പിച്ച ആ 'തേജോമയമായ' കണ്ണുകളുടെ ഉടമയെ ആലിംഗനം ചെയ്തുകൊണ്ട് രാഷ്ട്രീയത്തടവുകാരനായ ബഷീർ പറയുന്നു. "നിന്റെ സ്നേഹിതനാണെന്ന് പറയെടാ കള്ള ബട്ക്കൂസേ ഞാൻ."

സ്വാതന്ത്ര്യ സമരകാലത്തെ പിടിച്ചു പറിക്കുപോലും മൂല്യമുണ്ടായിരുന്നെങ്കിൽ പിൽക്കാലത്തെ സക്കാത്ത് പോലും മൂല്യരഹിതമായി. സ്വാതന്ത്ര്യത്തിന് മുമ്പ് ചർക്ക ഒരു പ്രതീകമായിരുന്നെങ്കിൽ - അതിൽ സ്വതന്ത്രനുടുക്കാനുള്ള വസ്ത്രത്തിനുള്ള നൂലായിരുന്നു നൂറ്റത്- പിൽക്കാലത്തൊരു ചിഹ്നമായി. പലതിനേയും മരവിപ്പിച്ചൊരു പരിണാമം കൂടിയായിരുന്നു സ്വാതന്ത്ര്യ പ്രാപ്തി. പ്രതീകങ്ങൾ തിരികെ നിരർത്ഥക വസ്തുക്കളായി. ശിൽപം തിരികെ ശിലയായി. "ഭക്ഷണമല്ലാതൊന്നും ഭക്ഷിക്കാനില്ല" എന്നായി. രാഷ്ട്രീയതടവുകാർ സ്വതന്ത്രരാവുകയും കൂടുതൽ വല്യ അസ്വാതന്ത്ര്യം കുറ്റവാളികളാക്കിത്തീർത്തവർ 'മതിലുകൾ'ക്കുള്ളിൽ തുടരുകയും ചെയ്തു. "ശോഭന കാലങ്ങളിൽ നീ ഗമ്യമായില്ലെനിക്ക് നിൻ സൗഭഗത്തിൽ മോഹമാർന്ന സുഹൃത്തല്ല ഞാൻ" എന്ന് പറഞ്ഞ ഉപഗുപ്തനെ അനുസ്മരിപ്പിക്കുന്നവരാരും സ്വാതന്ത്ര്യാനന്തര ഭാരതത്തിലെ സാഹിത്യകൃതികളിൽ പ്രത്യക്ഷപ്പെട്ടില്ല. ഏറെ യാതനകളനുഭവിച്ച ആ ജനതയ്ക്ക് സ്വാതന്ത്ര്യത്തിന്റെ വിരൂപമായ ഒരസ്ഥിപഞ്ജരമാണ് കരയ്ക്കണയ്ക്കാൻ പയറ്റിയത്. വികലവും അസമ്പൂർണ്ണവുമായ ഒരു സ്വാതന്ത്ര്യപ്രാപ്തിയോടെ ദുഃഖിതനായ ഗാന്ധിയുടെ ആത്മഗതവും 'മതിലുകളി'ലെ നായകൻ ജയിൽ മുക്തനായപ്പോൾ പറഞ്ഞ അതേ വാക്യം കൊണ്ടാവാൻ വിരോധമില്ല. "ഹു വാൺസ് ഫ്രീഡം?"

മതിലിനപ്പുറത്തുള്ള അസ്വതന്ത്രയും ദാഹാർത്തയുമായ സ്ത്രീയുമായുള്ള ആ സംഭാഷണം പോലെ വ്യാപ്തിയേറിയ ഒരനുഭവം മലയാള നോവലിൽ മുമ്പും പിമ്പും ഉണ്ടായിട്ടില്ല. പരസ്പരം കാണാതുള്ള ആ സല്ലാപം പോലെ പ്രതീകാത്മകവും ദുഃഖാത്മകവും ആയ ഒന്ന് സങ്കൽപ്പിക്കുക എളുപ്പമല്ല. മനുഷ്യന്റെ കഠിനമായ അനാഥത്വത്തെ ഏതെല്ലാമോ വിധത്തിൽ അനുഗമിക്കുന്ന ഒരദ്ഭുത സന്ദർഭം ആയി മാറുന്നു മതിലുകൾ. "ലോകാ ലോകങ്ങളുടെ സ്രഷ്ടാവേ എന്നെ രക്ഷിക്ക്. എനിക്കിതെന്നിൽ ഉൾക്കൊള്ളാൻ സാധ്യമല്ല. നിന്റെ ഈ മഹാപ്രഭാവം ഈ മഹാദ്ഭുതം... ഞാൻ വളരെ ചെറിയ ഒരു ജീവിയാണ്. എനിക്ക് വയ്യ; എന്നെ രക്ഷിക്ക്" എന്ന് മോഹാലസ്യപ്പെടുന്ന ഒരു മിസ്റ്റിക് സ്വാതന്ത്ര്യാനന്തര ഭാരതത്തിലെ ഇച്ഛാഭംഗങ്ങളിൽ നിന്ന് നിർമ്മിച്ചെടുത്ത പല വിതാനങ്ങളുള്ള ഒരു ശിൽപമത്രെ 'മതിലുകൾ.' രാഷ്ട്രീയ സ്വാതന്ത്ര്യത്തെകവിഞ്ഞുള്ള ഒരു സ്വാതന്ത്ര്യത്തിന്റെ ഭടൻ കൂടിയായിരുന്ന ഒരാളുടെ – ഭഗത്സിംഗിന് മുഴുവനായി മനസ്സിലാക്കാനാവാത്ത ഒരാളുടെ– പല വിതാനങ്ങളുള്ള നിരാശയുടെ കഥ കൂടിയാണ് ബഷീർ പറയുന്നത്. ജയിലനുഭവങ്ങളുടെ വിവരണമോ ഒരു വിചിത്ര പ്രണയമോ മാത്രമല്ല അവയെല്ലാം കൂടാതെ വ്യക്തമാക്കാനാവാത്ത, മനുഷ്യ നിർമ്മിതമോ ഈശ്വരനിർമ്മിതമോ ആയ അസ്വാതന്ത്ര്യങ്ങൾ കൂടാതെ പൊറുക്കാനാകാത്ത, അത്രമേൽ അഗതികളായ മനുഷ്യരുടെ ആത്മ നൊമ്പരമാണ് 'മതിലുകൾ.' ആൺ പെൺ ജയിലുകളെ മറച്ചത് ഒരു മതിലായിരുന്നെങ്കിലും കൃതിയുടെ ശീർഷകം 'മതിലുകൾ' ആണ്. നാരായണി, തന്നെ ഓർമിക്കുമോ എന്ന് ചോദിച്ചപ്പോൾ ലോകത്തെങ്ങും അവളുടെ അടയാളങ്ങളുണ്ടെന്ന് കഥാനായകൻ പറയുന്നു.

മതിലുകൾക്കകത്ത് പനിനീർ ചെടികൾ വളർത്തി, തൂക്കിക്കൊല്ലാൻ വിധിക്കപ്പെട്ടവർക്ക് കട്ടൻകാപ്പി തയ്യാറാക്കി, പ്രണയത്തിനർഹയാകുമെന്ന് ഒരുനാളും പ്രതീക്ഷിക്കാതിരുന്നവളെ സൽക്കരിച്ച്, അംഗഛേദം ചെയ്യപ്പെട്ട വാസവദത്തയെപ്പോലെ വിധിയാൽ ഉപേക്ഷിക്കപ്പെട്ടവളെ ആശ്വസിപ്പിച്ച്, അണ്ണാർകണ്ണൻമാരോട് കുശലം പറഞ്ഞ്, കൊലപാതകികളെയും മോഷ്ടാക്കളെയും ആലിംഗനം ചെയ്ത് വലിയ വാക്കുകൾ പറഞ്ഞ് നിരുപാധികം ജീവിച്ച ഒരു കഥാപാത്രത്തിന് സങ്കീർണ്ണമായ വിധത്തിൽ അനിവാര്യമായിരുന്ന ഒരു ലോകത്തിന്റെ നഷ്ടം കൂടി ആ കൃതി പറയുന്നു. ഗാന്ധിയെ അപ്രസക്തകനാക്കിയ ഒരു പിൽക്കാല ഭാരതത്തിൽ ഇരുന്നുകൊണ്ടുള്ള പശ്ചാത്താപവുമാണ് ഈ കൃതി. കൂടുതൽ വ്യാപ്തിയുള്ള ഒരു സ്വാതന്ത്ര്യത്തിന് വേണ്ടിയുള്ള പോരാട്ടമാണ് ഗാന്ധിക്ക് ശത്രുക്കളിൽ അമ്പരപ്പും നാട്ടുകാരിൽ അപരിചിതത്വവും ഉണ്ടാക്കിയത്. പ്രാകൃതങ്ങളായ ആയുധങ്ങൾ ഉപേക്ഷിച്ച് പ്രതീകങ്ങളുപയോഗിച്ച് യുദ്ധം ചെയ്യാൻ പറഞ്ഞ, പിൽക്കാലത്ത് സ്വന്തം നാട്ടിലന്യനായി ത്തീർന്ന, ഗാന്ധിയുടെ മുഖച്ഛായ ബഷീറിൽ യാദൃച്ഛികമല്ല. ഗാന്ധിയെ അർഹിക്കുന്നൊരു സമ്പന്നത് സ്വാതന്ത്ര്യ സമരകാലത്തെ ഭാരതത്തിനുണ്ടായിരുന്നു. ഗാന്ധിയെ രൂപപ്പെടുത്തിയ സർഗാത്മകതയും.

II

ബഷീർക്കഥകളിൽ കൂടെക്കൂടെ പ്രത്യക്ഷപ്പെടുന്ന ബഷീറിനെ സൂക്ഷിച്ചുനോക്കുക. അവയിലെ മറ്റ് കഥാപാത്രങ്ങളിൽ നിന്ന് വ്യത്യസ്തമായ ഒരു ഗെയിം ആണ് അയാൾ കളിക്കുന്നത്. അയാൾ അവരുടെ കൂടെയാണെങ്കിലും അവരുടെ കൂടെയല്ല. അവർ സഞ്ചരിക്കുന്ന വഴിയിലല്ല അയാൾ സഞ്ചരിക്കുന്നത്. അയാൾ അവർക്കുൾക്കൊള്ളാനാകുന്ന ഒരാളല്ല, അവരെ ഉൾക്കൊള്ളുന്ന ഒരാളാണ്. അവർ ലക്ഷ്യമുള്ള ചെറുചെറു യാത്രകളിൽ. അയാൾ ലക്ഷ്യമില്ലാത്ത വലിയ യാത്രയ്ക്കിടയിൽ. ഏത് കഠിനാനുഭവവും കേൾക്കാനുള്ള യോഗ്യത അയാൾക്കുണ്ട്. സമൂഹത്തിന്റെ നീതിബോധത്തിന് മനസ്സിലാക്കാൻ കഴിയാത്ത ഒരനീതിയെ ആദരിക്കുവാൻ അദ്ദേഹത്തിന്റെ നീതിന്യായത്തിന് കഴിയുന്നുണ്ട്. ക്ലാസധ്യാപകൻ കണ്ടിട്ടില്ലാത്ത ഉയരത്തിൽ കയറിനിന്ന് ഒന്നും ഒന്നും ഇമ്മിണി ബല്യ ഒന്നാണ് എന്ന് തിരിച്ചറിഞ്ഞ; അതിന് ശിക്ഷിക്കപ്പെടുകയും ചെയ്ത കഥാപാത്രത്തിൽ ബഷീറിന്റെ ഉരുവം കാണാൻ പ്രേരിപ്പിക്കും വിധമാണ് ബഷീർ. ഒരു പക്ഷേ 'പാത്തുമ്മയുടെ ആട്' ഒഴിച്ചുള്ള ബഷീർ കഥാപാത്രമായി വരുന്ന കഥകളിൽ. മാന്യനും കൊലപാതകിയും മോഷ്ടാവും അത്രയൊന്നും വ്യത്യസ്തരല്ലെന്ന് കാണുന്ന ഒരുയരക്കൊമ്പിലിരുന്നാണ് – അവിടെയിരുന്നാൽ മെക്കയും മദീനയും കാണാം – ബഷീർ ലോകം കണ്ടിട്ടുള്ളത്. തകഴിയോ ദേവോ പൊറ്റക്കാടോ വേഷം മാറാതെ വീണ്ടും വന്നാൽ സഹിക്കാനിടയില്ലാത്ത വായനക്കാരൻ, ബഷീർ കഥകളിൽ അതേവേഷത്തിൽ വീണ്ടും വീണ്ടും വരുന്നതിൽ ഒരസാംഗത്യവും കാണാതിരുന്നതിന് കാരണം ആ സാന്നിധ്യം വ്യക്തിപരമായിരുന്നില്ല എന്നതാണ്. വ്യക്തിപരമല്ലാത്ത ഈ വ്യക്തിത്വം ബഷീർ എങ്ങനെ ആർജിച്ചു?

എം.ആർ.നായരും സഞ്ജയനും തമ്മിലുള്ളതിലധികം അകലം മുഹമ്മദും ബഷീറും തമ്മിലുണ്ട്. ബഷീറിലെത്താൻ അദ്ദേഹം ഏറെ യാത്രചെയ്തു. ഏറെ വേഷം കെട്ടി. (ഒരാൾ ദേശാടനം ചെയ്യുന്നത് സ്വന്തം ദേശത്ത് നിന്ന് മാത്രമല്ല. തന്നിൽ നിന്നുമാണ്. കൂടുതൽ നിരുപാധികവും സ്വതന്ത്രവുമായ കർത്തൃത്വങ്ങളിൽ കഴിയാൻ കൂടിയാണ്.) 'തന്നിൽ' ഞെരുക്കം തോന്നിയപ്പോഴൊക്കെ ബഷീർ പുറപ്പെട്ടുപോയി. യാത്ര മിക്കവാറും ഒരു കലാസൃഷ്ടിയാണ്. എത്രയാളുകളുടെ ആഹാരമാണ് ബഷീർ! കാലാന്തരത്തിൽ മുഹമ്മദ് യാത്രകളിൽ ശീലിച്ച ആ വ്യക്തിത്വത്തിൽ ലയിച്ചു ശമിച്ചു. വീട്ടുമുറ്റത്തെത്തിയപ്പോഴും അദ്ഭുതം കാണുന്ന കണ്ണുകൾ അയാൾ നിലനിർത്തി. ഉറുക്കിൽ ഒരു നുണുങ്ങ് സൂട്ട്കേസും കഞ്ചാവ് കടലാസ് പൊതികളിൽ ചെറുചെറു തലയിണകളും കാണുന്ന (seeing the small is insight) ആ ഉദാരനായ യാത്രികൻ അനുഭവങ്ങളെ അദ്ഭുതത്തോടെ ദർശിച്ചു. ബഷീർ സ്വകാര്യ സംഭാഷണങ്ങളിൽ പോലും ബഷീർ എന്ന തന്റെ കഥാപാത്രത്തിന്റെ നിലപാടുകൾ നിലനിർത്തി. ബഷീറിന്റെ എഴുത്തുകുത്തുകൾ, ബഷീറുമായിട്ടുള്ള

കുശലം പറച്ചിലുകൾ ഒക്കെ നേരിട്ട് സാഹിത്യമായി തീർന്നതിന്റെ കാരണം അതാണ്. കഥാപാത്രത്തിന്റെ ആത്മകഥയാണല്ലോ നോവലും ചെറുകഥയും എന്നതിനാലാണ് ബഷീറിന്റെ ആത്മകഥാധ്യായങ്ങൾ നോവലും ചെറുകഥയും നാടകവുമായത്. ഞെരുങ്ങാതെ കഴിയാൻ സഞ്ചാരിയായിരുന്ന തന്നിലെ വ്യക്തി കണ്ട പരിഹാരമായിരുന്നു ബഷീർ എന്ന എഴുത്തുകാരൻ. ചരിക്കാതെ സഞ്ചാരസ്വാതന്ത്ര്യം അനുഭവിക്കാൻ (സ്വാതന്ത്ര്യം മൗലികമായി സഞ്ചാര സ്വാതന്ത്ര്യമാണല്ലോ, 'നടക്കുമോ എന്ന് നോക്കട്ടെ').

ബഷീർക്കഥകളിലെ ബഷീർ മറ്റൊരു തലത്തിന്റെ സാന്നിധ്യമാണ്. മറ്റൊരാളുടെ വിവരണമാണ് സാഹിത്യം എന്ന് ബഷീർ സൂചിപ്പിക്കുന്നുണ്ട്. "ഞാനിപ്പോൾ ഇക്കരെയാണെന്നോർക്കണം, ഏകാന്തമായ ഹൃദയം. അതിന്റെ മഹാതീരത്ത് വന്ന് ചേരുന്ന ഒരു ശോകഗാനമാണിത്." ഒരിക്കൽ വേദനമാത്രം തന്നത്, കഥനസ്വഭാവമുള്ള കൗതുകങ്ങൾ തരുന്ന (ഒരു പിൽക്കാലത്തു നിന്നുള്ള) വിവരണങ്ങളാകുമ്പോൾ ബഷീറിനർഹമാകുന്നു. "തോക്കിന്റെ പാത്തികൊണ്ട് മൃദുവായി എന്നെ അടിച്ചു വീഴ്ത്തിയിട്ടുണ്ട്." എന്ന് വിവരിക്കുന്ന ഒരാളിൽ വന്നുചർന്ന പരിണാമം ആണ് ബഷീറിന് കഥനയോഗ്യത. എളിയ ചരിത്രകാരൻ എന്ന് ബഷീർ സ്വയം വിവരിക്കുന്നു. അയാളുടെ സാന്നിധ്യം അനുഭവങ്ങളെ ഇരുതലമുള്ളതാക്കുന്നു. അയാളുടെ വിവരണം അനുഭവങ്ങളെ വലിയതെന്തോ വിവരിക്കുന്ന ദൃഷ്ടാന്ത കഥകളാക്കുന്നു. അയാളുടെ ഇടപെടൽ അനുഭവങ്ങളെ അതിവൈകാരികതയിൽ നിന്ന് മോചിപ്പിക്കുന്നു. അയാളുടെ കവിത വിചിത്ര ബന്ധങ്ങൾ കാണുന്നു. അയാളുടെ വിശ്വാസം അനുഭവങ്ങളെ അഗാധമാക്കുന്നു. പുരാതനമാക്കുന്നു. ആദിപുരാതനമായ ഒരു കർത്തൃത്വമായി ബഷീറെപ്പോഴേ പരിണമിച്ചു. ഫലത്തിൽ മുഗ്ധനല്ലാത്ത ഒരു കർമിയെ ആദർശമാക്കിയ ഒരു ദേശത്തിന്റെ മര്യാദ അതിലുണ്ടാകാം. ഒരേ വിലങ്ങിൽ തളക്കപ്പെട്ടവരിൽ മറ്റേ ആൾ കണ്ണീർ തുടച്ചത് തന്റെ കൈകൊണ്ടായിരുന്നെന്ന് ബഷീർ 'കൈവിലങ്ങി'ൽ പറയുന്നു. ആ ബന്ധനത്തിന്റെ കാലത്തല്ലാതെ അനുഭവിക്കാനാവുമായിരുന്നില്ലാത്ത ഒരു ബന്ധനമില്ലായ്മയിൽ നിന്നാണ് ബഷീർ കഥകൾ എഴുതിയത്. ഞാൻ തന്നെ കവിഞ്ഞു നിൽക്കുന്ന കാലത്തിന്റെ കഥകൾ, കാലദേശ വിശ്വാസങ്ങളുടെ നന്മകൾ ബഷീർ ഉദ്ഗ്രഥിച്ചു. അസ്വതന്ത്രന്റെ സാധ്യതയല്ലേ സ്വാതന്ത്ര്യം?

III

എങ്കിലും അനുഭവങ്ങളിൽ 'മറ്റൊരാളായിരിക്കൽ' അവസാന പടിയല്ല. അവനവന്റെ നന്മയല്ല അന്യന്റെ മഹത്വം. പ്രഖ്യാതമായ നന്മ നന്മയുമല്ല. പാത്തുമ്മയുടെ ആടിൽ ആ അന്യൂനമായ അവനവനും കൈയൊഴിക്കപ്പെടുന്നുണ്ട്. ബഷീറിന്റെ സത്യാന്വേഷണ പരീക്ഷയുടെ അവസാനപടിയാണ് ഈ രചന. 'പാത്തുമ്മയുടെ ആട്' ബാല്യകാലസഖിയും

ശബ്ദങ്ങളും തിന്നു എന്നതിന് ഈ അർത്ഥവുമുണ്ട്. അതുവരെയുള്ള രചനകളിൽ വ്യക്തിപ്രഭാവത്തിന്റെ രൂപത്തിലല്ലെങ്കിൽ ആദർശപ്രഭാവത്തിന്റെ രൂപത്തിലുള്ള ചില അഭിമാനങ്ങളുണ്ട്. ചില വിവേചനങ്ങളുണ്ട്. 'പാത്തുമ്മയുടെ ആട്' നിർവിചാരമായി അതും തിന്നുന്നു. ഇപ്പോൾ പൂട്ടിയിട്ട ചുറ്റും പൂന്തോട്ടമുള്ള, ആരും ശല്യം ചെയ്യാനില്ലാത്ത വീട്ടിലിരുന്നാണ് മുമ്പത്തെ കൃതികളെഴുതിയത് എന്ന് പാത്തുമ്മയുടെ ആടിലെ ബഷീർ. മുൻകൃതികളിലെ രചനോപായങ്ങൾക്ക് വശപ്പെടാത്ത ചിലതിനെ വശപ്പെടുത്തുന്ന ശേഷി 'പാത്തുമ്മയുടെ ആടി'നുണ്ടെന്നാണ് ആ പരാമർശത്തിന്റെ ഭംഗി. പരിണാമ ശൃംഖലയിൽ ആനയ്ക്ക് ശേഷമല്ലേ ആട്? അതെന്തായാലും മികച്ച കലാകാരൻ ആടിനെ നിർമ്മിച്ച ദൈവമാണ്. 'ഇക്കോണമിയിൽ' വിവേചനമില്ലായ്മയിൽ.

ചിത്തഭ്രമത്തിന്റെ ഘോരമായ ഇരുട്ടിൽ താഴ്ന്നു പോവുന്നതിന് മുമ്പ് ഓർമ്മകൾ കൊണ്ട് പിടിച്ച് നിൽക്കാൻ നടത്തിയ ഒരു ശ്രമമാണ് 'പാത്തുമ്മയുടെ ആടിന്റെ രചന എന്ന് സൂചനയുണ്ട് ആമുഖത്തിൽ. (ബോധമില്ല എന്നതിന് ഓർമ്മയില്ല എന്നും പറയും നാം. കൂടുതൽ സൂക്ഷ്മമാണ് രണ്ടാമത്തെ പ്രയോഗം. ഓർമ്മയാണ് 'ഞാൻ.' ഓർമ്മ വരുമ്പോഴേ അടുത്ത് നിൽക്കുന്നത് അമ്മയാവുന്നുള്ളൂ. ജന്നലിലൂടെ കാണുന്നത് ആകാശമാവുന്നുള്ളൂ. ഓർമ്മയാണ് പ്രപഞ്ചം) കുടുംബത്തിൽ തിരിച്ചെത്തിയ ഒരവസരത്തിലെ കലുഷമായ ഒരനുഭവമാണ് ബഷീർ ഓർക്കുന്നത്. അതിക്ഷമയോടെയും വിവേകത്തോടെയും ആ ഊരാക്കുടുക്ക് അഴിച്ചെടുക്കുന്നതിലൂടെ തന്നെ ഉദ്ഗ്രഥിക്കുകയായിരുന്നോ ബഷീർ? 'ഓർമ്മയുടെ ഒരു തെറാപ്പി' ആയിരുന്നോ രോഗിയായ ബഷീറിന് 'പാത്തുമ്മയുടെ ആട്?' താൻ കേന്ദ്രമല്ലാത്ത ഒരു ലോകത്തിൽ തന്നെ പുനർവിന്യസിച്ചു കൊണ്ട്, അഗതിയും നിസ്സാരനുമായി ദൈവത്തിന് മുന്നിൽ സ്വയം സമർപ്പിക്കുകയായിരുന്നോ? അതിവിശദമായി ഓർമ്മിച്ചുകൊണ്ട് ഭ്രാന്തമായ തന്നെ ജയിക്കുകയായിരുന്നോ ബഷീർ. "വിശദാംശങ്ങളിലാണ് ദൈവം താമസിക്കുന്നത്," എന്ന വാക്യത്തെ ഓർമ്മിക്കുംവിധം ഉദാരമാണീ രചന. തന്നെ കടയോടെ പുനഃസൃഷ്ടിക്കുന്ന ഓർമ്മകൾ.

'ബാല്യകാലസഖിയും' 'പ്രേമലേഖന'വും 'ശബ്ദങ്ങളും' 'മതിലുകളും' 'ന്റുപ്പൂപ്പാക്കൊരാനേണ്ടാർന്നു'വും പരസ്പരവും മലയാളത്തിലെ അക്കാലത്തെ ഇതര രചനകളിൽ നിന്നും ഏറെ വ്യത്യസ്തങ്ങളായിരുന്നെങ്കിലും മൗലികമായി വ്യത്യസ്തങ്ങളായിരുന്നില്ല. അവ മാമൂലുകളെ തീർത്തും കൈവിട്ടില്ല. കഥനോപായങ്ങൾ ഏറെക്കുറെ ഒന്ന്. ഒരെക്സ്ട്രീം ലോംഗ് ഷോട്ടിൽ, ഒറ്റ രചന. അവയിൽ നായികാനായകന്മാരുണ്ട്. പരിണമിക്കുന്ന കഥയുണ്ട്. പോഷിപ്പിക്കുന്ന ഉപകഥകളും ഉപകഥാപാത്രങ്ങളുമുണ്ട്. ശ്രേണീബന്ധങ്ങൾ നിലനിർത്തപ്പെട്ടിട്ടുണ്ട്. നാം നേരത്തെ കണ്ടത് പോലെ ബഷീറിൽ തട്ടിത്തടഞ്ഞാണ് അവ അർത്ഥവത്താകുന്നത്. 'പാത്തുമ്മയുടെ ആടി'ൽ ആ മാതിരി വകതിരിവുകളൊന്നുമില്ല.

നായികാ നായകന്മാരില്ല. പാത്തുമ്മയുടെ ആട് കൃതിയിലാദ്യന്തം പ്രത്യക്ഷപ്പെടുന്നുണ്ടെന്നോ അതിലെ കേന്ദ്ര കഥാപാത്രമാണെന്നോ പറയുക വയ്യ. നിങ്ങൾ കണ്ട പാത്തുമ്മയുടെ ആട് ആനുമ്മയുടെ ആടല്ലെന്നാരുകണ്ടു? കൃതിയിലെ മറ്റു കഥാപാത്രങ്ങൾ ആശ്രയിക്കുമ്പോഴാണ് മറ്റുള്ളവരിലുപരി ഗൗനിക്കുമ്പോഴാണ് ഒരാൾ കേന്ദ്ര കഥാപാത്രമാവുന്നത്. ബഷീർ ആശ്രയിക്കപ്പെടുന്നില്ല; ഗൗനിക്കപ്പെടുന്നുപോലുമില്ല, ഉപയോഗിക്കപ്പെടുന്നേയുള്ളൂ. ചാമ്പക്കയുടെ പേരിൽ ചാമ്പമരത്തോടുള്ളതിൽ കവിഞ്ഞ കൃതജ്ഞതയൊന്നും അയാളോടാർക്കുമില്ല. പെൺകുട്ടികൾ ആർത്തിയോടെ ചാമ്പമരത്തിൽ നോക്കിയപ്പോൾ ആർത്തിയോടെ തന്നെ നോക്കിയതായി ബഷീറിന് തോന്നിയത് അതുകൊണ്ടുമാവാം. വല്ലപ്പോഴും മാത്രം വീട്ടിലുണ്ടാവുന്ന, സദാ തിന്നുകയും വായിക്കുകയും ചെയ്യുന്ന, പ്രവർത്തിക്കാത്ത, ദൂരേ എവിടെനിന്നോ പണം വരുത്തുന്ന ആ കഥാപാത്രത്തെ ആരും ഗൗരവത്തിലെടുത്തിട്ടില്ല. അയഥാർത്ഥമാണയാൾ. "നെനക്കിങ്ങനെയൊക്കെ പറയാം. ഒറ്റത്തടി, മൂച്ചാം വയറ്." ആരുടെ മേലും ഒരധികാരവുമില്ലാത്ത ആ കഥാപാത്രത്തെ കൊച്ചുകുട്ടികൾ പോലും ഭയപ്പെടുത്തുന്നുണ്ട്. "വല്യ മൂത്തപ്പാനെ കൊണ്ട് പോക്കേല."

പ്രധാന കഥാപാത്രമില്ലാത്തത് കൊണ്ടു തന്നെ ഈ കൃതിയിൽ അപ്രധാന കഥാപാത്രവുമില്ല. എല്ലാവരും കഥാപാത്രങ്ങളാണ്, ആരും ആശ്രയിക്കപ്പെടാത്തവരായില്ല (ബിസിനസ്സുകാരനായ ബിയും ലൈലയും ഉൾപ്പെടെ) ആരും ആശ്രയിക്കുന്നവരായി സമ്മതിക്കുന്നില്ല. എനിക്ക് എന്തെങ്കിലും അവകാശമുണ്ടോ എന്ന് നോക്കട്ടെ എന്നാണ് ആടും (ആരാണീ ചാമ്പ മരത്തിന്റെ കൊമ്പുകൾ മുകളിലേക്ക് വലിച്ചു കെട്ടിയത്) അബൂബക്കറും (എനിക്കീ വീട്ടിൽ വല്ല അവകാശവും ഉണ്ടോ എന്ന് ഞാനൊന്ന് നോക്കട്ടെ) ഉൾപ്പെടെ എല്ലാവരും. ഒരു വിവേചനവുമില്ലാതെ വലിയ അവകാശബോധത്തോടെ പുതപ്പും ബാല്യകാലസഖിയും ബിയുടെ കീശയോടെ അരയണയും തിന്നുന്ന എന്തും ദഹിപ്പിക്കാൻ പോന്ന വിശപ്പുള്ള, കാമധേനുവിനേക്കാൾ പാൽ ചുരത്തുന്ന ആ ആടിനെ പാത്തുമ്മയുടെ ആടിലെ എല്ലാ കഥാപാത്രങ്ങളിലും കാണാം. ഹനീഫയോ അബ്ദുൾ ഖാദറോ പാത്തുമ്മയോ ഉമ്മയോ ആനുമ്മയോ ആരാണ് പാത്തുമ്മയുടെ ആടല്ലാത്തത്? കേന്ദ്ര കഥാപാത്രമല്ലാത്തത്? മുഖ്യമായ കഥയില്ലാത്തതു കൊണ്ട് ഉപകഥയുമില്ല. എല്ലാ കഥകളും തുല്യമായ പദവികളുള്ളവ. മറ്റ് കൃതികളിൽ നിന്ന് വ്യത്യസ്തമായി മറ്റുള്ളവരിൽ തട്ടി തട്ടി 'അർത്ഥം' ക്ഷയിക്കുകയാണ് ബഷീറിന്. താൻ കോപം സഹിക്കാതെ വലിച്ചെറിഞ്ഞ് പൊട്ടിച്ച ഗ്ലാസിന്റെ കഷണങ്ങൾ പെറുക്കിയെടുത്ത് ദൂരെ കളഞ്ഞശേഷം അടുത്ത് വന്ന് നിശ്ശബ്ദം ഇരിക്കുന്ന ഉമ്മയിൽ തട്ടി, കയറ് കൊണ്ട് കെട്ടിയ വാതിലുള്ള മണ്ണ് തേച്ച ഒറ്റമുറിവീട് ബഷീർ കണ്ടതിനാൽ "ഇഞ്ഞി ഞാൻ ജീവിച്ചിട്ടെന്താ കാര്യം" എന്ന് സങ്കടപ്പെടുന്ന പാത്തുമ്മയിൽ തട്ടി, എത്ര കറന്നാലും പിന്നേയും അത്യാവശ്യത്തിന് പാലുള്ള ആടിൽ തട്ടി ബഷീർ 'പൊളിഞ്ഞുപോവുന്നു.' ഈ

കൃതിയിലെ എല്ലാ കഥാപാത്രങ്ങളും മറ്റാരുടെയോ അടുപ്പിലെ വിറകു കൊള്ളികൾ കൂടിയാണ്. കത്തിക്കൊണ്ട് മാത്രമേ പ്രാപഞ്ചിക വസ്തുക്കൾക്ക് പ്രകാശിക്കാനാവൂ. പാത്തുമ്മയുടെ ആട്, ആട് ഒരു ബലിമൃഗവുമാണ് എന്ന് ഓർമ്മിപ്പിക്കുന്നു.

പാത്തുമ്മയുടെ ആടിൽ ബഷീർ ഒരു പുതിയ കഥ പറയുകയല്ല. കഥയാണ് എല്ലാം എന്ന് തിരിച്ചറിയുകയാണ്. അനുഭവങ്ങൾ തെളിയിക്കുന്നതാരെയാണ് എന്ന് അദ്ഭുതപ്പെടുകയാണ്. ആ മഹാകഥനത്തെ തന്നെ ഉന്തിമാറ്റി ഓരത്താക്കി അറിയുകയാണ്. ആരും ഒന്നും തന്റെ നിയന്ത്രണത്തിലല്ലാത്ത ഒരു കഥയിലെ കഥാപാത്രമായി സ്വയം ബോധ്യപ്പെടുകയാണ്. മനുഷ്യന്റെ സൃഷ്ടിയേക്കാൾ എത്ര ദുരൂഹവും സങ്കീർണ്ണവുമാണ് ഈശ്വരന്റെ സൃഷ്ടി. അതാവിഷ്കരിക്കാൻ മനുഷ്യന്റെ കഥനോപായങ്ങളൊക്കെ എത്ര അപര്യാപ്തം?

"A great tailor cuts little"

IV

സമൂഹത്തിലേതിന് സമാന്തരമായ ചില അയിത്തങ്ങൾ കലയിലും നിലനിൽക്കുന്നു. എല്ലാ അനുഭവങ്ങൾക്കും കഥനമൂല്യമില്ല. എല്ലാ വാക്കുകൾക്കും (ക്ഷേത്ര) പ്രവേശന യോഗ്യത ഇല്ല. (വിക്ടോറിയൻ അഭിരുചിയുള്ള രചനകളിൽ നായികമാർ ഉണ്ണുന്നില്ല. സൗന്ദര്യത്തിന് ഹാനികരമാകുമെന്ന് കരുതി വിസർജിക്കുന്നില്ല. പാവകൾക്കെന്നപോലെ അവർക്കും ആന്തരികാവയങ്ങളില്ല. മാലാഖമാരെപ്പോലെ അവരും കാലൊച്ചകൾ കേൾപ്പിക്കുന്നില്ല) ഈ തീണ്ടിക്കൂടായ്മയിൽ പ്രതിഫലിക്കുന്ന അസ്വാതന്ത്ര്യത്തെ ബഷീർ അടിക്കടി ലംഘിച്ചു. 'ബാല്യകാലസഖി', 'ശബ്ദങ്ങൾ,' 'ശശിനാസ്,' 'ഭർ...' ഏതനുഭവത്തിനും കഥനാർഹത കിട്ടി. പ്രമേയത്തിലോ ഭാഷയിലോ സമൂഹത്തിന്റെ ഒരു സന്മാർഗ്ഗത്തെയും അദ്ദേഹം സഹിച്ചില്ല. വ്യാകരണം എന്ന് അബ്ദുൾ ഖാദർ പറയുന്ന ഈ സന്മാർഗ്ഗത്തെ അദ്ദേഹം വിഗണിച്ചു. മനുഷ്യൻ പാടെ അയാൾ സംസാരിക്കുന്ന ഭാഷ പാടെ, കഥനമൂല്യം നേടി ബഷീറിൽ. "A good walker leaves no tracks." ഗാന്ധിയുടെ സമീപനങ്ങളിലും 'Kitsch'നോട് ഒരു തരം വിയോജിപ്പ് ഉണ്ടായിരുന്നു. ചെല്ലുന്നിടത്തൊക്കെ കക്കൂസ് പണിയുകയും വിസർജ്ജനത്തിനുള്ള ഉപകരണം യാത്രകളിൽ പതാകപോലെ കരുതുകയും ചെയ്ത ഗാന്ധി 'വിക്ടോറിയൻ' മൂല്യ ബോധത്തെ വല്ലാതെ അസ്വസ്ഥമാക്കിയിട്ടുണ്ട്. ഏതും കടിച്ചു നോക്കുന്ന ('ഏതിലയും മധുരിക്കുന്ന' ഒരു വിശപ്പുകൊണ്ട് അതനുഗ്രഹിക്കപ്പെട്ടിരിക്കുന്നു) ആടിന്റെ പാലായിരുന്നു ഗാന്ധിക്ക് പഥ്യം. ഒന്നും മറച്ചു വെയ്ക്കാനില്ലാത്ത ഒരു ജീവിതത്തിലേക്ക് പടിപടിയായി വികസിച്ച, അനുഭവങ്ങളെ സമ്പൂർണ്ണ മനുഷ്യനിലെത്താനുള്ള സത്യാന്വേഷണ പരീക്ഷകളാക്കിയ ഗാന്ധിയെ കൂടെ ആടുള്ള ഗാന്ധി സൂക്ഷ്മമായി പ്രതിപാദിക്കുന്നു. വട്ടമേശ സമ്മേളനത്തിന് ഗാന്ധിയുടെ കൂടെ

ചെന്ന വിവേചനങ്ങളില്ലാത്ത ആ ആട് പാശ്ചാത്യ മനസ്സിലുണ്ടാക്കിയ പൊല്ലാപ്പ് ചെറുതാവില്ല. (ബുദ്ധനെയും ക്രിസ്തുവിനെയും സങ്കൽപ്പിച്ച വരും ആടിനെ കൈവിട്ടിരുന്നില്ല) വ്യാപ്തിയുള്ള ഒരു ശുദ്ധിയിലും വൃത്തി യിലും സമഗ്രതയിലും ബഷീറും നിഷ്കർഷ കാണിക്കുന്നു. പഴയപ്രതാപ ങ്ങളെക്കുറിച്ച് അഭിമാനിക്കുകയും നടപ്പാതയിൽ വിസർജിക്കുകയും ചെയ്യുന്ന ആനമക്കാരിന്റെ മകളുടേത് പോലുള്ള ഒരു ജീർണ്ണ സംസ്കാരം (പൂമുഖ സംസ്കാരം) ബഷീറിന് അരോചകമായി തോന്നി. ബഷീറിന്റെ ഏറ്റവും വിദ്യാസമ്പന്നനായ കാമുകൻ നായികയ്ക്ക് വൃത്തി യുള്ള ഒരു കക്കൂസാണ് പ്രഥമോപഹാരമായി നൽകുന്നത്. കുഞ്ഞു പ്പാത്തുമ്മ നിസാർ അഹമ്മദിന് വെള്ളം കൊടുക്കുന്നതിന് മുമ്പ് നിസാർ അഹമ്മദ് ഗ്ലാസ്സിലെ വൃത്തി മണത്തറിയുന്നില്ലേ എന്ന് ഒളിഞ്ഞു നോക്കുന്നു. മതിലുകളിലെ നായകൻ രാഗം ആവിഷ്കരിച്ചത് മുറി അടിച്ചു വൃത്തിയാക്കിക്കൊണ്ടായിരുന്നുവല്ലോ. വ്യാപ്തിയുള്ള ഒരു ശുചിത്വ ത്തിന്റെ മുദ്രകളിലൂടെയാണ് ബഷീറിൽ അനുരാഗം കുശലം പറയുന്നത്.

സ്വാശ്രയത്തിലേക്കും ഗ്രാമത്തിലേക്കും അടിസ്ഥാന വിദ്യാഭ്യാസത്തി ലേക്കും ലാളിത്യത്തിലേക്കും ചെറുതുകളിലേക്കും ഉണർന്ന ആ കാലം തന്നെയാണ് ക്രമേണ ബഷീറിനെ 'പാത്തുമ്മയുടെ ആടി'ൽ എത്തിച്ചത്. 'പാത്തുമ്മയുടെ ആടി'ൽ ആ ഗാന്ധിയൻ യുഗം പ്രമാണമാക്കിയ പല തിന്റെയും ആവിഷ്കാരമുണ്ട്. വാമൊഴിയുടെ സാധ്യതയാണ് സാഹിത്യ മെന്നത് 'സ്വദേശി'യുടെ കാലത്തിന്റെ കൂടി വിവേകമാവാം. അച്ചടിക്കാൻ പാകത്തിൽ കൂന്നുനടന്ന ഗുട്ടൻബർഗിന് മുന്നിൽ തലതാഴ്ത്തി നടന്ന ഭാഷയെ വെടിഞ്ഞു നിവർന്നു നടന്നു ബഷീർ. ആ 'പുഷ്കടി' മുണ്ടിനെ ശക്തിയുടെയും അഭിമാനത്തിന്റെയും പ്രതിരൂപമാക്കിയ കാലം ഭാഷ യിലും കലയിലും ചെയ്യാവുന്നതാണ് ബഷീർ സാഹിത്യത്തിൽ ചെയ്തത്. പാത്തുമ്മയുടെ ആട് വാമൊഴിയിൽ നൂറ്റത്. അടിമുടി ഒരു കുടിൽ വ്യവസായം. ഇറക്കുമതി ചെയ്ത ഒരസംസ്കൃത വസ്തുവുമില്ല. ലക്ഷണമൊത്ത (പാശ്ചാത്യമായ) ഒരിതിവൃത്തവുമില്ല. ഏതിലയും മധുരി ക്കുന്ന ഒരാടിന്റെ രുചിബോധം ഉള്ളിലടക്കിയിട്ടുണ്ട് ഈ കൃതി. ജീവിതം മുഴുവൻ കലയാവാൻ അർഹതയുള്ളതാണ്. ഏതനുഭവവും വിചിത്ര മായി അറിയാൻ വേണ്ടുന്ന അദ്ഭുതബോധം മതി കലാകരന് എന്ന് ബഷീർ പടിപടിയായി കൂടുതൽ കൂടുതലറിഞ്ഞു. അനുഭവങ്ങളുടെ ഭാഷ യുടെ യോഗ്യത നിർണയിക്കുന്ന കേന്ദ്രീകൃതമായ അധികാരത്തോട് നിസ്സഹകരിച്ച് ബഷീർ അരികിലേക്കും മൂലയിലേക്കും വന്നു. ഓരക്കല്ല് മൂലക്കല്ലായി. എല്ലാ കഥാപാത്രങ്ങളും നായക കഥാപാത്രങ്ങളും എല്ലാ കഥകളും മുഖ്യകഥകളുമായി. സഹന സമരത്തെ അതിന്റെ പൂർണ വലുപ്പത്തിൽ ഉൾക്കൊണ്ട ഒരു മനസ്സില്ലേ 'പാത്തുമ്മയുടെ ആടിൽ'? തന്നെ പീഡിപ്പിക്കുന്നവന്റെ പരിമിതിയോർത്ത് വേദനിക്കുന്ന ആ കഥാ പാത്രത്തിന് ആരുടെ മുഖച്ഛായ കൂടിയുണ്ടെന്ന് ഓർത്തു നോക്കുക. 'സത്യാഗ്രഹം' പോലൊരു സമരായുധം ഗൃഹാന്തരീക്ഷത്തിൽ നിന്ന്

കണ്ടെത്തുന്ന മഹാത്മാവിനോടുള്ള ആദരവില്ലേ ആ കൃതിയിൽ? ബഷീറിന്റെ വൈചിത്ര്യങ്ങൾക്ക് പിന്നിൽ സമഗ്ര സ്വാതന്ത്ര്യത്തെ വിഭാവനം ചെയ്ത ഒരു ഗാന്ധിയൻ യുഗമുണ്ട്. ബഷീറിന്റെ സാഹിത്യത്തിലെ നിയമലംഘനങ്ങൾ ആ യുഗത്തിന്റെ ഹിതങ്ങളും.

ഗാന്ധിയെ വരയ്ക്കുക എളുപ്പമാണ്. കുറഞ്ഞ രേഖകൾ മതി. ഗാന്ധിയായി വേഷം കെട്ടുക എളുപ്പമാണ്. കെട്ടിയ വേഷങ്ങൾ അഴിച്ചു കളഞ്ഞാൽ മതി. എന്നാൽ എത്ര രചിച്ചാലും രൂപം കൊള്ളാത്ത എത്ര ത്യജിച്ചാലും തീരാത്ത ചിലത് അദ്ദേഹത്തെ പിന്തുടരാൻ നിങ്ങളെ അയോഗ്യനാക്കും.

''My words are easy to understand
And easy to perform.
Yet no man under heaven knows them or practices them,
My words have ancient beginnings.
My actions are desciplined
Because men do not understand,
They have no knowledge of me,
Those who know me are few
Those that abuse me are honoured
Therefore the sage wears rough clothing
And hold the jewel in his heart''

എന്ന ലാവോട്സുവിന്റെ വചനങ്ങൾ ഗാന്ധി പറയുന്നതായും കേൾക്കാം. ചിലപ്പോൾ ബഷീർ പറയുന്നതായും കേൾക്കാം.

■

സ്മരണയുടെ ഉത്സവം

ഓണം ഭൂതകാലാനുഭൂതികളുടെ മാധ്യമമാണ്. ചുറ്റും പുതിയ കാലം പൂവിട്ട് തുടങ്ങുമ്പോൾ പോയ നല്ല കാലങ്ങൾ ഓർമിക്കപ്പെടുകയാണ്. കേരളീയ സമൂഹം, ഒരിക്കലനുഭവിച്ചതായി സങ്കൽപിച്ച സമത്വത്തിന്റെ അവ്യക്തമായ അനുഭൂതികൾ അയവിറക്കുകയാണ്. മുതിർന്നവർ അവർ കുട്ടികളായിരുന്ന, വൃദ്ധർ അവർ യുവാക്കളായിരുന്ന കാലത്തിന്റെ ഓർമ കൂട്ടി ഓണസദ്യ ഉണ്ണുകയാണ്. കുട്ടികൾ, മനുഷ്യർ നിരുപാധികം ജീവിച്ചിരുന്ന ഒരു പൂർവകാലത്തിന്റെ ഓർമയുണർത്തുകയാണ്. പ്രകൃതിയിൽ നിന്നഭിന്നമായി കഴിഞ്ഞിരുന്ന ഒരു കാലത്തിന്റെ അവ്യക്തസ്മൃതിയുണ്ട് ഓണക്കോടിയിലും മുറ്റത്തെ പൂക്കളത്തിലും ഓണത്തിന്റെ ഉല്ലാസങ്ങളിലും.

"ചാണകക്കുണ്ടിൽക്കിടക്കും പുല്ലു
മോണപ്പുടവയുടുത്തു തുള്ളി
പ്രാരബ്ധം തിന്നും തൃണത്തിനിപ്പോൾ
വൈരക്കല്ലുള്ള കടുക്കനായി."

പ്രകൃതി മനുഷ്യപ്രകൃതിയിലും പൂവിടുകയാണ്, ഓണക്കോടിയായും ഓണപ്പാട്ടായും ഓണസ്മരണകളായും.

"അക്കരെയിക്കരെനിന്ന് വിളിപ്പു
പശുവും പൈതലുമൊപ്പം
വിടുക കിടാവെ-ക്കൽപിക്കുന്നു
മാബലി ശംഖധ്വാനം
സ്വാർഥതമസ്സേ; മാറുക- പാടീ
പൊന്നോണപ്പുലരി."

ഭിന്നിച്ചിരുന്നതൊക്കെ ഒരുമിക്കുകയാണ്,

"എൻ കരൾക്കുമ്പിൾ നിറയ്ക്കാ- നല്ലി
ലെൻ പ്രാണനാഥൻ വരുമോ?"

മാനം തെളിഞ്ഞപ്പോൾ, കാലം തെളിഞ്ഞപ്പോൾ, വിള തലകാട്ടിത്തുടങ്ങിയപ്പോൾ കർഷകനിലുണ്ടായ ഉത്സാഹത്തിന്റെ ലഹരിയുണ്ട് ഓണത്തിൽ.

ചേനയും ചേമ്പും വാഴക്കുലകളും മത്തനും ഇളവനും പറിക്കാറായി. നെല്ലോലകളുടെ ചുണ്ട് ചുവന്നു.

"വർഷകരീന്ദ്ര മദമടങ്ങി
കർഷകചിത്തത്തിലാശ പൊങ്ങി
വാരൊളി തൂവിയ മാരിമേഘ
ച്ചാറിൻ കറുത്ത തിലകം മാഞ്ഞു
ചിങ്ങപ്പുലരി കുളിച്ചുവന്നു
ചന്ദനച്ചെപ്പു തുറന്നുവെച്ചു."

ആത്യന്തികമായി മണ്ണ് തന്നെയായ, ചെടിയായും പൂവായും മാനായും മയിലായും മാനവനായും മാറുന്നത് മണ്ണ് തന്നെ, മനുഷ്യനിൽ ഉണ്ടായ ഹൃദ്യമായ ഒരു പരിണാമത്തിന്റെ ഉല്ലാസമാണ് ഓണം. മാറുന്ന കാലം ചുറ്റിലും പൂവിടുന്നതിന്റെ ആനന്ദം ആവിഷ്കരിക്കുന്നു ഓണച്ചടങ്ങുകൾ. അതുകൊണ്ടാണ് പുലർച്ചെയുള്ള പൂതേടൽ. അതുകൊണ്ടാണ് ഈ ഓണക്കോടി. നീണ്ട രാത്രിക്കുശേഷമുള്ള പുലരിയാണ് ഓണപ്പുലരി. പുലരികളെക്കുറിച്ചുള്ള എത്ര സങ്കൽപങ്ങളുടെ സാക്ഷാത്കാരമാണീ പ്പുലരി. അവൻ കർഷകനായിരുന്ന കാലത്തെ സങ്കൽപങ്ങളെല്ലാം, അതിൽ പുരണ്ടിരിക്കുന്നു. നെടുവീർപ്പുകളുടെ ഉത്സവവുമാണ് ഓണം.

കേരളത്തിലെ ഭൂപ്രകൃതിയും കാലാവസ്ഥയും വിളകളുമായി വലിയ ബന്ധമുണ്ട് ഓണത്തിന്. കേരളീയ പ്രകൃതിയുടെ സ്വാഭാവികമായ ഉത്സവ മാണത്. മലയാളിയുടെ അടയാളം. മലയാളിയുടെ തന്നെക്കാൾ പഴയ, വ്യാപ്തിയുള്ള, തന്റെ ആഘോഷം. കാലം ചവിട്ടിത്താഴ്ത്തിയ ഒരു ഭൂത കാലത്തിന്റെ ചക്രവർത്തി വിരുന്നുകാരനായി വരുന്നു അന്ന്. ഓലക്കുട ചൂടി, സമൃദ്ധിയുടെ ചിഹ്നങ്ങളണിഞ്ഞ്, ത്യാഗത്തെക്കുറിച്ചുള്ള ഓർമ കളുമായി. നമ്മൾ ഓർമകളിലെ വിഭവങ്ങളൊരുക്കി അദ്ദേഹത്തെ സൽക്കരിക്കുന്നു.

വയനാടിന്റെ കഥ വ്യത്യസ്തമാണ്. ഭൂപ്രകൃതികൊണ്ടോ കാലാ വസ്ഥകൊണ്ടോ അവിടത്തെ ആദിമനിവാസികളുടെ ഭാഷകൊണ്ടോ ഇത് കേരളത്തിന്റെ ഭാഗമാണെന്ന് ഒരാളും പറയില്ല. പേരാമ്പ്രയിൽ നിന്ന് നാടു വിട്ട് വയനാട്ടിൽ മേപ്പാടിയിലൊരു ചായത്തോട്ടത്തിലെത്തിയ യുവാവ് "അമ്മേ, ഇനി ഞാനാ നശിച്ച ഇന്ത്യയിലേക്കില്ല" എന്ന് കത്തെഴുതിയ തായി ഒരു കഥയുണ്ട്. മറ്റൊരു രാജ്യത്തിലെത്തിയതായും താൻ രക്ഷ പ്പെട്ടതായും ആ യുവാവിന് തോന്നിയതിൽ തെറ്റില്ല. താൻ സഞ്ചരിച്ച തിലും എത്രയോ ദൂരം സഞ്ചരിച്ചതായി, താൻ പിന്നിട്ടതിലും എത്രയോ ദൂരം പിന്നിട്ടതായി, അവിടത്തെ മഴയിലും തണുപ്പിലും ആ ചെറുപ്പക്കാരന് തോന്നിയിരിക്കാം. അവിടത്തുകാരായി അവന് തോന്നിയിരിക്കാവുന്നൊ രാളും മലയാളിയല്ല. അവരുടെ ഭാഷയെക്കാൾ ഭേദം കൈയാംഗ്യങ്ങളാണ്, അത്ര കടുപ്പം. മലയാളികളാകട്ടെ എല്ലാം അന്യനാട്ടുകാർ, തിരുവല്ലയിലും കോട്ടയത്തും പാലായിലും പാലക്കാട്ടുമുള്ളവർ (വാഗബോർഡറിന പ്പുറവും ഇപ്പുറവും നോക്കി ഞാനന്തം വിട്ടിട്ടുണ്ട്. അതോ ഇതോ ഭാരതം?). വയനാട്ടിലെ രാത്രിയിലേക്ക് പേരാമ്പ്രയിലെ ഒരു രാത്രിയിൽ

നിന്ന് മറ്റൊരു വൻകരയിലേക്കുള്ള ദൂരമുണ്ട്. നാട്ടിൽ സ്വാഭാവികമായി ഉണ്ടായതാണ് ഓണമെങ്കിൽ ഇവിടെയത് ഊര് തിരിയാത്ത ഈ പേരാമ്പ്ര ക്കാരനെപ്പോലെ ചുരം കയറിവന്നതാണ്. ഓണവും കേരളത്തിന് കത്തെഴുതിയിരിക്കണം, അമ്മേ ഇനി ആ നശിച്ച കേരളത്തിലേക്ക് ഞാനില്ല (ഇവിടെ വന്നവരിലേറെയും പൊറുതികെട്ട് വന്നവരാണ്).

വയനാട്ടിൽ കർക്കടകത്തോടെ വറുതിക്കാലം തീരില്ല. തുലാ പ്പത്തോടെ മാത്രമേ നിർധനനായ വയനാട്ടുകാരന്റെ വറുതിക്കാലം തീരൂ. കന്നിയാണ് വയനാട്ടിൽ തരണം ചെയ്യാനേറ്റവും വിഷമമുള്ള കാലം. കാണം വിറ്റിട്ടല്ലെങ്കിലും കടം വാങ്ങിയാണ് (ഒരു പൊതിക്ക് ഒന്നരപ്പൊതി കൊയ്താൽ തരാമെന്ന ഈടിൽ) ഓണം ഉണ്ണുന്നത്. ഓണക്കാലമാവു മ്പോൾ വിളയൊന്നും ചുവക്കില്ല വയനാട്ടിൽ. ഞാറ് പാകിയതേ ഉള്ളൂ. പുഴവെള്ളം കയറിയതിന്റെ മുയ്ങ്ങ്മണം മാറിയിട്ടില്ല. ശക്തമായ മഴ മാറിയെങ്കിലും ഭീകരമായ വിരസതയുണ്ടാക്കുന്ന നിലയ്ക്കാത്ത മഴ തുട രുന്നു (പഴയകാലത്തെ കഥയാണേ! എന്റെ ചെറുപ്പത്തിലെ വയനാട്ടിലെ കഥ. ഓണസ്മരണ ചെറുപ്പകാലത്തെ ഓണത്തിന്റെ സ്മരണയല്ലേ സകലർക്കും). “ഈ നശിച്ച മഴ” എന്നാവലാതിപ്പെട്ടു കൊണ്ടാണ്, ‘മൂക്ക്’ വലിച്ചു കയറ്റിക്കൊണ്ടാണ്, കുട്ടികൾ പൂവിറുക്കുന്നത്. (വേനൽ ശക്തി പ്പെട്ടാലാണ് മൂക്ക് താഴോട്ടിറങ്ങുക). നാടുവിട്ടിട്ടും വിടാനാവാത്ത ഒരു കടമപോലെ വയനാട്ടിൽ ഓണം. വെയിൽ പരുങ്ങിപ്പരുങ്ങി വലിയ പേടി യോടെയാണ് വരുന്നത്. മണ്ണട്ടകളുടെ (ചീവിട്) നിലയ്ക്കാത്ത വായ് ത്താരിയൊന്നും ഓണത്തിനിണങ്ങുന്നതല്ല. നാട്ടിലെ ഭൂപ്രകൃതിക്ക് അനു സരിച്ച് ചിട്ടപ്പെടുത്തിയ ഓണം വയനാട്ടിൽ അത്ര സന്തോഷത്തിലല്ല.

വയനാട്ടിൽ മലകളും വയലുകളുമായിരുന്നു നിറയെ. വെണ്ണ്യോടൻ വയൽ മുറിച്ചു കടക്കാൻ ഒരു മണിക്കൂറെടുത്തിരുന്നു ഞാൻ. വയൽ നാടാണ് വയനാടായതെന്ന് ചിലർ പറയുന്നു. കുരുമുളകും കാപ്പിയും നെല്ലുമല്ലാതൊന്നുമുണ്ടായിരുന്നില്ല വയനാട്ടിൽ (ചീവിടിന്റെ മാറ്റിമാറ്റി പ്പിടിക്കുന്ന വാദ്യസംഗീതവും). വയൽപ്പണി കർക്കടകത്തോടെ തീരും. കൈയിലെ പണവും തീരും. ഇനി മാസത്തിന് കൊല്ലത്തിന്റെ നീളം. വൃശ്ചികമാവണം കുരുമുളക് പഴുക്കാൻ, തുലാമാസമാവണം നെല്ല് കൊയ്യാൻ, വൃശ്ചികം-മകരമാവണം കാപ്പി പഴുക്കാൻ, വൃശ്ചികമാവണം നാടൊന്നു വെളുക്കാൻ. എങ്കിലും കൃഷിപ്പണി തീർന്നല്ലോ, കാല് നീട്ടി ഇരിക്കാമല്ലോ, വെല്ലം കടിച്ച് കൂട്ടി കട്ടൻകാപ്പിയും കുടിച്ച്. ഈ ഒരാശ്വാസ ത്തിന്റെ അഴക് ഓണത്തിന് ഉണ്ടെന്ന് പറയാം. നാട്ടിൽ ഓണം സുഖ സ്മരണകളുടെ കാലമാണെങ്കിൽ ഇവിടെയത് ആശ്വാസത്തിന്റെ കാലം. നേരാണ്, നാട്ടിൽ കാണാത്ത വലുപ്പത്തിലുള്ള ചെമ്പരത്തിപ്പൂവും മത്തൻ പൂവും നാട്ടിലെ ഡാലിയപ്പൂക്കളുടെ വലുപ്പമുള്ള തുമ്പപ്പൂവും ഇവിടെ സുലഭം. നിറയെ മതിലുകൾ തോറും കണ്ണിൽ ചേർത്തു പിടിച്ചാൽ തണുപ്പുകൊണ്ട് കോരിത്തരിക്കുന്ന തൂങ്ങിക്കിടക്കുന്ന പുല്ലെണ്ണകളും. എന്നാലും കലണ്ടറിലെ തീയതിയാണ് വയനാട്ടിൽ താരതമ്യേന ഓണം. ഇനി പന്ത്രണ്ടു ദിവസങ്ങളുണ്ടമ്മേ, കലണ്ടർ മറിയുന്ന ഒച്ചയിൽ ഏടത്തി.

വയനാട്ടുകാർക്ക് പൊതുവായ ഭൂതകാലമില്ല. വയനാട്ടിലെ കുടിയേറ്റക്കാരുടെ ഓണത്തിന് അവനവന്റെ നാട്ടിലെ ഓണച്ഛായ. ഓരോ വീട്ടിലും ഓരോ ഓർമ, ഓരോ സ്വാദ്. എന്റെ വീട്ടിലെ കൊഴുത്ത സാമ്പാറിന് അടുത്ത വീട്ടിലെ വെള്ളം പോലത്തെ സാമ്പാറിലേക്ക് അഞ്ഞൂറ് നാഴികയുടെ ദൂരം. വടകരയിലെ ലോകനാർ കാവിൽനിന്ന് രാജുക്കൗണ്ടന്റെ ജന്മനാടായ പുന്നാട്ടേക്കുള്ള ദൂരം (സ്വാദിന് ജന്മനാടുണ്ട്). ആദിവാസികൾക്കും ഗൗഡർമാർക്കും ഓണമുണ്ടെന്നും ഇല്ലെന്നും പറഞ്ഞു കൂടാ. അവരുടെ ഓണങ്ങൾ അവരുടെ അയൽപക്കമായ കുടിയേറ്റക്കർഷകന്റെ ഓണത്തിന്റെ അനുകരണം. അല്ലെങ്കിൽ അനുകമ്പാപൂർണമായ സഹകരണങ്ങൾ. എങ്കിലും ഒരേ സംസ്കാരം, ഭാഷ, രുചി പങ്കിടാത്തവർ തമ്മിലുള്ള സവിശേഷമായ ഒരടുപ്പം ഞങ്ങൾ തമ്മിലുണ്ടായിരുന്നോ? വേരുകളില്ലാത്ത ഓണമാണ് വയനാട്ടിലെ ഓണം. എങ്കിലും വ്യത്യസ്തമായ ഒരനുഭവമായിരുന്നില്ലേ അത്.

പാലക്കാട്ടെ ചെമ്പൈ കുടുംബത്തിലും വേരുകളുള്ള എന്റെ അമ്മ വെളുക്കും മുമ്പേ എണീറ്റ് കോലായിലും ചാണകം മെഴുകിയ മുറ്റത്തും കോലമിടും. അമ്മ വരയ്ക്കുകയല്ല, അരിച്ചാന്തിൽ മുക്കിയ വിരലുകൾ കൊണ്ട് ഓർമിക്കുകയാണ്. എത്ര ശ്രദ്ധാപൂർവം വരച്ചാലും സാധിക്കാത്ത കൃത്യതയുണ്ട് അമ്മയുടെ, പുലരുന്തോറും നിറം കൂടിക്കൂടി വരുന്ന ശംഖിനും പത്മത്തിനും ചതുരങ്ങൾക്കും. മറ്റൊന്നും അമ്മയ്ക്ക് വരയ്ക്കാനും അറിഞ്ഞു കൂടാ. വയസ്സായിട്ടും ദേഹം പതറിത്തുടങ്ങിയിട്ടും ആ വരകൾ മങ്ങിയില്ല. അമ്മയുടെ വിരലുകൾ പിടിച്ച് ചെമ്പൈ ഗ്രാമത്തിൽ നിന്ന് വന്ന ആ ഓണം വയനാട്ടിലെ എന്റെ വീട്ടുകോലായിൽ വർഷം തോറും പ്രത്യക്ഷപ്പെട്ടു. വർഷത്തിലൊരിക്കൽ ആ നിശ്ചിത ദിവസം അറിയാതെ പൂവിട്ടു പോവുന്ന ഒരു ചെടിപോലെ.

അമ്മയുടെ നിർദേശപ്രകാരം ഞങ്ങൾ മണ്ണ് കുഴച്ച് തൃക്കാക്കരയപ്പനെയുണ്ടാക്കുമായിരുന്നു. ആ അപരിചിതനെ നേരിൽ കണ്ടിട്ടില്ലാത്തതിനാലാവാം വയനാട്ടിൽ പിറന്ന ഞാൻ എല്ലാ കുറിയും പരാജയപ്പെട്ടു. കാപ്പിച്ചെടികൾക്ക് കീഴെ എല്ലാ ഓണങ്ങൾക്കും അനുപാതമില്ലാത്ത ശരീരമുള്ള, കുറെ തൃക്കാക്കരയപ്പന്മാർ ഉപേക്ഷിക്കപ്പെട്ടു. "തൃക്കാക്കരയ്ക്ക് പോം പാതയേതോ" എന്ന് എന്റെ വിരലുകൾ പരുങ്ങി. ചുരം കയറിയപ്പോൾ ഛർദിച്ച് വശംകെട്ടവർ മറക്കാതെ കൊണ്ടുവന്ന ഓർമകളല്ലേ?

നാക്കിലയിൽ പച്ചപ്പയറിന്റെ ഉപ്പേരിയും ഇളയമത്തന്റെ ഓലനും വയനാട്ടിലെ അതിപുഷ്ടിയുള്ള ചേനയുടെയും കായയുടെയും മുരിങ്ങക്കായയുടെയും അവിയലും കറമൂസിന്റെ പച്ചടിയും എല്ലാം കഴിഞ്ഞു വിളമ്പാനായി കയമയരിപ്പായസം നിറച്ചുള്ള ഉരുളിയുമായി വാതിൽക്കൽ നിൽക്കുന്ന അമ്മയും ഉള്ള നാളിന്റെ ആകൃതിയാണ് എന്റെ ഓണത്തിന്. ഓണത്തിന് വിളമ്പുന്നത് ഓർമകളാണ്.

കുറിപ്പ്: ലേഖനത്തിൽ ഉദ്ധരിച്ച വരികളെല്ലാം പി.കുഞ്ഞിരാമൻ നായരുടേത്. ഓണസ്മരണ പി യെക്കൂടാതെ വയ്യല്ലോ. അദ്ദേഹം മഹാബലിയാൽ നിയുക്തനായി.

ഏതിലയും മധുരിച്ച ആ കാട്ടിൽ

നിങ്ങൾ സ്നേഹിക്കുന്ന ഒരു ജോലി കണ്ടെത്തൂ പിന്നെ ഒരു ദിവസം പോലും നിങ്ങൾക്കധ്വാനിക്കേണ്ടി വരില്ല- കൺഫ്യൂഷ്യസ്

കേരളത്തിൽ ലഭ്യമായതിൽ വെച്ചേറ്റവും മികച്ച തൊഴിൽ ചെയ്തൊരാളുടെ കൃതാർഥത എനിക്കുണ്ട്. അത് ചാരിതാർഥ്യത്തോടെ ചെയ്തതിന്റെ ആനന്ദം എന്നോളമനുഭവിച്ചർ കുറയുമെന്ന അഭിമാനവുമെനിക്കുണ്ട്. ഏറ്റവും കുറച്ച് അന്യവത്കരണമുള്ള തൊഴിലാണ് ഞാൻ ചെയ്തത്. സ്വയം അഭിവൃദ്ധിപ്പെടുന്നതിലെ ആഹ്ലാദമാണ് വലിയ ആഹ്ലാദമെങ്കിൽ ഈ തൊഴിൽ എനിക്കത് നൽകി. എന്നെ ആസകലം ഉപയോഗിച്ചു കൊള്ളാൻ, നിർബാധമായി വിഹരിച്ചു കൊള്ളാൻ ഈ തൊഴിൽ സ്വകാര്യമായെനിക്കനുവാദം തന്നു. ഈ തൊഴിൽ എന്റെ ഭാഷയെ പുഷ്ടിപ്പെടുത്താൻ വർഷം തോറും പുതിയ കാതുകളെ തന്നു; ദിവസവും പുതിയ ദിവസം തന്നു. ഞാൻ എന്റെ ഭാഷയാണ് എന്ന് കരുതുന്നൊരാൾക്ക് അതിൽപരമെന്തു വേണം. മാർകേസോ വി.കെ. എന്നോ നമുക്ക് നൽകുന്ന ആനന്ദം എഴുതുമ്പോൾ അവരനുഭവിച്ച ആനന്ദം കൂടിയാണ്. നീട്ടുന്തോറും കൂടുതൽ കൂടുതൽ കൈയെത്തുന്നതിന്റെ ആനന്ദം. ആ അളവിൽ അവരനുഭവിച്ച 'ത്രിൽ' അനുഭവിച്ചവരല്ല യോസയോ എം.ടിയോ. ഞാനാ ആനന്ദം ക്ലാസ് മുറിയിലനുഭവിച്ചു.

ഗവൺമെന്റ് കോളജിലോ സർവകലാശാലയിലോ പഠിപ്പിക്കുന്ന മാതൃഭാഷാധ്യാപകന്റേതാണ്, അയാൾക്കതിനുവേണ്ട ശേഷിയും കമ്പവും ഉണ്ടെങ്കിൽ, കേരളത്തിൽ ലഭിക്കാവുന്ന ഏറ്റവും 'അന്ത'സ്സുള്ള പണി. ഒരു നിയന്ത്രണവും ജന്നൽവഴിപോലും എത്തിനോക്കിയിട്ടില്ലാത്ത ക്ലാസ് മുറിയിൽ, ഒരു പരീക്ഷാപ്പേടിയും ഓർമയിൽ വരാനനുവദിക്കാതെ ആശാനെയും ഉണ്ണായിവാരിയരെയും പാഠപുസ്തകമാക്കി ഞാൻ നിശ്ചയിച്ച പ്രവൃത്തി ഞാൻ ചെയ്തു. കുട്ടികളുടെ ഭാവുകത്വത്തെ ഉയർത്തുക എന്നതായിരുന്നു ഞാനെനിക്ക് നിശ്ചയിച്ച ചുമതല. തലേന്നത്തെ വായനയും അന്നത്തെ പത്രവായനയും വഴിയിൽ കേട്ട ഫലിതവും വണ്ടിയിലിരുന്ന് ചിന്തിച്ചതും അതുവരെയും പറഞ്ഞിട്ടില്ലാത്ത

ചില 'അനക്ഡോട്ടുകളും' മുന്നിലെ രസികരായ കുട്ടികൾ സാന്ദർഭിക മായി എന്നിൽ വരുത്തിച്ചതൊക്കെയും ഉപയോഗിച്ച് ഞാനത് ചെയ്തു. ഭാവുകത്വം പുഷ്ടിപ്പെടുന്നതിലെ സ്വാതന്ത്ര്യവും രസവുമറിയുന്ന കുട്ടി കൾക്കൊക്കെയും അതിഷ്ടമായിരുന്നു എന്ന് അവരുടെ മുഖങ്ങൾ (മുഖ ങ്ങൾ പ്രീബാബേലിയൻ ഭാഷ സംസാരിക്കുന്നു. ഭാഷ അതിന് പിന്നീ ടുള്ള സങ്കോചത്തിന്റെ വിനിമയവും രൂപവും). "പരീക്ഷയ്ക്ക് ഇയാൾ പോരാ" എന്നൊരു ചെറുനീരസം പരീക്ഷാക്കാലമടുക്കുമ്പോൾ ചിലരിൽ കണ്ടത് ഞാൻ ഗൗനിച്ചതുമില്ല. ഞാനാ ഋതുവിൽ ഇല പൊഴിച്ച് വാങ്ങി നിന്നു.

ചെയ്യുന്നതെല്ലാം ഇഷ്ടങ്ങൾ കൂടിയാവുന്ന ഒരു തൊഴിൽ ഭൂമിയിൽ സാധ്യമാണോ? ആദ്യം ഞാൻ ചെയ്ത തൊഴിൽ ഗ്രാമത്തിലെ പോസ്റ്റ് മാന്റെ തൊഴിലായിരുന്നു. മൂന്നുമാസമേ അത് നീണ്ടുള്ളൂ. പോസ്റ്റ് ഓഫീസിന് മുന്നിലെ റോഡിൽ അക്ഷമയോടെ ഇരമ്പിക്കൊണ്ട് നിൽക്കുന്ന ബസിൽ നൊടിയിടയിൽ തപാൽ കയറ്റുകയും ഇറക്കുകയും ചെയ്യുന്ന പതിനെട്ടുകാരന്റെ കിടിലം ഇപ്പോഴും എന്റെ ഇടനെഞ്ചിൽ ബാക്കിനിൽക്കുന്നു. പ്രധാനപ്പെട്ടൊരു തൊഴിലാണ് ഞാൻ ചെയ്യുന്ന തെന്ന തെറ്റിദ്ധാരണ എനിക്കുണ്ടായി. പലരും ഞാൻ വരുന്നതും നോക്കി കാത്തിരുന്നു. ഇടയ്ക്കിടെ ദൂരേക്ക് നോക്കി കപ്പയ്ക്ക് മണ്ണുകൂട്ടുകയോ റോഡിലെ കല്ലുകൾ തട്ടിക്കളിക്കുകയോ മുറ്റത്തുലാത്തുകയോ ചെയ്ത വർ എന്നെ കാത്തിരിക്കുക കൂടിയായിരുന്നു. ഇന്നിപ്പോൾ ചിരി വരുന്നു, അത്ര ആത്മാർഥമായി എന്നെ കാത്തിരുന്നവർ പിന്നീടെന്റെ ജീവിത ത്തിലുണ്ടായിട്ടില്ല. ഒരു പെൺകുട്ടി കത്ത് മറ്റാരുടെയെങ്കിലും കൈയിൽ പ്പെടാതിരിക്കാനായി ഞാനെത്തും വരെ വെള്ളം കോരി. പക്ഷേ, അവൾ കാത്തിരുന്നത് വന്നില്ലെങ്കിൽ എന്നെ അനിഷ്ടത്തോടെ നോക്കി. എന്നെ കാത്തിരുന്നവർ എന്നെ കാത്തിരുന്നവരായിരുന്നില്ല. പിന്നീട് ചെയ്ത ഗുമസ്തപ്പണി, അന്യവത്കരണത്തിന്റെ ക്ലാസ് തരാനായി ദൈവം അയച്ചതുപോലെയായി.

ഏതാനും വർഷം കൊണ്ട് ഞാൻ വരണ്ടുണങ്ങി. പണ്ടത്തെ ന്യൂസ് റീലിലെ ചാഞ്ഞ തലകളോടെ പൈക്കൾ ചത്തു കിടക്കുന്ന വിണ്ടുകീറിയ പാടം പോലെയായി ഞാൻ. അതിജീവിക്കാൻ വേണ്ടി ചെയ്യുന്നൊരു വിട്ടു വീഴ്ചയാണ് കവിത എന്നെനിക്ക് തോന്നി. ഇനി എന്നിൽ നിന്നൊന്നും മുള പൊട്ടില്ല. ലോസ് ഓഫ് പേ ലീവിൽ ഞാൻ ബി.എഡിന് ചേർന്നു. അധ്യാപികയായ ഭാര്യയായീ എന്റെ രക്ഷാകർത്താവ്. വൈകാതെ ഞാനെന്റെ ഇഷ്ടജോലിയിലേക്ക് വന്നു. എക്സ്ട്രാ പീരിയഡിൽ ഞാനാണ് ക്ലാസിലേക്ക് വരുന്നത് എന്ന് ജന്നൽവഴി തിരിച്ചറിഞ്ഞ കുട്ടി കൾ കൈയടിച്ചു. പിന്നെ ബ്രണ്ണൻ കോളേജ്, കോഴിക്കോട് ആർട്സ് കോളേജ്. എന്റെ ഇഷ്ടങ്ങൾ ചെയ്യാൻ ഞാൻ കൂടുതൽ കൂടുതൽ സ്വതന്ത്രനായി. എന്നെ പഠിപ്പിച്ച ഒരധ്യാപകനും ക്ലാസിലെ എന്റെ റോൾ നിശ്ചയിക്കുന്ന വിധത്തിൽ എന്നെ സ്വാധീനിച്ചില്ല. ബി.എഡ്. ക്ലാസിലെ

മോഡൽ ക്ലാസുകളൊന്നും എന്നെ പ്രചോദിപ്പിച്ചില്ല. എന്നെ പ്രചോദിപ്പിച്ചത് എം.എൻ.വിജയനും സുകുമാർ അഴീക്കോടും കുഞ്ഞുണ്ണിയും രംഗനാഥാനന്ദസ്വാമിയും എം.കെ.സാനുവും സദസ്സിൽ ചെയ്ത പ്രസംഗങ്ങളാണ്. എട്ടാം ക്ലാസിൽ പഠിക്കുമ്പോൾ അന്ന് ബത്തേരി സെന്റ് മേരീസ് കോളജ് പ്രിൻസിപ്പലായിരുന്ന പ്രൊഫസർ കെ.സി.പീറ്റർ സ്കൂൾ സാഹിത്യസമാജം ഉദ്ഘാടനം ചെയ്ത് നടത്തിയ പ്രസംഗം കേട്ടാണ് സ്പോർട്സ് ഗ്രൗണ്ടിന് പുറത്ത് ഞാനാദ്യം കൈയടിച്ചത്. എന്നിലെ പ്രഭാഷകന്റെ ഭൂതകാലം ആരംഭിച്ചത് ഞാൻ കരഘോഷത്തോടെ കൊണ്ടാടിപ്പോയതാവാം, സ്വയമറിയാതെ. ഈ പ്രശസ്തർ ഭാഷയിൽ ജാലവിദ്യകൾ കാട്ടി എന്നെ പ്രചോദിപ്പിച്ചു, വെല്ലുവിളിച്ചു. ഞാനാകെ വിടർന്നു. "അളിപടലികൾ മൂളി, രന്ധ്രമേലും മുളകൾ മരുത്തിലുലഞ്ഞുപാടി..."

എം.എൻ.വിജയന്റെ മാരാർ പ്രഭാഷണത്തിൽ മാരാരെക്കുറിച്ചൊന്നുമുണ്ടായിരുന്നില്ല. 'സഹ്യന്റെ മകൻ' എന്ന പ്രശസ്ത പഠനത്തിൽ 'സഹ്യന്റെ മകനു'ള്ളത്ര പോലുമില്ലായിരുന്നു മാരാർ മാരാർ പ്രഭാഷണത്തിൽ. "മാരാരെ ഞാൻ ഓർക്കുന്നു" എന്ന ഒറ്റവരി. ആ പ്രസംഗം എന്നെ തകിടം മറിച്ചു. അടുത്ത വാക്യമല്ല മറ്റൊരു വാക്യമാണ് വിജയൻ പറയുന്നത്. എന്റെ ശ്രദ്ധയെ തലങ്ങും വിലങ്ങും പായിക്കുകയാണ് ഒരു ദയവുമില്ലാതെ വിജയൻ; 'നോൺ ലീനിയർ' ഘടനയിൽ ഒരു പ്രസംഗം! മാതൃഭാഷയിലല്ലാതെ ഇത്രയും ഭാഷാസ്വാതന്ത്ര്യം, ഇത്രയും 'അ'ക്രമം, സാധ്യമല്ലെന്ന് എനിക്ക് തോന്നി. ഇങ്ങനെ ഭാഷയിൽ സ്വാതന്ത്ര്യമുള്ളൊരാൾ പഠിപ്പിക്കുന്ന കോളെജിൽ വേണം കോളെജധ്യാപകനാവുകയാണെങ്കിൽ പഠിപ്പിക്കാൻ എന്ന് അന്നുറച്ചു. കേരളത്തിലെ ഏറ്റവും മികച്ച ക്ലാസുകൾ മാതൃഭാഷാധ്യാപകന്റേതാണ് എന്ന് കാട്ടിയ ദുർലഭം ചിലരിൽ ഒരാളായിരുന്നു വിജയൻ. വിജയൻ പറഞ്ഞതിലൊക്കെ 'വിജയമുദ്ര' ഉണ്ടായിരുന്നു. ചില പേരുകൾ അങ്ങനെയാണ്, ജീവിതത്തിൽ അവർ ചെയ്തതിന്റെ ശീർഷകം പോലെ.

ഞാൻ നോട്ട് കൊടുത്തില്ല, ഞാൻ ടെസ്റ്റ് പേപ്പർ എഴുതിച്ചില്ല, കൃത്യനിഷ്ഠ പാലിച്ചില്ല, കുട്ടികളെ ഭാവിയിലെ തൊഴിലില്ലായ്മ ചൂണ്ടിക്കാട്ടി വിരട്ടിയില്ല. എനിക്കു കൂടി ആനന്ദം തരാത്ത ഒന്നും ക്ലാസിൽ ഞാൻ ചെയ്തിട്ടില്ല. പക്ഷേ, എന്റെ ക്ലാസിലൂടെ ശ്രീനാരായണഗുരുവിനെ ക്രമേണ ഞാനറിയുന്നുണ്ടായിരുന്നു. "അവനവനാത്മസുഖത്തിനാചരിക്കുന്നവയപരനു സുഖത്തിനായി വരേണം." ആത്മസുഖവും പരസ്സുഖവും തമ്മിൽ വൈരുധ്യമില്ലാത്ത ഭാഷ ഞാൻ വശപ്പെടുത്തി. ഭാവുകത്വ പരിണതി എന്ന് ഞാൻ ലക്ഷ്യമിട്ട അധ്യാപനത്തിന്റെ ഭാഗമായതൊന്നും അവരുടെ പരീക്ഷയ്ക്ക് യഥാർത്ഥത്തിൽ വിരുദ്ധവുമായിരുന്നില്ല. വിദ്യാർഥിയെക്കാൾ അവരിലെ മനുഷ്യനെ ഞാൻ അഭിമുഖീകരിച്ചു. പരീക്ഷയ്ക്ക് വരാവുന്ന ചോദ്യങ്ങൾക്ക് കുട്ടികളെ തയ്യാറാക്കുന്ന പണി ഇതിനെക്കാൾ എത്രയോ എളുപ്പം. ക്ലാസിൽ പറയാനുള്ളതിലേക്കായിരുന്നു എങ്ങോട്ട് പോവുമ്പോഴും ഞാൻ പോയിക്കൊണ്ടിരുന്നത്.

എന്തിലും ഞാൻ മുട്ടിക്കൊണ്ടിരുന്നത്. അപൂർവഭംഗിയുള്ള ആശയങ്ങളൊക്കെ എവിടന്ന് കിട്ടിയാലും ഞാനെന്റെ കുട്ടികൾക്ക് നൽകി. കല്യാണപ്പുരയിൽ നിന്ന് വരുമ്പോൾ കീശയിൽ ശർക്കരയുപ്പേരിയുമായി വന്ന കുട്ടിക്കാലത്തെ അച്ഛനെപ്പോലെ. വലിയ യാത്രാ എഴുത്തുകാരനായ പോൾ തോറോ എഴുതിയത് ഇന്നിപ്പോൾ ഞാൻ വായിച്ചതേയുള്ളൂ. 'ഹോംസിക്നസ്' പോലെ 'ഔട്ട് സിക്നസു' മുണ്ട്. ഓടിക്കൊണ്ടിരിക്കുന്ന തീവണ്ടി കാണുമ്പോൾ, സൂട്ട്കേസുമായി യാത്രയ്ക്ക് തുനിഞ്ഞു നിൽക്കുന്നവരെ കാണുമ്പോൾ, റൂക്കിമഡ്സിലേതുപോലെ തണുത്ത ഒരു സായാഹ്നം കാറ്റിൽ ഒരു നൊടി തുടിക്കുമ്പോൾ ഒക്കെ ഈ 'ഔട്ട് സിക്നെസ്സ്' എന്നെ ബാധിക്കും. ഇപ്പോൾ സർവിസിലുണ്ടായിരുന്നെങ്കിൽ ഞാനിത് കുട്ടികൾക്ക് നൽകുമായിരുന്നു.

എന്നിലെ അധ്യാപകന് ഒരിക്കൽ 'ഒരവാർഡ്' കിട്ടി. ഒരു ബി.എഡ് കോളജിൽ പ്രഭാഷണം നടത്താൻ ചെന്നതായിരുന്നു ഞാൻ. അവിടെ അധ്യാപികയായ എന്റെ മുൻ വിദ്യാർഥിനി എന്റെയരികെ അതി സന്തോഷത്തോടെ ഓടിവന്നു. അവളെ കഷ്ടിയേ ഞാനോർമിക്കുന്നുണ്ടായിരുന്നുള്ളൂ. വളർച്ചയിൽ മറഞ്ഞുപോവുന്നവരാണ് പൊതുവെ പെൺകുട്ടികൾ. ശാരീരികം കൂടിയായ എന്തെല്ലാമോ മാറ്റങ്ങളിലും തിരക്കുകളിലുമാണവർ. എന്നെ സ്വീകരിക്കാൻ നിന്നവരിൽ നിന്ന് ഒരൽപം അകലേക്ക് അവളെന്നെ വിളിച്ചു. ഞാൻ കേട്ട ഏറ്റവും മനോഹരമായ ശബ്ദത്തിൽ അവളെന്നോട് പറഞ്ഞു: എന്റെ ജീവിതത്തിൽ മാഷ് മാത്രമേ എന്നോട് സംസാരിച്ചിട്ടുള്ളൂ. അന്ന് ഞാൻ പതിവിലും നന്നായി പ്രസംഗിച്ചു. മടക്കയാത്രയിൽ ഓർത്തു; ടെഡ്ഹ്യൂസിന്റെ കവിതകൾ വായിച്ച് സിൽവിയാപ്ലാത്ത് എഴുതിയ കത്തിൽ ഈ വരികളുണ്ട്. അങ്ങാണ് എന്നോട് ആദ്യമായി സംസാരിച്ചത്. ദസ്തയേവ്സ്കിയുടെ 'ഇഡിയറ്റി'ൽ മൈഷ്കിൻ പ്രഭു ഹൃദ്യമായി കഥ പറഞ്ഞപ്പോൾ കേട്ടിരിക്കുകയായിരുന്ന അഗ്ലായ, അയാളെ അവളുടെ മുറിയിലേക്ക് ക്ഷണിച്ചു. അന്നവൾക്ക് കിട്ടിയ പ്രണയലേഖനം അയാളുടെ കൈയിൽ കൊടുത്ത് വായിക്കാൻ പറഞ്ഞു. നിങ്ങൾക്കേ അറിയൂ ഇതിന് ഞാനെന്ത് മറുപടി പറയണം എന്ന്. അയാളുടെ കഥാകഥനം അവളോട് ഇതുവരെ ആരും സംസാരിച്ചിട്ടില്ലാത്തത്ര ഗാഢമായി സംസാരിച്ചിരുന്നു. ഞാൻ ചൈതന്യമുള്ള ദിവസങ്ങളിൽ നിർവിശേഷമായി സംസാരിച്ചു. എഴുതുമ്പോൾ ഉണർന്ന് പ്രവർത്തിച്ചതൊക്കെ ക്ലാസെടുക്കുമ്പോഴും പ്രവർത്തിച്ചു. ചിലർക്കെങ്കിലും അത് അവരോട് മാത്രമുള്ള സംഭാഷണമായി, എഴുത്തുപോലെ മാറിയിരിക്കണം. പഠിപ്പിക്കുമ്പോൾ ഞാൻ ദുർലഭമായെഴുതി, വിരമിച്ചപ്പോൾ സുലഭമായും. ഒന്നുതന്നെയാവാം ഞാൻ ചെയ്തതും. മാതൃഭാഷാധ്യാപകന് മാത്രം സാധ്യമാകുന്ന ഒരു ഭാഗ്യം.

കവിതയോട് സംവദിക്കാൻ അതെഴുതപ്പെട്ട ഭാഷയറിഞ്ഞാൽ മാത്രം പോരാ കവിതയെന്ന സവിശേഷ ഭാഷയുമറിഞ്ഞിരിക്കണം. കവിതയാകട്ടെ മാതൃഭാഷയിൽ വെളിപ്പെടുന്നത്ര വ്യാപ്തിയിൽ അന്യഭാഷയിൽ

വെളിപ്പെടുകയുമില്ല. കവിത അതെഴുതപ്പെട്ട ഭാഷയിലെ ശൈലികളും പഴഞ്ചൊല്ലുകളും നാട്ടുനർമങ്ങളും പൂർവകവിതകളുമായി ഗൂഢമായ സമ്പർക്കങ്ങൾ പുലർത്തുന്നൊരു ഭാഷയാണ്. സ്കൂളിലോ കോളെജിലോ പഠിക്കുമ്പോൾ മാതൃഭാഷയിലെ കവിതകൾ കാവ്യഭാവുകത്വമുള്ള അധ്യാപകന്റെ സഹായത്താൽ അറിഞ്ഞൊരാൾക്കേ അന്യഭാഷാ കവിതകൾ വഴങ്ങൂ. അന്യഭാഷാ കവിതകളിൽ കവിത തുടങ്ങുന്നൊരാൾ നിർഭാഗ്യവാനാണ്. പദങ്ങൾക്ക് വേരുകളില്ല, ശബ്ദാർഥമില്ല, ഓർമകളില്ല. എത്ര മൂകമാണ് അന്യഭാഷാ കവിത! ആ ഭാഷ മാതൃഭാഷയായ നാട്ടിലെ കൊച്ചു കുട്ടികളുടെ ഭാഷാസ്വാധീനം പോലും ഇംഗ്ലീഷിൽ കവിത പഠിക്കുന്ന ബിരുദാനന്തര വിദ്യാർഥിക്കുമുണ്ടാവില്ല. ഇംഗ്ലീഷ് അധ്യാപകർക്കു തന്നെ അവർക്കേറ്റവും സ്വാധീനമുള്ള ഭാഷ മാതൃഭാഷയാണെങ്കിലും അതല്ലെന്ന് അഭിനയിക്കേണ്ടിവരുന്നു. ഇംഗ്ലണ്ടിൽ പോയി വന്ന ഇമ്പിച്ചിബാവ അവിടെ കൊച്ചു കുട്ടികൾ പോലും ഇംഗ്ലീഷ് പച്ചവെള്ളം പോലെ പറയുന്നു എന്ന് നിരാശപ്പെട്ടതിലെ ഫലിതത്തെ അവഗണിക്കാൻ ഇന്ത്യയിലിരുന്ന് എത്ര നന്നായി, എത്ര നേരത്തെ ഇംഗ്ലീഷ് പഠിപ്പിച്ചാലും മതിയാവുകയില്ല. 'പിതാമഹൻ' ഇംഗ്ലീഷിലാക്കാൻ ഒരു മലയാളി ഇംഗ്ലീഷ് അധ്യാപകനും സാധ്യമല്ല. മാതൃഭാഷയിൽ വി.കെ. എൻ കളിക്കുന്ന ഒരിംഗ്ലീഷുകാരനേ പറ്റൂ. സ്റ്റീഫൻ ലീക്കോക്കിനെ മലയാളത്തിലേക്ക് വിവർത്തനം ചെയ്ത്, ആർക്കേ തന്നെയും വിവർത്തനം ചെയ്യാനാവൂ എന്ന് വി.കെ.എൻ കാട്ടിയിട്ടുമുണ്ട്.

എഴുതപ്പെട്ട ഭാഷയിലെ പദങ്ങളോ ശൈലികളോ തെറികളോ ക്ലീഷേകളോ ശരിയായറിയുന്ന - അത് മാതൃഭാഷാധ്യാപകനേ പറ്റൂ- ഒരാൾക്കല്ലേ സർഗാത്മക രചനകൾ ആഴത്തിൽ പരിചയപ്പെടാനാവൂ. അന്യഭാഷാമാഷ് കവിതാ ക്ലാസിലും ഭാഷാബോധമാണ് ഉയർത്തുന്നത്. മാതൃഭാഷാധ്യാപകനാകട്ടെ ഭാവുകത്വമുയർത്താനുള്ള സ്വാതന്ത്ര്യമുണ്ട്. അയാൾ അയാളോളം ഭാഷാസ്വാധീനമുള്ള വിദ്യാർഥിയോടാണ് സംസാരിക്കുന്നത്. ഭാഷയെ പഠിപ്പിക്കണ്ട എനിക്ക്. ഭാഷയിലൂടെ പഠിപ്പിക്കാം. ഫിലോസഫറുടെ നിർവചനത്തിൽ ഉള്ള 'സുഹൃത്ത്' തുല്യമായ ഭാഷാസ്വാതന്ത്ര്യം ഉള്ളിടത്തേ സാധ്യമാകൂ. "പഠിക്കാനാവുന്നത് പഠിപ്പിക്കാനാവുകയില്ല." പിൽക്കാലം വാലസ് സ്റ്റീവൻസും വാൽക്കോട്ടും പ്രിയ കവികളായി മാറിയ മുംബൈയിൽ ജോലി ചെയ്യുന്ന എന്റെ ഒരു വിദ്യാർത്ഥി മാഷാണെനിക്കീ സംവേദനശേഷി തന്നതെന്ന് പറയുകയുണ്ടായി. മാതൃഭാഷാധ്യാപകനെയാണ് എന്നെയല്ല അവനഭിനന്ദിച്ചത്.

മാതൃഭാഷാ ക്ലാസിൽ എന്തെങ്കിലും അനുചിതമായി ഞാനറിഞ്ഞില്ല. ഇന്നാണെങ്കിൽ കൽബുർഗിയും എ.ആർ.റഹ്മാനും രജനീകാന്തുമെല്ലാം എന്റെ ക്ലാസിൽ പ്രത്യക്ഷപ്പെടുമായിരുന്നു. വ്യാപകമായി വരുന്ന ഒരു 'ലിറ്ററലിസത്തെ' ചെറുക്കുക കൂടിയാണ് കഥയുടെയും കവിതയുടെയും ലക്ഷ്യമെന്ന് പുതിയ ഇരുട്ടിൽ ഒന്നു കൂടി ദീപ്തമായ വെളിച്ചത്തിലിരുന്ന് ഞാനവരോട് പറഞ്ഞേനെ. അന്ധമായ വിഗ്രഹാരാധന പോലെ

അന്ധമായ വിഗ്രഹാരാധനാ വിരുദ്ധതയും ഭാവുകത്വമില്ലായ്മയാണെന്ന് എനിക്ക് പറയേണ്ടിവരുമായിരുന്നു. തണുപ്പിൽ നിന്നഭയം തേടി ബുദ്ധ ക്ഷേത്രത്തിലെത്തിയ സന്ന്യാസി ബുദ്ധന്റെ ദാരുപ്രതിമകൾ കത്തിച്ച് കാഞ്ഞ് ഉറപ്പായ മരണത്തെ അതിജീവിച്ച കഥ ഞാൻ പറയുമായിരുന്നു. അയാൾക്ക് പ്രതീകാവബോധമുണ്ടായിരുന്നു. ബുദ്ധപ്രതിമ ബുദ്ധനാണ്. എന്നാൽ മരവുമാണ്. സാഹിത്യപഠനത്തിൽ നിന്ന് ലഭിക്കേണ്ടുന്ന പ്രതീകാവബോധം, അവരെ സ്വതന്ത്രരാക്കും. ഒന്നും ആത്യന്തികമല്ല എന്ന് പറയുന്ന ഭഗവദ്ഗീത സാഹിത്യകൃതിയായി പ്രഖ്യാപിക്കുകയാണ് മതഗ്രന്ഥമായി ചുരുക്കകയല്ല വേണ്ടതെന്നും ഞാൻ നിഷ്കർഷിച്ചേനെ.

പലരെ സംബന്ധിച്ചും നിലവിലില്ലാത്തൊരു കോളെജിലാണ്, വരും കാലത്തൊരിക്കൽ വരുമെന്ന് ഞാൻ കരുതുന്ന സർഗാത്മകതയെ സാഹിത്യ കൃതികളിലൂടെ പരിചയപ്പെടുത്തുന്ന ഒരു ക്രിയേറ്റീവ് വർക് ഷോപ്പിന്റെ സ്വഭാവമുള്ള ഒരു സ്ഥാപനത്തിലാണ് ഞാൻ ആരെയുമറിയി ക്കാതെ പഠിപ്പിച്ചത്. 'പഞ്ചു'കളല്ലാതെ 'പഞ്ചിങ്' ഉണ്ടായിരുന്നില്ല അവിടെ. ചോദ്യപേപ്പറുകളില്ല അവിടെ. ഒന്നിനും ഒരു നിർബന്ധവുമില്ല. സ്വയം അഭിവൃദ്ധിപ്പെടാനുമുള്ള സർഗാത്മകമായ സാഹചര്യം സുലഭമായിരുന്നു അവിടെ. അറിഞ്ഞത് പറഞ്ഞുകൊടുക്കുമ്പോൾ കൂടുതലറിയുന്നുണ്ടാ യിരുന്നു അവിടത്തെ അധ്യാപകൻ. അപൂർവമായെങ്കിലും ഫിലോസഫി എന്നോ ഉപനിഷത്ത് എന്നോ പറയുമ്പോൾ സൂചിപ്പിക്കപ്പെടുന്ന പ്രബുദ്ധ മായ ഒരു സൗഹൃദം അവിടെ നിലനിന്നു. കുട്ടികളെ കൂടാതെ ഞാൻ എത്തുമായിരുന്നിട്ടില്ലാത്ത ചില ഉയരങ്ങളാണ് അവിടത്തെകുറിച്ചുള്ള ഗൃഹാതുരത്വം. സർട്ടിഫിക്കറ്റ് കൈമോശം വന്നാൽ വിദ്യാഭ്യാസം നഷ്ട പ്പെടുന്ന, വ്യാജ സർട്ടിഫിക്കറ്റുകൊണ്ട് കാര്യം നടക്കുന്ന, സ്വപ്നങ്ങളുടെ അഴുക്കുകൾ ബാധിക്കാത്ത ഒരിടം. ആ സ്ഥാപനമല്ലാത്ത സ്ഥാപനത്തി ലിരുന്നാണ് ഞാനെഴുതുന്നതും. 'പുസ്തകരൂപമെടുത്ത ഒരു കാവ്യപാഠ ശാല' എന്ന് 'കവിതയുടെ ജീവചരിത്രം' എന്ന പുസ്തകത്തിന് സബ് ടൈറ്റിൽ നൽകാൻ അതാണ് കാരണം.

ഏതും ജോലിയായി മാറുമ്പോൾ പരിമിതപ്പെടും. പാലിഷ്ടമാണെ ങ്കിലും അത് വൈദ്യൻ വിധിച്ചാൽ രുചി കുറയും. ചുമതലയിൽ അസ്വാതന്ത്ര്യമുണ്ട്. 'അഡ്വൈസ് മെമ്മോ' ലഭിച്ച ദിവസത്തിന്റെ ആനന്ദം ഒരു തൊഴിൽദിനവും നൽകുകയില്ല. എന്റേത് ജോലിയായി മാറാതിരി ക്കാൻ മാതൃഭാഷാധ്യാപകന്റെ സാധ്യതകൾ എന്നെ തുണച്ചു. 'ഇഷ്ട മുള്ള ജോലി സ്വീകരിച്ചാൽ നിങ്ങൾക്കധ്വാനിക്കേണ്ടിവരില്ല' എന്ന കൺഫ്യൂഷിയൻ വചനത്തെ ഞാനതിന്റെ വ്യാപ്തിയിൽ അറിഞ്ഞു. എന്നിട്ടും ജോലിയിൽ നിന്ന് വിരമിച്ചപ്പോൾ ജോലിയിൽ നിന്ന് പ്രവൃത്തി യിലേക്കുള്ള മാറ്റത്തിന്റെ ആനന്ദം എനിക്ക് ഒളിച്ചു വെക്കാനായില്ല.

■

എവിടെയോ ഉള്ള ഒരപരിചിതയ്ക്ക്

ഈ മലയാളിപ്പെൺകുട്ടികൾ എന്നെ അമ്പരപ്പിക്കുന്നു, അപരിചിതരെ വിവാഹം കഴിച്ച് അവർ കൂസലില്ലാതെ ജീവിക്കുന്നല്ലോ എന്ന് മാധവിക്കുട്ടി മുമ്പെഴുതിയിട്ടുണ്ട്. അപരിചിതന്റെ കൂടെ അടച്ചിട്ട മുറിയിൽ കഴിയുന്ന ആദ്യരാത്രി സ്വപ്നം കാണുന്ന ഭയങ്കരികൾ! അതുവരെ പരിചയമില്ലാത്ത രീതികളുള്ള ഒരാളുടെ താവളത്തിൽ അങ്ങോട്ട് ചെന്ന്, ഈശ്വരാ...

മാധവിക്കുട്ടിക്ക് പിഴച്ചു. (അച്ചടിയിൽ 'ക്ക്' വിട്ടു പോയാൽ ദുരർഥമുള്ള വാക്യമായി ഇത്. ഒരച്ചടിത്തെറ്റിന്റെ മറവ് മതി മലയാളത്തിൽ സ്ത്രീ പിഴക്കാൻ. ഇത്രയും ഉത്തരവാദിത്വം വേണ്ട ഒരു ഭാഷ വേറെ കാണില്ല). തലതലമുറയായി ശീലമുള്ള ഒരു വീട്ടിലേക്കാണ് അവൾ പോയത്. നേരത്തെ, അവൾ ജനിക്കും മുമ്പെ കിനാവിൽ കണ്ട് ഹൃദിസ്ഥമായതാണ് ആ വീട്ടിലെ ഓരോ നിമിഷവും. ഭർത്തൃഗൃഹത്തിൽ ചൂലെവിടെ വെച്ചിരിക്കുന്നു എന്ന് ആ വീട്ടിലെ അംഗങ്ങളേക്കാൾ കൃത്യമായി ഇന്നലെവന്ന അവൾക്കറിയാം. ഒക്കെ അതാതിന്റെ സ്ഥാനത്ത്. ചിരപരിചിതനായ ആ അപരിചിതൻ യുഗങ്ങളായി ആലിംഗനം ചെയ്ത് തഴമ്പിച്ച കൈകൾകൊണ്ട് അവളെ ഒന്നൊന്നായി ഓർമിപ്പിക്കുകയാണ് ചെയ്യുക. ആദ്യ നിൽപ് മുതൽ അയാൾക്കൊരു വ്യത്യാസവുമില്ല. ഏത് വീട്ടിലും അതേ അയാൾ. അതുകൊണ്ട്, അവിചാരിതമായി യാതൊന്നുമില്ലാത്ത മുമ്പെപ്പോഴോ ഏതോ തമാശക്കാരൻ 'വൈൻഡ്' ചെയ്തു വിട്ട ഈ അ'ദ്ദേഹ'മാണ് അവളുടെ നരകം. അയാളിൽ അപരിചിതനേ ഇല്ല. (അദ്ദേഹം അ'ദ്ദേഹം' മാത്രം).

അപരിചിതൻ പരിചിതനോളം ഭയങ്കരനാണോ? പരിചിതനോളം വലിയ അസ്വാതന്ത്ര്യമുണ്ടോ? പരിചിതൻ മുഴുവൻ കേൾക്കലുണ്ടോ? കാണലുണ്ടോ? അയാളെ സംബന്ധിച്ചിടത്തോളം അയാളറിയാത്ത എന്തെങ്കിലും അവളിലുണ്ടോ? ഭാര്യയും ഭർത്താവും എവിടെയുള്ള ഭാര്യയും ഭർത്താവും പറയുന്ന അതേ സംഭാഷണം യഥാസമയം ഉദ്ധരിക്കുന്നു. കുടുംബത്തിൽ എല്ലാവരും 'ക്വട്ടേഷൻ മാർക്കു'കൾക്കുള്ളിൽ

സംസാരിക്കുന്നു. 'കുടുംബത്തിൽ സംസാരിക്കേണ്ട വാക്യങ്ങളുടെ സമാഹാരം' എന്നോ പ്രകാശിപ്പിക്കപ്പെട്ടിട്ടുണ്ട്. അതെല്ലാവർക്കും ഹൃദിസ്ഥം. അതിൽ എന്തെങ്കിലും വ്യത്യാസം വരുമ്പോഴാണ് പ്രശ്നം. അതിനാരും സ്വതേ ഇടയാക്കാറുമില്ല. (കലഹിക്കുന്നവർ ഈ ഉദ്ധരണികൾ ഉപയോഗിക്കാറില്ലെന്ന് പറയാം. പൊട്ടക്കവികൾ ഈ ഉദ്ധരണികൾകൊണ്ട് കവിതകൾ പോലുമെഴുതും. അവരിലൊരാളെക്കുറിച്ച് ഈ കുറിപ്പിൽ പിന്നീട് പറയും. ഫലിതം പറയുന്നവർ ഈ ഉദ്ധരണികളെ സംശയത്തോടെ നോക്കുന്നവരാണെന്ന് പറയാം. എന്റെ നർമബോധമുള്ള കൂട്ടുകാരൻ 'പാലാ' നാരായണൻ നായർ- അല്ലാതെ തേനല്ല - എന്ന് ഊന്നി പറയുന്നു) ഭാര്യയും ഭർത്താവും തമ്മിൽ അച്ഛനും മകനും തമ്മിൽ അമ്മയും മകളും തമ്മിൽ സഹോദരനും സഹോദരിയും തമ്മിൽ ചിലപ്പോൾ ചിരകാല സുഹൃത്തുക്കൾ തമ്മിലും യഥാർഥത്തിൽ സംസാരിക്കലില്ല. യഥാസമയം സംഭാഷണങ്ങൾ ഉദ്ധരിക്കുന്നതേയുള്ളൂ. മനുഷ്യർ മിക്കവാറും പേർ, പറയാതെ, പറയപ്പെടാതെ 'കഴിയുന്നു.'

മാധവിക്കുട്ടിക്ക് മറ്റൊരർഥത്തിലും തെറ്റി. നല്ല കാര്യങ്ങൾക്ക് അപരിചിതനല്ലേ നല്ലത്? ഒരപരിചിതനോളമല്ലേ നമ്മുടെ സാധ്യത? അപരിചിതൻ പരിചിതനാവുന്നത് വരെയല്ലേ അപരിചിത പരിചിതയാവുന്നതു വരെയല്ലേ ജീവിതമുള്ളൂ? ആ മാറ്റം അനിശ്ചിതമായി നീണ്ടുപോകുന്നതല്ലേ പ്രേമം? പ്രതീക്ഷ നിലനിൽക്കുന്നതുവരെ. അപരിചിതനിലല്ലേ അപരിചിതയിലല്ലേ അതിശയമുള്ളൂ? 'ഫസ്റ്റ് ഇമ്പ്രഷൻ' അയാളുടേതല്ലേ, അവളുടേതല്ലേ? നിത്യ നൂതനത്വം എന്നാൽ നിത്യമായ അപരിചിതത്വം എന്നല്ലേ? വായിച്ചതല്ല ഒരു ക്ലാസിക്കിൽ നാം വീണ്ടും വായിക്കുന്നത്. ഒരു നാലാംകിട കൃതിയോ, പുതുപുത്തനായിക്കൊള്ളട്ടെ വായിച്ചു തുടങ്ങുമ്പോൾ തന്നെ അതിപരിചയം കൊണ്ട് നാം കുഴങ്ങുന്നു. പക്ഷേ അതിപരിചയം വലിയൊരു സുഖമാണ്. സ്വാതന്ത്ര്യത്തേക്കാൾ സുരക്ഷിതത്വം പോലെ. ഉണർന്നിരിക്കുന്നതിനേക്കാൾ ഉറക്കം പോലെ. ഉണർന്നിരിക്കലിനെയും ഉറക്കമാക്കുവാനുള്ള ഉള്ളിലെ സുഖതത്ത്വം പോലെ (Pleasure principle). സീരിയലുകൾ പോലെ. മധുസൂദനൻനായരെപ്പോലെ. സ്വാതന്ത്ര്യവാദിയായ ആശാൻ ഈ അസ്വാതന്ത്ര്യവാദിക്ക്, ഒരിക്കൽ തന്റെ പേരിലുള്ള അവാർഡ് കിട്ടുമെന്നറിഞ്ഞിരുന്നെങ്കിൽ എഴുതിയതെന്തെങ്കിലും ബാക്കിവെക്കുമായിരുന്നോ? തൊണ്ടയിലൊരു ചെറിയ തടസ്സം വന്നാൽ കവിത്വം നഷ്ടപ്പെടുന്നൊരാൾക്ക് ആശാൻ സമ്മാനം! മാംസനിബദ്ധമല്ലാത്ത രാഗത്തെപ്പോലും സങ്കൽപിക്കാൻ ശേഷിയുണ്ടായിരുന്ന, മലയാളിക്കിനിയും പരിചിതനായിക്കഴിഞ്ഞിട്ടില്ലാത്ത ആ വലിയ കവിക്ക് വന്ന ചീയൽ! അദ്ഭുതങ്ങളെല്ലാം തീർന്നു കഴിഞ്ഞോ കേരളീയ ജനതയ്ക്ക്.

ഒരപരിചിതന്റെ കൈയിൽ ഒരുവൾ അപരിചിതയാവുന്നു. അപരിമിതയാവുന്നു. "നിങ്ങൾ തൊടുമ്പോൾ ഞാനാകെപ്പുതുപ്പുത്തൻ."

അതിശയങ്ങൾ തീരാത്ത ഒരു പുസ്തകം തീരാത്ത അതിശയങ്ങളുള്ള ഒരനുവാചകനെ സ്വയം സാക്ഷാത്കരിക്കാൻ സഹായിക്കുന്നു. ബഹുമാനം എന്നാൽ ബഹു'മാനം' എന്നർഥം.

രക്തബന്ധത്തിൽപ്പെട്ടവരുടെ വിവാഹബന്ധത്തിൽ നിന്ന് വൈകല്യങ്ങളുള്ള കുട്ടികളുണ്ടാകുമെന്ന് ജീവശാസ്ത്രം. വാസ്തവത്തിൽ ഒരപരിചിതന്/'ചിത'യ്ക്ക് കിടപ്പുമുറി ഒരുക്കുകയാണ് ജീവശാസ്ത്രം പോലും. ജൈവം എന്നാൽ, നവീനം എന്നും അർഥമുണ്ടെന്നാണോ ഇത് സൂചിപ്പിക്കുന്നത്? അനന്യമായ ഒരനുഭവം അനന്യനാക്കുന്നു എന്നെ. സങ്കീർണമായ ഒരനുഭവം സങ്കീർണമാക്കുന്നു എന്നെ.

"നിന്നെക്കൊന്നവർ കൊന്നൂ പൂവേ
തന്നുടെ തന്നുടെ മോക്ഷത്തെ."

■

ചെറിയ ഭൂമിയും
വലിയ കോഴിക്കോടും

കൂറേശ്ശേക്കുറേശ്ശേയായാണ്, ചൂടുള്ള കഞ്ഞികുടിക്കുമ്പോലെ, കോഴിക്കോടിനെ ഞാൻ അറിഞ്ഞത്. വക്കത്ത് നിന്ന് നടുവിലെത്താൻ വർഷങ്ങളെടുത്തു. ആറാം ക്ലാസിൽ പഠിക്കുമ്പോൾ കാലൊടിഞ്ഞു ഞാൻ കോഴിക്കോട് മെഡിക്കൽ കോളെജിലെത്തി. മെഡിക്കൽ കോളെജിലേക്കൊക്കെ കൊണ്ടുവരണമെങ്കിൽ ചില്ലറ പരിക്കൊന്നുമാവില്ലല്ലോ എന്ന പ്രാധാന്യം, എന്നെ കോഴിക്കോടിനർഹനാക്കിയ പ്രാധാന്യം, യാത്രയിലുടനീളം ഞാനനുഭവിച്ചുകൊണ്ടിരുന്നു. കോഴിക്കോട്ടേക്ക് ഞാൻ വീഴുകയായിരുന്നു എന്നിപ്പോൾ രസത്തോടെ ഓർക്കുന്നു. എന്റെ പതനം അയ്യായിരത്തിച്ചില്വാനം അടിചുവട്ടിലേക്കായിരുന്നു. ക്രമാനുഗതമായിട്ടായിരുന്നു ആ പതനമെങ്കിലും. ചുരത്തിലെ മുകളിലെ വളവിൽ നിന്ന് കീഴെ ചെറിയ ഭംഗിയുള്ള കാറുകൾ കണ്ടപ്പോൾ 'ജെ ജെ ചില കുറിപ്പുകളി'ലെ രമണിയെപ്പോലെ അടുത്ത് വെച്ച് കിടക്കാൻ തോന്നി എനിക്കും. അത്ര കുഞ്ഞി. കുന്ദമംഗലം മുതൽ ഭൂപ്രകൃതി മാറിത്തുടങ്ങി. വലിയ കെട്ടിടങ്ങൾ, മെല്ലെ മെല്ലെ മാത്രം ബസ്സിന് സൈഡ് തരുന്ന മുളലോറികൾ (കൈകൊണ്ട് തൊടണമെന്ന് തോന്നി), ഇടയ്ക്കിടെ ഗതാഗതതടസ്സങ്ങൾ, നാട്ടിൽ ഉത്സവത്തിന് മാത്രം കണ്ടിട്ടുള്ള ആൾത്തിരക്ക്, തിരക്കിന്റെ വെള്ളക്കുത്തിൽ ഇറങ്ങി നിന്നാലോ?

പതിനഞ്ചാം വാർഡിലായിരുന്നു ഞാൻ. ചുറ്റുമുള്ള കിടക്കകളിൽ ഞാൻ കേട്ടിട്ടുപോലുമില്ലാത്ത സ്ഥലങ്ങളിൽ നിന്നുള്ള ആളുകൾ. രോഗങ്ങളുണ്ടാക്കുന്ന നിസ്വാർഥത കൊണ്ടാവാം എല്ലാവർക്കും പരസ്പരം വലിയ പരിഗണന. റൗണ്ടിനിടയിൽ, ഭൂമിയിലെ ഏറ്റവും അഗണ്യനായ കുട്ടിയുടെ മുഖമുള്ള എന്റെ കട്ടിലിൽ ചാരിനിന്ന്, കിടക്കയിൽ കൈയൂന്നി, ഡോക്ടർ അടുത്ത കിടക്കക്കാരോട് സംസാരിച്ച് നിന്നു. കാല് എടുത്തുയർത്തി ഇപ്പോൾ വേദനയുണ്ടോ എന്ന് ചോദിച്ച്, അഴിഞ്ഞു കിടന്ന എന്റെ കുപ്പായത്തിന്റെ കുടുക്കിട്ട്, ഇടയ്ക്കെന്നെ നോട്ടം കൊണ്ട് തലോടി അയാൾ സമീപത്തുള്ളപ്പോൾ മിടിച്ച് മിടിച്ച് എന്റെ ചെറിയ നെഞ്ച് തളർന്നു. ഞാൻ ആദ്യമായി പ്രേമിച്ചത് ഈ ഡോക്ടറെയാണെന്നു

തോന്നുന്നു. വിരൂപയും ക്ഷീണിതയും ആയ ഒരു ദസ്തയെവ്സ്കിയൻ പെൺകുട്ടിയെപ്പോലെ ഞാൻ അയാളെ സർവാംഗം പ്രേമിച്ചു. അവൾക്ക് കൂടെക്കൂടെ പനിച്ചു.

പ്രീഡിഗ്രിക്ക് ആർട്സ് കോളേജിൽ ചേരാൻ വന്നപ്പോഴാണ് ബാക്കി കോഴിക്കോട് ഞാൻ കണ്ടത്. ആർട്സ് കോളേജ് മീഞ്ചന്തയിലെ പുതിയ ബിൽഡിംഗിലേക്ക് മാറുന്നതേ ഉണ്ടായിരുന്നുള്ളൂ. അനവധി ആളുകൾ വരാന്തയിൽ തലങ്ങും വിലങ്ങും നിന്ന് കുമ്മായമടിക്കുന്നു. ആസ്തമാ രോഗികൾ മാത്രം ഓർമിക്കാനിടയുള്ള അസ്വാസ്ഥ്യമുണ്ടാക്കുന്ന വ്യക്തതയോടെ ആ മണം ഇപ്പോഴുമെന്റെ അനുഭവത്തിലുണ്ട്. അതുപോലെത്തന്നെ മടങ്ങി വീട്ടിലെത്തി, കുഞ്ഞിപ്പക്കിയെന്നാണ് പ്രിൻസിപ്പാളുടെ പേര് എന്ന് പറഞ്ഞപ്പോൾ 'അയ്യേ' എന്ന് അകത്തു നിന്നാരോ പറഞ്ഞതും അതുകൊണ്ടെന്താവാനാണ് എന്ന അർഥത്തിലുള്ള അടുക്കളച്ചിരി പൊന്തിയതും. ടൗണിലെ ബസ്സ് സ്റ്റാന്റിൽ നിന്ന് കോളെജിലെത്തുന്നതോർത്ത് പേടിച്ചുവെങ്കിലും സദാ തിരക്കുള്ള പ്രധാനവീഥിയോട് ചേർന്ന് നിന്ന് വാഹനങ്ങൾ നോക്കിനിൽക്കുന്ന കോളേജ് എനിക്ക് നഗരാരോഹണത്തിന്റെ സുഖം തന്നു.

ഇത്രമേൽ അമ്പരപ്പിക്കുന്ന, എത്തും പിടിയും കിട്ടാത്ത, ഒരുവൻ നഗരമായി കോഴിക്കോട് കണ്ടവരുണ്ടാവില്ല എന്നെപ്പോലെ. അത്ര തണുത്ത, നഗരത്തിനത്രമേൽ വിപരീതമായ ഒരു കാട്ടുമൂലയിൽ നിന്നാണ് ഞാൻ വരുന്നത്. ആ നിശ്ശബ്ദതയിൽ നിന്നാണ്, ആ വിജനതയിൽ നിന്നാണ്, ആയിരുട്ടിൽ നിന്നാണ് പന്തം പോലെ കത്തുന്ന ഈ സ്ഥലത്തേക്ക്, ഈ ഒച്ചയിലേക്ക്, ഈ ജനതയിലേക്ക് ഞാൻ വരുന്നത്. എനിക്കറിയാത്തവരുടെ പെരുപ്പവും വൈവിധ്യവും ഉത്സാഹവും പരിചിതർക്കിടയിൽ ഒരു വിലയുമില്ലാതിരുന്ന എനിക്ക് വലിയ സാന്ത്വനമായി. കോഴിക്കോടാണ് ഞാൻ പഠിക്കുന്നതെന്ന് എന്നോട് പറഞ്ഞ് ഞാനെന്നെ കൂടെക്കൂടെ പ്രശംസിച്ചു. "എന്ത് തിരക്കാണ് കുട്ട്യേട്ടാ, പേരാമ്പ്രച്ചന്തയേക്കാളും തിരക്കാണല്ലോ" എന്നു കോഴിക്കോടിനെക്കുറിച്ച് പാടിയ കൂത്താളിക്കാരനേക്കാൾ അതിശയമായിരുന്നു എനിക്ക്.

ആദ്യം വീട്ടിൽ നിന്നകന്ന് താമസിക്കുന്നത് കോഴിക്കോട്ടാണ്. ഒരു ചെറിയ പട്ടണമായിരുന്നെങ്കിൽ ഇത്ര ഏകാന്തത തോന്നുമായിരുന്നില്ല. ശ്രീരാമകൃഷ്ണാശ്രമത്തിലെ വിസ്തൃതമായ ഒരു മുറിയിൽ തനിച്ച് കിടന്ന ആ രാത്രി എന്റെ വലിയ രാത്രികളിലൊന്നാണ്. മറ്റെല്ലാ മുറികളിലും വിളക്കണഞ്ഞപ്പോൾ, മുറിയുടെ ഒരു മൂലയിൽ പായ വിരിച്ചപ്പോൾ ഞാൻ വളരെ ചെറുതായി, ഒറ്റയ്ക്കായി, പേടിയുടെ മരം പെയ്യുവാൻ തുടങ്ങി. തൊട്ട മുറിയിൽ നിന്ന് പാതി ചാരിയ വാതിലിലൂടെ ഒരു വെളിച്ചക്കീറ് എന്റെ മുറിയുടെ മുന്നിലേക്ക് അപ്പോൾ വന്നു വീണു. കുഞ്ഞുണ്ണി മാഷുടെ മുറിയിൽ നിന്നാണ്. കഷ്ടിച്ച് എന്റെ ചുമലോളം മാത്രം ഉയരമുള്ള മാഷ്, വലിയൊരാളായിരുന്നെങ്കിൽ എനിക്ക് ഇത്ര സമാധാനം

കിട്ടുമായിരുന്നില്ല, വായിക്കുകയും തിരുത്തുകയും ചെയ്യുകയാണ്. മേശപ്പുറത്ത് ഒരു ഭാഗത്ത് വായിച്ചുകൊണ്ടിരിക്കുന്ന കത്തുകൾ, കീറിയ ലക്കോട്ടുകൾ.

മാഷ് തിരുത്തിക്കൊണ്ടിരിക്കുന്ന രചനകളുടെ ഉടമസ്ഥർ കേരളത്തിലെ പല കോണുകളിൽ ഇപ്പോൾ ഉറക്കം തുടങ്ങിയിട്ടുണ്ടാകും. അവരുടെ കവിതകൾ ചെറിയ വ്യത്യാസപ്പെടുത്തലുകളിലൂടെ ഇപ്പോൾ യഥാർത്ഥ കവിതകളാവുകയാണ്. മുള്ളിൽ കുടുങ്ങിനിന്നുപോയ കഥകളെ വിടർത്തി മാഷ് സ്വതന്ത്രമാക്കുകയാണ്. “ഉറങ്ങുമ്പോളെഴുതും കവിതകൾ” എന്ന വരിക്ക് ഇങ്ങനെയൊരു നിഷ്പത്തിയുമുണ്ടോ? എൻ.വി.കൃഷ്ണവാരിയരും ജി.എൻ.പിള്ളയും എം.ടി.വാസുദേവൻ നായരും മുതിർന്നവരുടെ രചനകൾ നിഷ്കർഷിച്ച കാലം. കുഞ്ഞുണ്ണി മാഷ് അവരിൽപ്പലരും തന്നെക്കാൾ വലിയവരാണെന്ന രസികൻ സത്യം ഉൾക്കൊണ്ട് കുട്ടികളുടെ കവിതകളെ നിഷ്കർഷിച്ചുകൊണ്ടിരുന്നു. കോഴിക്കോട്ടെ സാഹിത്യ ലോകത്തിന്റെ അടുക്കളയുടെ വെളിച്ചത്തിലാണ് ഞാൻ ഉറങ്ങുവാൻ കിടന്നിരുന്നത്. മാഷോട് പറ്റിനിന്ന് ഞാൻ പല എഴുത്തുകാരെയും കണ്ടു. ബഷീറിന്റെ അടുത്തേക്ക് മാഷാണെന്നെ കൂട്ടിക്കൊണ്ടുപോയത്. കേരളത്തിലെ ഏറ്റവും മികച്ച എഴുത്തുകാർ ജീവിക്കുന്ന നഗരത്തിന്റെ ചൂട് എന്നെ ബാധിക്കാൻ തുടങ്ങി. എന്റെ അപ്പവും പതുക്കെ ആ ചൂടിൽ വേവുവാൻ തുടങ്ങി.

ഇതെത്ര പച്ചവെള്ളമാണ് എന്ന് കടൽ കണ്ടപ്പോൾ ചോദിച്ച ആ നാട്ടിൻപുറക്കാരനെപ്പോലെയായിരുന്നു ഞാനും. ഇതെത്ര പീടികകളാണ്? വയനാട്ടിൽ പോകാത്ത ഞായറാഴ്ചകളിൽ കെ.എ ദേവരാജന്റെയും രഘുനാഥ് പലേരിയുടെയും ഒപ്പം ഞാൻ കടൽക്കരയിലെത്തി. മൂന്നാളുകളുടെ സംഘത്തിൽ പെട്ട ഒരാളാവുക എന്ന ചെറുപ്പം തൊട്ടേയുള്ള പ്രവണത കോളേജിലെത്തി ഒരാഴ്ചകൊണ്ട് സാധിച്ചെടുത്തിരുന്നു. ധാരാളം പെൺകുട്ടികളെ പരിചയമുള്ള, പെൺകുട്ടികളോട് അനായാസമായി സംസാരിക്കാൻ കഴിയുന്ന, ആളുകളെ പാട്ടിലാക്കാൻ അദ്ഭുതകരമായ ശേഷിയുള്ള ദേവരാജന്റെ നിഴലിലായിരുന്നു ഞാൻ ആദ്യ രണ്ടു വർഷം. അയാളായിരുന്നു നഗരത്തിലെ എന്റെ ആദ്യ വിലാസം, നഗരത്തിലൂടെയുള്ള ആദ്യ വഴി. അയാൾ വഴിയിലിടയ്ക്കിടെ പരിചയക്കാരെ കണ്ടു. അവരോട് വളരെ നേരം ഉത്സാഹത്തോടെ സംസാരിക്കാറുള്ള ദേവരാജനെ കാത്തുനിന്നാണ് ഞാൻ കോഴിക്കോട്ടെ മുക്കും മൂലയും കണ്ടത്. കഴിഞ്ഞ തവണ പൂച്ച ചത്തുകിടന്ന ഓവുചാലിൽ ഇക്കുറി കാക്കയാണ്. കാത്തുനില്പിന്റെ ദുസ്സഹമായ നാറ്റം. ഇത്ര കുടിലമായ ഈ നഗരം ഹൃദിസ്ഥമായ ദേവരാജനോടുള്ള എന്റെ അസൂയ കൂടിക്കൂടി വന്നു.

കോഴിക്കോട് പലപ്പോഴായി അതിന്റെ എഴുത്തുകാരെ എനിക്ക് വെളിപ്പെടുത്തിത്തന്നു. ടൂറിംങ് ബുക്ക് സ്റ്റാളിന്റെ വരാന്തയിലൊരു കസേരയിലിരുന്ന് അതിമനോഹരമായ കൈപ്പടയിൽ വയലറ്റ് മഷികൊണ്ട്

എഴുതിക്കൊണ്ടിരുന്നയാൾ പൊറ്റക്കാടായിരുന്നുവത്രെ. കാലൻകുട നിലത്ത് കുത്തി റോഡ് വക്കത്ത് ശ്വാസം പൂർത്തിയാവാൻ നിന്നത് ബഷീറാണെന്ന് വയനാട്ടുകാരനായ എനിക്ക് പോലും മനസ്സിലായി. ഏതോ വൻ കാന്തത്തിന്റെ നേരേ മുടി നീണ്ട അക്കിത്തത്തെ, നന്നായി മുണ്ടുടുക്കുന്ന എം.ടിയെ, ദ്രുതഗതിക്കാരനായ കക്കാടിനെ, സ്കൂട്ടറിൽ പ്പോകുന്ന അരവിന്ദനെ, നെറ്റിയിലേക്ക് മുടിവീണ എൻ.പിയെ, ഒക്കെ ഞാൻ കണ്ടു. പരിചയപ്പെട്ട ദിവസം തിക്കോടിയൻ എനിക്ക് അളകാ പുരിയിൽ നിന്ന് മസാലദോശ വാങ്ങിത്തന്നു. (ഇന്നില്ലാതായ ആ റസ്റ്റോറന്റിൽ പലകുറി പിൽക്കാലത്ത് ഞാൻ തിക്കോടിയനുമൊത്തി രുന്നിട്ടുണ്ട്. എപ്പോഴും അദ്ദേഹം പണം കൊടുത്തു.) ഉറൂബിനെ ഞാൻ കണ്ടതുമില്ല. കുഞ്ഞുണ്ണിമാഷുടെ മുറിയിലേക്ക് മാഷുണ്ടാവുമോ എന്ന് സംശയിച്ച് വന്ന എഴുത്തുകാർക്ക്, മാഷ് വാതിലിൽ തൂക്കിയിട്ട കുനു കുനുന്നനെയുള്ള ഭാഷയിൽ എഴുതിയ യാത്രാവിവരണങ്ങൾ ഞാൻ പരിഭാഷപ്പെടുത്തിക്കൊടുത്തു. മാഷ്ക്ക് വന്ന സുഹൃത്ത്, ജ്വാല, സമീക്ഷ എന്നീ പുതുമാസികകൾ ഞാൻ ചൂടോടെ വായിച്ചു. കയ്ക്കല കൂടാതെ വാങ്ങി വെയ്ക്കാൻ കഴിയാത്തത്ര ചൂടുണ്ടായിരുന്നു അന്നവയ്ക്ക്. ജ്ഞാനം കണ്ട് ഞാനമ്പരന്ന് പോയത് മീഞ്ചന്തയിലൊരു പീടിക മുറി യിൽ വെച്ച് പാശ്ചാത്യ പൗരസ്ത്യ സാഹിത്യതത്ത്വചിന്തയെക്കുറിച്ച് അവിരാമമായി ക്ലാസ്സുകളെടുക്കുന്ന ജി.എൻ.പിള്ളയെ കണ്ടപ്പോഴാണ്. ഘനഗംഭീരമായ ശബ്ദമുള്ള, എന്നോട് പ്രത്യേക വാത്സല്യമുണ്ടായി രുന്ന– അയാൾ 'നങ്ങേമക്കുട്ടി' ചൊല്ലുന്നത് കേട്ടാണ് എനിക്ക് കവിത യിൽ ബോധോദയം ഉണ്ടായത് – എൻ സുഗതൻ എന്ന എന്റെ അധ്യാ പകനാണ് ആ ക്ലാസ്സുകളിലേക്കെന്നെ കൂട്ടിക്കൊണ്ടുപോയത്. എനിക്കറിയാത്തവയുടെ പെരുപ്പം കണ്ട് ഒരു തുച്ഛപ്രാണിയെപ്പോലെ ഞാൻ നിന്നു. ജി.എൻ.പിള്ള അനുസ്യൂതം സംസാരിച്ചു. സ്കൂളിൽ വെച്ച് ഞാൻ കണ്ട മാജിക് പ്രദർശനത്തിലെ ആലിഖാൻ വായിൽ നിന്ന് വീണ്ടും വീണ്ടും സിഗററ്റുകൾ എടുത്ത് കത്തിച്ച് വലിച്ചപോലെ പുതിയ പുതിയ അതിശയവാക്യങ്ങൾ അദ്ദേഹം എവിടെ നിന്നോ എടുത്ത് കൊണ്ടിരുന്നു. ഇതൊരു പുതിയ ഭാഷ, പുതിയമാർഗം, ഇത് മനുഷ്യസാധ്യമല്ല എന്ന് ഞാൻ ഉള്ളിൽ പിറുപിറുത്തുകൊണ്ടിരുന്നു. കോഴിക്കോട് അസാധ്യം തന്നെ എന്ന് ഞാനറിഞ്ഞുകൊണ്ടിരുന്നു.

ഇയ്യിടെ മാമുക്കോയ, സുരാസു നാടകോത്സവത്തിന്റെ ഭാഗമായി കോഴിക്കോട് നടന്ന കെ.ടി. അനുസ്മരണ പ്രഭാഷണത്തിൽ ഭൂമിയിലെ ഏറ്റവും വലിയ നോവലിസ്റ്റ് എസ്.കെ.പൊറ്റക്കാടും ഏറ്റവും വലിയ സംഗീതജ്ഞൻ ബാബുരാജും ഏറ്റവും വലിയ നാടകക്കാരൻ കെ.ടിയും ആണെന്ന് പറഞ്ഞു.

മുച്ചൂടും കോഴിക്കോട്ടുകാരനായ ഒരാൾക്ക് അങ്ങനെ തോന്നാതിരു ന്നാൽ അതിലെന്തോ അസത്യമുണ്ടെന്ന് എനിക്ക് തോന്നുന്നു.

കോഴിക്കോടിന്റേത് മാത്രമായ സ്വാദ് പൊറ്റക്കാടിന്റെ എഴുത്തിൽ, കെ.ടിയുടെ നാടകസംഭാഷണത്തിൽ, ബാബുരാജിന്റെ സംഗീതത്തിൽ, കുതിരവട്ടം പപ്പുവിന്റെയും മാമുക്കോയയുടെയും അഭിനയത്തിൽ, രാമദാസൻ വൈദ്യരുടെ കുസൃതികളിൽ, പഴയ കോമളവിലാസ് ഹോട്ടലിലെ ബിരിയാണിയിൽ (അക്കാലത്ത് ബിരിയാണി വെച്ച ആ ഹോട്ടൽമുറിയിലേക്കുള്ള ഭൂഗർഭപാത ഞാൻ സ്വപ്നം കണ്ടു), തിക്കോടിയന്റെ ആതിഥ്യത്തിൽ, ആർ.രാമചന്ദ്രന്റെ നിഷ്കളങ്കമായ ചിരിയിൽ, കെ.എ. കൊടുങ്ങല്ലൂരിന്റെ അലസതയിൽ ഞാൻ കണ്ടു. കോഴിക്കോടോളം വലുതല്ല ഭൂമി എന്ന സത്യവും ഞാനറിഞ്ഞു.

■

തഴുകുന്ന കൈകൾ

"എന്നോടാദ്യമായി സംസാരിച്ചത് അങ്ങാണ്." സിൽവിയാ പ്ലാത്ത് ടെഡ്ഡ് ഹ്യൂസിനോട് പറഞ്ഞു. ഹ്യൂസിന്റെ വാക്കുകൾ 'എന്നോടു' മാത്രമായി സവിശേഷമായി സംസാരിച്ചതായി സിൽവിയാ പ്ലാത്തിന് തോന്നിയിരിക്കാം. "നിനക്കു മാത്രം" എന്ന് എനിക്കു മാത്രം വായിക്കാവുന്ന ചൂണ്ടുപലകകളുള്ള പാതകളിൽ സഞ്ചരിക്കാനാണ് എനിക്കുമിഷ്ടം. പക്ഷേ, ചലച്ചിത്രഗാനം പോലൊരു പൊതുവഴിയിൽ- ഏറ്റവും കൂടുതൽ മലയാളികൾ സഞ്ചരിക്കുന്ന പൊതുവഴിയാണത്- എന്നോടു മാത്രം സവിശേഷമായി സംസാരിക്കാൻ ഏതെങ്കിലും ഗാനത്തിനിട കിട്ടുമോ?

യൗവനാരംഭത്തിൽ, പുതുതായി കിട്ടിയ ഏകാന്തതയിൽ, എന്നെ മാത്രം ലക്ഷ്യം വെച്ച് പാടുന്നതായി "അജ്ഞാത സഖീ, ആത്മസഖീ" എന്ന ഗാനം-വിശേഷിച്ചും അതിലെ "അനുരാഗ നർമദാ തീരത്ത് നിൽക്കുമീ, ആകാശപുഷ്പങ്ങൾ ചൂടി" എന്ന വരി - മാറിയിരുന്നു. അവ്യക്തമായി മാത്രം ഞാൻ കണ്ടിട്ടുള്ള, ടാഗോറിന്റെയോ ശരത്ചന്ദ്ര ചാറ്റർജിയുടെയോ കഥകൾ ചില ഛായകൾ തന്ന് സങ്കൽപിക്കാൻ സഹായിച്ച ആ അജ്ഞാതസഖിയെ ഓർത്ത് എന്റെ മനസ്സു കടഞ്ഞു. വായിച്ചറിവോ കേട്ടുകേൾവിയോ മാത്രമുള്ള ആ വിദൂര നർമദയാവട്ടെ ആ അനുരാഗിയുടെ നിൽപിന്റെ അഴകിനെ നിസ്സീമമാക്കി. ചലച്ചിത്രഗാനങ്ങൾ പോലെ അതികാൽപനികമാവാൻ സ്വാതന്ത്ര്യമുള്ള ഒരു മാധ്യമം കൊണ്ടു മാത്രം സന്ദർശിക്കാൻ കഴിയുന്ന ആ അജ്ഞാത സുന്ദരിയുടെ സാമ്യമുള്ളവരെ ആൾക്കൂട്ടത്തിൽ, നഗരവീഥികളിൽ, കല്യാണവീടുകളിൽ, ഉത്സവങ്ങളിൽ, തീവണ്ടിയാത്രകളിൽ ഞാൻ തിരഞ്ഞുകൊണ്ടിരുന്നു. പ്രണയിനിക്ക് അവ്യക്തമായി മാത്രം നാമറിഞ്ഞ ആ അജ്ഞാത സഖിയുടെ ഛായ നിലനിറുത്താൻ കഴിയുന്നതുവരെ മാത്രമാണ് ഈട് എന്നിപ്പോൾ തോന്നുന്നു. അനുരാഗത്തെക്കാൾ വലിയ അനുരാഗത്തെ സൃഷ്ടിച്ചത് കാൽപനിക ഭാഷയാണ്. വേദനയെക്കാൾ വലിയ വേദനകളെയും. ചലച്ചിത്ര ഗാനങ്ങൾ എന്നും ആ ഭാഷയിൽ എഴുതപ്പെട്ടു. എവിടെത്തിരിഞ്ഞൊന്നു നോക്കിയാലും അവിടെല്ലാം പൂത്ത മരങ്ങൾ

മാത്രം" എന്ന വരികൾ ഉദ്ധരിച്ച് എന്റെ ഒരു യുവ സുഹൃത്ത് കാൽപനികതയെക്കുറിച്ചുള്ള ഒരു സെമിനാറിൽ ദൈവമേ കേരളത്തിൽ എന്നെങ്കിലും എവിടെയെങ്കിലും ഇത്തരമൊരു പൂക്കാലമുണ്ടായിരുന്നോ എന്ന് അമ്പരക്കുകയുണ്ടായി. ചങ്ങാതീ, ഇന്നാട്ടിലെന്നല്ല എന്നാട്ടിലും പ്രേമിക്കുന്നവർ ജീവിക്കുന്നത് ഒരു കൊച്ചു കാറ്റെങ്ങാൻ വന്നുപോയാൽ തെരുതെരെ പൊഴിയുന്ന പൂമഴയാവാൻ വെമ്പുന്ന, മറ്റെല്ലാവർക്കും അദൃശ്യമായ പൂക്കാലത്തിലാണ്. മൃദുവക്ഷരങ്ങളിൽ വിന്യസിക്കപ്പെട്ട അനുഭൂതിയുടെ ഈ ഭാഷ ചങ്ങമ്പുഴയിൽ നിന്നാണ് ഭാസ്കരനും വയലാറും ഒ.എൻ,വിയും പഠിച്ചത്. മലയാളത്തിന്റെ പ്രണയിനികളെല്ലാം കാലക്രമത്തിൽ അവരുടെ സങ്കൽപങ്ങളാൽ കൂടുതൽ അഴകുള്ളവരായി. മലയാളി പെൺകുട്ടികൾ ചലച്ചിത്രഗാനങ്ങൾ കാരണം കൂടുതൽ പ്രേമിക്കപ്പെട്ടു എന്നു പറയാം. അകാരണമായി, മനസ്സ് വിങ്ങിപ്പൊട്ടാറുള്ള ആ കാലം ഞാൻ ആ ഗാനത്തിൽ രേഖപ്പെടുത്തിവെച്ചു. ഇപ്പോൾ കേൾക്കുമ്പോൾ, ആ കാലം നഷ്ടമായതിന്റെ വ്യഥകൂടി ആരോ അതിൽ തുന്നിച്ചേർത്തതായി തോന്നുന്നു. കവിതയെന്ന് കരുതി വായിച്ചാൽ ദുസ്സഹമായ അതിഭാവുകത്വമുള്ളതായി തോന്നുന്ന വരികളെ ചലച്ചിത്രഗാനത്തിൽ സംഗീതത്തിന്റെ വൈദ്യുതി പ്രകാശമുള്ളതാക്കി. ഒരു പ്രണയപരാജയത്തിന്റെ രാത്രി, കതകടച്ച് കമിഴ്ന്നു കിടക്കുമ്പോൾ, "ഹൃദയമുരുകി നീ കരയില്ലെങ്കിൽ കദനം നിറയുമൊരു കഥപറയാം" എന്നൊരു ചലച്ചിത്രഗാനം വെന്റിലേറ്റർ വഴി അകത്തു കടന്ന്, ചുളിവീണ് കിടക്കവിരിയിൽ ഇരുന്ന് എന്റെ സങ്കടങ്ങൾ ഗാഢമായിക്കേട്ടു. ആ ദിവസത്തിന്റെ യാതന ആ ഗാനത്തെ മറ്റാർക്കും കേൾക്കാൻ കഴിയാത്ത ആധികളുള്ളതായി മാറ്റി. അത് കേൾക്കുന്നവർ കേൾക്കുന്നതിലേറെ സങ്കടം ഞാൻ കേൾക്കുമ്പോൾ ആ ഗാനത്തിനുണ്ടെന്ന് തോന്നുന്നു. സന്തോഷത്തിന്റെ ഏതോ നറും പ്രകാശമുള്ള ദിവസം കേട്ടതുകൊണ്ടായിരിക്കാം, എന്റെ നൊസ്റ്റാൾജിയയുടെ ഗാനം "പൊൻവെയിൽ മണിക്കച്ചയഴിഞ്ഞു വീണു" ആണ്. മാഞ്ഞു മാഞ്ഞു പോകുന്നതിനെയെല്ലാം ഓർമിപ്പിക്കുന്ന "മാരിവില്ലിൻ തേന്മലരേ" എന്ന ഗാനം, "മ്യാരിവില്ലിൻത്തേന്മലരേ" എന്ന് പാടിയ ഒരു ഗായകൻ എന്റെ പ്രിയഗാനമല്ലാതാക്കി. "പാടാനോർത്തൊരു മധുരിതഗാനം" എന്നെക്കാൾ കൊണ്ടാടുന്ന അനവധിയാളുകൾ കോഴിക്കോട്ടുള്ളതുകൊണ്ട് അതിൽ നിന്ന് ഞാനെന്റെ കൈയെടുക്കുന്നു. "നാഴൂരിപ്പാലുകൊണ്ട് നാടാകെ കല്യാണം" അൽപം സംഗീതം കൊണ്ടും അൽപം സാഹിത്യഭംഗികൊണ്ടും നാടാകെ തുളുമ്പുന്ന ഒരു സംഗീതശാഖ, അതോ സാഹിത്യശാഖയോ ആയ ചലച്ചിത്രഗാനത്തെക്കുറിച്ച് തരുന്ന ഉൾക്കാഴ്ച കൊണ്ടും എനിക്കിഷ്ടമാണ്. പ്രഭാതത്തിനും പ്രദോഷത്തിനും പ്രത്യേക രാഗങ്ങളുള്ളതുപോലെ എന്റെ വെവ്വേറെ ദിവസങ്ങൾക്കും പ്രത്യേകം പ്രത്യേകം ഗാനങ്ങളുള്ളതിനാൽ ഇന്നതാണ് എന്റെ പ്രിയഗാനം എന്ന് ഉറച്ചു പറയാനാവില്ല. ആവുന്നില്ല.

എന്നാലും കവിയായ ജി.കുമാരപ്പിള്ള എഴുതിയ, രാഘവൻ സംഗീതം പകർന്ന, യേശുദാസ് പാടിയ "ഹൃദയത്തിൻ രോമാഞ്ചം" എന്ന ഗാനമാണ് അഥവാ, നിർബന്ധമാണെങ്കിൽ, എന്റെ പ്രിയഗാനം. മലയാളം കണ്ട ഏറ്റവും മികച്ച ശ്രോതാക്കളിൽ ഒരാളായ അരവിന്ദൻ- തമിഴ്നാട്ടിൽ ഒരു മഹാശ്രോതാവുണ്ടത്രെ. അയാളെ കേൾപ്പിക്കാൻ മാലി അമേരിക്കയിൽ നിന്ന് വിമാനത്തിൽ പറന്ന് വന്ന് പൗർണമീരാത്രി തീരുവോളം വായിച്ച് പുലർച്ചത്തെ വിമാനത്തിൽ മടങ്ങിപ്പോകുമത്രെ. തലയൊന്നാട്ടുക പോലും ചെയ്യാതെ ഗാഢമായി കേൾക്കുമായിരുന്നത്രെ അയാൾ- സംവിധാനം ചെയ്ത 'ഉത്തരായന' ത്തിലേതാണീ ഗാനം. എന്റെ പൊരുളിനെ ഇത്ര ആർദ്രതയോടെ കേട്ട ഒരു ഗാനവുമില്ല. "തകരുന്ന തന്ത്രിയിൽ തളരാതെയെന്നെന്നും തഴുകുന്ന കൈകൾ കുഴഞ്ഞുപോയീ."

■

വയനാട് ഒരു നാടല്ല;
വരുമാന മാർഗമാണ്

ഒന്ന്

ചിറാപ്പുഞ്ചി. രാമകൃഷ്ണാഫാൾസ്. ഭൂലോകത്തിലെ ഏറ്റവും ഉയരമുള്ള നാലാമത്തെ വെള്ളച്ചാട്ടം എന്ന ചൂണ്ടുപലകയെ അനുസരിച്ച് ചെന്നപ്പോൾ അവിടമത്രയും കോട. ഭൂലോകത്തിലെ ഏറ്റവും ഉയരമുള്ള നാലാമത്തെ കോട; അക്ഷമനായ കൂട്ടുകാരൻ ചിരിച്ചു. നോക്കി നോക്കി നിന്നപ്പോൾ കോട ഒരു നൊടിനേരം ദുർബലമായി. ഇളം വെയിലിന്റെ ദയവിൽ ഉയരത്തിൽ നിന്നും തൂക്കിയിട്ട കാറ്റിലാടുന്ന ഒരു വെള്ളപ്പുടവ. അത് നിലത്ത് മുട്ടുന്നില്ല.

എനിക്കെന്തോ ചിറാപ്പുഞ്ചിയിലെത്തിയത് മുതൽ പറഞ്ഞറിയിക്കാനാവാത്ത ഒരു സ്വസ്ഥത. നഷ്ടപ്പെട്ടതെന്തോ തിരികെക്കിട്ടിയ സുഖം. ഇവിടെ കുഴിച്ചിട്ടാൽ നേരം കൂടുമ്മുമ്പെ തിരുള് വരുമെന്ന് തിരിച്ചറിഞ്ഞ വയനാട്ടിൽ നിന്നും പറിച്ചുകൊണ്ടുവന്ന ഒരു ചെടിക്കുണ്ടാവുന്ന സ്വസ്ഥത. അതേ കാറ്റ്. അതേ മൂടൽ. നേരിയ മഴച്ചാറൽ. ചളിപ്പാടം പോലുള്ള നിരത്തുകൾ. എന്റെ മാതൃഭാഷ സംസാരിക്കുന്ന കോട. യൗവനം മുറ്റിയ പച്ചയിലകൾ. പെയ്തുതോർന്നതോ പെയ്യാൻ ഇരിക്കുന്നതോ എന്നുറപ്പില്ലാത്ത മേഘങ്ങളുടെ നിര. മേഘങ്ങളുടെ ആലയം എന്നാര് പേരിട്ടു ഇന്നാടിനെ? ബംഗാൾ പിന്നിട്ട് അസമിലൂടെ അരുണാചൽ പ്രദേശിലൂടെ മേഘാലയയിലെത്തിയപ്പോൾ പഴയ വയനാട്ടിൽ ഞാനെത്തിക്കഴിഞ്ഞു. ഇതാണ് വയനാട്ടിലേക്കുള്ള ശരിയായ വഴി; കുതിരവട്ടം പപ്പു പ്രശസ്തമാക്കിയ താമരശ്ശേരി ചുരം കയറിയല്ല.

വയനാട് ഇപ്പോൾ വയനാട്ടിലല്ല എന്ന് മുമ്പുമെനിക്ക് തോന്നി. അഞ്ചുപത്തുവർഷം മുമ്പ് കുട്ടത്തുനിന്ന് വീരരാജ്പേട്ടയിലേക്ക് സഞ്ചരിക്കുമ്പോൾ, കാറ്റിലുലയുന്ന നാരകച്ചെടികൾ കണ്ടപ്പോൾ. വയനാട് വയനാട് വിടുകയാണ്. പാതിവഴി പിന്നിട്ടു കഴിഞ്ഞു. ഇപ്പോൾ വയനാട്ടിലില്ലാത്ത നാരകക്കൊമ്പുകൾ കാപ്പിക്കൊമ്പിൽ കയറിനിന്ന് താഴ്ത്തിയാണ് ഞാൻ നാരങ്ങകൾ തിന്നത്. ഓരോ ചുളയായി നാരങ്ങ സാവധാനം തിന്നാനെനിക്കിപ്പോഴും - ഈ വലിയ വിലയുടെ കാലത്തും - സാധിക്കാറില്ല.

തോലുരിഞ്ഞ് മുഴുനാരങ്ങയോ പാതിനാരങ്ങയോ ഒരുമിച്ച് കഴിക്കും. സുഭിക്ഷമായ വയനാട് എന്നെ ലാളിച്ച് കേടുവരുത്തി.

വയനാട്ടിൽ നിന്ന് വയനാട് ആരാണ് കവർന്നത്? കേരളത്തിലെ ചിറാപ്പുഞ്ചി എന്നറിയപ്പെട്ടിരുന്ന ലക്കിടിയിൽ ഇപ്പോൾ ആ ധാരമുറിയാത്ത മഴയില്ല. മഴ തന്നെ അത്യപൂർവമായി. സി.സിയുടെയോ സി.ഡബ്ളിയു. എം.എസ്സിന്റെയോ ബസ്സിൽ വശത്തെ ടാർപോളിൻ താഴ്ത്തിയിട്ട് മാത്രം സഞ്ചരിച്ച ആളുകൾ അവിടമെത്താൻ കാത്തിരിക്കുന്നു ഇപ്പോൾ, തണുത്ത കാറ്റിന്. വഴികാട്ടിയായ ആദിവാസിയെ കെട്ടിയിട്ട മരത്തിനടുത്ത് ചങ്ങലയിടാതെ ആ തണുത്ത കാറ്റ് പഴയ ശൗര്യമൊക്കെ പോയെങ്കിലും ഇപ്പോഴുമുണ്ട്.

ഗുവാഹതിയിലെ ഗാന്ധി ആശ്രമത്തിന്റെ മേധാവി ഞങ്ങളെ സ്വാഗതം ചെയ്തു. നിങ്ങളിൽ ഉറക്കം കിട്ടാത്തവരുണ്ടെങ്കിൽ അവർക്കിതാ ഗാഢമായ ഉറക്കം . നേരുതന്നെ. പുലർന്ന് വളരെക്കഴിഞ്ഞിട്ടും ഞാനുണർന്നില്ല. ഉറക്കത്തിന്റെ ചതുപ്പിൽ ഞാനാണ്ടാണ്ട് പോയി. പഴയ വയനാട്ടിൽ ഞങ്ങൾ ചതുപ്പുനിലത്തെ ആത്തിക്കണ്ടം എന്നാണ് പറയുക. താണുതാണ് പോകും. രണ്ട് കാളകൾ മുഴുവനായി താണുപോയതിന്റെ കഥ കേട്ടിട്ടുണ്ട്. ആത്തിയുടെ മണ്ണിൽ താണാൽ പിന്നെ നോക്കണ്ട. പുതിയ വയനാടിന്റെ പ്രധാന വിഭവവും ഇതാണ്. ഗാഢമായ ഉറക്കം. പാകത്തിന് തണുപ്പ്. സസ്യസമൃദ്ധി. വീടുകളുടെ മുകൾനിലകളോ ഓരങ്ങളോ മരത്തിൽ കെട്ടിയുണ്ടാക്കിയ ഏറുമാടങ്ങളോ റിസോർട്ടുകളോ സഞ്ചാരികൾക്കായി ഒരുങ്ങുകയാണ്. ഉറങ്ങുവാൻ വയനാട്ടിൽ വരുക. ഒന്നും ഓർക്കണ്ട. ഇവിടെ ആരും ഒന്നും ഓർക്കാറില്ല. ഓർമകൾ നെടുംകുത്തനെയുള്ള കയറ്റങ്ങളാണ്. എടയ്ക്കൽ ഗുഹയിലേക്കുള്ളത്ര ദുഷ്കരക്കയറ്റങ്ങൾ.

രണ്ട്

വയനാട് ഒരു നാടല്ല, ഒരു വരുമാനമാർഗമാണ്. വഴിമുട്ടിയവർ കേരളത്തിന്റെ നാനാഭാഗത്തുനിന്ന് ഒരുകാലം ഇങ്ങോട്ട് പുറപ്പെട്ടു. കോട്ടയത്തുനിന്നും പാലായിൽ നിന്നും കപ്പക്കമ്പുകളും അത്യാവശ്യം പണിയായുധങ്ങളും ഉണക്കിയ കൊടംപുളിയും പാത്രങ്ങളും ആയി വാനിലും ലോറികളിലും നാലും അഞ്ചും കുടുംബങ്ങൾ നിത്യം വയനാട്ടിൽ എത്തി. കോട്ടയം-സുൽത്താൻബത്തേരി ബസ് നോക്കി നെടുനേരം നിന്ന് നെടുവീർപ്പിടുന്ന ഒരു ചേടത്തി ഉണ്ടായിരുന്നു എന്റെ പരിചയത്തിൽ.

അവർ വന്നു.

മലമ്പനിയും കുത്തിപ്പറിക്കുന്ന തണുപ്പും ധാരമുറിയാതെ പെയ്യുന്ന മഴയും മിക്കവാറും വെള്ളത്തിൽ മുങ്ങിയ ഒറ്റത്തടിപ്പാലങ്ങളുള്ള കരകവിഞ്ഞ പുഴകളുമുണ്ടായിരുന്ന വയനാട്ടിൽ. കപ്പക്കമ്പുകളും റബറും, കുഴിച്ചിടുന്നതെന്തും നൊടിനേരംകൊണ്ട് തഴച്ചുവളർന്നു വയനാട്ടിൽ. ആദ്യം ഒരു നോർവീജിയൻ നാടോടിക്കഥയിലും പിന്നീട് ഒരു

സക്കറിയാക്കഥയിലും ഞാൻ വായിച്ച വല്യപ്പന്റെ ചേന ആവിഷ്കരിച്ച വളർച്ച ഈ മണ്ണ് വിളകൾക്കുണ്ടാക്കി. സ്റ്റീൻബക്കിന്റെ 'ക്രോധത്തിന്റെ മുന്തിരിപ്പഴങ്ങൾ' എന്ന നോവൽ പഴയ വയനാട്ടുകാരനോളം ഒരു മലയാളിക്കും അർത്ഥമാവില്ല. ആ നോവലോളം വയനാടനല്ല 'വിഷകന്യക'. 'നെല്ലൊ'ക്കെ ബസ്സിൽ നിന്നുള്ള വയനാടൻ കാഴ്ചകൾ. റേഡിയേറ്റർ ചൂടായതിനാൽ ഇടക്കിടെ നിറുത്തിയിടേണ്ടി വന്നിരുന്നു അന്ന് ബസ്സുകൾ.

വയനാട് കേരളത്തിന്റെ കോളനിയായിരുന്നു. വെള്ളക്കാരുടെ വരവോടെ കറുത്തവർ ക്രമേണ ദുർബലരും പ്രാകൃതരും ആയപോലെ വയനാട്ടിലെ ഗോത്രവർഗക്കാർ ക്രമേണ ദുർബലരും പ്രാകൃതരുമായി. വയനാട് പുരോഗമിക്കുന്തോറും അവർ അഗതികളായി. അത് വളർന്നു വളർന്ന് കേരളത്തിലെ ഭരണകൂടം അവരെ അവരുടെ കുടിയിടങ്ങളിൽ നിന്ന് അടിച്ചിറക്കുന്ന നിലവരെ എത്തി. രാമായണത്തിന്റെ നാടൻ പാഠങ്ങളിലൊന്നിൽ ഒരു കഥയുണ്ട്. യുദ്ധം കഴിഞ്ഞ് സീതയെ വീണ്ടെടുത്ത രാമൻ, വിജയശ്രീലാളിതനായി അയോധ്യയിലേക്ക് പരിവാരസമേതം മടങ്ങുകയാണ്. അതിർത്തിയിൽ അതാ പ്രാകൃതരും അവശരുമായ ഏതാനുമാളുകൾ. ആരാണ് നിങ്ങൾ; രാമൻ അവരോട് ചോദിച്ചു. അവർ പറഞ്ഞു; രാമാ അന്ന്, പതിന്നാല് വർഷം മുമ്പ് അങ്ങയെ യാത്രയയയ്ക്കാൻ വന്നവരിൽ ഞങ്ങളുമുണ്ടായിരുന്നു. ഞങ്ങളിലെ പുരുഷന്മാരോട് അങ്ങ് മടങ്ങിപ്പോവാനാവശ്യപ്പെട്ടു. ഞങ്ങളിലെ സ്ത്രീകളോട് അങ്ങ് മടങ്ങിപ്പോവാനാവശ്യപ്പെട്ടു. ഞങ്ങൾ ശിഖണ്ഡികളോട് അങ്ങ് യാതൊന്നും പറഞ്ഞില്ല. ഞങ്ങൾ പതിന്നാല് വർഷമായി ഇവിടെത്തന്നെ നിൽക്കുന്നു. ആദിവാസികളുടെ വസ്ത്രങ്ങളുടെ പഴക്കം ഇതു തന്നെ പറയുന്നു. അവരുടെ ജീവിതത്തിലെ ജീർണത ഇതുതന്നെ പറയുന്നു. അവർ ഒരു രാമനാലും അഭിമുഖീകരിക്കപ്പെട്ടില്ല. അധികാരം കുടിയേറ്റക്കാരോട് മാത്രം സംസാരിച്ചു.

പരസ്പരം നാടന്വേഷിക്കുന്ന നാട്ടുകാരുള്ള ഏകനാട് വയനാടായിരിക്കും. വയനാട് സ്വന്തം നാടല്ലാത്തതിനാൽ ഇവിടെ വന്നവർ അതിനോട് നീചമായി പെരുമാറി. ഇത്രയധികം രാസവളവും കീടനാശിനിയുമുപയോഗിക്കപ്പെട്ട, മരങ്ങൾ മുറിച്ചുമാറ്റപ്പെട്ട നാട് വേറെയുണ്ടാവില്ല. ഇന്നിപ്പോൾ വയനാട്ടിൽ കുറുക്കനില്ല, ഞണ്ടില്ല, മണ്ണിരകളപൂർവമായി, സസ്യ-പക്ഷി-മൃഗവൈവിധ്യം നന്നെ കുറഞ്ഞു. നേന്ത്രപ്പഴം വയനാടനാണോ, ഞങ്ങൾക്ക് വേണ്ട. ഇഞ്ചി വയനാടനാണോ രണ്ടുനാൾക്കുള്ളിൽ ചീഞ്ഞുപോകും. കുരുമുളക് വയനാടനാണോ അയ്യോ അരിപ്പൂവിന്റെ കായകൾ കലർത്തിയിട്ടുണ്ടാവും എന്ന് ഒഴിഞ്ഞുമാറാൻ തുടങ്ങി അന്യദേശക്കാർ.മണ്ണിൽ ഇങ്ങനെ അങ്ങാടിനിലവാരമനുസരിച്ച് മാറിമാറി കൃഷിചെയ്തുകൊണ്ടിരിക്കുന്ന മറ്റൊരു പ്രദേശവും കാണില്ല. ഇത്രയധികം അതിർത്തിത്തർക്കങ്ങൾ നടന്ന ഭൂപ്രദേശവും വേറെ കാണില്ല. വിളവുകളായിരുന്നു, വരുമാനമായിരുന്നു മണ്ണിന്റെ അർത്ഥം എന്നതായിരുന്നു ഇതിന്റെ കാരണം.

വയനാട്ടിൽ തുരുതുരെ ആത്മഹത്യകൾ നടന്നപ്പോൾ അത് അന്യ നാട്ടുകാരായ പത്രം വായനക്കാരിലുണ്ടാക്കിയ അസ്വസ്ഥതപോലും വയ നാട്ടിലുണ്ടാക്കിയില്ല. പട്ടിണികൊണ്ടും മലമ്പനികൊണ്ടും പ്രതികൂല കാലാവസ്ഥകൊണ്ടും തുരുതുരെ ആളുകൾ മരിച്ചുകൊണ്ടിരുന്ന ഒരു കാലത്തിന്റെ ഓർമകൊണ്ടാവുമോ? തൊട്ടയൽപക്കങ്ങൾ പോലും സാംസ്കാരികമായി ദിവസം മുഴുവൻ സഞ്ചരിച്ചാൽ എത്താനാവാത്ത അകലത്തിലായതുകൊണ്ടാണോ? അതിജീവിക്കാൻ വന്നവർ എന്ന ഉത്കണ്ഠവിട്ടൊഴിയാത്തതിനാലോ? പുലി തൊട്ടുപിറകിലെത്തിയപ്പോൾ ഇനി നമ്മളോടിയിട്ടെന്താ, പുലിയോടുണ്ടോ നമുക്ക് മൽസരിക്കാനാവുന്നു എന്ന് ചോദിച്ച കൂട്ടുകാരനോട് വേഗം കുറയ്ക്കാതെ അതിനാര് പുലി യോട് മൽസരിക്കുന്നു, ഞാൻ നിന്നോടല്ലേ മത്സരിക്കുന്നത്, ആര് പിന്നി ലാവുന്നു അയാളെയേ പുലിപിടിക്കൂ എന്ന് പറഞ്ഞ കൂട്ടുകാരനെ ഓർമ വരുന്നു. മരണം മറ്റൊരാളുടെ മേൽ ചാടിവീണാലുള്ള ആശ്വാസത്തിന് വയനാട്ടുകാർക്കിടയിൽ വലിയ പഴക്കമുണ്ട്. വലിയ ആവശ്യക്കാരുമുണ്ട്.

സമ്പത്തുണ്ടാക്കുവാനാണോ മനുഷ്യൻ ജീവിക്കുന്നത്? വയനാട്ടിൽ നഗ്നമായി അങ്ങനെയാണ്. കാപ്പിക്കൊന്ന് വിലകുറഞ്ഞാൽ തോട്ടത്തിൽ കാട് കയറും. ഇഞ്ചിക്കൊന്ന് വിലകൂടിയാൽ അടുത്ത തവണ വയനാട് മുഴുവൻ ഇഞ്ചിത്തോട്ടമായി മാറും. ഒരുകുറിചെന്നപ്പോൾ 'വയൽ നാടാ'കെ വാഴനാടായിരിക്കുന്നു. നെല്ലായിരുന്നതും വെള്ളരിയായിരു ന്നതും നടവഴിയായിരുന്നതും ചെറുതോടായിരുന്നതും സ്നേഹമായിരു ന്നതും കോപമായിരുന്നതും വാഴയായിരിക്കുന്നു. എങ്ങും "ലീലാവിലാ സേന നിൽക്കുന്ന വാഴകൾ." സമ്പത്തുണ്ടാക്കുവാനായി വയനാട്ടിൽ വന്ന വരുടെ മക്കളും കൊച്ചുമക്കളും ആണ് അവിടത്തെ ഭൂരിപക്ഷം മനു ഷ്യരും. ധനം നൽകുന്നതല്ലാത്ത മറ്റു പ്രതാപങ്ങളിലൊന്നും അവർക്ക് താൽപര്യമില്ല. ധനാഗമ മാർഗങ്ങൾ മുട്ടുമ്പോൾ അവർക്കെല്ലാ വഴിയും മുട്ടുന്നു. അതുകൊണ്ടു കൂടിയായിരുന്നു ആ മരണങ്ങൾ.

മുത്തങ്ങയിൽ ആദിവാസികളെ കേരളീയരുടെ ഭരണകൂടം ആക്ര മിച്ചപ്പോൾ നാട്ടുകാർ എതിരായി ഒരക്ഷരം മിണ്ടിയില്ല. പണിയരെ ചുട്ടു കൊല്ലണം എന്നലറിയവരുമുണ്ട്. "നിങ്ങളോർക്കുക നിങ്ങളെങ്ങനെ നിങ്ങ ളായെന്ന്" എന്നവരെ ആരും ഓർമിപ്പിച്ചില്ല. വിനോദൻ എന്ന പൊലീസു കാരന്റെ മരണത്തിന് മുന്നിൽ 'ചത്തു' വീണ ആദിവാസിക്കെന്ത് പ്രാധാന്യം? കേരളീയരുടെ ചാനലുകൾ അയാൾക്കുവേണ്ടി സംഭ്രമിച്ചു. പണിയന് സംഭവിച്ചതെല്ലാം ഇന്നും അവ്യക്തം. അവർക്കുണ്ടോ നാടും നഗരിയും?

വയനാട് അന്നന്നാണ്. ഇപ്പോഴത് അതിന്റെ ദൃശ്യഭംഗിയും രാത്രി കാലങ്ങളിലെ തണുപ്പും വൈദേശികമായ ഏകാന്തതയുമാണ്. റിസോർട്ടു കളും ഏറുമാടങ്ങളുമാണ്. നാളെയോ?

■

പറുദീസാ നഷ്ടം

സ്വർഗത്തിലെത്തിയ നിങ്ങൾ അവിടുത്തെ അതിശയങ്ങളോരോന്നായി ക്കണ്ട്, നയിക്കുന്ന കാവൽമാലാഖയോട് സംശയനിവൃത്തി വരുത്തി സഞ്ചരിക്കുകയാണ്. അല്പം കൂടി നിൽക്കാൻ കഴിഞ്ഞിരുന്നെങ്കിൽ എന്ന് നിങ്ങളാശിച്ചിരുന്ന ഇടങ്ങൾ കൊണ്ടാണിവിടം നിർമിച്ചിരിക്കുന്നത്. ഇതളിതളായി വിരിയുകയാണ് നിങ്ങൾ. അപ്പോഴാണ് ഒരു തിരിവിൽ ദുസ്സഹമായ രൂപമുള്ള ഒരപരിചിതനെ നിങ്ങൾ കാണുന്നത്. രണ്ടാമതൊ രിക്കൽ കാണാതിരിക്കാൻ നിങ്ങളാഗ്രഹിച്ചിരുന്നവർക്കെല്ലാം പൊതു വായുണ്ടായിരുന്ന വിലക്ഷണതകളുടെ മൂർത്തരൂപം പോലൊരാൾ. അഴുക്കിന്റെ കാരണം പോലത്തെ ഒരാൾ. ഒന്നും ചെയ്യാതെ വെറുതെ നിൽക്കുകയായിരുന്നു, പക്ഷേ, അടികിട്ടിയത് അയാൾക്കാണ് എന്നു നാം പറയാറുള്ള ആ ആളെപ്പോലെ ദുരന്തം ചോദിച്ചു വാങ്ങുന്ന മുഖം. ഒരു ചവിട്ടെങ്കിലും കൊടുക്കാതെ പോന്നാൽ ദിവസം മുഴുവൻ കുറ്റബോധ മുണ്ടാക്കുന്ന മുഖം. ഇയാളെക്കണ്ടതോടെ നിങ്ങൾക്കിവിടം ദുസ്സഹമായി ത്തീർന്നിരിക്കുന്നു. ആരാണീ അസത്ത്, നിങ്ങൾ കാവൽ മാലാഖയോട് ചോദിക്കുന്നു. മാലാഖ പറയുന്നു. നിങ്ങൾ തന്നെയാണത്, സ്വർഗത്തിലെ കണ്ണാടിയിൽ നിങ്ങൾ നിങ്ങളെ കാണുകയാണ്. അവനവനെ കാണു ന്നത് വരെയേയുള്ളൂ സ്വർഗം; മാലാഖ അപ്രത്യക്ഷയായി.

ഈ കഥ ശരിയായി മനസ്സിലാവാൻ അനുവാചകനിൽ ചിലത് സംഭവി ക്കാനുണ്ട്. (ഒരു കഥയോ കവിതയോ സുഗ്രഹമാവാൻ ചിലത് സംഭവി ക്കാനുണ്ട്). മുഖമാകെ പൊള്ളി വിരൂപയായത്തീർന്ന സ്ത്രീയോട് കണ്ണാ ടിയിൽ നോക്കരുതെന്നുപദേശിച്ച ഡോക്ടർ ഇക്കഥയുടെ പൊരുൾ ഉൾക്കൊണ്ടിട്ടുണ്ട്.

“ചെറ്റയാം വിടൻ ഞാനിനിമേലിൽ
കഷ്ടമെങ്ങനെ കണ്ണാടി നോക്കും”

എന്നെഴുതിയ കവി ഈ പറുദീസാനഷ്ടം അറിഞ്ഞിട്ടുണ്ട്. അഞ്ചിൽ പഠി ക്കുന്ന സദാ മൂക്കൊലിക്കുന്ന പിത്തം പിടിച്ച ചെക്കനെച്ചൂണ്ടി നിന്റെ അനിയനാണോ എന്നു ചോദിച്ച് ആറിലെ എന്റെ ക്ലാസ് മാഷ് എനിക്ക് നിതാന്തശത്രുവായി. അയാൾ ഉള്ളിടം എനിക്ക് നരകമായി. നിങ്ങൾ കണ്ട

ആ മാലാഖയ്ക്കൊപ്പം സ്വർഗം കണ്ട്കണ്ട് 'ആത്മസ്വരൂപത്തെ ഓരാതെ' നടക്കുകയായിരുന്നു ഞാനും. അച്ചോദ്യം എന്നെ എനിക്കു കാണിച്ചു തന്നു. അവനവനിൽ ദൃഷ്ടി പതിയുന്നതു വരെയേ ഉള്ളൂ സ്വർഗം. മറ്റൊരാളുടെ വായിൽ സ്വർണപ്പല്ലുകൾ കാണുംവരെയേയുള്ളൂ സ്വർണ്ണപ്പല്ലന്റെ അഹങ്കാരം. തുപ്പുവാനെണീറ്റപ്പോൾ ഉണ്ടായ ഒഴിവിൽ നൊടിനേരം കൊണ്ടു ഇരുന്നുകഴിഞ്ഞ, കൃത്യം കഴിഞ്ഞ് തിരികെ ഇരിക്കാൻ തുടങ്ങിയപ്പോൾ മടിയിലാണോ ഇരിക്കുന്നത് എന്ന് ഗർജിച്ച ബസ്സ് യാത്രക്കാരൻ ആ തിരക്ക് പിടിച്ച ബസ്സിനെ നരകമാക്കി. മട്ടുപ്പാവിൽ നിന്ന് റോഡിലെ അപകടം നോക്കി രസിക്കുന്ന പൊണ്ണത്തടിയൻ, കുളുർക്കെ കുഴമ്പു തേച്ച് അവനവനെ താലോലിക്കുന്ന കുടവയറൻ (സ്വന്തം മൂഢസ്വർഗത്തിൽ നിന്നിറങ്ങാൻ ഭയപ്പെടുന്ന ആ അലസരൂപത്തെ, വറുത്തെടുക്കാൻ പാകത്തിൽ എണ്ണ തേപ്പിച്ച് നിർത്തിയിട്ടുണ്ട് അടൂർ ഗോപാലകൃഷ്ണൻ തന്റെ മികച്ച ചിത്രമായ 'എലിപ്പത്തായത്തി'ൽ), ആത്മവിസ്മൃതിയിൽ സ്വർഗത്തിലെന്നപോലെ കഴിയുന്ന ആരും എന്നെ അസ്വസ്ഥനാക്കുന്നു എന്നതിൽ ഞാനസ്വസ്ഥനാകുന്നു. നിങ്ങളെച്ചിരിപ്പിക്കാത്ത വീഴ്ചകൾ നിങ്ങൾക്ക് സംഭവിച്ചിരിക്കാവുന്ന വീഴ്ചകൾ. ഒരു ദുർവാർത്തയിൽ നിങ്ങൾ അസ്വസ്ഥനാവുമ്പോൾ അതിന് കാരണമായവന് നിങ്ങളോടുള്ള സമാനത നിങ്ങൾ തിരിച്ചറിയുന്നുണ്ട്. കാരണം നിങ്ങളിലുമുള്ളതേ നിങ്ങളെ ശല്യം ചെയ്യൂ. 'ആ മനുഷ്യൻ നീ തന്നെ' എന്ന വാക്യം നമുക്കിടയിൽ എന്നോ എഴുതപ്പെട്ടിരിക്കുന്നു. (എന്നോ എഴുതപ്പെട്ടിരിക്കാവുന്ന വാക്യങ്ങൾ കണ്ടെടുത്ത് ഇന്നെഴുതുമ്പോൾ അവ കവിതയായി.)

നിങ്ങളുടെ പ്രത്യേകതകൾ, സാമർത്ഥ്യങ്ങൾ, വൈകല്യങ്ങളാണെന്ന് മറ്റൊരാളിൽക്കാണുമ്പോഴേ നിങ്ങളറിയുന്നുള്ളു. മൂക്കിനുള്ളിലെ ആ വിശിഷ്ടഖനി തോണ്ടി ചുറ്റുപാടും ഒന്ന് കണ്ണോടിച്ച ശേഷം മേശയ്ക്കടിയിൽത്തേക്കുന്ന ഉദ്യോഗസ്ഥൻ, ട്രെയിനിൽ ബാത്ത്റൂമിൽ നിന്ന് മടങ്ങുമ്പോൾ കൈവിരലുകൾ മണപ്പിച്ചുനോക്കുന്നവൻ, അങ്ങോട്ടു പറയുന്നത് ശ്രദ്ധിക്കാതെ ഇങ്ങോട്ടു പറയുന്നവർ, വെളിച്ചം മറഞ്ഞു നിൽക്കുന്നവർ ഒക്കെ നിങ്ങളെ പറുദീസയിൽ നിന്ന് പുറത്താക്കുന്നു. അഭിമാനമെന്ന് കരുതിയത് അഹങ്കാരമായിരുന്നെന്ന് മറ്റൊരാളിൽ നിന്ന് നിങ്ങളറിയുന്നു. ക്ഷമയായിരുന്നെന്ന് കരുതിയത് ഭയമായിരുന്നെന്ന് മറ്റൊരാളിൽ നിന്ന് നിങ്ങളറിയുന്നു. നിങ്ങൾ പരിഷ്കൃതനല്ല; പച്ചപ്പരിഷ്കാരിയായ ഒരു പൊങ്ങച്ചക്കാരനാണെന്ന് മറ്റൊരാളിൽ നിന്ന് നിങ്ങളറിയുന്നു. അസൂയയോ, സ്വാർത്ഥതയോ മറ്റൊരാളിൽക്കാണുന്നത് വരെ വിരൂപമല്ല.

എല്ലാ സ്വർഗങ്ങളും മൂഢസ്വർഗങ്ങളാണ്. മൂഢന് എപ്പോൾ വെളിവുണ്ടാകുന്നുവോ അപ്പോൾ അവസാനിച്ചു സ്വർഗം. നരകം അനന്തരം ജ്ഞാനികൾ കഴിയുന്ന സ്വർഗം.

■

പ്രസംഗം ഒരു സുകുമാരകല

ജനശ്രദ്ധ നേടിയ ആദ്യത്തെ തകർപ്പൻവാക്യം തന്നിലെ നോവലിസ്റ്റോ കവിയോ എഴുതിയതായിരുന്നില്ല തന്നിലെ പ്രഭാഷകൻ ഉച്ചരിച്ചതായിരുന്നുവെന്ന് മാർക്കേസ് ആത്മകഥയിൽപ്പറയുന്നു. "എൽസിഡിനെപ്പോലെ ഫ്രാങ്ക്ലിൻ റുസ് വെൽട്ടിനും മരണശേഷം യുദ്ധങ്ങൾ ജയിക്കാനാവുമെന്ന് അറിയാമായിരുന്നു." ദിവസങ്ങളോളം ഈ വാക്യം പട്ടണസംസാരങ്ങളിൽ പൊന്തി നിന്നു. തെരുവ് പത്രങ്ങളിൽ ആവർത്തിച്ച് പ്രത്യക്ഷപ്പെട്ടു, റൂസ്‌വെൽട്ടിന്റെ ഛായാചിത്രങ്ങൾക്ക് കീഴെ കടവരാന്തകളിൽ തൂങ്ങിക്കിടന്നു. നാടകീയ വാക്യങ്ങളിലുള്ള മാർക്കേസിയൻ ഭ്രമത്തിന്റെ ഉറവിടം പ്രഭാഷണത്തിലായിരുന്നുവെന്ന് ഈ വാക്യത്തെ മുൻനിർത്തി 'നമുക്ക്' ചിന്തിക്കാം. ഒരു മനുഷ്യൻ പല മനുഷ്യരോട് പറയുന്ന ഭാഷ (a man to men) എന്ന വേർഡ്സ് വർത്തിയൻ കാവ്യനിർവ്വചനം സ്വാഭാവികമായി ഇണങ്ങുക പ്രഭാഷണത്തിനാണ്. പ്രഭാഷണഭാഷയിൽ ചിന്തിക്കുകയും എഴുതുകയും സംസാരിക്കുകയും ചെയ്തു ജീവിതത്തിലുടനീളം അഴീക്കോട് (ആശാൻ കവിതകളിലെ ഭാഷയായിരുന്നു തന്റെ മാതൃഭാഷയെന്നേ ഈ കണ്ണൂർക്കാരനെ കേട്ടാൽ തോന്നൂ.) മുന്നിലിരിക്കുന്ന ശ്രദ്ധാലുക്കളായ ശ്രോതാക്കളോട് പറയുമ്പോൾ കൂടുതൽ ഉചിതവും ഉജ്ജ്വലവുമാകുന്ന ഭാഷയിലാണ് അഴീക്കോട് ആശാന്റെ സീതാകാവ്യം മാത്രമല്ല തത്ത്വമസിയും തന്റെ ഗവേഷണപ്രബന്ധം പോലും എഴുതിയത്. പ്രസംഗവേദിയിലോ ക്ലാസ്സിലോ പരിചയിച്ചവർക്ക് അഴീക്കോടിന്റെ ശബ്ദത്തിലല്ലാതെ അദ്ദേഹത്തിന്റെ കൃതികൾ വായിക്കാനാവുകയില്ല. എഴുതുമ്പോഴും അദ്ദേഹം സദസ്സിനെ അഭിമുഖീകരിച്ചു. 'കേൾക്കുന്നില്ലേ;' അദ്ദേഹം വായനക്കാരനോട് ചോദിച്ചു. "പ്രസംഗം മോശമാണെന്ന് ആരു പറഞ്ഞു? പ്രവൃത്തികൊണ്ട് പലർക്കും സാധിക്കാത്തത് പ്രസംഗം കൊണ്ട് ഞാൻ സാധിക്കുന്നുണ്ട്. പ്രസംഗമാണ് എന്റെ പ്രവൃത്തി." (മാതൃഭൂമി വാരാന്തപ്പതിപ്പ് 1984 മാർച്ച് 18). ക്യാരിക്കേച്ചറിസ്റ്റായ ജയരാജ് കെ.വാരിയരോട് 'എന്നെയനുകരിച്ച് താനിവിടെക്കിടക്ക് ഞാനൊന്ന് പ്രസംഗിച്ച് വരട്ടെ' എന്ന് മരണശയ്യയിൽക്കിടന്ന് അഴീക്കോട്

പറഞ്ഞുവത്രെ. പ്രഭാഷണം ചെയ്യുന്ന താൻ മാത്രമാണ് തന്റെ അസ്സൽ. മറ്റെല്ലാം തന്റെ ഹാസ്യാനുകരണങ്ങൾ! രോഗശയ്യയിൽക്കിടക്കുന്ന താൻ പ്രത്യേകിച്ചും.

പറയുമ്പോഴത്തെ മുഴക്കത്തോടെ അദ്ദേഹം എഴുതി. "നിങ്ങളെ വഞ്ചിച്ച, നിങ്ങളെ തികച്ചും ഒറ്റിക്കൊടുക്കാനുദ്ദേശിച്ച, ദുഷ്ടനാണ് ഇവൻ" (ശങ്കരക്കുറുപ്പ് വിമർശിക്കപ്പെടുന്നു). ആവർത്തിച്ചു വരുന്ന ഈ ബഹു വചന രൂപമായ് 'നിങ്ങൾ' സ്പഷ്ടമാണ്, തന്റെ ശ്രോതാക്കളാണ്. (വായിക്കുന്നതും കാതുകൊണ്ടോ?) അസംഖ്യം കേൾവിക്കാരുടെ പിൻ ബലത്തിൽ അമിതമായ ആത്മവിശ്വാസത്തോടെ അദ്ദേഹം എഴുതി. "മാസ്മരപ്രഭാവങ്ങളായ നക്ഷത്രചിഹ്നങ്ങളേ കവിയെഴുത്തിന്റെ വില കെടുത്തുന്ന നിങ്ങൾക്കിതാ കേരളത്തിലെ പാവങ്ങളായ വായനക്കാരുടെ വിദൂര പ്രണാമങ്ങൾ." അരങ്ങ് തകർക്കുന്നവയാണദ്ദേഹത്തിന്റെ വാക്യ ങ്ങൾ. "ജഡമായ കല്ലുകൾക്ക് പോലും നാക്കുകൾ മുളയ്ക്കുന്ന സന്ദർഭ ങ്ങളുണ്ട്, ഭസ്മീകരിച്ച ശവശരീരങ്ങൾ ഉയിർത്തെഴുന്നേൽക്കുന്ന അവ സരങ്ങളുണ്ട്, പരിപാവനങ്ങളായ സന്യാസികളിലും ക്ഷുബ്ധ വിചാര ങ്ങൾ ഉയരുന്ന ഘട്ടങ്ങളുണ്ട്" (ആശാന്റെ സീതാകാവ്യം) ഏകാകിയിൽ നിന്ന് ഏകാകിയിലേക്കുള്ള വായനാവഴിയിലായിരുന്നില്ല, ആളുകൾ ആദര പൂർവ്വം എഴുന്നേറ്റ് നിന്ന് ആനയിക്കുന്ന വേദിവഴിയിലായിരുന്നു അദ്ദേഹ മെന്നും. ജനസഞ്ചയം ഒരാളായി മാറി സംസാരിക്കുമ്പോലെ അദ്ദേഹം പ്രസംഗിച്ചു.

വി.കെ.എൻ എന്ന നിർദ്ദയനായ ചരിത്രകാരന്റെ പക്ഷത്തിൽ പ്രസംഗം ഒരു സുകുമാരകലയാണ്. "പ്രഭാഷകൻ എന്ന നിലയിൽ എനിക്ക് നേടാൻ കഴിഞ്ഞ സ്ഥാനം സാഹിത്യവിമർശകൻ എന്ന നില യിലുള്ള എന്റെ നേട്ടത്തിന് കൂടുതൽ വേഗത്തിൽ അംഗീകാരം കിട്ടു വാനും വെറുമൊരു എഴുത്തുകാരൻ എന്ന നിലയിൽക്കവിഞ്ഞ് പരക്കെ എന്റെ പേര് ആളുകൾ നേരത്തേതന്നെ അറിയുവാനും കാരണമായി ട്ടുണ്ട്." എന്ന് അഴീക്കോട് തന്നെ നിരീക്ഷിച്ചിട്ടുണ്ട്. പാടുവാൻ വാസന യുള്ളവരൊക്കെ യേശുദാസാവാൻ ആഗ്രഹിച്ച പോലെ പറയുവാൻ വാസനയുള്ളവരൊക്കെ അഴീക്കോടാവാൻ ആഗ്രഹിച്ച ഒരു ഭൂതകാലം കൂടിയായിരുന്നു മലയാളിയുടെ ആസന്നഭൂതകാലം. താനാഗ്രഹിക്കുന്ന വിധത്തിൽ, എന്നാൽ തനിക്കാകാത്ത വിധത്തിൽ തന്റെ അന്തരംഗ വിക്ഷോഭത്തെ ഉച്ചഭാഷിണിപോലെ മെലിഞ്ഞ ഈ മനുഷ്യൻ ആവിഷ്ക രിക്കുന്നത് നോക്കി ആത്മാവിഷ്കാരസുഖം അനുഭവിച്ചവർ കുറവല്ല. (പോയിപ്പോയി ഉച്ചഭാഷിണിക്ക് സുകുമാർ അഴീക്കോടിന്റെ ഛായയു ണ്ടായി). മലയാളിയുടെ തൽക്ഷണരോഷത്തിന്റേയും പ്രതികാരഭാവ ത്തിന്റേയും ഉച്ചഭാഷിണിയായി അദ്ദേഹം. "ഇവിടെ ഭയങ്ങൾ മാത്രമാണ് നിർഭയമായി സഞ്ചരിക്കുന്നത്;" ആരാണ് കൈയടിച്ചു പോവാത്തത്? എം.എൻ.വിജയൻ പ്രസംഗം 'അൺലോഡ്' ചെയ്യുകയായിരുന്നുവെങ്കിൽ സദസ്യരുടെ സഹായത്തോടെ ചുറ്റുപാടും നിന്ന് ചിലതെല്ലാം സംഭരിച്ച്

കെട്ടിപ്പൊക്കുകയായിരുന്നു അഴീക്കോട്. ദ്രാവിഡോ ലക്ഷ്മണോ ക്രീസിൽ നിലയുറപ്പിക്കുമ്പോലെയാണ് അഴീക്കോടും തട്ടിമുട്ടി ഒന്നും രണ്ടും റൺസെടുത്ത് പ്രസംഗത്തിൽ നിലയുറപ്പിക്കുക, പ്രകോപന ങ്ങളൊന്നുമുണ്ടാവാതെ ദിവസങ്ങളിൽ പ്രകോപനങ്ങൾ പ്രചോദന ങ്ങളേക്കാൾ ഇഷ്ടമായിരുന്നെന്നു തോന്നുന്നു അഴീക്കോടൻ എങ്ങനെ യെങ്കിലും ഒന്ന് തീപിടിച്ച് കിട്ടിയാൽ മതിയായിരുന്നു. അദ്ദേഹത്തിന് അപ്പോൾ വാക്കുകൾ തോന്നിക്കുന്ന ദൈവം അടുത്തേക്ക് വന്നു, കനിഞ്ഞുതുടങ്ങി, പന്തുകൾ ഇപ്പോൾ ബാറ്റിന്റെ നടുവിലേക്ക് ഓടിഓടി വരുകയാണ്, ദേവഭാഷയിലെ പദങ്ങൾ ഇപ്പോൾ കൂടുതൽ കൂടുതൽ പ്രത്യക്ഷപ്പെടുന്നു, ദൈവമേ എല്ലാം അനായാസമാവുകയാണ്. ആവശ്യത്തിലധികം ചിറകടിച്ചു കൊണ്ടുള്ള ചെറിയ പറക്കലുകൾ ക്രമേണ ചിറകടിക്കാത്ത വലിയ പറക്കലായി മാറ്റുന്ന ഗരുഡനെ ഓർമ്മ വരും നമുക്കിപ്പോൾ. ആരോഹണ ക്രമത്തിൽ വളർന്ന രേഖീയമായ ആ പ്രസംഗം സദസ്യർക്ക് അവർ കൂടി ചെയ്തത് പോലെ തോന്നും. അഴീക്കോടിന്റെ വേഗവും മലയാളി സദസ്സിന്റെ വേഗവും ഒന്നായിരുന്നു. (അടുത്ത വാക്യം എന്ത് വന്നാലും പറയുകയില്ല എന്ന് ശാഠ്യമുള്ള വിജയന്റെ സദസ്യൻ പുറമേക്ക് ചിരിച്ചുകൊണ്ട് അകമേ നട്ടം തിരിഞ്ഞു. ആ പ്രബുദ്ധത അവർക്ക് കൈയെത്തുന്നതുമായിരുന്നില്ല.) കേരളത്തിലെ ഏത് ഓണം കേറാമൂലയിലും അഴീക്കോടൊരിക്കലെങ്കിലും കയറി യിട്ടുണ്ട്. വിവേകാനന്ദനും നെഹ്റുവിനും പ്രോംറ്റ് ചെയ്തു കൊടുത്ത കാലം അപ്പോൾ വാഹനം സൈഡിൽ നിർത്തി, ഇറങ്ങി നടന്ന്, അദ്ദേഹത്തിന് കേൾക്കാവുന്ന അകലത്തിൽ വന്നു നിന്ന് പ്രോംപ്റ്റ് ചെയ്തു.

'എന്താണ് ഭാരതീയത' എന്ന പ്രസംഗപരമ്പര അഴീക്കോട് ആരംഭി ക്കുന്നത് 'സന്ധ്യാസമയത്ത് ഭാരതമാകെ വ്യാപിച്ചു നിൽക്കുന്ന ഈ ആകാശത്തിന് ചുവട്ടിൽ' നിന്നുകൊണ്ടും ആശാനെ സ്മരിച്ചാണ്. 'ആശാന്റെ പൂമൊട്ട് തത്ത്വചിന്തയഭ്യസിച്ച ആകാശമാണിത്. ഈ ലോക തത്ത്വവുമയേ തെളിവാർന്നു താരാജാലത്തൊടുന്മുഖതയാർന്നു പഠിച്ചു രാവിൽ. ഒരു ശാലയിൽ സംസാരിക്കുമ്പോൾ ഭാരതമെന്നത് ഹൃദ്യമാകാൻ പ്രയാസമുണ്ട്. പക്ഷേ ഇത് ഇന്ദ്രിയവേദ്യമാകുന്നു. ഈ രാജ്യത്തെ ചരിത്രത്തിൽ ആദ്യമായി പരാമർശിക്കാൻ ഉപയോഗിച്ച വാക്കാണ് ഭാരതം. ഭാസ്സിൽ രതം ആണ് ഭാരതം. പ്രകാശത്തിൽ രതിയുള്ള രാജ്യം.' വലിയ ഒരു സംസ്കാരത്തിന്റെയും ഉന്നതമായ ഒരു ദേശീയതയുടേയും പരാഗണം നടന്നിട്ടുണ്ട്. അഴീക്കോടിലൂടെ ഒരു പ്രഭാഷകന് മാത്രം കഴിയുന്ന ശബ്ദ, ബന്ധങ്ങളിലൂടെ അദ്ദേഹം 'ഭാരത'ത്തിൽ വിഹരിച്ചു. 'ആകാശത്തെ ഉണ്ടാക്കിയ കാടും മരവും ഏതായിരുന്നു?' ജ്ഞാന വിജ്ഞാനങ്ങൾ മാത്രമല്ല ഋഗ്വേദോക്തമായ സംജ്ഞാനവും വേണമെന്ന ദ്ദേഹം. ഒരു യുദ്ധകാല കവിതയിൽ മണ്ണാർക്കാടിന്റെ അതിർത്തിയും

ലഡ്ഡാക്കാണെന്ന് ഒളപ്പമണ്ണ പറയുന്നുണ്ട്. ഒരു യുദ്ധകാല ജാഗ്രതയോടെ കേരളത്തിലെ ഏതുൾപ്രദേശത്തിന്റെയും അതിർത്തികൾ ഭാരതത്തിന്റെ അതിരുകളാണെന്ന് അഴീക്കോട് ഓർമ്മിപ്പിച്ചു. സ്വന്തം പൈതൃകത്തിൽ ഉള്ള അഭിമാനത്തിൽ അന്വയിക്കാവുന്ന വാക്യങ്ങൾ കൊണ്ട് ഒന്നൊന്നര മണിക്കൂർ. വിവാഹ ക്ഷണക്കത്തിലെ 'സൗഭാഗ്യവതിയെ' അഴീക്കോട് പരിഹസിക്കുന്നത് കാണുക. 'സൗകര്യമായി സ്ത്രീധനം മുഴുവനും എഴുതി വാങ്ങി, അവൾക്കായി എളുപ്പം പൊട്ടിത്തെറിക്കുന്ന ഒരു സ്റ്റൗവും വാങ്ങിയിട്ടാണ് ഈ പ്രയോഗം. അയ്യായിരം കൊല്ലമെങ്കിലും പഴക്കമുള്ള ഒരു വൈദിക രീതിയാണ് ഈ സൗഭാഗ്യത്തിൽ ഉൾച്ചേർന്നിരിക്കുന്നത്. 'ഗൃഹ്ണാമി തേ സൗഭഗത്വായ ഹസ്തം'. നിന്റെ സൗഭാഗ്യത്തിനായി ഞാൻ നിന്റെ ഹസ്തം ഗ്രഹിക്കുന്നു. വാക്ക് നിൽക്കുന്നു അർത്ഥം കെട്ടിരിക്കുന്നു. അജാമിള ചരിതം സംസാരികളായ വൈദികർക്കിഷ്ടപ്പെട്ട കഥയാണെങ്കിലും അത് ഋഷികളുടെ സംസ്കാരത്തെ പ്രതിഫലിപ്പിക്കുന്നില്ലെന്ന് അഴീക്കോട്. അജാമിളൻ മകനിട്ട പേര് നാരായണൻ. മരണ സമയത്ത് മകന്റെ പേർ വിളിച്ച് നിലവിളിച്ചതിനാൽ അജാമിളൻ വൈകുണ്ഠത്തിലെത്തി. 'അർത്ഥം അറിയാതെ ജപിച്ചാലും ഫലമുണ്ടാവുമെന്നത് ഒരു സംസാരിക്ക് ആശ്വസിക്കാവുന്നതാണെങ്കിലും വിഷ്ണുവിന്, അർത്ഥമറിയുകയില്ലെന്ന് തെളിയുകയല്ലേ?

നാം നമ്മുടെ ദൈവത്തെ നമ്മെപ്പോലെ ബധിരനാക്കി. സൂത്രം എന്ന പദത്തിന് കബളിപ്പിക്കുക എന്ന അർത്ഥം കിട്ടുവോളം വൈദിക സംസ്കാരം ദുഷിച്ചു എന്ന് അഴീക്കോട്. എത്ര നാടകീയമാണ് അഴീക്കോടിന്റെ ഉപസംഹാരങ്ങൾ! "നമ്മുടെ പ്രാർത്ഥനകൾ പിഴച്ചു പോയോ? കുംഭകർണന്റെ കഥ പോലെ. ബ്രഹ്മാവിനോട് 'നിർദ്രാവത്വം' (തിരിഞ്ഞോടാതിരിക്കൽ) പ്രാർത്ഥിച്ചയയ്ക്കാൻ പുറപ്പെട്ട രാക്ഷസവീരൻ ദേവന്മാരുടെ കുതന്ത്രം മൂലം ഉച്ചാരണം പിഴച്ച് 'നിദ്രാവത്വം' പ്രാർത്ഥിച്ചു. ഏതോ പിഴമൂലം പ്രാർത്ഥിച്ചതിന് വിപരീതമായി നാം നിദ്രയിൽ സുഖിക്കുന്നവരായിപ്പോയോ?'

അഴീക്കോട് മരിച്ചു എന്നതിന് പ്രഭാഷണം മരിച്ചു എന്നർത്ഥം കൂടി വരുമോ? അഴീക്കോടിനെ സാധ്യമാക്കിയ ശ്രദ്ധ അതിന് മുമ്പെ മരിച്ചു പോയിരുന്നു. പ്രസംഗിക്കുന്നത് ചുണ്ട് കൊണ്ടു മാത്രമല്ല സദസ്സിന്റെ കാതുകൊണ്ടു കൂടിയാണ്. ശ്രദ്ധ കാഴ്ചക്കാരൻ എന്ന സ്വത്വം മുഖ്യ സ്വത്വമായ, കാഴ്ചയുടെ മേൽക്കോയ്മ വളരുന്ന നാട്ടിൽ എളുപ്പമല്ല. ശ്രദ്ധയുടെ സ്വഭാവിക നീളം അഞ്ചു മിനിട്ടിലധികം വരാത്ത കാലത്ത് രണ്ടും രണ്ടരയും മണിക്കൂർ നീളം വരുന്ന ശ്രദ്ധ ഊഴംവെച്ചു കേട്ടാൽപ്പോലും എത്രയാൾ താങ്ങും? നിങ്ങളുടെ ഓരോ ഏറും എന്റെ മൈക്ക് തടഞ്ഞ് കൊള്ളും എന്ന് തന്റെ മെലിഞ്ഞ ശരീരത്തിൽ ഊറ്റം കൊണ്ട അഴീക്കോട് മലയാളത്തിലെ അവസാനത്തെ പ്രഭാഷകരിലൊരാളാവാം. അദ്ദേഹം പ്രസംഗത്തിൽ ചെലവിട്ടത് തന്റെ സകല ശേഷികളുമായിരുന്നു. എഴുത്തിൽക്കാണാത്തത്ര വ്യക്തിത്വം അദ്ദേഹം

പ്രഭാഷണത്തിൽ കാട്ടി. ചെറുപ്പം തൊട്ട് താനാനന്ദിച്ചതെല്ലാം പ്രസംഗത്തിലേക്കദ്ദേഹം വിവർത്തനം ചെയ്തു. തൽക്കാലത്തിന് പുറത്തേക്ക് എവിടെയെത്തിയെന്ന് നമ്മെ നോക്കാൻ പ്രേരിപ്പിക്കുന്ന വാക്യങ്ങൾ അദ്ദേഹം തൊടുത്തു വിട്ടിരുന്നു. ദിവസം രണ്ടും മൂന്നും പ്രസംഗങ്ങൾ ചെയ്ത് അദ്ദേഹം ആയുസ്സിനെ രണ്ടോ മൂന്നോ ഇരട്ടിയാക്കി ജീവിച്ചു. സ്വതേ സുന്ദരനല്ലാത്ത അഴീക്കോട് വേദിയിൽ സുന്ദരനായി. ഓർമ്മശ്ശക്തിയും നർമ്മ ബോധവും വാഗ്മിത്വവും അദ്ദേഹത്തിന്റെ നോട്ടപ്പാടിൽ നിന്നും നീങ്ങിയില്ല. ആളുകൾ കൂടുമ്പോഴദ്ദേഹം കൂടുതൽ ഊർജ്ജസ്വലനായി. (ഒരു വൻജനക്കൂട്ടത്തിനോടദ്ദേഹം ഒറ്റയ്ക്ക് പൊരുതും. സദസ്സിൽ ഒറ്റയാളെ ഉള്ളൂവെങ്കിൽ അദ്ദേഹം മുട്ടുകുത്തി മാപ്പപേക്ഷിക്കും). അദ്ദേഹത്തിന്റെ കൃതികൾ വായിച്ചാൽ അദ്ദേഹം ഏകാകിത ഇഷ്ടപ്പെട്ടിട്ടില്ലെന്ന് ബോധ്യമാവും. (വിവാഹിതനാവാതിരുന്നത് അതുകൊണ്ട് കൂടിയാവാം. വിവാഹിതനല്ലെങ്കിൽ കട്ടിലിന്റെ ഏത് ഭാഗത്തു കൂടിയും ഇറങ്ങാമല്ലോ എന്നദ്ദേഹം നർമ്മവും പറഞ്ഞു. ഒരേ ഒരാളെ വീണ്ടും വീണ്ടും അഭിമുഖീകരിക്കാൻ വ്യക്തിയേക്കാൾ പ്രഭാഷകനായി സ്വയമെണ്ണിയ ഒരാൾക്ക് എങ്ങനെ കഴിയും).

അഴീക്കോട് പ്രസംഗിക്കുമ്പോൾ പ്രസംഗാരംഭത്തിൽ കൊണ്ടു നട്ട ഒരു മരച്ചില്ല, തളിർത്തു, പൂത്തു, കായ്ച്ചു. തളർന്നു കിടന്ന സിദ്ധാർത്ഥൻ ആലസ്യം മാറി എണീറ്റിരുന്നു. കാവ്യാസ്വാദനശീലമൊന്നും ഇല്ലാത്ത ബഹുശ്ശതം മലയാളികൾ കാളിദാസനേയും ആശാനേയും കുഞ്ഞിരാമൻ നായരേയും ആസ്വദിച്ചു ഈ പ്രഭാഷകനിലൂടെ. തന്റെ ഭ്രമങ്ങളെല്ലാം കുഞ്ഞിരാമൻനായരുടേയും ഭ്രമങ്ങളായിരുന്നു! ഏത് പ്രസംഗത്തിലും അല്പ നേരം അദ്ദേഹം ഗാന്ധിയുടെ ഉച്ചഭാഷിണിയായി. ഗാന്ധിയെ താൻ നേരിട്ടു കണ്ട ദിവസം കൊണ്ടാരംഭിക്കുന്ന ആത്മകഥ എഴുതിയ അഴീക്കോട്, സ്വയം സൃഷ്ടിച്ച നവോത്ഥാന സ്വത്വത്തിന്റെ വിശ്വരൂപം കാട്ടി പ്രസംഗത്തിൽ. "ഭാരതമാകെ വ്യാപിച്ചു നിൽക്കുന്ന ഒരാകാശത്തിന് കീഴിൽ" ആറ് പതിറ്റാണ്ട് കാലം അദ്ദേഹം പ്രസംഗിച്ചു.

മൊബൈലനന്തര മലയാളിയുടെ ഭാഷയിൽപ്പറഞ്ഞാൽ എന്താണ് അഴീക്കോടിൽ നമുക്ക് 'മിസ്സ്' ചെയ്തത്? അപ്രിയ സത്യങ്ങൾ പറയാൻ വല്ലാത്തൊരു വെമ്പലുണ്ടായിരുന്ന അഴീക്കോടിലെ വിമർശകനെ പ്രിയങ്ങൾ മാത്രം കേൾക്കാനാശിക്കുന്ന പുതിയ മലയാളി നഷ്ടപ്പെട്ടു എന്ന് പറഞ്ഞു കൂട. തത്ത്വമസി ഇരിക്കെ അഴീക്കോടിലെ ദാർശനികനെ നഷ്ടപ്പെടുന്നുമില്ല. നഷ്ടപ്പെട്ടത് ഊർജ്ജിതാശയമായ' ആ പ്രഭാഷണം. വർഗ്ഗീയത ചുറ്റും പിടിമുറുക്കുമ്പോൾ മതേതരനില പാടുകളിൽ ഊന്നി നിന്ന ഒരു പോരാളിയെ. ഭാരതത്തിന് ഒരു ശാസ്ത്രജ്ഞാനവും അപരിചിതമായിരുന്നില്ലെന്നും അന്നത്തെ ടെസ്റ്റ്ട്യൂബ് ശിശു ആയിരുന്നു

കർണ്ണൻ എന്നും പ്ലാസ്റ്റിക് സർജറി ആനത്തലയും മനുഷ്യദേഹവും കൂട്ടിച്ചേർത്തൊട്ടിക്കാവുന്ന വിധത്തിൽ അന്നേ ഗുരുതരമായി വളർന്ന തിന്റെ ഉദാഹരണമാണ്. ഗണപതിയെന്നും മറ്റും പറഞ്ഞു തുടങ്ങിയ അന്ധമായ ഭൂതകാലാരാധനയെ തിരുത്താൻ യഥാർത്ഥമായ ഭൂതകാലാ രാധനയുള്ള ജനസമ്മതനായ ഒരു വിവേകിയെ. ഭഗവദ്ഗീത സകലർക്കും അവകാശമുള്ള ഒരു സാഹിത്യ കൃതിയാണെന്നും അതൊരു പ്രത്യേക മതത്തിന്റെ വിശുദ്ധഗ്രന്ഥമല്ലെന്നും ഹനുമാൻ സദാചാരപ്പൊലീസിൽ ഒരു കോൺസ്റ്റബിൾ ആയിരുന്നില്ലെന്നും വേദികൾ തോറും പരിഹസി ക്കാൻ എതിരാളികളുടെ എണ്ണം പെരുകും തോറും 'ഊർജിതാശയ നാകുന്ന' ഒരു ധീരനെ. ■

അനന്തതയെ ലാളിക്കുവാൻ

'ഏകാന്തതയെ പേടിയുള്ളവർ കല്യാണം കഴിക്കരുത്' എന്നു ചെക്കോവിന്റെ ഗുരുതരമായ ഒരു വാക്യമുണ്ട്. ആശാൻ കൃതികളുടെ ഒറ്റവാക്യത്തിൽ എഴുതപ്പെട്ട ഒരവതാരികപോലെയോ ഖസാക്കിലെ രവിയുടെ ആത്മഗതം പോലെയോ വൈലോപ്പിള്ളിക്കവിതകളിൽ ചിലതിന്റെ അന്തർഗതം പോലെയോ ഒരു വാക്യം. സാമൂഹികസ്ഥാപനങ്ങൾക്കൊന്നും ഉൾക്കൊള്ളാനാവാത്ത ഒരേകാന്തതയെ അഭിമുഖീകരിക്കണം എഴുത്തുകാരൻ എന്നൊരു സൂചനയും ആ വാക്യത്തിലുണ്ട്. 'ഇവിടെ തനിച്ചു വരിക' എന്നെഴുതിത്തൂക്കിയ ഒരിടം നിലനിർത്തേണ്ടേ കലകളെങ്കിലും? അതെഴുതുവാനുള്ള പട്ടിക തന്റെ പക്കലില്ല എന്നു കാരൂരിന്റെ മരപ്പാവകളിലെ സെൻസസ് എടുക്കാൻ വന്ന അധ്യാപകൻ തന്റെ ചുമതലയിൽപ്പെടാത്ത കാര്യങ്ങളെക്കുറിച്ചു വിഷാദിക്കുന്നുണ്ട്. അങ്ങനെ നിർവഹിക്കാനാവാത്ത ചില ചുമതലകൾ കാരൂർ തന്റെ കഥകളിലൂടെ നിർവഹിക്കുന്നുമുണ്ട്. ഒരു സാമൂഹിക പ്രവർത്തകന്റെ ചുമതലയിൽപ്പെടാത്ത ചിലതു ചെയ്തതിന്റെ വീണാനാദം പോലൊന്നു തന്നിൽ മുഴങ്ങുന്നതായി മരപ്പാവകളിലെ ആ അധ്യാപകൻ അറിയുന്നുമുണ്ട്. നടപ്പു വഴികളിൽ നിന്നുള്ള വ്യതിചലനങ്ങളല്ലേ കല? പോംവഴികളില്ലാത്തവയുടെ പോംവഴി?

'കാക്കകൾ' എന്ന കവിതയിൽ വൈലോപ്പിള്ളി ഈ വലിയ ഏകാന്തതയെ അഭിമുഖീകരിക്കുന്നുണ്ട്. കാക്കകളെ ശ്രദ്ധയോടെയും താത്പര്യത്തോടെയും അന്നമൂട്ടുന്ന കവിയോടു ഭാര്യ ചോദിക്കുന്നു; ഞാനൊരു കാക്കയായി വന്നാൽ അങ്ങെന്നോട് ഈ പരിഗണന കാട്ടുമോ? ഇല്ല; അവൾ തുടർന്നു പറയുന്നു, അപ്പോഴും അങ്ങെന്നെ ആട്ടിയോടിക്കുകയേ ചെയ്യൂ. ഈ ജന്മത്തിൽ തീരുന്ന കയ്പല്ല അങ്ങേക്ക് എന്നോട്. അങ്ങേക്കു പ്രിയമായ ഈ പക്ഷികളിലൊന്നായി രൂപം മാറി ഞാൻ വന്നാലും അങ്ങ് എന്നെ തിരിച്ചറിയും, ആട്ടിയകറ്റും. അങ്ങയുടെ ജീവിതത്തിന്റെ പരിമിതി ഞാനാണെന്ന്, എന്നെ വരിച്ചപ്പോൾ എല്ലാ സാധ്യതകളെയും നിരാകരിക്കേണ്ടി വന്നതായി അങ്ങു കരുതുന്നു. പരസ്പരം

ജീവിതം അപഹരിച്ചവരുടെ കാലുഷ്യത്തിന്റെ ഏകാന്തത തരണം ചെയ്യാവതല്ല. ആ കണ്ണീർപ്പാടം പോലെ വിസ്തൃതവും ക്ഷുബ്ധവുമാണത്. തമ്മിൽത്തമ്മിലുമൊറ്റപ്പെട്ടോർ. മക്കളെ നിയന്ത്രിച്ചും പൈക്കളെ പോറ്റിയും നായയെയും പൂച്ചയെയും വളർത്തിയും മനുഷ്യൻ പോക്കുന്നത് സാമൂഹിക നിയന്ത്രണങ്ങൾ അടിച്ചേൽപ്പിച്ച ഏകാന്തതയെയല്ലേ? മെരുങ്ങേണ്ടി വന്നതിന്റെ പ്രതിവിധിയല്ലേ ഈ മെരുക്കലുകൾ.

ഈയിടെ ടി.പദ്മനാഭന്റെ കഥകളെ പ്രകീർത്തിച്ച് ഒരെഴുത്തുകാരൻ പദ്മനാഭന്റെ എല്ലാ കഥാപാത്രങ്ങളും നന്മയുടെ അവതാരങ്ങളാണെന്നു പറയുകയുണ്ടായി. നന്മയുടെ അവതാരങ്ങൾ മനുഷ്യനെ ആഴത്തിൽ പ്രതിനിധീകരിക്കുമോ? 'നിങ്ങളിൽ പാപം ചെയ്യാത്തവർ ഇവളെ കല്ലെറിയട്ടെ' എന്നു പറഞ്ഞപ്പോൾ പിൻവാങ്ങിയ പാപികളല്ലേ അവളുടെ രക്ഷ ഉറപ്പാക്കിയത്? പാപം അല്ലെങ്കിൽ തിന്മയല്ലേ തുണയ്ക്കെത്തുന്നത്; കലയുടെ സമാന്തരലോകത്തിലെങ്കിലും? നന്മയുടെ അവതാരങ്ങളായിരുന്നു ചുറ്റുമെങ്കിൽ കൊല്ലപ്പെടുമായിരുന്നില്ലേ അവൾ? മാലാഖമാർ മനുഷ്യരെ പ്രതിനിധീകരിക്കുമോ? ആശ്വാസമോ സാന്ത്വനമോ മാത്രം വിതരണം ചെയ്യാൻ കലാകാരൻ ആൾദൈവമോ? മറ്റെവിടെ നിന്നും കിട്ടാത്ത അസ്വസ്ഥത തന്ന കൃതികളല്ലേ വലിയ കൃതികളെല്ലാം. ഭാര്യയോ മക്കളോ പങ്കിടാൻ മടിച്ച ഏകാന്തത വളർന്നാണ് വാല്മീകിയായത് എന്ന ഐതിഹ്യത്തിൽ സത്യമുണ്ട്. (ചരിത്രത്തിൽ സത്യമുണ്ടാവണമെന്നില്ല. ഐതിഹ്യങ്ങളിൽ അതില്ലാതെ വരില്ല). പാപഭാരമാണ് രാമായണമായി മാറുന്നത്. ദശരഥൻ ഇരുട്ടിലേക്കയച്ച അസ്ത്രം നിരപരാധിയായ ബ്രാഹ്മണകുമാരനെ പിളരുന്നു, അനാഥരാക്കുന്നു അച്ഛനമ്മമാരെ, നീയും ഞങ്ങളെപ്പോലെ പുത്രദുഃഖത്താൽ മരിക്കട്ടെ എന്ന ശാപമാകുന്നു. ഇരുട്ടിലേക്കയച്ച ആ അസ്ത്രത്തിന്റെ തുടർ യാത്രയാകുന്നു രാമായണം. ഏകാകികളുടെ കഥയാണ് രാമായണം. മർത്ത്യകഥ അങ്ങനെയാവാതെ വയ്യായിരിക്കാം. ഭക്തർ ഒരുപക്ഷേ അതിൽ കുറഞ്ഞ ഒരു രാമായണം രാമായണത്തിൽ വായിക്കുന്നുണ്ടാകാം. ജീവിതത്തെ ജീവിതത്തിൽ കുറഞ്ഞ ഒന്നായി മനുഷ്യൻ അനുഭവിക്കുന്നു, ദൈവത്തിന്റെ തുണയോടെ ഒരവതാരത്തിന്റെ ലക്ഷ്യം ആ സംഗ്രഹത്തിൽ സാക്ഷാത്കരിക്കുന്നുണ്ടാവണം. ഏകാന്തതയെ ഭയമുള്ള മനുഷ്യർ. പക്ഷേ, 'നിറയും രതി, ലോകസംഗ്രഹം കുറിയാക്കാ സഖി കൂസലാർന്നിടാ.'

വി.കെ.എന്നിന്റെ നളചരിതം മൂലത്തിൽ (പിൽക്കാലത്തു താനെഴുതിയതാണു മൂലം എന്ന അവകാശവാദത്തിൽ ഫലിതം മാത്രമല്ല നേരുമുണ്ട്. മുൻകാലം പിൽക്കാലത്തെയല്ല പിൽക്കാലം മുൻകാലത്തെയാണു സൃഷ്ടിക്കുന്നത്.) ദമയന്തിക്ക് സ്വയംവരം നിശ്ചയിച്ച ഭീമരാജാവ് സ്വയംവരത്തിന് തൊട്ടുമുൻപത്തെ നാലു നാളുകളിൽ ഉണ്ണായിവാരിയരുടെ നളചരിതം വിസ്തരിച്ചു കണ്ട് കെട്ടിക്കൊടുത്താലും മകൾക്ക് ആപത്തൊന്നും വരികയില്ല എന്ന് ഉറപ്പു വരുത്തുന്നുണ്ട്. മഹാഭാരതത്തിൽ ബൃഹദശ്വൻ പറഞ്ഞ നളകഥയിൽ നിന്നും ആത്മവിശ്വാസം

വീണ്ടെടുത്ത യുധിഷ്ഠിരാദികളുടെ കഥയും ഇതും തമ്മിൽ നർമത്തിന്റെ വ്യത്യാസമേയുള്ളൂ. ഡോൺ ക്വിക്സോട്ടിലെ നായകനെ വഴിതെറ്റിച്ച പുസ്തകങ്ങളിൽ ഒന്ന് സെർവാന്റീസിന്റേതു തന്നെ ആയിരുന്നുവെന്ന് അതിലെ കഥാപാത്രങ്ങളായ ബാർബറും ഫാദറും കണ്ടെത്തുന്നുണ്ട്. സാഹിത്യത്തിന്റെ ഉപയോഗങ്ങളിൽ മുഖ്യം ഈ ഏകാന്തതയുമായുള്ള നിരന്തരമായ പരിചയപ്പെടൽ ആയിരിക്കണം. ദൈവത്തെ സങ്കൽപ്പിക്കുക വഴി, ആരാധിക്കുക വഴി യാദൃച്ഛികത എന്ന ഭയങ്കരമായ ഏകാന്തതയെ നാം മെരുക്കിയെടുക്കുന്നതു കലാപ്രവർത്തനത്തിന്റെ മറ്റൊരു രൂപം മാത്രമാവാം. ഒരില അനങ്ങിയാൽ അറിയുന്ന ദൈവം, ദൈവമറിയാതെ യാതൊന്നും സംഭവിക്കാത്ത ലോകം എന്ന വലിയ മിഥ്യാസുഖം നൽകുന്നു. വലിയ സുരക്ഷിതത്വം നൽകുന്നു. വി.കെ.എന്നിന്റെ ഭീമരാജാവ് നേടിയ, വ്യാസന്റെ യുധിഷ്ഠിരൻ നേടിയ അതേ അയഥാർഥമായ സുരക്ഷിതത്വം. അനന്തതയെ മെരുക്കിയപ്പോൾ അന്തത എളുതായി. 'ഉണ്ണിക്കൃഷ്ണൻ മനസ്സിൽ കളിക്കുമ്പോൾ ഉണ്ണികൾ മറ്റു വേണമോ മക്കളായ്.' അനന്തത ലാളിക്കാവുന്നതായി. (God greated the cat so that man might cares the tiger)

■

മൃഗമനസ്സേത്ര നിർമലം

'മുലകുടി' എന്ന എം.മുകുന്ദന്റെ കഥ. നാലു വയസ്സായിട്ടും മുലകുടി വിടാത്ത കുഞ്ഞിനെ-അതിനെയും ഇളയ കുഞ്ഞിനെയും മുലയൂട്ടി അമ്മ തീരാറായിരിക്കുന്നു- അച്ഛൻ കഠിനമായി ശകാരിക്കുന്നു. ഇനി മുലകുടിക്കുന്നതു കണ്ടാൽ ചവിട്ടിക്കൊല്ലുമെന്നു പറയുന്നു. മുലപ്പാലല്ലാതെ മറ്റൊന്നും കുടിക്കാത്ത ആ ശിശു പിറ്റേന്നു പുലർച്ചെ അച്ഛൻ ഉണർന്നു നോക്കുമ്പോൾ പട്ടിക്കുട്ടികൾക്കൊപ്പം പട്ടിയുടെ മുല കുടിക്കുകയാണ്. കൗതുകകരമായ ആഖ്യാനരീതിയാണ് മുകുന്ദന്റെ രചനയുടെ പ്രാണൻ. ഒന്നിലും അനുബന്ധനം ചെയ്യാത്ത ഒരാളുടെ കൗതുകത്തോടെ അയാൾ കഥ പറയുന്നു. പക്ഷേ, അപൂർവമായി ചിലപ്പോൾ, മാരകമായ ചിലതിൽ മനഃപൂർവം, അങ്ങനെയല്ലെന്നു തോന്നിച്ചുകൊണ്ടു തൊടുകയും ചെയ്യുന്നു. ഒരു പ്രബുദ്ധനല്ല, നിഷ്കളങ്കനായ ഒരജ്ഞനാണ് മുകുന്ദന്റെ ആഖ്യാനകാരൻ. അതയാളെ ജനപ്രിയനാക്കുന്നു.

പട്ടിക്കുട്ടിയുടെ ഒരു ഭാഗ്യം മനുഷ്യശിശുവിനില്ല. പട്ടിയുടെ മുലകൾ കുഞ്ഞിനെ മുലയൂട്ടാൻ മാത്രമുള്ളവയാണ്. 'എക്സ്ക്ലൂസീവ്‌ലി ഫോർ ചൈൽഡ്' എന്നു പറയാം. പട്ടി മുലയൂട്ടുമ്പോൾ ഒളിഞ്ഞു നോക്കാൻ പ്രേരിപ്പിക്കുന്നതൊന്നും പട്ടിയുടെ മുലയിലില്ല. മുലയൂട്ടൽ മതിയാവുന്നതിനൊപ്പം പട്ടിക്കുട്ടി വളരുന്നതിനൊപ്പം അതു ചുരുങ്ങിച്ചുരുങ്ങി അസംഗതമാവുകയും ചില പാടുകൾ മാത്രം അവശേഷിച്ച് അപ്രത്യക്ഷമാവുകയും ചെയ്യും. മുലയൂട്ടലിനു ശേഷവും അപ്രത്യക്ഷമാവാത്ത മുലകൾ ജീവികളിൽ മനുഷ്യജീവികളുടെ മാത്രം സവിശേഷതയാണെന്നു ഡെസ്മണ്ട് മോറീസ് നിരീക്ഷിക്കുന്നു.

ശിശുവിന്റെ മുലയൂട്ടൽ മാത്രമായിരുന്നു മുലകളുടെ ധർമമെങ്കിൽ അതിന് ഈ ആകൃതിയായിരുന്നില്ല നല്ലതെന്നും അദ്ദേഹം നിരീക്ഷിക്കുന്നു. മുലക്കുപ്പിയുടെ ആകൃതിയല്ല മുലയ്ക്ക് എന്നതിനാൽ കുഞ്ഞുങ്ങൾ ആദ്യഘട്ടത്തിൽ ആ ആകൃതിയുമായി പൊരുത്തപ്പെടാൻ നന്നേ ക്ലേശിക്കുന്നുണ്ട്. ജീവാപായം വരെ ആ ശ്രമത്തിൽ അപൂർവമായെങ്കിലും സംഭവിക്കാറുമുണ്ട്. ദൈവത്തിന്റെ ഈ അലക്ഷ്യതയിൽ അസുഖകരമോ സുഖകരമോ ആയ ചിലതുണ്ട്. സകലതും കൂട്ടിക്കുഴച്ച്

ദൈവമുണ്ടാക്കുന്ന ചില ദുർഘടങ്ങൾ എന്തെല്ലാം 'ജഡ'കളാണ് മനുഷ്യനിലുണ്ടാക്കുന്നത്. 'വായ കണ്ണ് മൂക്ക് മലമൂത്രദ്വാരങ്ങൾ എന്നിവ പോലെ മനസ്സാക്ഷി ഒരു ലൈംഗികാവയവമല്ല' എന്ന് 'മനസ്സാക്ഷി സൂക്ഷിപ്പുകാരോട്' എന്ന കവിതയിൽ ടി.പി.രാജീവൻ. ഏതായാലും മുലയുടെ ഈ 'അധികച്ചുമതലകൾ' മനുഷ്യശിശുവിനെ പലപ്പോഴും നിരാധാരനാക്കുന്നു. നിറയെ ആളുകളുള്ള ഒരു തീവണ്ടി മുറിയിലോ ഡോക്ടറുടെ കാത്തിരിപ്പു മുറിയിലോ എത്ര കഷ്ടപ്പെട്ടാണ് അമ്മ കുഞ്ഞിനെ മുലയൂട്ടുന്നത്? നോക്കിപ്പോവാതിരിക്കാൻ വേണ്ടി ചെറുപ്പത്തിൽ പഠിച്ചു പെരുക്കപ്പട്ടിക കീഴ്പോട്ടു ചൊല്ലിനോക്കിയ ഒരു സുഹൃത്ത് എനിക്കുണ്ട്.

മനുഷ്യ സ്ത്രീയുടെ മുലകളുടെ ഏക ധർമം മുലയൂട്ടൽ ആയിരുന്നെങ്കിൽ മനുഷ്യമനസ്സ് മൃഗമനസ്സുപോലെ എത്രയോ നിർമലമാവുമായിരുന്നു. ലൈംഗികമാത്രധർമമേ ലിംഗങ്ങൾക്കുണ്ടായിരുന്നുള്ളൂവെങ്കിൽ പല കൂടിക്കലരലുകളും നമുക്ക് ഒഴിവാക്കാനാവുമായിരുന്നു. (കവിതയ്ക്കു മാത്രമായി ഒരു ഭാഷ സങ്കൽപ്പിക്കാനാവാത്തതുപോലെ നമുക്കതു സങ്കൽപ്പിക്കാനാവില്ലെങ്കിലും). ലൈംഗികധർമം ഉൾപ്പെടെ സൗന്ദര്യധർമമുൾപ്പെടെ മുലകൾക്ക് പല ധർമങ്ങളായതിനാൽ ശിശുക്കൾ പലപ്പോഴും അരക്ഷിതരായി. 'ഉള്ളിൽ കൊടുങ്കാറ്റുള്ള കമിഴ്ത്തിവച്ച ആ ചായക്കോപ്പകൾ' കുട്ടികൾ തട്ടിമറിച്ചിട്ടാലും നിവർന്നു നേരെയാവുന്നു. മുലകൾ ശിശുക്കളെ അതിജീവിക്കുന്നു. മുകുന്ദൻ സഹജമായ അതിശയോക്തിയോടെ പട്ടിയുടെ മുന്നിലിരുന്ന മനുഷ്യശിശുവിനെ വരയ്ക്കുമ്പോൾ നാമോർക്കാത്തത് (ഇപ്പോൾ ഞാനോർക്കുന്നതും) മനുഷ്യശിശു മുലപ്പാലിനെക്കാൾ മൃഗപ്പാലാണു കുടിക്കുന്നത് എന്നാണ്.

നിങ്ങൾ നിങ്ങളുടെ അമ്മയെ കൊല്ലുമോ എന്നു ചിലയിനം ക്രുദ്ധരായ മനുഷ്യരെക്കൊണ്ട് പറയിപ്പിക്കുന്നവിധം പശുക്കൾക്ക് പ്രാധാന്യവുമായി, പഴക്കവും തഴക്കവുമായി, ക്ഷേത്രങ്ങൾ പോലുമായി. ജോൺ എബ്രഹാം 'അഗ്രഹാരത്തിലെ കഴുത'യിൽ ഇതിന്മേൽ അസ്വസ്ഥനാവുന്നുണ്ട്. 'കഴുതക്കുട്ടി പശുവിൻപാൽ കുടിക്കുമോ' അഗ്രഹാരത്തിലെ പ്രഫസർ സംശയിക്കുന്നു, മുകുന്ദന്റേതിനു തുല്യമായ നിഷ്കളങ്കതയോടെ. സ്ത്രീകളുടെ മുലകൾക്കു മുലയൂട്ടലെന്ന ഏക ധർമമേ ഉണ്ടായിരുന്നുള്ളൂവെങ്കിൽ 'ഈഡിപ്പസ് കോംപ്ലക്സ്' ഉണ്ടാവുമായിരുന്നില്ല. മനുഷ്യൻ ഇത്ര അശാന്തനാകുമായിരുന്നില്ല. മുലയിലുള്ള ഈ നിരന്തരോത്സാഹം മനുഷ്യന്റെ ഒരു വളർച്ചയെത്തായ്കയെ - എത്ര ചെന്നാലും വളർച്ച പ്രാപിക്കാത്ത എന്തെല്ലാമാണ് മനുഷ്യനിൽ- സൂചിപ്പിക്കുന്നുണ്ടോ? മുകുന്ദന്റെ കഥയിലെ ഭർത്താവിന്റെ, അച്ഛന്റെ, അമിതമായ ഈറ എന്നെ ചിരിപ്പിക്കുന്നില്ല. വേദനിപ്പിക്കുന്നു.

മനുഷ്യനെപ്പോലെ ദിവസം പലതവണ വിശക്കുമായിരുന്നു മൃഗങ്ങൾക്കെങ്കിൽ ഭൂമിയിൽ മനുഷ്യനുൾപ്പെടെ പല ജീവജാലങ്ങളും അവശേഷിക്കുമായിരുന്നില്ല. ഭോഗത്തിന് പ്രത്യേക സീസണില്ലായിരുന്നെങ്കിൽ അതേയിനത്തിലെ മൃഗങ്ങൾ പരസ്പരം പരിക്കേൽപ്പിച്ചും കൊന്നും

എന്നേ വംശനാശം നേരിടുമായിരുന്നു (അല്ലെങ്കിൽ സംസ്കാരം പോലെ വളരെ മാരകമായ അഭിനയരീതി അവർക്ക് അവലംബിക്കേണ്ടി വരുമായിരുന്നു). ഇന്നത്തെ അവയുടെ ശാന്തവും നിർമലവുമായ മുഖങ്ങൾ മനുഷ്യരുടേതുപോലെ കലുഷമാവുമായിരുന്നു. (ശാന്തത കൈവരിക്കാൻ അവർക്കും 'യോഗ' ചെയ്യേണ്ടിവരുമായിരുന്നു). മനുഷ്യനിൽ 'മെയ്റ്റിങ് സീസൺ' ഇല്ലെന്നതിനാൽ അവരെപ്പോഴും രതിയുടെ ഇരകൾ. ഒരു നിശ്ചയമില്ല ഒന്നിനും. ഒരാൾക്ക് ഒരാളോടു മാത്രം തോന്നുന്ന രതി മനുഷ്യനിൽ ഏറെക്കുറെ അസാധ്യമായ ഒരാദർശം. 'മറ്റു പൂച്ചെടി ചെന്നു തിന്നാനെന്റെ കൊറ്റനാടിനുണ്ടിപ്പോഴും മോഹം' എന്ന് ഇപ്പോഴും എന്ന പദം കടുപ്പിച്ച് വൈലോപ്പിള്ളി (എം.എൻ.വിജയൻ ഉദ്ധരിച്ചുദ്ധരിച്ച് ഈ ആടിന്റെ സകല സ്വസ്ഥതയും കളഞ്ഞു ജീവിച്ചിരുന്നപ്പോൾ).

'ഒറ്റപ്പൂമേലും
ശരിക്കുമിരിക്കില്ല
മറ്റേപ്പൂവിന്റെ
വിചാരം മൂലം'

എന്ന് കെ.എ. ജയശീലൻ. ഒരു ലിഫ്റ്റിലെ നൊടിനേരത്തെ സുരക്ഷിതത്വം/അരക്ഷിതത്വം/സ്വകാര്യതപോലും അവന്/അവൾക്ക് ജീവപര്യന്തം ശിക്ഷയായി പരിണമിക്കുന്നു. 'തുരങ്കം അവസാനിക്കുകയാണ്. എല്ലാവരും പൂർവസ്ഥിതികളിലേക്കു മടങ്ങി വരിക' എന്നൊരു അനൗൺസ്മെന്റ് ഒട്ടും ഫലിതമില്ലാത്തതായി മാറുന്നു. അനൗപചാരികമായി ബഹുഭർത്തൃത്വവും ബഹുഭാര്യാത്വവും പരിപാലിക്കുന്ന നാടാണ് നമ്മുടേത്. പരസ്ത്രീയുടെ ചുണ്ടിലെ തേനിന്- ആകർഷകത്വത്തിന് - ബൈബിളോളം പഴക്കവും അംഗീകാരവും. ഖസാക്കിലെ രവി കൊഴണശ്ശേരിയിലെ സഖാക്കളോട് - സഖാക്കളുടെ സദാചാര പൊലീസിങ്ങിന് ഇതിഹാസത്തോളം പഴക്കം! - പറയുന്നതിൽ ഫലിതം മാത്രമല്ല, നിസ്സഹായതയുമുണ്ട്. ജന്മിയായ ശിവരാമൻനായർക്ക് സ്ത്രീകൾ മാറു മറയ്ക്കാതെ കുമ്പിട്ടു നിന്നു കൊയ്യണം (മുലകളും കൊയ്യണം) പോലും എന്ന പരാതിയിൻമേൽ രവി കൗതുകപ്പെടുന്നു. അതു നല്ലതല്ലേ! പാപത്തിന്റെ ആകർഷണം എന്ന തിന്മയെ(!) ചെറുക്കാൻ കമ്യൂണിസ്റ്റ് ഐഡിയോളജിക്കാവുമോ? (വിജയനിൽ ഉടനീളം ഫലിതം ഒരു നിസ്സഹായതയുടെ ആവിഷ്കാരം കൂടിയാണ്.) ഫലിതത്തിലെ ഈ വിഷാദയോഗം വിജയന്റെ കാർട്ടൂണുകളെ മൗലികവും എന്നാൽ ഒരു പരിധിവരെ അപ്രശസ്തവും ആക്കി.

ലിഫ്റ്റിനകത്തുവച്ച് പെട്ടെന്നുണർന്ന രതിയിൽ സഹപ്രവർത്തകയെ ലാളിക്കാൻ പുറപ്പെട്ടു എന്നതായിരുന്നു തരുൺ തേജ്പാൽ എന്ന പ്രശസ്ത പത്രപ്രവർത്തകൻ ചെയ്ത കുറ്റം. തീർച്ചയായും അയാളുടെ ചുമതലയിൽപ്പെട്ടതായിരുന്നില്ല അത്. (വളരെ പ്രാചീനമായ ഒരു സ്വാതന്ത്ര്യത്തിൽ ഭ്രമിപ്പിക്കുന്നുണ്ട് ലിഫ്റ്റിലെ ഏകാന്തത. ഭർത്താവിനെ

ചതിച്ച് കാമുകനോടൊപ്പം ലിഫ്റ്റിൽ കയറിയ യുവതി ലിഫ്റ്റ് നിർത്തേണ്ടിടത്തൊന്നും നിർത്താതെ താണുതാണു പോയി പാതാളത്തിന്റെ വാതിൽക്കൽച്ചെന്ന് നിന്നതിനെക്കുറിച്ചുള്ള ഒരു മനോഹരമായ കഥ വായിച്ചതോർക്കുന്നു. അവിടെയുള്ള സത്രത്തിൽ അവർക്കു കിട്ടിയ മുറിയിൽ റൂം ബോയിയായി വരുന്നത് അവളുടെ ഭർത്താവ്. സംസ്കാരത്തിൽ കുടുങ്ങിപ്പോയതിന്റെയോ ലിഫ്റ്റിൽ കുടുങ്ങിപ്പോയതിന്റെയോ അക്കഥ എന്നെനിക്കുറപ്പില്ല). തരുൺ തേജ്പാൽ ലിഫ്റ്റ് തൊട്ടു മുകളിലെ നിലയിലെത്തുന്നതുവരെ ക്ഷമിച്ചിരുന്നെങ്കിൽ, മുറുകിപ്പിടിച്ച് അഭിനയിച്ചിരുന്നെങ്കിൽ, പത്രപ്രവർത്തകനായി തുടർന്നിരുന്നെങ്കിൽ, ജെ.എൻ.യുവും ഹൈദരാബാദുമെല്ലാം ഒന്നുകൂടി ഉച്ചത്തിൽ മുഴങ്ങുമായിരുന്നു. ഉച്ചത്തിൽ മുഴങ്ങേണ്ട പലതിനും അയാൾ ഉച്ചത നൽകി. പക്ഷേ, ആ ലിഫ്റ്റിൽ നിന്നും ഇറങ്ങാൻ അയാളെപ്പിന്നെ അയാളുടെ നാട് അനുവദിച്ചില്ല. മിടുക്കനായ ആ പത്രപ്രവർത്തകന് ആ നിമിഷം മുതൽ ഭൂതകാലം ഇല്ലാതായി (തലച്ചോറ് നിശ്ചലമാകുന്നതോ ശ്വാസകോശം നിശ്ചലമാകുന്നതോ ഹൃദയമിടിപ്പ് ഇല്ലാതാകുന്നതോ മരണം എന്ന തർക്കങ്ങളൊന്നും അത്ര സാരമായി എനിക്കു തോന്നുന്നില്ല. ഭൂതകാലം ഇല്ലാതാവുന്നത് പക്ഷേ വലിയ മരണമാണ്).

സമീപകാല ഭാരതത്തിലെ പ്രതിപക്ഷങ്ങൾ ഭരണപക്ഷത്തല്ലാത്തതിന്റെ അസ്വസ്ഥതകളല്ലാതെ പ്രതിപക്ഷധർമം നിർവഹിക്കുന്നുണ്ടെന്നു പറഞ്ഞു കൂടാ. പത്രങ്ങൾ ഉൾപ്പെടെയുള്ള വാർത്താമാധ്യമങ്ങളാണ് മൂലധന താത്പര്യങ്ങൾ നിയന്ത്രിക്കുമ്പോഴും ഈ ധർമം നിർവഹിക്കുന്നത്. യഥാർഥ പ്രതിപക്ഷധർമം നിറവേറ്റിയ പത്രമാണ് തെഹൽക്ക, അതിന്റെ തരുൺതേജ് പാൽ അധികാരികൾക്കു സ്വസ്ഥത നൽകിയിട്ടില്ല ലിഫ്റ്റിൽ കുടുങ്ങും വരെ. അധർമത്തിനോടു പൊരുതിയ ഒരാൾ ലിഫ്റ്റിൽ കുടുങ്ങിയതിൽ ദുഃഖിക്കുന്നതിനു പകരം സന്തോഷിച്ചു; ആ വീഴ്ച ആഘോഷിച്ചു ഒരു രാജ്യം. പത്രപ്രവർത്തകനെന്ന നിലയിൽ അയാൾ നിയന്ത്രണം വിട്ടപ്പോൾ നാമത് അംഗീകരിച്ചു. വ്യക്തിയെന്ന നിലയിൽ നിയന്ത്രണം വിട്ടപ്പോൾ നാമയാളെ ജയിലിൽ അടച്ചു.

തരുൺ തേജ്പാൽ ചെയ്ത തെറ്റ് കുറച്ചു കാണുകയല്ല ഞാൻ. അയാൾ മൂലം ആ സ്ത്രീ അനുഭവിച്ച അപമാനം ശിക്ഷയർഹിക്കാത്തതുമല്ല. ഇനിമേൽ ചിലപ്പോഴെങ്കിലും അയാളുടെ ഒരു ഐഡന്റിറ്റി അതാവും എന്നതിൽപ്പോലും ഞാനൊരു നീതിയുടെ നടത്തിപ്പ് കാണുന്നുമുണ്ട് ('പലരിനിയശുഭങ്ങൾ ചൊല്ലിടാം, പലരപവാദശരങ്ങൾ തൂകിടാം'). പക്ഷേ ഇനിമേൽ അയാളുടെ തന്മ (Identity) അതു മാത്രമാവും. ഇനിമേൽ അയാൾ, അയാൾ അവസാനം ചെയ്തതു മാത്രമാവും എന്നതിനോടു പൊരുത്തപ്പെടാനാവുകയില്ല. ഭൂതകാലം പാടേ പിഴുതെടുക്കത്തക്ക കുറ്റമൊന്നും അയാൾ ചെയ്തതിലില്ല. ചെയ്ത കുറ്റം അറിയപ്പെടാത്തതുകൊണ്ടുമാത്രം അതിലും വലിയ തെറ്റുകൾ ചെയ്തവർ നിരപരാധികളായി നടിക്കുന്ന ഒരു നാട്ടിൽ പ്രത്യേകിച്ചും. ഒരാൾ

ചെയ്ത ഗണനീയമായ പ്രവൃത്തികളെല്ലാം വിസ്മരിച്ച് അയാൾ ചെയ്ത ഒരപരാധമായി മാത്രം അയാളെ സംഗ്രഹിക്കുന്നതിലുള്ള ക്രൂരതയിൽ ഒരു നീതിന്യായവും ഇല്ല. അക്കിലസ്സ് അയാളുടെ മടമ്പ് മാത്രമാവുന്നതു നന്നോ? ഒരാളെ ഇല്ലാതാക്കാൻ അത് ഒന്നാന്തരമാണെങ്കിലും.

നാടക പ്രവർത്തനത്തിനായി ജീവിതം മുഴുവൻ ഉഴിഞ്ഞു വച്ച വേണുക്കുട്ടൻ നായരുടെ അന്ത്യകാലത്തെയും സമൂഹം ഇങ്ങനെ ഏകാന്തത്തടവിലിടുകയുണ്ടായി. തെറ്റോ ശരിയോ എന്നുറപ്പില്ലാത്തൊരാരോപണത്തിന്റെ പേരിൽ. അതിലെ ശരിതെറ്റുകൾ ഇവിടെ വിഷയമേ അല്ല (ശരിതെറ്റുകൾ വിഷയമാവാത്ത ഒരിവിടം, നിരുപാധികമായ ഒരിവിടം ഇവിടെ ആവശ്യമല്ലേ?) അതുവരെയുള്ള പ്രകാശപൂർണമായി ജീവിതത്തെ മുഴുവൻ വടിച്ചു കളഞ്ഞ് (ഡിലീറ്റ് ചെയ്ത്) അയാളെ ഒറ്റ കുറ്റവൃത്തിയായി സംഗ്രഹിക്കാൻ സഹജീവികൾ കാട്ടിയ ഉത്സാഹം വളരെ കൂടിപ്പോയി. മുകുന്ദന്റെ, പട്ടിയുടെ മുല കുടിക്കാൻ സന്നദ്ധനായ ആ പാവം കുഞ്ഞും തിരഞ്ഞെടുത്ത വഴി സത്യത്തിൽ അത്ര അസാധാരണമല്ല. 'മൃഗമനസ്സെത്ര നിർമലം.'

■

വിജയന്മാർ

ബ്രണ്ണൻ കോളെജ് മാറിയിരിക്കുന്നു! ഇക്കുറിയത്തെ എം.എൻ. വിജയൻ എൻഡോവ്മെന്റ് പ്രഭാഷണത്തിനു ചെന്നതായിരുന്നു ഞാൻ. മലയാളം വകുപ്പിന്റെ ചുമരിൽ പരസ്പരം അഭിമുഖമായി രണ്ടു വിജയന്മാർ. ഇക്കാലം വരെ ബ്രണ്ണൻ കോളജിൽ വിജയൻ എം.എൻ.വിജയനായിരുന്നു. ബ്രണ്ണൻ കോളജിന്റെ വിജയവും എം.എൻ.വിജയനായിരുന്നു. ബ്രണ്ണൻ കോളജിന്റെ ഭാവുകത്വവും ഏറക്കുറെ എം.എൻ.വിജയനായിരുന്നു. എന്തെടുത്താലും വിജയൻ.

ഛായാചിത്രത്തിലെ എം.എൻ.വിജയൻ എതിരെ തൂക്കിയ ഛായാചിത്രത്തിലെ ഒ.വി.വിജയനെ നോക്കുന്നില്ലെന്നു തോന്നി. തന്നെ കേൾക്കുന്നവരുടെ മുന്നിലെ സ്വയം മറന്ന എം.എൻ.വിജയൻ പതിവുപോലെ വലിയ ആഹ്ളാദത്തിൽ. ഒ.വി.വിജയൻ തികഞ്ഞ അരക്ഷിതത്വത്തിൽ. അധികാരത്തിന്റെ തരിയില്ല. ഒരാത്മവിശ്വാസവുമില്ല. നമ്മൾ കാണാത്ത ഒരു ഭീമാകാരനായ എട്ടുകാലി അയാൾക്കു നേരേ നീങ്ങി നീങ്ങി വരുന്നുണ്ടാവാം. മരിച്ചിട്ടും ഭയം തീർന്നിട്ടില്ല. ഒ.വി.വിജയന്. (പേടിയെ ഇത്ര സൗന്ദര്യത്തോടെ ആവിഷ്കരിച്ച ഒരെഴുത്തുകാരനും മലയാളത്തിലുണ്ടായിട്ടില്ല) ഒരുപക്ഷേ ബ്രണ്ണനിൽ അയാൾക്കു പേടിക്കുവാൻ കൂടുതൽ കാരണങ്ങളുണ്ടാവാം.

ബ്രണ്ണനിൽ ജോലി ചെയ്ത കുറഞ്ഞ കാലം എനിക്കവിടെ ഉണ്ടായിരുന്ന വ്യത്യാസം വിജയൻ എന്നു കേൾക്കുമ്പോൾ എം.എൻ.വിജയനോ ഒ.വി.വിജയനോ എന്ന സന്ദേഹമായിരുന്നു. സന്ദേഹങ്ങളോ പേടികളോ അവിടത്തെ എന്റെ സഹപ്രവർത്തകരിൽ ഞാൻ കണ്ടില്ല. എല്ലാറ്റിനും ഉത്തരമുള്ള എല്ലാം അറിയാവുന്ന ഒരു മഠാധിപതിയാൽ ഭദ്രമായി നയിക്കപ്പെടുന്ന ഒരു മഠത്തിലെ അന്തേവാസികളായിരുന്നു അവർ. ബുദ്ധവിഹാരം പോലെ ശാന്തമായിരുന്നു വിജയവിഹാരം. വിജയനേ അവിടെ വിഹരിക്കാനാവുമായിരുന്നുള്ളൂ. വിജയന്റെ അപദാനങ്ങൾ അവിടെ രസകരങ്ങളായ അനക്ഡോട്ടുകളായി പ്രചരിച്ചു. വിജയന്റെ അംഗീകാരമോ വാത്സല്യമോ കിട്ടുമ്പോഴേ മറ്റുള്ളവർക്ക് അവിടെ ഉണ്മ കിട്ടിയുള്ളൂ. ശേഷിച്ചതു മാത്രമാണ് അവിടെ വിളമ്പിയത്. വിജയന്റെ സ്വാധീനത്തിന്

എല്ലാ വിഷയങ്ങളെയും മനഃശാസ്ത്രത്തിന്റെ ഉപശാഖകളാക്കി മാറ്റാൻ കഴിഞ്ഞിരുന്നു. സൈക്കോളജി ആൻഡ് ലിറ്ററേച്ചർ, സൈക്കോളജി ആൻഡ് ലിംഗ്വിസ്റ്റിക്സ്, സൈക്കോളജി ആൻഡ് സോഷ്യോളജി, സൈക്കോളജി ആൻഡ് ഫോക്‌ലോർ... ജീവിതത്തെത്തന്നെ മനഃശാസ്ത്ര പഠനത്തിന്റെ 'ബ്രാഞ്ച്' ആക്കി മാറ്റാൻ വിജയനു കഴിഞ്ഞു. 'ഫ്രോയ്ഡോച്ഛിഷ്ടം ജഗത്സർവം.'

അടിമുടി മാന്യനായിരുന്നു. ആസകലം നന്മയായിരുന്നു വെള്ള മുണ്ടും പ്രത്യേകമായ ഒരുതരം വെള്ള ജുബ്ബായുമിട്ട എം.എൻ.വിജയൻ. ഈ മാന്യതയുണ്ടാക്കുന്ന ഒരു ശ്വാസംമുട്ടൽ അവിടെയുണ്ടായിരുന്നു. പാപം ചെയ്യാൻ സ്വാതന്ത്ര്യമില്ലാത്ത ഒരു ലോകം എന്തുകൊണ്ടോ എന്നെ രസിപ്പിച്ചില്ല. ഒ.വി.വിജയനെപ്പോലെ, ഒരു അരാജകവാദികൂടി അവിടെയുണ്ടായിരുന്നെങ്കിൽ, ബ്രണ്ണന്റെ ഓർമയിൽ ഒരു അനാർക്കിസ്റ്റുണ്ടായിരുന്നെങ്കിൽ, വ്യത്യസ്തമായ ഒരു സ്വാതന്ത്ര്യം അവിടെ ഉണ്ടാവുമായിരുന്നു! ആ സ്വാതന്ത്ര്യമാണ് മലയാളം വകുപ്പിൽ ആരോ തൂക്കിയ ഒ.വി. വിജയന്റെ ഛായാചിത്രം സാധിച്ചിരിക്കുന്നത്. ഇക്കാലമത്രയും അടഞ്ഞുകിടന്ന ഒരു ജാലകം തുറന്നതിന്റെ അധിക വെളിച്ചം അലയടിക്കുന്ന പുതിയ ബ്രണ്ണനിൽ നിന്നാണ് ഞാനിക്കുറി പ്രസംഗിച്ചത്. ഒ.വി.വിജയന്റെ ഭാഷയിൽ, ഞാനിക്കുറി 'നിലപാട് കൊണ്ടത്.'

എം.എൻ.വിജയൻ മികച്ച അധ്യാപകൻ. ശിഷ്യനായ കൃഷ്ണദാസ് എഴുതിയെടുത്ത ക്ലാസ്നോട്ടുകൾ കണ്ടാൽ ഏതധ്യാപകനും ഭയമാകും. ഊണുകഴിച്ചെന്നു വരുത്തി ഓടിക്കിതച്ചുവന്ന് ക്ലാസ്സിലിരുന്ന കഥ രത്നാകരൻ മാങ്ങാട് എഴുതിയിട്ടുണ്ട്. വിജയൻ ക്ലാസ്സിൽ അജയ്യനായിരുന്നു; അപ്രാപ്യനായിരുന്നു. ദിവസവും സെഞ്ചുറി അടിക്കുന്നൊരു വീരേന്ദ്ര സേവാഗിനെ സങ്കൽപ്പിക്കാനാവുമായിരുന്നുവെങ്കിൽ ഏറെക്കുറെ അയാളെപ്പോലെ. ഇരമ്പുന്ന ഗാലറി. ഒ.വി.വിജയനോ, അയാളും അധ്യാപകനായിരുന്നു. തോറ്റമ്പിയ അധ്യാപകൻ. മലബാർ ക്രിസ്ത്യൻ കോളെജിലെ കുട്ടികൾ കൂവിക്കൂവി വിജയനെ ഡൽഹിയിലെത്തിക്കുകയായിരുന്നു. വിജയൻ സംസാരിക്കുകയല്ല ചെയ്യുക, നേർത്ത ശബ്ദത്തിൽ ചെറുപക്ഷികളെപ്പോലെ കലമ്പുകയാണ്. രവിയായി രൂപാന്തരപ്പെട്ടപ്പോഴും അയാളുടെ ക്ലാസ്സിൽ ഇരുപതോളം കുട്ടികളേ ഉണ്ടായിരുന്നുള്ളൂ. അവർ സദാ ബഹളം വച്ചു കൊണ്ടിരുന്നു. ഒരു ക്ലാസ് കാണുക. *'ഒരു ദിവസം ഒരു ഹൈദർ ഹസ്രത്തിന്റെ പേരു വിളിച്ചപ്പോൾ പുതിയൊരു ശബ്ദമാണ് ഹാജർ പറഞ്ഞത്. 'ആരാത്' രവി ചോദിച്ചു. അപരിചിതൻ എണീറ്റു നിന്നു. 'എന്താ പേര്?' 'പറടാ' കുട്ടികൾ പ്രോത്സാഹിപ്പിച്ചു. 'കരുവ്.' 'കരുവോ?' 'തെന്നെ സാര്' കുട്ടികൾ പറഞ്ഞു. 'തൊട്ടിയ ച്ചെക്കനാക്കും സാർ.' അവന്റെ അപ്പനിക്കി കൊരങ്ങ് കളിയാക്കും, സാർ.' പത്തു വയസ്സോളം വരുന്ന കരുവിന് ഈ പരിചയപ്പെടുത്തൽ രസിച്ചില്ലെന്നു തോന്നി. എന്നാൽ വലിയ രസക്കേടുമുണ്ടായിരുന്നില്ല. ഒരു ചിരിയോടെ അവൻ നിന്നു. 'കരുവ് മൂക്കു തൊടയ്ക്കൂ. രവി പറഞ്ഞു.*

‘തൊടയ്ക്കെടാ’ കൊച്ചു സൊഹറ പറഞ്ഞു ‘എന്താ അപ്പന്റെ പേര്?’ രവി ചോദിച്ചു ‘കൊരങ്ക് കളിക്കാരൻ ശെന്തിയാവ് തൊട്ടിയാൻ.’ ‘എത്ര കൊരങ്ങ്ണ്ട്?’ കുശലമന്വേഷിക്കാമെന്നു കരുതി ചോദിച്ചു പോയതായിരുന്നു. ‘പതിനാറു കൊരങ്ക്.’ കുട്ടികൾ ബഹളമുണ്ടാക്കി. ‘നൊണയാണു സാർ.’ കുഞ്ഞാമിന പറഞ്ഞു. വീമ്പ് ശൊല്ലറതാക്ക് സാർ.’ ‘സാരല്ല്യ’ രവി പറഞ്ഞു.

ഒരു ദിവസം എം.എൻ.വിജയൻ എം.എ.യ്ക്കു ക്ലാസ് എടുത്തു കൊണ്ടിരിക്കയാണ്. ആറ്റൂർ രവിവർമയുടെ ഭാഷയിൽ പറഞ്ഞാൽ ക്ലാസ്സാകെ ചിത്രാർപ്പിതമെന്നപോൽ വർത്തിക്കുന്നു. അപ്പോഴതാ വരാന്തയിൽ ഉരസി നീങ്ങുന്ന ചെരിപ്പിന്റെ അസ്വസ്ഥതയുണ്ടാക്കുന്ന ശബ്ദം. മാഷ് ക്ലാസ് നിർത്തി പുറത്തു കടന്നു ചെരിപ്പുകൾ തറയിൽ ഉരച്ചു നീങ്ങുന്ന പെൺകുട്ടിയോട് കർശനമായ ശബ്ദത്തിൽ ചോദിക്കുന്നു: ‘പുതിയ ചെരിപ്പാണ് അല്ലേ?’ പിന്നീടൊരിക്കലും ആ പെൺകുട്ടി എത്ര വില കൂടിയ, പുതിയ, ചെരിപ്പായാലും ചെരിപ്പുരച്ച് വരാന്തയിലൂടെ നടന്നിട്ടുണ്ടാവില്ല, അന്നിമിഷം കെട്ടുപോയിരിക്കണം അവളിലെ അമ്പിളി. ഒ.വി. വിജയനാണ് മൃദുവായ ശബ്ദത്തിൽ ഇത് ചോദിച്ചിരുന്നതെങ്കിൽ ‘തെന്നേ സാർ’ എന്ന് പറഞ്ഞ് ശൃംഗാരച്ചിരിയോടെ കണങ്കാൽ വരെ പാവാട ഉയർത്തി അവൾ കാട്ടിക്കൊടുക്കുമായിരുന്നു. വെള്ളിപ്പാദസരത്തിനു കീഴെ, തളിരിന്റെ നിറമുള്ള പാദത്തിൽ പിണഞ്ഞു ചേർന്ന തവിട്ടു നിറത്തിലുള്ള ചെരിപ്പ്, അതിൽ ക്ലാസ് നഷ്ടപ്പെട്ട വിജയൻ യുഗങ്ങളോളം നിൽക്കുമായിരുന്നു. രവിയുടെ ക്ലാസ്സിൽ പെൺകുട്ടികൾക്ക് തിരളാൻവരെ സ്വാതന്ത്ര്യമുണ്ടായിരുന്നു. എം.എൻ.വിജയനോ കുട്ടികളെ നിലയ്ക്കു നിർത്തുന്ന വിജയനും. ബ്രണ്ണനും ഒരേകാധ്യാപക വിദ്യാലയം തന്നെയായിരുന്നുവെങ്കിലും!

വിജയന്മാർ (പേരുകാരണവുമാവാം) രണ്ടുപേരും അവരവരിൽ കലശലായി ഭ്രമിച്ചിരുന്നു. ഒരേ ഭാഷ, ഒരേ നിബന്ധനം ആയിരുന്നു ആസകലം എം.എൻ.വിജയൻ. അദ്ദേഹം ചിരിച്ചുകൊണ്ടു പ്രസംഗിച്ചു. സ്വന്തം അദ്ഭുതങ്ങളിൽ അദ്ഭുതപ്പെട്ടു. ചിന്തയിൽ, വാക്കിൽ മുഴുകി മതിമറന്നു. ഒ.വി.വിജയനു കൂടുതൽ വഴികളുണ്ടായിരുന്നു. ശ്രോതാവ് എന്ന സ്വാതന്ത്ര്യമോ അസ്വാതന്ത്ര്യമോ ഉണ്ടായിരുന്നുമില്ല. എങ്കിലും തന്നിൽ ഈ വിജയനും രമിച്ചു. പാലക്കാടൻ കാറ്റ് കരിമ്പനകളിൽ എന്ന പോലെ സ്വന്തം പദകോശത്തിൽ ആബദ്ധനായി രമിച്ചു. സ്വന്തം ഭാഷയെ കാമിച്ചു. തന്നിൽ രമിക്കുന്നൊരാൾക്ക് തടുക്കാനാവാത്ത ഭാഷയുടെ ആവർത്തനം ഇരുവരിലുമുണ്ടായിരുന്നു. ഇത്രയൊന്നും വിജയിക്കരുതായിരുന്നു ആദ്യകാലത്ത് ഒരെഴുത്തുകാരൻ എന്ന് ഇരുവരും തോന്നിച്ചു. ഇരുവരും പിൽക്കാലത്ത് അവരവരുടെ കോളനികളിൽ അസ്വതന്ത്രരായി ജീവിച്ചു.

ഭീരുക്കൾക്കു മാത്രം സാധിക്കുന്ന ധീരതയുണ്ടായിരുന്നു ഒ.വി.വിജയന്. അടിയന്തരാവസ്ഥയെയും ഇന്ദിരാഗാന്ധിയെയും

സ്വേച്ഛാധിപത്യത്തെയും അദ്ദേഹം കലുഷമായ പരിഹാസത്തോടെ നേരിട്ടു. 'ധർമപുരാണം' പോലൊരു 'പരിഖാതം' എപ്പോഴെപ്പോൾ ഫാസിസം ദൃഢപ്പെടുന്നുവോ അപ്പോഴൊക്കെ പ്രസക്തമാവും വിധം എഴുതി. മറിച്ച് ധീരന്മാർക്കു മാത്രം സാധ്യമാവുന്ന ഭീരുത്വമുണ്ടായിരുന്നു എം.എൻ.വിജയനിൽ. പാപ്പിനിശ്ശേരിയും ജയകൃഷ്ണൻ വധവും പോലെ എത്രയെത്ര ഭീരുത്വങ്ങൾ. എം.എൻ. വിജയന് സംഘവും ബലവുമുണ്ടായിരുന്നു. അനുയായികളും അനുകർത്താക്കളും ഉണ്ടായിരുന്നു. അവർ വിജയനൊപ്പം ഹാൾതോറും സഞ്ചരിച്ചു. ഒ.വി.വിജയനൊപ്പം ഇടയ്ക്കിടെ ഭയപ്പെടുത്തുന്ന സ്വന്തം നിഴലും. എങ്കിലും എന്റെ വിജയൻ ഒ.വി.വിജയനായിരുന്നുവോ?

■

കഥയുടെ ജീവിതകഥ

എല്ലാ കഥകളും പുനരാഖ്യാനങ്ങളാണ്. ചിലത് സംഭവങ്ങളുടെ (ചിലത് നടന്ന സംഭവങ്ങളുടെ, ചിലത് നടക്കാമായിരുന്ന സംഭവങ്ങളുടെ), ചിലത് കഥകളുടെ തന്നെ.

കഥയുടെ സഞ്ചാരത്തെക്കുറിച്ച് കെ.എ. ജയശീലൻ 'അപ്പം നേർച്ച' എന്നൊരു കവിത എഴുതിയിട്ടുണ്ട്. ഡീലോസിലെ അപ്പോളോവിന്റെ അമ്പലത്തിലേക്ക് അപ്പം കൊടുത്തയയ്ക്കുന്ന ഒരു പതിവുണ്ടായിരുന്നത്രേ. അപ്പം ഒരു ദിവസത്തിൽ കൂടുതലിരിക്കില്ല. കെട്ടുപോകും. ഡീലോസിലേക്കുള്ള യാത്രയാകട്ടെ പല ദിവസങ്ങളിൽ പല സ്ഥലങ്ങളിൽ നിന്നും. അപ്പം ക്ഷേത്രത്തിൽ കേടുകൂടാതെ എത്താൻ അവർ ഒരു വഴി കണ്ടെത്തി. 'അപ്പം നേർന്ന ഗ്രാമക്കാർ അപ്പമുണ്ടാക്കി ഡീലോസിനെ ലക്ഷ്യമാക്കി നടക്കും. വൈകുന്നേരം അവരെത്തിയ ഗ്രാമത്തിൽ കൊടുത്ത് മടങ്ങും. ആ ഗ്രാമക്കാർ പിന്നെ പിറ്റേന്ന് അപ്പമുണ്ടാക്കി ഡീലോസിന്റെ നേർക്ക് കൊടുത്തയയ്ക്കും. അവരും മൂന്നാമതൊരു ഗ്രാമക്കാർക്ക് അപ്പം കൊടുത്ത് മടങ്ങും.' ഇങ്ങനെ മാറിമാറി അപ്പം ഡീലോസിലേക്കു സഞ്ചരിച്ചുകൊണ്ടിരിക്കും (ഭക്തർ പുതിയ പുതിയ കാലുകളിൽ ക്ഷേത്രത്തിലേക്കു നീങ്ങിക്കൊണ്ടിരിക്കും). ആ അപ്പം ആദ്യത്തെ ഗ്രാമക്കാരുൾപ്പെടെ സകലരുടേതുമായിരിക്കും. ഡീലോസിലെത്തുന്ന അപ്പം അന്നു ചുട്ടെടുത്ത ചൂടുള്ള അപ്പവുമായിരിക്കും. സാങ്കേതികവിദ്യകൾക്കെല്ലാം മുൻപുള്ള അദ്ഭുതകരമായ ഒരു സാങ്കേതികവിദ്യയുടെ ചൂടുണ്ട് ഈ അപ്പത്തിൽ. സ്ഥലകാലങ്ങളുടെ നെരിപ്പോടിൽ വെന്ത അപ്പം.

ഈ അപ്പത്തെപ്പോലെ കഥകൾ ഒരിക്കൽ ആളാളാന്തരം നാടുനാടാന്തരം സഞ്ചരിച്ചു. ഓരോരുത്തരുടെയും കഥനച്ചൂടിൽ അതു വിരിഞ്ഞു. ഓരോ ഗ്രാമത്തിന്റെയും പ്രാർഥന ഡീലോസിലെത്തിയ ആ അപ്പത്തിലുണ്ടായിരുന്നതുപോലെ കഥയുടെ കാര്യത്തിലും ഉണ്ടായിരുന്നു. കഥയുടെ അവസാനരൂപത്തിൽ അത് കടന്നുവന്ന മനസ്സുകളുടെയെല്ലാം 'പാടു' കളുമുണ്ടായിരുന്നു (മലയാളി 'പാട്' എന്ന പദം കാവ്യ സൗന്ദര്യത്തോടെ ഉപയോഗിച്ചു. എത്ര 'പാടുപെട്ടിട്ടാണ്' എന്നു പറഞ്ഞവർ, 'കഷ്ടപ്പാട്'

എന്ന സമസ്തപദം രൂപപ്പെടുത്തിയവർ, വ്യഥയ്ക്ക് 'പാട്' എന്നു പറഞ്ഞ വർ പഴയ 'പാടു' കൾ വിട്ടുകളഞ്ഞില്ല). അച്ചടിയന്ത്രം വരുന്നതുവരെ കഥയിലെ ഈ അപ്പനേർച്ച തുടർന്നു.

വൈരുധ്യങ്ങളുടെ ഉദ്ഗ്രഥനമുണ്ട് കഥയിൽ. പുല്ലും പശുവും പുലിയും പരസ്പരം തിന്നാതെ സഞ്ചരിക്കുന്ന തോണി (കടം) കഥയിലെ തോണിയാണ്. മറ്റെല്ലാ വിനിമയരൂപങ്ങളുടെ തോണിയാത്രകളിലും ചിലതേ അവശേഷിക്കൂ. ചിലത് ചിലതിനെ തിന്നും. ബൈബിളിലെ ഉൽപത്തിക്കഥ തന്നെ നോക്കുക. ഉൽപത്തിക്കഥയിൽ ദ്രുതഗതിയിൽ സംഭവിച്ചുവെന്ന് തോന്നിക്കുന്ന സംഭവങ്ങൾ അനേക വർഷങ്ങൾകൊണ്ട് സംഭവിച്ചവയാണ്. പെറുക്കിത്തിന്നു ജീവിച്ച കാലത്തുനിന്നു കൃഷി ചെയ്തു ജീവിക്കുന്ന കാലത്തിലേക്കുള്ള 'വർഷങ്ങളെടുത്ത' വീഴ്ചയുടെ കഥയാണത്. പാമ്പും പുഴുവും പഴുതാരയും ചെടിയും മത്സ്യവും പറവയും സുഖമായി കഴിയുന്നു പറുദീസയിൽ നിന്നു പുറത്തായ മനുഷ്യന്റെ ഏകാന്തതയെയും ഭയത്തെയും ഭാരമേറിയ സ്വാതന്ത്ര്യ ത്തെയും അതിശകരമായി ഉദ്ഗ്രഥിച്ചു ആ കഥ. വളർച്ചയെയും അതുണ്ടാക്കിയ തളർച്ചയെയും ഒരേസമയം ഉദ്ഗ്രഥിച്ച ആ കഥ. കഠിനാധ്വാനികളായ കർഷകർക്ക് അഭിമാനമുണ്ടായിരുന്നു, ഒപ്പം അപരാധബോധവുമുണ്ടായിരുന്നു ഈ മർത്ത്യവിജയത്തിൽ. അധ്വാന ത്തിലെ ഈ യാതന ഒരു ശിക്ഷയാണോ? ഈ ആനന്ദം ഒരു തെറ്റാണോ? സംസ്കാരത്തിൽ ദൈവനിന്ദയില്ലേ? ഭൗതികമായ പുരോഗതി ആത്മീയ മായ അധോഗതിയുമല്ലേ? മതം അവരോഹണം എന്നും ഭൗതികശാസ്ത്രം ആരോഹണം എന്നും പറയുന്ന ഈ സങ്കീർണ പ്രതിഭാസത്തിന്റെ ചുഴികൾ ഒരേ സമയം ആവിഷ്കരിക്കാൻ കഥയല്ലാതെ എന്തു വഴി. എല്ലാ മികച്ച കഥകളും കടങ്കഥകളാണ്. ജയത്തിൽ പൊതിഞ്ഞ പരാ ജയമോ പരാജയത്തിൽ പൊതിഞ്ഞ ജയമോ ആവും അന്ത്യത്തിൽ അവ. ഏതു ട്രാജഡിയാണ് മനുഷ്യമഹത്ത്വത്തെക്കുറിച്ചു പറയാത്തത്? ഏതു കോമഡിയാണ് മനുഷ്യനിസ്സാരതയെക്കുറിച്ചു പറയാത്തത്?

സങ്കീർണമായ വേവലാതികൾ കഥയെന്ന ഭാഷ കൂടാതെ പറയാ നാവുമോ? നടന്നത് ചില മനോധർമങ്ങൾ ചേർത്തു പറഞ്ഞു പറഞ്ഞല്ലേ ഏതു ദുരിതങ്ങളെയും മനുഷ്യൻ അതിജീവിച്ചത് (ഓരോ ദുരന്ത ത്തിന്റെയും കഥ പല കോണുകളിൽ നിന്നു പറഞ്ഞ് നമ്മുടെ നവമാധ്യമ ങ്ങൾ എത്ര പെട്ടെന്നു കെടുത്തുന്നു അവയുടെ വീര്യത്തെ). മരിച്ച ഓരോ വീട്ടിലും കയറി നോക്കൂ. നിങ്ങൾക്കു കേൾക്കാം അതിജീവനത്തി നുതകുന്ന ഈ കഥാകഥനത്തെ. ഭർത്താവ് രാവിലെ മരണപ്പെട്ട വീട്ടു കാരി, ഇപ്പോൾ വന്നു കയറിയ ഈ ബാല്യകാലസഖിയോട് ഏഴാമതും വിവരിക്കുകയാണ് ആ സംഭവത്തെ. ആദ്യതവണ വിവരിച്ചപോലെയല്ല ഇപ്പോഴാ വിവരണം. അതിൽ യഥാർഥത്തിൽ നടന്നിട്ടില്ലാത്ത പലതും നടന്നിരുന്നെങ്കിൽ എന്ന് അവളാഗ്രഹിക്കുന്ന പലതും പ്രത്യക്ഷപ്പെട്ടിരി ക്കുന്നു. അയാൾ കൂടുതൽ സ്നേഹസമ്പന്നനും യോഗ്യനുമായി

മാറിയിരിക്കുന്നു. അത് കഥയായി പുഷ്ടിപ്പെട്ടിരിക്കുന്നു. അയാൾ കഥാവശേഷനാവുകയാണ്. അവൾ ആ ദുരന്തത്തിൽ നിന്നു കരകയറുകയാണ്. സമാന്തരമായ രണ്ടു ദഹനങ്ങൾ. ഒന്ന് തൊടിയിൽ പുറത്ത്. ഒന്ന് അകത്ത് മരണപ്പായയിൽ. ശവം ദഹിപ്പിച്ചു എന്നു പറയുന്ന സമൂഹം എന്നെ അമ്പരപ്പിക്കുന്നു! അതിനത്ര വിശന്നിരുന്നുവോ?

മലയാളിയുടെ കാതൽ (substance) കഥയാണെന്നു പറയാം. കൊള്ളരുതാത്തവൻ, കഴമ്പില്ലാത്തവൻ എന്നയർഥത്തിൽ നാം കഥയില്ലാത്തവൻ, കഥകെട്ടവൻ എന്നെല്ലാം പറയുന്നു. ജീവിതം തന്നെ കഥയാണ് എന്ന സങ്കൽപ്പമുള്ളതുകൊണ്ടാണ് നാം മരിച്ചു എന്നു പറയാതെ കഥ കഴിഞ്ഞു എന്നു പറയുന്നത്. 'ആ സാധുവിന് ഒരു മണിക്കൂർ മുൻപേ ദീനം തുടങ്ങി. ക്ഷണത്തിൽ കഥ കഴിഞ്ഞു, (ശാരദ-ഒ. ചന്തുമേനോൻ). എന്താ കഥ, ഓരോരോ കഥകൾ, കഥ കെട്ട കഴുത... എന്തെല്ലാം വിവക്ഷകളിൽ മലയാളത്തിൽ കഥ! 'എപ്പം തൊടങ്ങിയതാ മക്കളെയീക്കഥ; കാപ്പിയൊന്നും കുടിക്കണ്ടേ?' എന്നു കൂട്ടുകാരൻ വീട്ടിൽ വന്ന ദിവസത്തിലെ അമ്മ. സംഭാഷണം തന്നെ കഥയാണ് നമുക്ക്. മലയാള ഭാഷയ്ക്ക് കാവ്യാത്മകതയെക്കാൾ കഥനസുഖമാണുള്ളത് എന്ന് നമ്മുടെ ശൈലികൾ, പഴഞ്ചൊല്ലുകൾ, പ്രയോഗഭംഗികൾ. 'കഥയമമ, കഥയ മമ കഥകളതി സാദരം കാകുൽസ്ഥലീലകൾ കേട്ടാൽ മതി വരാ.' കഥ പറയുമ്പോൾ കൂടുതൽ സാർഥകമാവുന്ന ഒരു സൗന്ദര്യമായി കാവ്യഭാഷയെയും കാണുന്ന എഴുത്തച്ഛനും നമ്മുടെ കഥനശേഷിയെക്കുറിച്ചാണു പറയുന്നത്. കഥനസൗന്ദര്യം കുറഞ്ഞതിനാലാണു കാവ്യവായന ക്ഷീണിക്കുന്നതെന്ന നിരീക്ഷണത്തിനുമുണ്ട് ഇവിടെ പഴുത് (കഥപോലെ വിളയുന്നില്ല കവിത മലയാളത്തിൽ).

ഒരു കെനിയൻ നാടോടിക്കഥ. ഒരു നാട്ടിലെ മനുഷ്യരെല്ലാം മെലിഞ്ഞുണങ്ങി വരികയാണ്. ഭക്ഷണക്ഷാമം കൊണ്ടല്ല. എന്തോ അപരിചിതമായ രോഗത്താൽ. പക്ഷേ, ഒരുവളെ മാത്രം ഈ ഉണക്കം ബാധിച്ചിട്ടില്ല. അവൾ ഒരു വെള്ളച്ചാട്ടം പോലെ ഊർജസ്വല. രാജാവ് അവളുടെ ഭർത്താവിനെ വിളിപ്പിച്ചു ചോദിക്കുന്നു. നിങ്ങൾ നിങ്ങളുടെ ഭാര്യയ്ക്ക് എന്താണ് വിശേഷമായി കൊടുക്കുന്നത്? മറ്റുള്ളവരെല്ലാം ഉണങ്ങുന്നു; നിങ്ങളുടെ ഭാര്യമാത്രം നാൾക്കുനാൾ തെഴുക്കുന്നു. അയാൾ ഗൂഢമായ ചിരിയോടെ പറഞ്ഞു. ഞാൻ അവൾക്ക് നാക്കിന്റെ മാംസം കൊടുത്തു. കേട്ടപാതി, കേൾക്കാത്തപാതി നാട്ടിലെ മൃഗങ്ങളുടെയെല്ലാം നാക്കുകൾ പാചകം ചെയ്തു കൊടുത്തു രാജാവ് അരമനയിലെ സ്ത്രീകൾക്കും പുരുഷന്മാർക്കും കുട്ടികൾക്കും. അവരുടെ ഉണക്കത്തിന് ഒരു മാറ്റവുമുണ്ടായില്ല. രാജാവ് ഊർജസ്വലയുടെ ഭർത്താവിനെ വീണ്ടും വിളിച്ചു വരുത്തി. അയാൾ രാജാവിനോടു പറഞ്ഞു; നാക്കിന്റെ മാംസം എന്നതുകൊണ്ട് ഞാനുദ്ദേശിച്ചത് കഥയെന്നാണ്. കഥയാണു നാക്കിന്റെ മാംസം. ഞാനത് എന്റെ കൂട്ടുകാരിക്കു ദിവസവും വിളമ്പുന്നു. നാട്ടിൽ കഥകൾ കുറയുകയാണ്. കഥ പറയുവാൻ വൈദഗ്ധ്യമുള്ളവർ

കുറയുകയാണ്. കഥയുള്ളവർ കുറയുകയാണ്. ഇപ്പോൾത്തന്നെ അങ്ങ് ചെയ്തതെന്താണ്?

അതെ, എന്തൊരു കഥയില്ലായ്മയാണ് ആ രാജാവ് കാട്ടിയത്. ദ്വയാർഥം മനസ്സിലാവാത്തവൻ സ്വർഗത്തിലെത്തുകയില്ല എന്നു പറയുന്നുണ്ട് ക്രിസ്തു. സദൃശവാക്യങ്ങൾ അക്ഷരാർഥത്തിലെടുക്കുന്നവൻ, ബൈബിൾ വായിച്ചിട്ടെന്ത്? അന്ധയും മൂകയും ബധിരയുമായിരുന്ന ഹെലൻകെല്ലർ പറയുന്നു: ഞാൻ ബൈബിൾ വായിച്ച വ്യാപ്തിയിൽ നിങ്ങൾ വായിക്കുകയില്ല. ഞാൻ പ്രത്യക്ഷഭംഗിയിൽ മുഗ്ധയായിപ്പോകുന്നില്ല. ക്രൈം നാടകത്തിൽ സി.ജെ. പറയുന്നു, 'ഇല്ലിറ്ററേറ്റ് ഗ്രാജ്വേറ്റ്.' നിരക്ഷരനായ ബിരുദധാരി. ഭാഷയറിയാവുന്നതുകൊണ്ട് ആ ഭാഷയിലെ കവിതയോ കഥയോ വഴങ്ങണമെന്നില്ല. 'കുങ്കുമത്തിന്റെ ഗന്ധമറിയാതെ കുങ്കുമം ചുമക്കുംപോലെ ഗർദഭം' എന്നു നമ്മുടെ പൂന്താനവും. കഥ എന്ന വിശിഷ്ട ഭക്ഷണത്താൽ കൂടി ഭൂമിയിൽ അതിജീവിച്ചവരത്രെ മനുഷ്യർ.

രണ്ട്

എന്താണ് മോനേ ഇത്ര ആകർഷകമായി നിന്നിൽ അവൾ കണ്ടത് എന്ന് അമ്മ ചോദിച്ചപ്പോൾ ആ യുവാവ് പറഞ്ഞു. എന്റെ അഴകിലും ആരോഗ്യത്തിലും അവൾക്കു വലിയ മതിപ്പാണ്. ഞാൻ അസാധാരണമായ കഴിവുകളുള്ള ഒരു യുവാവാണെന്ന് അവൾ കരുതുന്നു. ആകട്ടെ, എന്താണ് ഇത്ര ആകർഷകമായി അവളിൽ നീ കണ്ടത്? അപ്പോഴും അയാൾ അതേ ഉത്തരം പറഞ്ഞു. എന്റെ അഴകിലും ആരോഗ്യത്തിലും അവൾക്ക് വലിയ മതിപ്പാണ്. ഞാൻ അസാധാരണമായ കഴിവുകളുള്ള ഒരു യുവാവാണെന്ന് അവൾ കരുതുന്നു. ഈ കഥയിൽ പ്രതിധ്വനിക്കുന്ന അതേ കഥയാണ് കൂടുതൽ വിശദാംശങ്ങളോടെ പറയപ്പെട്ട നാർസിസ്സിന്റെയും എക്കോയുടെയും കഥ. പുരുഷാധിപത്യ വ്യവസ്ഥയിലെ സ്ത്രീപുരുഷ വ്യവഹാരങ്ങളുടെയെല്ലാം മൂലമാതൃകയായ (Paradigm) കഥയാണത്. ഏതെങ്കിലും വിധത്തിൽ ഇതിന്റെ മാറ്റൊലികളെത്രെ ഈ വ്യവസ്ഥ നിലനിൽക്കുന്നിടത്തെ എല്ലാ കഥകളും. കാലത്തിലെ സേതുവിനോട് സുമിത്ര പറയുന്നു; സേതൂന് സേതൂനോടേ ഇഷ്ടമുള്ളൂ. അയാളും അവളും അനുഭവിച്ച ദുരന്തം. അയാളുണ്ടാക്കിയ ദുരന്തം.

സ്വന്തം ശബ്ദം വളരെയധികം ഇഷ്ടപ്പെട്ടിരുന്ന സുന്ദരിയായ ഒരു ദേവതയായിരുന്നു എക്കോ. അവൾ നിരന്തരം സംസാരിച്ചുകൊണ്ടിരുന്നു. എന്തിനെക്കുറിച്ചും അഭിപ്രായവും ആ അഭിപ്രായത്തിൽ അഭിമാനവുമുണ്ടായിരുന്ന ആ പ്രസരിപ്പുള്ള ദേവതയുടെ ആത്മവിശ്വാസം കണ്ട് അസ്വസ്ഥത തോന്നിയിട്ടാവാം ജൂണോ ദേവത അവളെ ശപിച്ചു. നിന്റെ ശബ്ദം നിനക്കു നഷ്ടപ്പെടട്ടെ. മറ്റുള്ളവരുടെ വാക്കുകൾ പ്രതിധ്വനിപ്പിക്കാനല്ലാതെ സ്വന്തമായി ശബ്ദിക്കാൻ ഇനി നിനക്കാവില്ല. സംസാരിക്കാൻ

ശ്രമിച്ചപ്പോൾ തന്റെ ശബ്ദം എന്നന്നേക്കുമായി നഷ്ടപ്പെട്ടിരിക്കുന്നതായി എക്കോ അറിഞ്ഞു. 'ഉത്തമയായ' ഏതു സ്ത്രീയിലും ശാപഗ്രസ്തയായ ഈ എക്കോയുണ്ട്. ബാല്യത്തിൽ വായാടിയായിരുന്ന ഒരു മിടുക്കിയായിരുന്നു അവളും. അന്നവൾ ഒരു വിവേചനവും അറിഞ്ഞില്ല. പിന്നീടവൾ പുരുഷലോകത്തിന്റെ ദൈവത്താൽ നിശ്ശബ്ദയാക്കപ്പെട്ടു. അവൾ സ്നേഹിച്ചവനാകട്ടെ തന്നെ മാത്രം സ്നേഹിക്കാനറിയാവുന്ന ഒരുത്തനും. അവന്റെ ഭാഷ ഒരുനാളും അവളെ അറിഞ്ഞില്ല, പ്രതിനിധീകരിച്ചില്ല, അവൾക്ക് നഷ്ടപ്പെട്ട ഭാഷയെ തിരിച്ചു കൊടുത്തില്ല.

അവന്റെ എല്ലാ ഭോഗങ്ങളും സ്വയം ഭോഗങ്ങൾ. അവന്റെ ആത്മരതിയെ ഉദ്ദീപിപ്പിച്ചപ്പോൾ അവൾ സുന്ദരിയായി. അവന്റെ രതിമൂർച്ഛയ്ക്കുശേഷം അവൾ വിരൂപയായി, അസംഗതയായി. ബലാൽസംഗത്തിൽ നിന്നെന്തു രതിസുഖമാണ് പുരുഷനു ലഭിക്കുന്നതെന്ന ചോദ്യത്തിനുത്തരം അതല്ലാത്ത സന്ദർഭങ്ങൾ ലോകത്തിൽ എത്ര കുറച്ചാണ് എന്നതാണ്. മിക്കവാറും രതികൾ പുരുഷരതികളാണ്, ബലാൽസംഗങ്ങളാണ്. അവൾ ശബ്ദിക്കണ്ട, പ്രതിധ്വനിപ്പിച്ചാൽ മതി. നയിക്കണ്ട, അനുസരിച്ചാൽ മതി (സമീപദിവസങ്ങളിലൊന്നിൽ കേരളത്തിലൊരിടത്ത് പ്രകൃതിവിരുദ്ധരതിക്ക് നിർബന്ധിച്ച ഭർത്താവിനെ ഭാര്യ വെട്ടിക്കൊന്നു. ഞാൻ എക്കോയല്ല; അല്പം ശബ്ദമുയർത്തി അവൾ പറഞ്ഞതാവണം). അവന്റെ മരണത്തിനുശേഷം അവൾ വിധവയായിത്തീരുന്ന, അവളുടെ മരണത്തിനുശേഷം അവൻ വിഭാര്യനായിത്തീരാത്ത ഒരു സമൂഹത്തിലെ വൈരുധ്യം എക്കോയുടെയും നാർസിസ്സിന്റെയും കഥ പ്രവചിക്കുന്നുണ്ട്. പുരുഷാധിപത്യലോകത്തിൽ പുരുഷനും സ്ത്രീക്കും പോകാവുന്ന പരിധിയെക്കുറിച്ചുള്ള സങ്കൽപ്പിക്കപ്പെട്ടതിലേറ്റവും മനോഹരമായ കഥയാണത്.

ശീലമായിത്തീർന്നതിനാൽ കാണാനാവാത്ത വൈരുധ്യങ്ങൾ കഥകൾ തിരിച്ചറിയുന്നു. മുൻപേ കഥകളായി മാറിയവ നമുക്കാ വൈരുധ്യം കാട്ടിത്തരുന്നു. ദുരവസ്ഥയിലെ സാവിത്രിയുടെ പേര് സാവിത്രിയെന്നായതിൽ യാദൃച്ഛികത ഇല്ല. ആയിരത്താണ്ടുകളായി തുടരുന്ന ഒരു ശീലത്തെ ഭേദിക്കുകയാണീ 'എക്കോ' യിലൂടെ ആശാൻ. 'ഒറ്റമൊഴിയും മുറിവാക്യവും മേലിൽ/പറ്റില്ലെനിക്ക് മുഷിഞ്ഞു മൈനേ' എന്നു സാവിത്രി പറയുമ്പോൾ ഉറപൊഴിക്കുന്നത് പ്രതിധ്വനികളിലൂടെ മാത്രം ജീവിച്ച പല മുജ്ജന്മങ്ങൾ. 'ദുരവസ്ഥ' എന്നു കവി പേരിട്ടതും എക്കോയുടെ അവസ്ഥയെ ഓർമിപ്പിച്ചുതന്നെ. മനഃപൂർവമാവില്ല; പക്ഷേ, ഈ ലോകത്തോടിടയുന്ന കഥകൾക്ക് ആ കഥയെ അവഗണിക്കാനാവില്ല.

മൂന്ന്

വധശിക്ഷയോ മരണം വരെ നീളുന്ന ഏകാന്തത്തടവോ ദുസ്സഹം? രണ്ടിലൊന്നു സ്വീകരിക്കാൻ നിർബന്ധിതനായാൽ നിങ്ങളിതിലേതു സ്വീകരിക്കും?

ശിക്ഷ നടപ്പിലാക്കുന്നതിന്റെ തലേന്നു രാത്രിയോ അന്നു രാവിലെയോ വധശിക്ഷയാവാം കഠിനം. അപ്പോഴൊക്കെ നിങ്ങൾ ഏകാന്തത്തടവുകാരനെ ഓർത്ത് അസൂയപ്പെട്ടുവെന്ന് വരാം. ആ സന്ദർഭ ങ്ങളിലെ നിങ്ങളുമായി ഐക്യപ്പെടുവാൻ കഴിഞ്ഞിരുന്നെങ്കിൽ ഏകാന്ത ത്തടവുകാരന് തന്റേതൊരു ശിക്ഷയല്ലെന്നു തോന്നുമായിരിക്കാം. അതോ താൻ ജീവപര്യന്തം അനുഭവിക്കേണ്ട ശിക്ഷ ചെറിയ കാലയളവിലല്ലേ അയാൾക്കനുഭവിക്കേണ്ടി വന്നുള്ളൂ എന്ന് ഏകാന്തത്തടവുകാരൻ അസ്വസ്ഥനാവുമോ? ആവൂ, തീരുകയാണയാളുടെ ശിക്ഷ, തന്റേയോ എന്നാകുലനാകുമോ?

വധശിക്ഷയ്ക്കു പകരം ഏകാന്തത്തടവ് സ്വീകരിച്ച ഒരാൾക്ക് അപ്പോൾ മുതൽ തോന്നുന്ന പശ്ചാത്താപത്തിൽ ജീവിതസ്നേഹമാണോ മുന്നിട്ടു നിൽക്കുന്നത്? ഏകാന്തത്തടവിനു പകരം വധശിക്ഷ സ്വീകരിച്ച ആൾക്കു തോന്നുന്ന പശ്ചാത്താപത്തിൽ ജീവിതസ്നേഹമാണോ മുന്നിട്ടു നിൽക്കുന്നത്? വധശിക്ഷ സ്വീകരിക്കാമായിരുന്നിട്ടും ഏകാന്തത്തടവ് സ്വീകരിച്ചയാൾക്ക് തന്റെ തീരുമാനത്തിന്റെ കൂടി ശിക്ഷയനുഭവിക്കേണ്ടി വരും. സ്വയം വെറുത്തു കൊണ്ടാവും രണ്ടുപേരും ശിക്ഷയനുഭവിക്കുക. തിരഞ്ഞെടുക്കാനധികാരമില്ലാത്ത ജീവിതമായിരുന്നു കൂടുതൽ നല്ലതെന്ന തീരുമാനത്തിലെത്തും രണ്ടു പേരും. സ്വാതന്ത്ര്യത്തെക്കാൾ സ്വസ്ഥത അസ്വാതന്ത്ര്യത്തിലാണെന്നു തിരിച്ചറിയും രണ്ടുപേരും. സ്വയം തീരു മാനമെടുക്കാനാവാത്ത ലോകം അല്ലേ കൂടുതൽ നല്ലതെന്ന തീരുമാന ത്തിൽ അവർ ഒരുമിക്കും.

ഏകാന്തത്തടവ് സ്വീകരിക്കാതിരുന്നതിൽ സന്തോഷിക്കുന്ന വധശിക്ഷ യേറ്റവരെക്കാൾ കൂടുതലായിരിക്കും അതിൽ കുറ്റബോധമുള്ളവർ. വധശിക്ഷ സ്വീകരിക്കാതിരുന്നതിൽ സന്തോഷിക്കുന്ന ഏകാന്തത്തടവു കാരെക്കാൾ കൂടുതലായിരിക്കും അതിൽ കുറ്റബോധമുള്ളവർ. എടുത്ത തീരുമാനത്തിൽ സന്തോഷിക്കാൻ കഴിയുന്ന ഭാഗ്യവാന്മാർ അതിനുള്ള ന്യായീകരണങ്ങൾ വർധിച്ചു കൊണ്ടിരിക്കുന്ന ലോകത്തിൽ ഏകാകി കളല്ല. എടുത്ത തീരുമാനത്തിൽ ദുഃഖിക്കേണ്ടി വരുന്നവർ, ന്യായീകരണ ങ്ങൾ നിരന്തരം ദുർബലമായിക്കൊണ്ടിരിക്കുന്ന ലോകത്തിൽ കൂടുതൽ ഏകാകികളാണ്.

താൻ മാത്രം മരിക്കുന്ന ലോകത്തിലെ ഏകാന്തതയാണ് വധശിക്ഷ യേറ്റയാൾ അനുഭവിക്കുന്നത്. അയാളാണ് കുറഞ്ഞകാലത്തേക്കാണെ ങ്കിലും കൂടിയ സാന്ദ്രതയിലുള്ള ഏകാന്തത്തടവ് അനുഭവിക്കുന്നത്. ഉറങ്ങുന്ന സമയത്ത്, സ്വാദുള്ളതെന്തെങ്കിലും കഴിക്കുന്ന സമയത്ത് (ആവുമോ?), ആരുമടുത്തടുക്കാത്ത മാരകരോഗം വന്നാലപ്പോൾ ഏകാന്ത ത്തടവുകാരൻ തടവുകാരനല്ല. മരണം വരെ സംഭവിക്കാവുന്നൊരു രോഗ ത്തിന്റെ പിടിയിൽപ്പെട്ട ഏകാന്തത്തടവുകാരൻ– പ്രകൃതിയുടെ വധശിക്ഷ അനുഭവിക്കുകയാണയാൾ. രണ്ടു ശിക്ഷകൾ ഒരുമിച്ചനുഭവിക്കാനാവില്ല–

ആ നാളുകളിൽ ഏകാന്തത്തടവുകാരനല്ല. ക്രമേണ അസുഖം മാറും തോറും അയാൾ ഏകാന്തത്തടവുകാരനായി ചുമതലയേൽക്കും. ബാധിച്ച രോഗം മാറിയേ വധശിക്ഷ നടപ്പിലാകൂ എന്ന നിയമത്തിൽ ക്രൂരമായ ഒരു നർമബോധം ഉണ്ടെന്നു പറയാം. രോഗി അയാളുടെ ശിക്ഷ അനുഭവിക്കാൻ യോഗ്യനല്ല. രോഗിയുടെ സ്വത്വം കുറ്റവാളിയുടെ സ്വത്വത്തെക്കാൾ വലുതാണ്. പ്രകൃതി വിധി നടപ്പിലാക്കുമ്പോൾ അതിൽക്കുറഞ്ഞ അധികാരമുള്ള മനുഷ്യൻ മാറി നിൽക്കുന്നു. അത് കഴിയട്ടെ!

വധശിക്ഷ വിധിക്കപ്പെട്ട് തടവിൽക്കഴിയുന്ന ആൾപോലും എപ്പോഴും തടവിൽക്കഴിയുന്ന ആളല്ല. ആർക്കാണതിനുമാത്രം കരുത്ത്. നിത്യജീവിതമുള്ളൊരാളുടെ സ്വാഭാവികമായ ജീവിതം ഇടയ്ക്കിടെ അയാൾ അറിയാതെ അനുഭവിക്കുന്നുണ്ട്. അയാൾ ഏകാന്തത്തടവുകാരനോട് അസൂയപ്പെടുവാൻ അതുകൂടിയാണ് കാരണം.

തീരാത്ത ഏകാന്തതയാണ്, തരണം ചെയ്തു തീർക്കാനാവാത്ത ഏകാന്തതയാണ്, അതിന്റെ അപാരതയാണ് രണ്ടാമന്റെ പ്രശ്നം. അയാളുടെ ഉറക്കമോ സ്വാദോ രോഗം പോലുമോ സ്വാഭാവികമല്ല. മനുഷ്യൻ അവനവന്റെ ജീവിതത്തിൽ വല്ലപ്പോഴും മാത്രം തിരിച്ചറിയുന്ന, മുഖം തിരിച്ചു കളയുന്ന, എളുപ്പം താഴെയിട്ടു കളയുന്ന, മറ്റെന്തിലെങ്കിലും ഒളിച്ചുവയ്ക്കുന്ന ഏകാന്തത അയാൾ നഗ്നമായി മുഴുവനായി തിരിച്ചറിയുകയാണ്. ജീവിതം എന്ന നിരർഥകതയുമായി അവസാനിക്കാത്ത ഒരു സഹവാസത്തിലാണയാൾ. ആ തടവ് തീരാറാവുമ്പോൾ മോചനം എന്ന സങ്കൽപ്പത്തിന്റെ അർഥം പോലും ഇല്ലാതായിക്കഴിഞ്ഞിരിക്കും. അർഥമുണ്ടായിരുന്നതെല്ലാം നിരർഥകമായിത്തീരും.

ഈ ചിന്തകളെല്ലാം അബോധത്തിലുള്ള ഒരു കഥയാണ് ചെക്കോവിന്റെ 'പന്തയം.' ജീവപര്യന്തം തടവിനെക്കാൾ ധാർമികവും ദയാപരവുമാണ് വധശിക്ഷയെന്നു വിശ്വസിക്കുന്ന ഒരു ബാങ്കറും മരിക്കുന്നതിലും എത്രയോ ഭേദമാണ് എങ്ങനെയെങ്കിലും ജീവിക്കുന്നതെന്നു വിശ്വസിക്കുന്ന യുവാവായ ഒരു വക്കീലുമാണ് ആ കഥയിൽ. വധശിക്ഷയെ അനുകൂലിക്കുന്ന ബാങ്കർ യുവാവിനെ വെല്ലുവിളിക്കുന്നു. സ്വമേധയാ അഞ്ചു വർഷത്തെ ഏകാന്തത്തടവ് സ്വീകരിക്കാമോ? ഇരുപതു ലക്ഷം ഡോളർ തരാം. അഞ്ചു വർഷമാക്കണ്ട. പതിനഞ്ചു വർഷത്തെ ഏകാന്തത്തടവനുഭവിക്കാം. യുവാവ് വെല്ലുവിളി സ്വീകരിച്ചു. പുസ്തകങ്ങൾ പോലുള്ള ചെറിയ ജാലകങ്ങൾ മാത്രം തുറന്നിട്ട് അയാൾ ആ ഏകാന്തത്തടവറയിൽ ജീവിച്ചു.

ഒടുവിൽ പതിനഞ്ചു വർഷത്തെ തടവുശിക്ഷ തീരുകയാണ്. അയാൾ സ്വതന്ത്രനാവുന്നതിനു തലേന്ന് ബാങ്കർ അയാളെ സന്ദർശിക്കുന്നുണ്ട്. ഇതിനകം ബാങ്കർ ഏറക്കുറെ നിർധനനായിക്കഴിഞ്ഞിരുന്നു. ഇരുപതു ലക്ഷം ഡോളർ വലിയ ഒരു തുകയായും മാറിയിരിക്കുന്നു (വീട്ടാറാവുമ്പോൾ വീട്ടാനുള്ള ചെറിയ തുകകൾ പോലും ഭാരിച്ചതായിത്തീരും).

അയാളെ ആരുമറിയാതെ കൊല്ലാനാണു ബാങ്കർ വന്നിരിക്കുന്നത്. മുന്നിൽ ബാങ്കർക്കെഴുതിയ കത്തുമായിരിക്കുന്ന അസ്ഥികൂടം മാത്രമായി മാറിക്കഴിഞ്ഞ യുവാവിനെയാണയാൾ കാണുന്നത്. അയാൾ ആ കത്ത് പുറകിൽ നിശ്ശബ്ദനായി നിന്നു വായിക്കുന്നു. പതിനഞ്ചു വർഷം - അനന്തതയെക്കാൾ ഒട്ടും ചെറുതല്ല ഏകാന്തത്തടവിൽക്കഴിയുന്ന ഒരു യുവാവിന് ഇത്രയും കാലം - അയാളിൽ വരുത്തിയ മാറ്റത്തിന്റെ ഫല മായിരുന്നു ആ കത്തിൽ. ആ കത്തിലെ അവസാന ഖണ്ഡം ഇങ്ങനെ യായിരുന്നു. 'നിങ്ങൾ സ്നേഹിക്കുന്നതും ആദരിക്കുന്നതുമെല്ലാം ഞാൻ വെറുക്കുന്നുവെന്നു പറഞ്ഞല്ലോ. അത് പ്രവൃത്തിയിലൂടെ തെളിയിക്കു ന്നതിനുവേണ്ടി, ഒരു കാലത്ത് ഞാൻ സ്വപ്നം കണ്ട ഇരുപതു ലക്ഷം ഡോളർ ഇതാ ഞാനുപേക്ഷിക്കുന്നു. എനിക്ക് ആ പണം കിട്ടാനുള്ള കരാറവകാശം ഇല്ലാതാക്കുന്നതിനുവേണ്ടി, ഞാൻ ഇവിടെ നിന്ന് നിശ്ചിത സമയത്തിന് അഞ്ചു മണിക്കൂർ മുൻപ് ഇറങ്ങിപ്പോകും. അങ്ങനെ ഞാൻ കരാർ ലംഘിക്കും.'

ബാങ്കർ അതു വായിച്ച് പൊട്ടിക്കരഞ്ഞു കൊണ്ട് മുറി വിട്ടിറങ്ങി. ഇതിനു മുൻപൊരിക്കലും അയാൾക്ക് തന്നോടിത്ര പുച്ഛം തോന്നിയി ട്ടില്ല. ആ യുവാവ് എഴുതിയത് അയാൾ വീണ്ടും വീണ്ടും ഓർമിച്ചു. 'സ്വാതന്ത്ര്യവും ജീവിതവും ആരോഗ്യവുമെല്ലാം ഞാൻ വെറുക്കുന്നു... ഞാൻ നിങ്ങളുടെ പുസ്തകങ്ങളെ വെറുക്കുന്നു, നിങ്ങളുടെ ബുദ്ധി ശക്തിയെ വെറുക്കുന്നു; ഈ ലോകത്തിലെ സകല നേട്ടങ്ങളെയും വെറുക്കുന്നു. ഇതെല്ലാം നൈമിഷികവും മായികവും വിലയില്ലാത്തതും വഞ്ചിക്കുന്നവയുമാണ്. അക്കരപ്പച്ച.'

യുവാവ് കത്തിലെ വാഗ്ദത്തം പാലിച്ചു. അയാൾ അപ്രത്യക്ഷനായി. പക്ഷേ, അയാൾ എഴുതിവച്ച കത്ത് ബാങ്കർ ഒരാളെയും കാണിച്ചില്ല. 'എന്തിന് മറ്റുള്ളവർക്ക് ആവശ്യമില്ലാത്ത സംശയങ്ങൾക്കിട കൊടു ക്കുന്നു.' ഈ കഥ വായിച്ചവർക്കു മാത്രം തിരിച്ചറിയാൻ കഴിയുന്നൊരു ന്യൂനോക്തിയുണ്ട് കഥയിലെ ഈ അവസാന വാക്യത്തിൽ. മനുഷ്യർ എത്ര പാവമാണ് എന്നു പറയുന്നവയാണ് ചെക്കോവിന്റെ കഥകളെല്ലാം.

വധശിക്ഷയും ഏകാന്തത്തടവുമെല്ലാം സാക്ഷ്യപ്പെടുത്തുന്നതും മനുഷ്യന്റെ പാവത്തത്തെ തന്നെ. വധശിക്ഷ കൂടുതൽ വിവേകമുള്ള ഒരു കാലത്തു നിന്ന് പിന്തിരിഞ്ഞു നോക്കുമ്പോൾ മനുഷ്യസംസ്കാര ത്തിന്റെ പരാജയസ്ഥാനങ്ങളിലൊന്നായി തിരിച്ചറിയപ്പെടും.

നാല്

ശത്രു കൊട്ടാരത്തിൽ കയറി രാജാവിനെയും സേനാധിപനെയും കൊട്ടാരം കാവൽക്കാരെയും വധിച്ചു. മക്കളെ നിലവറയിലൊളിപ്പിച്ച ശേഷം രാജ്ഞി കിണറ്റിൽച്ചാടി മരിച്ചു. എല്ലാം അവസാനിച്ചു. പുറത്തു നിന്നടച്ച നിലവറയുടെ വാതിൽ ഒന്നു തള്ളിനോക്കിയശേഷം അവ സാനത്തെ ശത്രുഭടനും കൊട്ടാരം വിട്ടിറങ്ങി.

നിലവറയിൽ കുടുങ്ങിയ കുട്ടികൾ ദാഹംകൊണ്ടും വിശപ്പുകൊണ്ടും വലഞ്ഞു. കൊട്ടാരത്തെ ചൂഴ്ന്നു നിന്ന ഭീതിദമായ നിശ്ശബ്ദത അവർ തിരിച്ചറിഞ്ഞു. അവർ ആവുന്നത്ര ഉച്ചത്തിൽ വിളിച്ചു, വാതിലിൽ ഇടിച്ചു. കൊട്ടാരത്തിന്റെ ചുമരുകളിൽത്തട്ടി അതു പ്രതിഫലിച്ചു.

ഒടുവിൽ ഉള്ള ശക്തി മുഴുവൻ സംഭരിച്ച് അവർ കതകിൽ ഉന്തുവാൻ ഒരുങ്ങി. പ്രാണശക്തി മുഴുവൻ കൈകളിലേക്ക് ആവാഹിച്ച് ആ പിഞ്ചുകുഞ്ഞുങ്ങൾ ഉന്തുവാൻ തുടങ്ങിയപ്പോഴാണു പോലും ആദ്യത്തെ ഭൂമികുലുക്കമുണ്ടായത്.

ഇങ്ങനെയാണ് ഭൂമിയിൽ മിത്തുകൾ ഉണ്ടാവുന്നത്.

അഞ്ച്

ശ്മശാനത്തിന്റെ വക്കത്തുള്ള വിജനമായ വഴിയിലൂടെ സന്ധ്യാസമയത്ത് തനിച്ചു പോവുകയായിരുന്നു ആ പെൺകുട്ടി. പേടികൊണ്ട് നെഞ്ച് പടപടാപിടയ്ക്കുന്നു. ഇടയ്ക്കിടെ ഓടിയും കൂടക്കൂടെ തിരിഞ്ഞു നോക്കിയും അവൾ അതിവേഗം പോവുകയാണ്. അപ്പോഴാണ് അൽപ്പം മുൻപിലായി, ഏതാണ്ട് തന്റെ വലുപ്പമുള്ള ഒരു പെൺകുട്ടി അതിസാവകാശത്തിൽ നടക്കുന്നത് അവൾ കണ്ടത്. ഒരു കുതിക്ക് അവൾ അപരിചതയുടെ ഒപ്പമെത്തി. കിതപ്പൊന്നമർന്നപ്പോൾ അവൾ ചോദിച്ചു. 'നിനക്കൊരു പേടിയുമില്ല്ലേ, ഈ സന്ധ്യാസമയത്ത് തനിച്ച് ഈ വഴി പോകാൻ. നിന്നെക്കണ്ടിരുന്നില്ലെങ്കിൽ ഞാനിപ്പോൾ പേടിച്ച് ചാവുമായിരുന്നു.' നിന്ന്, വല്ലാതെ പ്രകാശിക്കുന്ന മുഖം കൊണ്ടു മന്ദഹസിച്ച്, അവൾ ശബ്ദം താഴ്ത്തി ഇങ്ങനെ മറുപടി പറഞ്ഞു: 'പേടി ഉണ്ടായിരുന്നോ എന്നോ? നിന്നെപ്പോലെതന്നെ പേടിച്ചു പേടിച്ചാണ് ഞാനും ഈ വഴി പോയിരുന്നത്. പക്ഷേ മരിച്ചതിനുശേഷം ഇപ്പോൾ ഒരു പേടിയുമില്ല.'

ആറ്

കാടിന്റെ വക്കത്തുള്ള ബ്രാഹ്മണഭവനത്തിൽ നിന്നുയരുന്ന പാചകത്തിന്റെ സുഗന്ധമേറ്റ് നാഴികകളോളം നിൽക്കുമായിരുന്നു ആ സിംഹം. മാംസഭക്ഷണത്തെക്കാൾ ഹൃദ്യമായിത്തോന്നി അതിന് ബ്രാഹ്മണഗൃഹത്തിലെ സസ്യഭക്ഷണം. കൊതി ദുസ്സഹമായിത്തീർന്നപ്പോൾ, ഒരു ദിവസം അതൊരു പണ്ഡിതനായ ബ്രാഹ്മണ യുവാവായി വേഷം മാറി ആ ഗൃഹത്തിലേക്കു ചെന്നു. മനഃപൂർവം വേഷം കെട്ടുന്ന എല്ലാവരെയും പോലെ കുറ്റമറ്റതായിരുന്നു സിംഹം കെട്ടിയ പണ്ഡിതനായ ബ്രാഹ്മണ യുവാവിന്റെ വേഷവും. അയഥാർഥമായതുകൊണ്ട് തികവുറ്റതായിത്തീരുന്ന എന്തോ ഉണ്ടല്ലോ എല്ലാ ഗംഭീര വേഷങ്ങളിലും.

കാഴ്ചയിൽത്തന്നെ അന്തരംഗഗാംഭീര്യം വെളിവായിക്കാണുന്ന ആ പണ്ഡിതനായ യുവ ബ്രാഹ്മണനെ ഗൃഹസ്ഥൻ ആദരവോടെ സ്വീകരിച്ചു.

അയാളുടെ സംസാരത്തിലും പെരുമാറ്റത്തിലും കുലീനതയും പാണ്ഡിത്യവും തെളിഞ്ഞുകാണായി. സുകൃതം കൊണ്ടാണ് ഇങ്ങനെയൊരു മഹാബ്രാഹ്മണനെ അതിഥിയായിക്കിട്ടിയതെന്ന് ആ കുടുംബം അഭിമാനിച്ചു. ആ ഗൃഹത്തിലെ സൽക്കാരം ആ ബ്രാഹ്മണ യുവാവിനും അതീവ ഹൃദ്യമായി.സല്ലാപചതുരനായ - കുടുംബം വിവാഹാർഥിയായിക്കാണുന്ന ആരാണ് സല്ലാപചതുരനല്ലാത്തത്? - ആ യുവാവ് ദിവസങ്ങളോളം ആ ഗൃഹത്തിൽ താമസിച്ചു. മൂന്ന് ആൺമക്കളും സുന്ദരിയായ ഒരു മകളും അവരുടെ അമ്മയുമായിരുന്നു ഗൃഹസ്ഥനെക്കൂടാതെ ആ വീട്ടിൽ. പണ്ഡിതനും സുന്ദരനുമായ യുവബ്രാഹ്മണൻ യുവതിയെ ആഗ്രഹിക്കുകയും അവൾ അയാളിലെ മറഞ്ഞിരിക്കുന്ന ബ്രാഹ്മണോചിതമെന്നു പറയാനാവാത്ത വന്യമായ ശരീരബലത്തെ മോഹിക്കുകയും ചെയ്തു. സ്ത്രീ മറഞ്ഞുനിന്ന് കാണുന്നതുകൊണ്ട് സൂക്ഷ്മമായി കാണുന്നു. അയാളെ കാണുകയല്ല അവൾ, അയാളിലൂടെ കാണുകയാണവൾ. ഒരേസമയം അവളിൽ സ്വയം ഇല്ലാതാകണമെന്നും അവളെ ഇല്ലാതാക്കണമെന്നും യുവാവിനു തോന്നി. അയാൾ വിവാഹഭ്യർഥന നടത്തി. പ്രതിഭാശാലികളുടെ ബന്ധുബലമോ ഗൃഹപ്രശസ്തിയോ അന്വേഷിക്കേണ്ടതില്ലല്ലോ. അയാളെ സംബന്ധിച്ച് ഉള്ളതെല്ലാം, ഇല്ലാത്തതും അയാൾക്കുള്ള യോഗ്യതയായാണ് അവർക്ക് തോന്നിയത്. അവർ വിവാഹിതരായി.

അന്നു തന്നെ സ്വഗൃഹത്തിലേക്കു പോകണമെന്നു ബ്രാഹ്മണയുവാവ് ശഠിച്ചു. ഇതുവരെ ഞാൻ അതിഥിയായിരുന്നു. ഇപ്പോൾ മുതൽ അങ്ങയുടെ ജാമാതാവാണ്. ഭാര്യാഗൃഹത്തിൽ ഭാര്യയുടെ ബന്ധുക്കൾക്കു ദുഃഖമുണ്ടാവുമ്പോഴല്ലാതെ ഭർത്താവ് താമസിക്കരുത്. ഭയപ്പെടണ്ട, എന്റെ വധു സുരക്ഷിതയായിരിക്കും. വരന്റെ വാക്കുകൾ കേട്ട് വധൂപിതാവിന് അഭിമാനമാണ് തോന്നിയത്. കണ്ടില്ലേ, അയാൾ പുരുഷോചിതമായി പെരുമാറുന്നു. കണ്ണുകൾ കൊണ്ട് അതിലുള്ള അഭിമാനം അയാൾ ഭാര്യയെ അറിയിച്ചു. പുരുഷനായതിന്റെ അന്തസ്സ് അറിയാനവസരം നൽകുന്ന ഇത്തരം യുവാക്കളല്ലേ ഭൂമിയിൽ വേണ്ടത്? വിലപിടിച്ച സമ്മാനങ്ങളോടെ ആ നവദമ്പതികൾ വീടു വിട്ടിറങ്ങി. തികച്ചും അജ്ഞാതമായ അനുഭവങ്ങളിലേക്കും പരിസരത്തേക്കുമുള്ള യാത്ര അവളെ ഉത്തേജിപ്പിക്കുകയും കിടിലം കൊള്ളിക്കുകയും ചെയ്തു. എല്ലാ അർഥത്തിലും പരിചയിക്കാത്തതിലേക്കായിരുന്നല്ലോ ആ യാത്ര. പരിചയിക്കാത്തതിലേക്കുള്ള യാത്ര മാത്രമല്ലേ യഥാർഥ യാത്ര!

സന്ധ്യയോടെ അവർ അയാളുടെ വീട്ടിലെത്തി. വൃത്തിയുള്ളതും കമനീയമായി അലങ്കരിച്ചതുമായ ഒരു കൊച്ചുവീട്. കാടിന്റെ ഒത്ത നടുവിൽ. തങ്ങളല്ലാതെ മറ്റാരുമില്ല. അയൽപക്കം പോലുമില്ല. അവൾക്ക് ആനന്ദം കൊണ്ട് തുള്ളിച്ചാടുവാൻ തോന്നി. ഭർത്തൃഗൃഹങ്ങളിലെ ചുങ്കക്കാരെ അവൾ ദുഃസ്വപ്നം കണ്ട് ഞെട്ടിയിരുന്നു. ഇതാ ഇവിടെ

ഞങ്ങളല്ലാതെ ആരുമില്ല. ഭൂമിയിൽ ഇപ്പോൾ ഞങ്ങളല്ലാതെ ആരുമില്ല. എന്റെ ഇഷ്ടം ആദ്യമായി എന്റെ ജീവിതത്തിന്റെ ഇഷ്ടങ്ങളായിത്തീരുകയാണ്. ഞാൻ കൽപ്പിക്കുന്നു; ജീവിതം അനുസരിക്കുന്നു.

രാത്രിയിൽ അയാളുടെ ശരീരം അയാളിലെ മറഞ്ഞിരിക്കുന്ന സിംഹത്തിന്റെ ശരീരമായി. പകൽസമയത്തു മറഞ്ഞിരുന്നതൊക്കെ രാത്രിയിൽ ഉണർന്നു. രാത്രിയിൽ അയാൾ പരിണമിച്ച് സിംഹമായിത്തീരുന്നത് അവൾ ആനന്ദത്തോടെ അനുഭവിച്ചു. അതിശക്തമായി നിലത്തടിക്കുമ്പോൾ വാശിയോടെ ഉയർന്നു പൊങ്ങുന്ന പന്തുപോലെ ഉയരങ്ങളിൽ അവൾ വീണ്ടും വീണ്ടും നഷ്ടപ്പെട്ടു. തന്നെയിനി വീണ്ടു കിട്ടുകയില്ലേ; അവൾ ഭയപ്പെട്ടു. ഭൂമിയിൽ അവർ മാത്രമുള്ള അസുലഭങ്ങളായ രാത്രികൾ അന്നുമുതൽ ആരംഭിച്ചു. പുരുഷനെപ്പോലെ ദുർബലനായ മനുഷ്യനല്ല സ്ത്രീയെന്ന് സിംഹത്തിനും ബോധ്യമായി.

സുരക്ഷിതയായിരുന്നു അവൾ, സന്തുഷ്ടയും. പക്ഷേ നാളുകൾ ചെന്നപ്പോൾ അയാളവളോട് അപൂർവം സന്ദർഭങ്ങളിൽ നീരസത്തോടെ പെരുമാറി. അത്തരം സന്ദർഭങ്ങളിൽ അയാളുടെ ശബ്ദം പകയുറ്റ ഒരു ശത്രുവിന്റേതായിരുന്നു. മനുഷ്യനിലേക്കുള്ള പടികൾ ആരംഭിക്കുന്നതിനു മുൻപുള്ള കാലത്തിന്റെ. മൃദുവാകലുകൾക്ക് പുറത്തുള്ള ഒരു പാരുഷ്യത്തിന്റെ. എപ്പോഴും മറഞ്ഞിരിക്കേണ്ടി വരുന്ന, സ്വന്തം രൂപത്തിൽ പ്രത്യക്ഷപ്പെടാൻ സ്വാതന്ത്ര്യമില്ലാത്ത ഒരുവന്റെ അതിനു കാരണമായ സാഹചര്യത്തോടുള്ള മുരൾച്ചയുണ്ടായിരുന്നു ആ ഒച്ചയിൽ. അയാൾ പരുഷമായ ശബ്ദത്തിൽ അവളോടു പറയും; 'നീയെന്റെ ശരിയായ മുഖം കണ്ടിട്ടില്ല.' അങ്ങനെ പറഞ്ഞു പോയതിൽ പിന്നീടയാൾ പശ്ചാത്തപിക്കും. കൂടുതൽ ഇണക്കത്തോടെ, അലിവോടെ പെരുമാറും. രാത്രിയിൽ, ഇരുട്ടിൽ ശൗര്യം മുഴുവൻ പുറത്തെടുക്കാൻ മറന്നതുമില്ല. അപ്പോഴവൾ പരിഭവിച്ചതുമില്ല.

ആദ്യമാദ്യം നീണ്ട ഇടവേളകൾക്കിടയിലാണ് അയാൾ 'നീയെന്റെ ശരിയായ മുഖം കണ്ടിട്ടില്ല' എന്നു ഭാര്യയോടു പറഞ്ഞു കൊണ്ടിരുന്നത്. ക്രമേണ ആ ഇടവേളകളുടെ ദൈർഘ്യം കുറഞ്ഞുവന്നു. ദിവസം മൂന്നും നാലും തവണ അയാളിങ്ങനെ പറയാൻ തുടങ്ങി. ഒടുവിൽ സഹികെട്ട്, ഒരു വൈകുന്നേരം എന്നാലാ ശരിയായ മുഖം ഒന്നു കാണട്ടെ, എന്നവൾ പറഞ്ഞു. ബ്രാഹ്മണയുവാവ് പെട്ടെന്നു സിംഹമായി. അവൾ മോഹാലസ്യപ്പെട്ടു വീണു. മോഹാലസ്യം തീർന്ന് ഉണർന്നപ്പോൾ അവൾ ആ ബ്രാഹ്മണയുവാവിന്റെ മടിയിൽ കിടക്കുകയായിരുന്നു. അയാൾ അവളുടെ നെറ്റിയും കവിളുകളും തലോടുന്നു. 'ഭീകരമായതെന്തോ കണ്ടതുപോലെ ഭയന്ന് നീ മോഹാലസ്യപ്പെട്ടു വീണു. എന്തു പറ്റി നിനക്ക്?' അയാൾ ആർദ്രമായി ചോദിച്ചു. അവൾക്ക് അയാളുടെ ഇപ്പോഴത്തെ വാക്കുകളെയോ രൂപത്തെയോ അവിശ്വസിക്കാനായില്ല. നേരത്തേ കണ്ട സിംഹരൂപത്തെയും. പിന്നീടും ചിലപ്പോഴെല്ലാം നീയെന്റെ ശരിയായ മുഖം

കണ്ടിട്ടില്ല എന്നയാൾ പറഞ്ഞുവെങ്കിലും അവൾ മറുപടി പറയാൻ ശ്രമിച്ചില്ല. കാട്ടിൽ ഒരു ക്രൂരമൃഗത്തിന്റെ കൂടെയാണ് തന്റെ ദാമ്പത്യം എന്ന കാര്യം ചിലപ്പോഴവളെ ശല്യം ചെയ്തു. അത്രമേൽ ഉറപ്പുള്ള മരണം പോലും മനുഷ്യരെ ചിലപ്പോഴല്ലേ ശല്യപ്പെടുത്താറുള്ളൂ.

അമ്മയെ കാണണം എന്നവൾ നിർബന്ധം പിടിച്ചപ്പോൾ അവർ അവളുടെ വീട്ടിലേക്കു പുറപ്പെട്ടു. അവസരം കിട്ടിയപ്പോൾ അമ്മയോട് അവൾ ആ ബ്രാഹ്മണ യുവാവ് യഥാർഥത്തിൽ ഒരു സിംഹമാണ് എന്ന വസ്തുത പറഞ്ഞു. ഉണ്ടായ സംഭവവും അവൾ വിവരിച്ചു. അവൾ വിചാരിച്ചപോലെ അമ്മ പരിഭ്രമിച്ചില്ല. ആരാണ് മോളെ മൃഗമല്ലാത്തത്? നിന്റെ അച്ഛൻ മൃഗമല്ലേ? നിന്റെ സഹോദരങ്ങൾ മൃഗങ്ങളാണ് എന്ന കാര്യം അവരുടെ ഭാര്യമാർക്കു മാത്രമറിയാം. ഏതായാലും നിന്റെ ഭർത്താവൊരു സിംഹമല്ലേ? എന്റെ ഭർത്താവ് ഒരു സിംഹമാണ് എന്നു തോന്നുന്നത് ചിലപ്പോൾ നല്ലതല്ലേ. സിംഹം ഒരു സാധുമൃഗമാണ്. നീ ഭാഗ്യവതിയാണ്.

അവർ സ്വഗൃഹത്തിലേക്കു മടങ്ങി. യുവതി വൈകാതെ പ്രസവിച്ചു. മുല കുടിക്കുമ്പോൾ, ചിലപ്പോൾ അതൊരു സിംഹക്കുട്ടിയാണെന്ന് അവൾ അറിഞ്ഞു. അവളെ നോക്കി ചിരിച്ചു കൊണ്ടിരിക്കെ ആ ശിശു 'നീയെന്റെ ശരിയായ മുഖം കണ്ടിട്ടില്ല' എന്നവളോടു പറയും പോലെ തോന്നി. എന്നാൽ കാണട്ടെ എന്നവൾ പറഞ്ഞില്ല.

ക്രൂരമൃഗങ്ങൾക്കൊപ്പം ചിലപ്പോൾ ആനന്ദിച്ചും ചിലപ്പോൾ ഭയന്നും ചിലപ്പോൾ അസ്വസ്ഥയായും ആ യുവതി ജീവിച്ചു പോന്നു.

ഏഴ്

രാജ്യത്തിന്റെ ഒത്ത നടുവിലായി മനോഹരമായ ഒരു നഗരം. അതിന്റെ നടുവിൽ കണ്ണഞ്ചിക്കുന്ന ഒരു കൊട്ടാരം. കൊട്ടാരത്തിൽ സർവ സൗഭാഗ്യ ങ്ങളും തികഞ്ഞ ഒരു രാജകുമാരൻ. രാജ്യത്തിന്റെ തിളങ്ങുന്ന ഭാവി വളരെ ദൂരെ വരെ കാണാം. ബുദ്ധി, സൗന്ദര്യം, തുളുമ്പുന്ന പ്രസന്നത; രാജകുമാരന്റെ പ്രഭയിൽ ഏതിരുട്ടിലും സൂചിയിൽ നൂല് കോർക്കാമെന്നു രാജ്ഞിയുടെ തോഴികൾ.

മികച്ച ഗുരുനാഥന്മാർക്കു കീഴിലുള്ള ശിക്ഷണത്തിനുശേഷം അക്കാലത്തെ പതിവനുസരിച്ച് രാജകുമാരൻ രണ്ടു വർഷത്തെ ലോക സഞ്ചാരത്തിനു പോയി. തിരിച്ചു വന്നത് പോയ രാജകുമാരനല്ലെന്ന് അന്തഃപുരത്തിലെ പരിചാരകർ പറഞ്ഞു. പഴയ രാജകുമാരനു പകരം തിരിച്ചു വന്നത് വിഷാദം നിറഞ്ഞ കണ്ണുകളും നീണ്ട താടിയും തുടർച്ച യായ ദീർഘനിശ്വാസങ്ങളും. ഒരിക്കലും നിറവേറാനിടയില്ലാത്ത എന്തിലോ എന്റെ മകൻ ആശ വച്ചിരിക്കുന്നു; രാജാവ് ഊഹിച്ചു. മകനേ നിന്റെ ഏതാവശ്യവും സാധിപ്പിക്കാനുള്ള ശേഷി ദൈവഗത്യാ നമുക്കുണ്ട്. നിന്റെ ആഗ്രഹം എന്താണ്; എന്താണെങ്കിലും തുറന്നു പറയുക.

അച്ഛാ, മരണം എന്റെ സുഖമൊക്കെ അപഹരിച്ചിരിക്കുന്നു. എന്റെ യാത്രയിലുടനീളം മരണത്തിന്റെ ദുരധികാരം ഞാൻ കണ്ടു. എല്ലാം മരണത്തിലേക്ക് സ്വയമറിയാതെ നീങ്ങുന്നതു കണ്ടു. നിൽക്കുന്നതും ഇരിക്കുന്നതും മരണത്തിന്റെ ഒഴുക്കിൽപ്പെട്ടത് ഞാൻ കണ്ടു. ആരോ എന്റെ കണ്ണിലെ പാട നീക്കിയിരുന്നു, തെളിമയോടെ ഞാൻ കണ്ട തത്രയും മരണത്തിന്റെ പ്രഭാവം. മരണത്തിന്റെ അധീനതയിൽ എനിക്ക് സന്തോഷിക്കാനായില്ല. മരണത്തിനതീതമായ ഒരു രാജ്യം എവിടെയോ ഉണ്ടെന്ന് എന്റെ മനസ്സു പറയുന്നു. ഞാനങ്ങോട്ടേക്കുള്ള യാത്രയിലാണ്. അച്ഛൻ എന്നോടു ക്ഷമിക്കണം. കുറെ ദിവസമായി മനസ്സുകൊണ്ട് ഞാനാ പാതയിലാണ്. ഒരു ശക്തിക്കും എന്നെ പിന്തിരിപ്പിക്കാനാവില്ല.

ദീർഘനാളത്തെ യാത്രയ്ക്കിടയിൽ ഒരു ദിവസം രാജകുമാരൻ വിചിത്രമായ ഒരു കാഴ്ച കണ്ടു. നിശ്ചലമായി നിൽക്കുന്ന വൃക്ഷങ്ങൾ ക്കിടയിൽ ഒരൊറ്റ വൃക്ഷം കാറ്റിൽ ആടിയുലയുന്നു. അയാൾ ആ വൃക്ഷ ത്തിനടുത്തേക്കു ചെന്നു. വൃക്ഷക്കൊമ്പ് പിടിച്ചാഞ്ഞുലച്ചു കൊണ്ടിരുന്ന ഗരുഡൻ രാജകുമാരനെ കണ്ട് മരത്തിൽ നിന്നിറങ്ങി വന്നു. എന്തിനാണീ വൃക്ഷത്തെ ഇത്ര ശക്തിയിൽ പിടിച്ചുലയ്ക്കുന്നത്? രാജകുമാരൻ ചോദിച്ചു. ഇതാണെന്റെ ജീവിതദൗത്യം; ഗരുഡൻ പറഞ്ഞു. ഞങ്ങളുടെ വംശവൃക്ഷമാണിത്. ഈ വൃക്ഷം വീണാലേ ഞാനും എന്റെ വംശവും നശിക്കൂ. ഞാനിങ്ങനെ കഠിനമായി പരിശ്രമിച്ചാൽത്തന്നെ ഈ വൃക്ഷം വീഴാൻ അറുനൂറോളം വർഷങ്ങളെടുക്കും.

ഇത്ര കഷ്ടപ്പെട്ട് നാശം വരിക്കുന്നതെന്തിനാണ്? ജീവനെ ഇങ്ങനെ പിടിച്ചുലയ്ക്കാൻ ആരെങ്കിലും ഇഷ്ടപ്പെടുമോ? രാജകുമാരൻ അദ്ഭുത പ്പെട്ടു.

അങ്ങനെയല്ല, നശ്വരതയാൽ വേട്ടയാടപ്പെടുന്ന നിങ്ങൾക്കറിയാൻ കഴിയാത്ത ചിലതുണ്ട് ഭൂമിയിൽ; ഗരുഡൻ തുടർന്നു. നോക്കൂ ഓരോ തവണ ഈ മരം കുലുങ്ങുമ്പോഴും മരണം ഒരു വിദൂരസാധ്യതയെങ്കിലു മാകുന്നു. ഒടുവിലത്തെ കടപുഴകി വീഴലിന്റെ ഛായയുണ്ട് ഓരോ കുലുങ്ങലിലും. ഓരോ തവണയും ഒരു ചെറിയ വേരെങ്കിലും പൊട്ടുന്നു മുണ്ട്. അപ്പോൾ ഞാൻ ജീവിതം അനുഭവിക്കുകയാണ്. ഇപ്പോഴിപ്പോൾ നേരം കിട്ടുമ്പോഴൊക്കെ ഞാനറിയാതെ എന്റെ കൈകൾ ആ മരം പിടിച്ചു ലയ്ക്കുന്നു. നിങ്ങൾക്കറിയില്ല അപ്പോൾ ഞാനനുഭവിക്കുന്ന ആനന്ദം. ആ ചൈതന്യത്തിന്റെ ഉപാസന എത്ര മധുരമാണെന്ന്. അതിരിക്കട്ടെ, കാഴ്ചയിൽ അതിവ്യത്യസ്തനായിത്തോന്നിക്കുന്ന അങ്ങയുടെ യാത്രോ ദ്ദേശ്യം എന്താണ്.

രാജകുമാരൻ തന്റെ യാത്രോദ്ദേശ്യം അറിയിച്ചു. എങ്കിൽ കൂടെ കഴിയൂ എന്നായി ഗരുഡൻ. എഴുപതോ എൺപതോ വയസ്സുവരെ ജീവി ക്കുന്നവരെ സംബന്ധിച്ച് അറുനൂറു വർഷം അനശ്വരതയല്ലേ? വലിച്ചു നീട്ടിയ നശ്വരതയല്ലേ അനശ്വരത. ചിലതിനു മാത്രമേ ആ ലോകത്തിലും

അനശ്വരതയുള്ളൂ! മരണം മടിച്ചുമടിച്ചു വരുന്ന ഈ എന്റെ സാമീപ്യത്തിൽ നിങ്ങൾക്ക് സ്വസ്ഥനായിരിക്കാം. ഏതു വഴിയും മരണത്തിലേക്കുള്ള വഴിയാവുന്ന നാട്ടിൽ നിന്നു മരണത്തെ കാണുവാനേ കഴിയാത്ത ഈ നാട് ഒരു മോചനമല്ലേ? അല്ല; രാജകുമാരൻ പറഞ്ഞു. വലിയ അളവു പാത്രങ്ങൾ തേടിയല്ല ഞാൻ വന്നത്. മരണമേയില്ലാത്ത രാജ്യം തേടിയാണ്. രാജകുമാരൻ യാത്ര തുടർന്നു. നിഴലുകളേയില്ലാത്ത രാജ്യം!

വർഷങ്ങൾ കഴിഞ്ഞു. യാത്രയ്ക്കിടയിൽ മറ്റൊരു കാഴ്ച കണ്ടു രാജകുമാരൻ. ഒരുയർന്ന മലമുകളിൽ പിക്കാസ് ഉപയോഗിച്ച് ഒരാൾ മണ്ണ് കിളച്ചെടുത്ത് കുട്ടയിൽ നിറയ്ക്കുന്നു. ദൂരെയൊരു സ്ഥലത്ത് അതു നിക്ഷേപിച്ചശേഷം തിരിച്ചുവന്ന് വീണ്ടും കുട്ടയിൽ മണ്ണു നിറയ്ക്കുന്നു. ആരോ അയാളെ ശിക്ഷിച്ചതാണോ? അല്ല; അയാളുടെ മുഖത്ത് ദുഃഖമൊന്നുമില്ല. രാജകുമാരൻ അയാളെ ദിവസങ്ങളോളം നിരീക്ഷിച്ചു. ഒരു മാറ്റവുമില്ല. അതേ പ്രവൃത്തി ഒട്ടും മടിയില്ലാതെ അയാൾ ചെയ്തു കൊണ്ടിരിക്കുന്നു. രാജകുമാരൻ സമീപത്തേക്ക് വരുന്നതു കണ്ട് അയാൾ പണി നിർത്തി. രാജകുമാരന്റെ അദ്ഭുതം നിറഞ്ഞ കണ്ണുകൾ കണ്ട് അയാൾ പറഞ്ഞു. ഇതെന്റെ ചുമതല, അല്ലെങ്കിൽ ഇപ്പോഴത്തെ എന്റെ ജീവിതരീതി. ഈ മല മുഴുവനും നീക്കം ചെയ്തു കഴിയുമ്പോഴേ ഞാനോ എന്റെ വംശമോ നശിക്കൂ. അതിനിപ്പോഴത്തെ നിലയിൽ ആയിരം വർഷങ്ങളെടുക്കും.

ഇത്ര പ്രയത്നിച്ച് വിനാശത്തെ അടുപ്പിക്കുന്നതെന്തിനാണ്? സൂക്ഷ്മമായാലോചിച്ചാൽ എല്ലാ പ്രവൃത്തിയും അവസാനത്തിലേക്കടുക്കുവാനുള്ള പ്രവൃത്തിയാവാം. പക്ഷേ ബോധപൂർവമായ ഈ പ്രയത്നം?

ഈ ഓരോ കുട്ട മണ്ണുമാണ് ജീവിതം. അയാൾ പറഞ്ഞു. ലക്ഷ്യത്തിലെത്തുന്നതിന്റെ സന്തോഷം മരണത്തിലെത്തിക്കൊണ്ടിരിക്കുന്നതിന്റെ സന്തോഷം കൂടിയാണ്. പതുക്കെപ്പതുക്കെ മരണം വളർന്നു വരുന്നതിന്റെ സുഖം നിങ്ങൾക്ക് ഊഹിക്കാനാവില്ല. ഓരോ പ്രവൃത്തിയും തീരുമ്പോൾ നിങ്ങളും അതറിയുന്നുണ്ട്. അറിയാതെ. അതിരിക്കട്ടെ തൃപ്തിപ്പെടുത്തുവാനാവാത്ത ഏതോ തൃഷ്ണയാൽ തിളങ്ങുന്ന നിങ്ങളുടെ കണ്ണുകൾ കണ്ടിട്ട് ചോദിക്കുകയാണ്, എന്താണ് നിങ്ങളുടെ യാത്രോദ്ദേശ്യം?

ഉദ്ദേശ്യം അറിഞ്ഞപ്പോൾ അയാൾ പറഞ്ഞു. എങ്കിൽ ഇവിടമാണ് അങ്ങേക്ക് ഇണങ്ങുക. അറുപതോ എഴുപതോ വർഷം ജീവിക്കുന്നവർക്ക്, ജീവിച്ചു തീരാതെ മരിക്കേണ്ടി വരുമോ എന്നു ഭയപ്പെടുന്നവർക്ക്, ആയിരം വർഷം അനന്തതയല്ലേ?

രാജകുമാരൻ അന്നവിടെ താമസിച്ചു. പുലർച്ചെ യാത്രയ്ക്കൊരുങ്ങുമ്പോൾ നമ്മൾ വിപരീത ദിശയിലേക്കുള്ള യാത്രക്കാർ, എന്നാലും അങ്ങേക്ക് നന്മ വരട്ടെ എന്ന് ആതിഥേയൻ പറഞ്ഞു. ഞാൻ മരണമുള്ള രാജ്യത്തിനും എനിക്കും ഇടയിലുള്ള മണ്ണ് ഓരോ കുട്ടയായി നീക്കം

ചെയ്യുന്നു. ഇപ്പോൾ മരണം സ്പഷ്ടമായി കാണാൻ തുടങ്ങീ ഞാൻ. ഇപ്പോൾ നോക്കൂ, പാത്രങ്ങൾ അളവു പാത്രങ്ങളായി. സമയം ദിവസവും മാസവും വർഷവുമായി. എങ്കിലും അവയ്ക്ക് കൃത്യത വന്നു കഴിഞ്ഞി ട്ടില്ല. എന്റെ പ്രവൃത്തി അവസാനത്തോടടുക്കും തോറും എല്ലാം അർഥ വത്തായിത്തീരും. ആവശ്യമില്ലാത്തതുകൊണ്ട് ഞാനുപേക്ഷിച്ച, ഒരു പക്ഷേ നിങ്ങൾക്ക് ഉപകരിച്ചേക്കാവുന്ന ഒരു വിചിത്ര മോതിരമുണ്ട് എന്റെ കൈയിൽ. ഈ മോതിരം ധരിച്ച ആൾ എവിടെ എത്തണം എന്നാ ശിച്ചുവോ അവിടെ എത്തും. അടുത്ത കുട്ട അയാൾ നിറയ്ക്കുവാൻ തുടങ്ങി. എളുപ്പത്തിലുള്ള പോംവഴികളിൽ എനിക്ക് താത്പര്യമില്ല; നടന്നെത്തേണ്ടിടത്തേക്ക് നടന്നുതന്നെ ചെല്ലണം.

മോതിരം വിരലിലിട്ട് രാജകുമാരൻ കണ്ണടച്ച് പ്രാർഥിച്ചു. ഞാൻ നിത്യ ലോകത്തിലെത്തട്ടെ. കണ്ണു തുറന്നപ്പോൾ ഇരുവശവും മാളികകളുള്ള ഒരു തെരുവീഥിയുടെ തുടക്കത്തിലാണയാൾ. വിചിത്ര ഭാഷകൾ സംസാരിക്കുന്നവർക്കിടയിൽ തന്റെ ഭാഷ സംസാരിക്കുന്ന ഒരാൾ. ഏതാണ് ഇവിടം? അതോ, ഇത് അനശ്വരതയുടെ രാജ്യം. ഞങ്ങൾ നിങ്ങളെ കാത്തിരിക്കുകയാണ്. താമസിച്ചില്ല. അതീവസുന്ദരിയായ ഒരു വൾ തോഴികളോടൊപ്പം വന്നു രാജകുമാരനെ കൂട്ടിക്കൊണ്ടുപോയി.

ദിവസമോ രാപകലുകളോ നിഴലുകളോ ഉണ്ടായിരുന്നില്ല അവിടെ. സൗമ്യമായ പ്രകാശം. രാജകുമാരൻ എത്ര കാലം അവിടെ കഴിഞ്ഞു വെന്ന് ആർക്കറിയാം? പെട്ടെന്നൊരു നിമിഷം അയാൾക്ക് തന്റെ അച്ഛനമ്മ മാരെ ഓർമ വന്നു. നാട്ടിലെത്തണമെന്ന മോഹം കലശലായി. ഇനിയി വിടെ സഹിച്ചു കൂടാ എന്നായി. അയാൾ അത് തന്റെ കൂട്ടുകാരിയോട് പറഞ്ഞു. അരുതെന്ന് അയാളുടെ കൂട്ടുകാരി അയാളെ വിലക്കി. ഇവിടെ നിന്നും പോയാൽ തിരിച്ചു വരാനാവില്ല. രാജകുമാരൻ നിർബന്ധം പിടിച്ച പ്പോൾ അവൾ അയാളോടു കണ്ണുകളടയ്ക്കാൻ ആവശ്യപ്പെട്ടു.

അയാൾ കണ്ണു തുറന്നതും പഴയ ഭൂതലത്തിലെത്തി. കണ്ണടച്ചു പ്രാർഥിച്ച അതേ നദികൾ ഇഴ പിരിയുന്നിടത്ത്. കറുത്തിരുണ്ട ഒരു സ്വത്വം അയാളെ ഓടി വന്ന് പിടികൂടി. പേടിപ്പിക്കുന്നവിധം തണുത്തതായിരുന്നു അതിന്റെ കൈ. നിങ്ങൾ വിട്ടുപോയതോരോന്നായി ഞാൻ നിങ്ങളെ കാണിക്കാം; അതു പറഞ്ഞു. അയാൾ തന്റെ കൊട്ടാരം നിന്ന നഗരത്തി ലെത്തി. അവിടെ നഗരത്തിന്റെ അവശിഷ്ടങ്ങൾ പോലുമില്ലായിരുന്നു. കൊട്ടാരം നിന്നിടത്ത് വിസ്തൃതമായ ഒരു പൊയ്ക. ഈ വൃക്ഷം ഓർമ യുണ്ടോ, അതു ചോദിച്ചു. കടപുഴകി വീണ മരം ദ്രവിച്ചു തുടങ്ങിയി രുന്നു. ഇനിയുമപ്പുറം ഒരു കുഴി കാണുന്നില്ലേ. ഒരിക്കൽ കുന്നായിരുന്ന താണ്. അയാൾ ഓർമിച്ചു; കുട്ട കുട്ടയായി മണ്ണെടുത്തു മാറ്റിയ ആ വിചിത്രമനുഷ്യന്റെ മല. ഇനി പറയട്ടെ, ഞാൻ മരണമാണ്. നിങ്ങളെയും കാത്തിരിക്കുകയായിരുന്നു. എനിക്ക് ഉറപ്പാണ്, നിങ്ങൾ വരും. ജീവന് അത് രൂപമെടുത്ത മണ്ണിൽ നശിക്കണം.

നിങ്ങളറിയുമോ നിങ്ങളുടെ ജീവകാലം പൂർത്തിയായിട്ടിപ്പോൾ രണ്ടായിരം വർഷങ്ങൾ കഴിഞ്ഞു. രാജകുമാരൻ സ്വന്തം ശരീരത്തിലേക്കു നോക്കി. യാതൊന്നും കാണുവാനില്ലായിരുന്നു.

എട്ട്

വിക്രമാദിത്യന്റെ സിംഹാസനം പോലൊന്ന് കഥ പറയുന്നവന്റെ ചുവട്ടിലുമുണ്ട്.

ഒരിക്കൽ ഭോജരാജാവ് നായാട്ടു കഴിഞ്ഞ് തളർന്നവശനായി പരിവാര സമേതം കൊട്ടാരത്തിലേക്കു മടങ്ങുകയായിരുന്നു. ശരവണഭട്ടൻ എന്ന ധനിക കർഷകന്റെ ചോളപ്പാടത്തിലൂടെയായിരുന്നു യാത്ര. വയൽ മധ്യത്തിലെ ഏറുമാടത്തിനു മുകളിലിരിക്കുകയായിരുന്ന ശരവണഭട്ടൻ ക്ഷീണിതനായ രാജാവിനെയും അവശരായ അനുചരരെയും കണ്ടപ്പോൾ ആർദ്രചിത്തനായി. ഏറുമാടത്തിന്റെ മുകളിൽ നിന്നയാൾ രാജാവിനെ ക്ഷണിച്ചു. നിങ്ങളെക്കണ്ടിട്ട് ദാഹവും വിശപ്പും കൊണ്ട് വലഞ്ഞതായി ത്തോന്നുന്നു. നോക്കൂ കുറച്ചുനേരം ഇവിടെ വിശ്രമിക്കാം. വയലിൽ ഇളം കക്കിരികളുണ്ട്, തോപ്പിൽ പലവിധം ഫലങ്ങളുണ്ട്, ചോലയിൽ അമൃതു പോലത്തെ തണുത്ത വെള്ളവും. ഞാൻ താഴേക്കു വരാം.

രാജാവും പരിവാരവും ശരവണഭട്ടന്റെ പാടത്തിലേക്കു പ്രവേശിച്ചു. ശരവണഭട്ടൻ താഴെയിറങ്ങി വന്നു. അയാൾ താഴേക്കാണോ യഥാർഥ ത്തിൽ ഇറങ്ങിവന്നതെന്നു രാജാവ് അദ്ഭുതപ്പെട്ടു. കാരണം താഴെയിറങ്ങി വന്ന ശരവണഭട്ടന്റെ മട്ടാകെ മാറിയിരുന്നു. ആരു പറഞ്ഞു നിങ്ങളോട് ഈ ചോളവയലിൽ ഇറങ്ങാൻ, അയാൾ ആക്രോശിച്ചു. അപമാനിതനായ രാജാവ് മന്ത്രിയായ നീതിവാക്യനോട് എന്താണീ ഭാവമാറ്റത്തിനു കാരണ മെന്നാരാഞ്ഞു. ബുദ്ധിമാനായ നീതിവാക്യൻ നിമിഷനേരം വൈകാതെ മറുപടി നൽകി. ആ കാവൽപ്പുരയിൽ വിചിത്രമായതെന്തോ ഉണ്ട്. ഏറുമാടത്തിലിരിക്കുമ്പോൾ സ്വതേ കർക്കശനും ക്രൂരനും സ്വാർഥനു മായ ഈ മനുഷ്യൻ ഉദാരനാകുന്നു. അപ്പോഴയാൾക്ക് ആരുടെ ദുഃഖവും കാണാനാകുന്നു. അപ്പോഴയാൾക്ക് സ്വന്തം വിഭവങ്ങൾ സൽക്കരിക്കാനു ള്ളതായിത്തീരുന്നു.

നീതിവാക്യന്റെ നിർദേശപ്രകാരം രാജാവ് ആ വയൽ ശരവണഭട്ടനിൽ നിന്നു വലിയ വിലയ്ക്കു വാങ്ങി. ഏറുമാടത്തിൽ സൂക്ഷ്മപരിശോധന നടത്തിയെങ്കിലും ഒന്നും കാണാതെ വന്നപ്പോൾ ഏറുമാടത്തിന്റെ ചുവട്ടിൽ കുഴിച്ചു നോക്കുവാൻ പറഞ്ഞു മന്ത്രി. കുഴിച്ചേറെച്ചെന്നില്ല, വിസ്മയ ഭംഗിയുള്ള ഒരു സ്വർണ സിംഹാസനത്തിന്റെ മുകളറ്റം ദൃഷ്ടിയിൽ പതിഞ്ഞു. സിംഹാസനം മുഴുവനായി പുറത്തെടുത്തു. ഇരുവശങ്ങളിലും മുപ്പത്തിരണ്ടുവീതം പടികൾ. ഓരോ പടിയിലും ഇരുവശത്തുമായി സാലഭഞ്ജികമാർ. അവിടെയിരുന്നു കഥ പറഞ്ഞപ്പോൾ അവർ ഓർക്കാത്തിടങ്ങളിലേക്ക് വളർന്നു. അടിയിൽ

സിംഹാസനമുള്ളതിനാൽ ശരവണഭട്ടന് ഏറുമാടത്തിലിരിക്കുമ്പോൾ ഈ ചോളപ്പാടം ക്ഷീണത്തിനും ദാഹത്തിനും ഉപശാന്തി നൽകാനുള്ളതായി ത്തീർന്നു. അയാൾ അയാളുടെ ഭാവുകത്വമായി പരിണമിച്ചു.

മികച്ച കഥകളെല്ലാം വ്യക്ത്യതീതമായ ഉദാരതയുടെ ആവിഷ്കാരം കൂടിയാണ്. ജീവനെ ജീവിപ്പിക്കുന്ന ചിലതിന്റെ രൂപാന്തരങ്ങളാണ് അവയും. 'ശവങ്ങൾക്ക് ചീയുവാൻ ശക്തികിട്ടാനെല്ലാരുമെഴുതുവിൻ' എന്നു കുഞ്ഞുണ്ണി പറയുന്നതിൽ ആ 'കവിഞ്ഞ' കാരണവുമുണ്ട്.

ഒൻപത്

ആദ്യമൊക്കെ ഭർത്താവിന് എന്നെ വലിയ ഇഷ്ടമായിരുന്നു. ഉറങ്ങുമ്പോൾ നിന്നെ എനിക്ക് നഷ്ടമാവുന്നു എന്ന് പറഞ്ഞ് ഉറങ്ങാതിരുന്നിട്ടുണ്ട് പല രാത്രികളിൽ. ഭൂമിയിലേക്കും വേഗം കുറഞ്ഞ വിരലുകളുപയോഗിച്ച് കാൽവിരലിൽ നിന്ന് മൂർധാവിലെത്താൻ ദിവസങ്ങളെടുക്കുന്ന പഠനപര്യടനങ്ങൾ നടത്തിയിട്ടുണ്ട്. യാത്ര പറഞ്ഞുപോയി, എന്തോ മറന്നെന്ന് പറഞ്ഞു പല തവണ തിരികെ വന്നിട്ടുണ്ട്. എടുക്കാൻ മറന്നത് എല്ലാ തവണയും എന്നെയായിരുന്നു. തുണിക്കടകൾ എനിക്കിണങ്ങുന്ന വസ്ത്രങ്ങൾ കൊണ്ടുവയ്ക്കാത്തതിൽ കോപിച്ചിട്ടുണ്ട്. എന്തിനെയും നിനക്കിഷ്ടമുള്ള വസ്തുക്കളാക്കി മാറ്റുന്ന ഒരു ജാലവിദ്യക്കാരനാകുവാൻ തനിക്കു കഴിഞ്ഞില്ലല്ലോ എന്ന് അസ്വസ്ഥനായിട്ടുണ്ട്. എന്റെ നിസ്സാരവും പാവവും വിഡ്ഢിയുമായ ശരീരം സ്വയമറിയാതെ അഹങ്കരിക്കാൻ തുടങ്ങിയിരുന്നു. അഭിനന്ദിക്കപ്പെട്ട്, അഭിനന്ദിക്കപ്പെട്ട് എന്റെ അവയവങ്ങൾ വഷളായിത്തുടങ്ങിയിരുന്നു. അവ എന്നെപ്പോലും ഗൗനിക്കാതായിത്തുടങ്ങിയിരുന്നു.

എന്നാൽ എപ്പോഴോ അയാളെന്നിൽ നിന്നകലുവാൻ തുടങ്ങി. ക്രമേണ അതിവേഗത്തിലാവുന്ന ഒരു കൊടുങ്കാറ്റുപോലെയായിരുന്നു ആ അകൽച്ച. ഇപ്പോൾ അയാളെന്നെ കാണുമ്പോൾ മുഖം തിരിക്കും. ഉറക്കത്തിലെങ്ങാനും എന്നെ തൊട്ടുപോയതായി അറിഞ്ഞാൽ ഞെട്ടിയുണർന്ന് എന്നെ പ്രാകും. ഒരിക്കൽ എത്ര ഇഷ്ടമായിരുന്നോ അത്രതന്നെ അനിഷ്ടമാണിപ്പോൾ. അനിഷ്ടത്തിനും ഇഷ്ടത്തിന്റെ അത്രതന്നെ സൂക്ഷ്മതയും ഭാവനയും സർഗാത്മകതയും ഉള്ളതിനാൽ എനിക്ക് ജീവിതം സഹിക്കാൻ പറ്റാതായി. തിന്നുവാനും വിസർജിക്കുവാനും മാത്രം കഴിയുന്ന ഒരു ശരീരമായി നാണം കെട്ടു കഴിയാൻ എനിക്കു വയ്യ. നമ്മളിലുള്ള അസൂയാർഹവും അഭിനന്ദനീയവുമായ ചിലതിന്റെ കൂടെയാണു നാം സന്തോഷത്തോടെ കഴിയുന്നത്. അല്ലാതെ ലജ്ജിപ്പിക്കുന്ന ചിലതിന്റെ കൂടെയല്ല.

അയൽഗ്രാമത്തിൽ ഒരു മഹാമന്ത്രവാദിയുണ്ടെന്നും അയാളെ ക്കണ്ടാൽ സങ്കടത്തിനു പരിഹാരമുണ്ടാവുമെന്നും ഒരു കൂട്ടുകാരി പറഞ്ഞറിഞ്ഞ് ഞാൻ അവിടെച്ചെന്നു. എല്ലാം വിവരിച്ചു കേട്ടപ്പോൾ അയാൾ എന്നോടു പറഞ്ഞു: സിംഹത്തിന്റെ മൂന്നു രോമങ്ങളുമായി വരൂ. നീ തന്നെ

പറിച്ചെടുത്തതാവണം. നിന്റെ ഭർത്താവിൽ ഞാൻ തിരികെ സ്നേഹം വരുത്താം.

ഞാൻ അമ്പരന്നു. സിംഹത്തിനെ കണ്ടിട്ടുപോലുമില്ല ഞാൻ ഇക്കാലം വരെ. കണ്ടിട്ടുള്ള ഒരാൾക്കുണ്ടാകാവുന്ന പേടിയെക്കാൾ വലുതാണെന്റെ പേടി. ആ സിംഹത്തിന്റെ, ഞാൻ തന്നെ പറിച്ചെടുത്ത രോമങ്ങളുമായി ഞാനെങ്ങനെ വരും. നിന്റെ ആഗ്രഹം നടക്കുകയില്ലെന്ന് അയാൾ ആലങ്കാരികമായി പറഞ്ഞതാണോ? എന്നെ പരിഹസിച്ചതാണോ? ആവില്ല, അയാളുടെ മുഖത്തു പ്രതീക്ഷയുണ്ടായിരുന്നു. അനുകമ്പ യുണ്ടായിരുന്നു. എളുപ്പമല്ല എന്നാൽ അസാധ്യവുമല്ല എന്നു പറയു ന്നൊരു ഭാവമായിരുന്നു അയാൾക്കുണ്ടായിരുന്നത്.

പക്ഷേ, സന്ദേഹിയായ എന്നെ ഞാൻ ഉന്തിത്തള്ളി മാറ്റി. എന്റെ ഭർത്താവിന് എന്നെ വേണ്ടെങ്കിൽ എനിക്കെന്തിനാണ് എന്നെ. ഭർത്താ വിന് എന്നോടുള്ള വെറുപ്പിന്റെ തീക്ഷ്ണതയോളം സിംഹത്തിന് ക്രൂരത യുണ്ടാവില്ലെന്ന് എനിക്കു തോന്നി. സ്നേഹം അളക്കുന്ന അതേ വലിയ പാത്രത്തിലാണ് അയാൾ വെറുപ്പും അളക്കുന്നത്.

പലരോടും അന്വേഷിച്ചതിൽ ഒടുവിൽ, നാലു ഗ്രാമങ്ങൾക്കപ്പുറമുള്ള ശ്രാവസ്തിയിൽ ആടിനെ പിടിച്ചു തിന്നാൽ സിംഹങ്ങൾ ഇറങ്ങാറു ണ്ടെന്നു ഞാൻ അറിഞ്ഞു. ഞാൻ ഒരാട്ടിൻകുട്ടിയെയുമെടുത്ത് തനിച്ച് ശ്രാവസ്തിയിലെത്തി. നിലാവുള്ള രാത്രിയിൽ സിംഹമിറങ്ങുന്നതു നോക്കി കാടിന്റെ താഴ്വാരത്തെ തുറസ്സിലിരുന്നു. സിംഹം എത്തിയ പ്പോൾ ആടിനെ ഉപേക്ഷിച്ച് അതു കാണെ നടന്ന് തിരിച്ചു പോന്നു. അടുത്ത ദിവസം വീണ്ടും ഒരാടുമായി ഞാൻ തിരിച്ചുവന്നു. വളരെക്കാലം ദിവസവും ഇതാവർത്തിച്ചു. ഇപ്പോൾ സിംഹം എന്റെ നേരേ മുരളാറില്ല. പേടിപ്പിക്കുന്ന നോട്ടമയയ്ക്കാറില്ല. ചെറിയൊരു ഉല്ലാസത്തിന്റെ ചുവടു കൾ വച്ച് ഒന്നു വേഗം കൂട്ടി എന്റെ അടുത്തെത്തും. ക്രമേണ സിംഹത്തിന് കടിച്ചു കൊല്ലാൻ പാകത്തിൽ ഞാൻ ആടിനെ പിടിച്ചു നിർത്തി കൊടുക്കാൻ തുടങ്ങി. സിംഹത്തിന്റെ മുരളലിന് സംഗീതാത്മകത കൈവന്നു. സിംഹം എന്നോടിണങ്ങി. ഇതിനകം എന്റെ ഗ്രാമത്തിലെയും തൊട്ടടുത്ത ഗ്രാമങ്ങളിലെയും ആടുകളെ മുഴുവൻ ഞാൻ വിലയ്ക്കു വാങ്ങിക്കഴിഞ്ഞിരുന്നു. ഞാനിപ്പോൾ നിർധനനായിത്തീർന്നിരിക്കുന്നു. സിംഹത്തിന്റെ മൂന്നു രോമങ്ങളുമായി മന്ത്രവാദിയുടെ അടുത്തെത്തിയ ഞാൻ അത്യധികം അവശയും ദയനീയയും. രോമങ്ങൾ വാങ്ങി ഏറെ നേരം എന്റെ കണ്ണുകളിൽത്തന്നെ നോക്കിയിരുന്നു മന്ത്രവാദി. അയാളുടെ കണ്ണുകൾ നിറഞ്ഞിരുന്നു. ഇനി ഭർത്താവിന്റെ അടുത്തു ചെല്ലൂ എല്ലാം ശുഭമാകും എന്നെന്നെ യാത്രയാക്കി.

ഭർത്താവിന്റെ സമീപത്തേക്കു നടക്കുമ്പോൾ സിംഹത്തിന്റെ രോമവും ഭർത്താവിന്റെ പ്രീതിയും തമ്മിലെന്ത് എന്നതിനെനിക്കുത്തരം കിട്ടി. ഈ സിംഹത്തെ വശീകരിക്കാൻ ഞാനുപയോഗിച്ച ക്ഷമയും

ആത്മാർപ്പണവും വഴി ഞാനെന്റെ ഭർത്താവിനു പാകമാകുകയായിരുന്നു. ഭർത്താവിന് യോഗ്യയായിത്തീരുവാൻ ഒരു സ്ത്രീ കടന്നു പോവേണ്ട ആ വിചിത്രമായ തുരങ്കത്തിലൂടെയാണ് അയാളെന്നെ നടത്തിയത്. അൽപ്പം പിഴച്ചാൽ അഗാധമായ കൊക്കയിലേക്കു വീഴുന്ന വഴിപോലൊന്നാണ് ദാമ്പത്യത്തിന്റെ വഴി.

പക്ഷേ, അതെന്നെ മറ്റൊന്നു കൂടി ഓർമിപ്പിച്ചു. ഞാൻ ദിവസവും കൊന്ന ആട്ടിൻകുട്ടികൾ എന്താണെന്നും ഞാനറിഞ്ഞു. എന്നെ നിർധനയും നീചയുമാക്കിയ ആ പരിണാമത്തെ ഞാൻ ശരിക്കും അറിഞ്ഞു. ഒരു സ്ത്രീ ഭർത്താവിനുവേണ്ടി ത്യജിക്കുന്നവ എന്റെ ജീവിത കഥ കൊണ്ടു മാത്രം പറയാവുന്നതുപോലൊന്ന്. മന്ത്രവാദിയുടെ കണ്ണുകൾ നിറഞ്ഞതിന്റെ കാരണവും എനിക്കറിയാറായി.

ഭർത്തൃഗൃഹത്തിലേക്കു തിരിയുന്ന വഴിയിൽ ഒട്ടിട ഞാൻ നിന്നു. പക്ഷേ, ഭർത്തൃഗൃഹത്തിലേക്കുള്ള പാതയിലേക്കു ഞാൻ തിരിഞ്ഞില്ല. ഇപ്പോഴെനിക്ക് ജീവിതത്തിൽ എന്തും അനായാസമായിത്തീരുന്നല്ലോ. ഞാൻ മാതൃഗൃഹത്തിലേക്കു നടന്നു. ഭർത്താവിനുവേണ്ടി ത്യജിക്കുന്നതിലെത്രയോ ചെറിയ അംശം ത്യാഗം കൊണ്ട് ഒരുവൾക്ക് സുഖമായി കഴിയാം. കണ്ടിട്ടില്ലേ, വിധവകൾ എത്ര അനായാസമായാണ് ഗൃഹഭരണം നടത്തുന്നത്!

പത്ത്

പണ്ട് ഭീമപുരം എന്ന ദേശത്ത് ധർമപാലൻ എന്നൊരു കച്ചവടക്കാരനുണ്ടായിരുന്നു. അടുത്ത നാടായ രാജഗിരിയിലെ പ്രമുഖനായ വണിക്കിന്റെ മകൾ മനോരഞ്ജിനിയെയാണ് അയാൾ വിവാഹം ചെയ്തത്. അദ്ദേഹത്തിനു നാല്പതും അവൾക്ക് ഇരുപതും വയസ്സായിരുന്നു വിവാഹ സമയത്ത്. ധർമപാലൻ കച്ചവടാവശ്യങ്ങൾക്കായി മിക്കവാറും ദൂരദേശങ്ങളിലായിരിക്കും. ഞാനില്ലാത്ത ലോകത്ത് ഇരുപതു കൊല്ലം കഴിഞ്ഞ ശീലമില്ലേ നിങ്ങൾക്ക്; പിന്നെ എന്നെ വിട്ട് എവിടെക്കഴിഞ്ഞാലെന്ത് എന്നവൾ പരിഭവിക്കുകയും പരിഹസിക്കുകയും ചെയ്തു. അഞ്ചു വയസ്സും ഇരുപത്തഞ്ചു വയസ്സുമുള്ള ആളുകൾ. എത്രയെത്ര വ്യത്യസ്ത ലോകങ്ങളിൽ കഴിഞ്ഞവരല്ലേ നമ്മൾ. വല്ലപ്പോഴുമല്ലേ നാം കണ്ടുമുട്ടേണ്ടൂ?

ചില ചടങ്ങുകൾ മറക്കാൻ കഴിഞ്ഞിരുന്നെങ്കിൽ, ചില അടയാളങ്ങൾ ഗൗനിച്ചില്ലെങ്കിൽ അവർ തമ്മിൽ യാതൊന്നും ഇല്ലായിരുന്നു. വല്ലപ്പോഴും വീട്ടിലേക്കു വരുന്ന, പെട്ടെന്നോർമ വന്ന് തീരുമാനം മാറ്റുന്ന, തന്റെ അച്ഛനാകാൻ പ്രായമുള്ള ധർമപാലനെ അവൾ അകമേ വെറുത്തു. അയാൾ വരുമ്പോഴൊക്കെ അവൾക്കു തീണ്ടാരിയായി. സമീപവാസിയായ ഒരു യുവാവുമായി ഇതിനിടയിൽ അവൾ അടുത്തു. പ്രായമായ ഭർത്താവുള്ള സ്ത്രീക്ക് പ്രായം കുറഞ്ഞ കാമുകനോടുള്ള അതിദാക്ഷിണ്യത്തോടെ അവൾ അയാളെ സ്നേഹിച്ചു. അപകടകരമായ ഒന്നിനുള്ള

അതിലാവണ്യം അവരുടെ പ്രണയത്തിനുണ്ടായിരുന്നു. പിടിക്കപ്പെട്ടാൽ മരണത്തിലെത്തുന്ന സാഹചര്യത്തിലെ പ്രണയം പോലെ സുഖം പകരുന്നതൊന്നുമില്ല.

മനോരഞ്ജിനിക്ക്, ശ്രദ്ധിക്കണേ പേരുകൾ മിക്കപ്പോഴും മനുഷ്യരുടെ സഞ്ചാരമാർഗം നിർണയിക്കും. ഒരു നിമിഷമെങ്കിലും കാമുകനെ പിരിഞ്ഞിരിക്കാൻ വയ്യാതായി. തന്റെ തോഴിയുടെ ഉദ്യാനഗൃഹത്തിലായിരുന്നു ആ കാമുകീകാമുകന്മാരുടെ സമാഗമം. അന്നു വീട്ടിലെത്തിയ ഭർത്താവിനോട് വരാൻ വൈകിയതിലുള്ള കോപമെന്ന ഭാവത്തിൽ അവൾ ദുർമുഖം കാട്ടി. അയാൾ നിരാശയോടെ സങ്കടത്തോടെ ഉറങ്ങിയതും അവൾ തോഴിയുടെ ഉദ്യാനഗൃഹത്തിലേക്ക് കാമുകനെ തേടിയിറങ്ങി.

അർധരാത്രി സമയത്ത് നിറനിലാവിൽ ഇരട്ടിച്ച സൗന്ദര്യത്തോടെ വയലും മേടും കടന്ന് ധൃതിയിൽ പോകുന്ന ഒരുവളെക്കണ്ട് കക്കുവാൻ ഇറങ്ങിയ ഒരു കള്ളന് വലിയ കൗതുകമായി. അവൻ അവളെ പിന്തുടർന്നു. അവൾ ഉദ്യാനഗൃഹത്തിന്റെ തുറന്നിട്ട വാതിലിലൂടെ അകത്തു കടന്ന് കട്ടിലിൽ കിടക്കുകയായിരുന്ന കാമുകന്റെ സമീപത്തു കിടന്ന്, ഉറങ്ങുകയാണെന്നു കരുതി അയാളെ ഉണർത്താൻ തുടങ്ങി. തണുത്തു വിറങ്ങലിച്ച ആ ശരീരം പ്രതികരിച്ചില്ല. സർപ്പദംശത്താൽ അല്പം മുൻപേ മരണപ്പെട്ടിരുന്നു അയാൾ. ആ ഗൃഹത്തിൽ അവരുടെ രതി കണ്ട് അക്ഷമനും അസ്വസ്ഥനുമാകാൻ വേണ്ടി ദിവസവും വന്നുചേരുമായിരുന്ന ഒരു ദുർഭൂതം പെട്ടെന്ന് അവളെ കടന്നുപിടിച്ച് മൂക്കും ചുണ്ടും കടിച്ചെടുത്തു. അതിവേദനയോടെ അവൾ സ്വഗൃഹത്തിലേക്കു മടങ്ങി.

ഭർത്താവിന്റെ സമീപത്തെത്തിയതും അവൾ സകലരും കേൾക്കെ അലമുറയിട്ടു. ഈ നീചൻ എന്നെ കൊല്ലുന്നു; ഓടി വരണേയ്. ആളുകൾ അവളുടെ അമ്പരപ്പ് മാറിയിട്ടില്ലാത്ത ഭർത്താവിനെ രാജസമക്ഷത്തിലെത്തിച്ചു. ചോദ്യങ്ങൾക്കെല്ലാം ധർമപാലൻ നിശ്ശബ്ദത പാലിച്ചു. നടന്നതെന്തെന്ന് അയാൾക്കു ബോധ്യമായില്ലെങ്കിലും ശിക്ഷിക്കപ്പെടാനുള്ള അർഹത തനിക്കുമുണ്ട് എന്നതിലയാൾക്ക് സന്ദേഹമില്ലായിരുന്നു. രാജാവ് അയാളെ തീയിലിട്ട് കൊല്ലാൻ കൽപ്പിച്ചു.

പ്രജകൾക്കിടയിൽ നിന്നും അപ്പോൾ, നേരത്തേ മനോരഞ്ജിനിയെ പിന്തുടർന്ന ആ കള്ളൻ രാജാവിനെ വന്ദിച്ച് ഇപ്രകാരം പറഞ്ഞു. തിരുമേനീ ഞാനൊരു കള്ളനാണ്. വാക്കിനോ പ്രവൃത്തിക്കോ വ്യവസ്ഥയില്ലാതിരുന്ന ഒരുവൻ. പക്ഷേ, ഞാൻ ഇപ്പറയുന്നത് സത്യം മാത്രമാണ്. ധർമപാലന്റെ നിരപരാധിത്വവും മനോരഞ്ജിനിയുടെ പ്രവൃത്തിയും അയാൾ രാജസമക്ഷം വിശദീകരിച്ചു. ഭർത്താവിനു നൽകിയ ശിക്ഷ മനോരഞ്ജിനിക്കു നൽകി, പിടികിട്ടാപ്പുള്ളിയായ ആ തസ്കരനെ രക്ഷിക്കണോ ആദരിക്കണോ എന്നു സന്ദേഹിച്ച്, രാജാവ് ജീവിതം എന്ന മഹാപ്രഹേളികയോർത്ത് നെടുവീർപ്പിട്ടു. ഒന്നുകൂടി കാര്യാലോചന

നടത്തിയശേഷം, അന്നു വൈകുന്നേരം തന്നെ രാജാവ് വീണ്ടും സഭ കൂടി മനോരഞ്ജിനിയെയും കുറ്റവിമുക്തയാക്കി. മഹാന്യായാധിപനായ ദൈവത്തിന്റെ നിഷ്പക്ഷതയുടെ മഹത്ത്വം അയാൾ അറിഞ്ഞു തുടങ്ങിയിരുന്നു അപ്പോൾ. നിന്തിരുവടി അനുവദിക്കുന്നത് നമുക്കനുവദിക്കാൻ കഴിയാത്തതെന്ത്?

അതെയതെ, ഏതു കഥയിലും ഏതെങ്കിലും ഒരു കഥാപാത്രത്തിലൂടെ കഥാകാരൻ തന്റെ ഉദാരത പ്രകടിപ്പിക്കുന്നു. ഇതിൽ ആ കഥാപാത്രം ദൈവമല്ലേ? ഒരു വ്യത്യാസവും വരുത്തുവാൻ ശേഷിയില്ലാത്ത സർവശക്തന്റെ കഥ പോലെ രസമുള്ള കഥയുണ്ടോ?

■

www.ingramcontent.com/pod-product-compliance
Ingram Content Group UK Ltd.
Pitfield, Milton Keynes, MK11 3LW, UK
UKHW042103021026
15589UKWH00001B/157